D1770883

இதற்குப்
பெயர்தான்
பார்ப்பனியம்!

இதற்குப் பெயர்தான் பார்ப்பனியம்!

ஜெயராணி

எதிர் வெளியீடு

இதற்குப் பெயர்தான் பார்ப்பனியம்!
ஜெயராணி

முதல் பதிப்பு: ஜனவரி 2022

எதிர் வெளியீடு,
96, நியூ ஸ்கீம் ரோடு, பொள்ளாச்சி – 642002
தொலைபேசி: 04259 – 226012, 99425 11302

விலை: ரூ. 400

Idharkku Peyarthaan Parpaniyam!
Jeyarani

Copyright © Jeyarani
First Edition: January 2022

Published by
Ethir Veliyeedu, 96, New Scheme Road. Pollachi – 2
email: ethirveliyedu@gmail. com
www. ethirveliyedu. in

ISBN: 978-93-90811-78-6
Cover Design: M Creative
Printed at Jothy Enterprises, Chennai.

All rights reserved. No part of this book may be reprinted or reproduced or utilised in any form or by any electronic, mechanical or other means, now known or hereafter invented, including Photocopying and recording, or in any information storage or retrieval system, without permission in writing from the Publisher.

நன்றி

- இந்நூலுக்குகந்த கருத்துரையை தனக்கேயுரிய அறிவார்ந்த பாணியில், உற்சாகத்துடன் எழுதியளித்த அன்பிற்குரிய நண்பர்
  மரு. தாயப்பன் அழகிரிசாமி;

- ஆங்கில ஊடகங்களில் வெளிவந்த கட்டுரைகளை நள்ளிரவில் எழுதியனுப்பினாலும் மாறா பேரார்வத்தோடும் மின்னல் வேகத்திலும் தரமாக மொழிபெயர்த்துக் கொடுத்த அன்புத் தோழி ஊடகவியலாளர்
  கவிதா முரளிதரன்;

- ஆங்கில ஊடகங்களில் என் கட்டுரைகளை பிரசுரித்த
  சித்தார்த் வரதராஜன் (நிறுவன ஆசிரியர், த வயர்);
  சுனில் மேனன் (இணை நிர்வாக ஆசிரியர், அவுட்லுக்);
  பாஷா சிங் (முன்னாள் ஆசிரியர், நேஷனல் ஹெரால்டு);
  தன்யா ராஜேந்திரன் (ஆசிரியர், த நியூஸ் மினிட்);

- இக்கட்டுரைகளை வெளியிட்ட தமிழ் ஊடகங்களைச் சேர்ந்த
  சமஸ் (இணை ஆசிரியர், இந்து தமிழ்த் திசை),
  கி. கார்த்திகேயன் (தலைமை டிஜிட்டல் எடிட்டர், விகடன்.காம்),
  ஜெ. ஜெயலட்சுமி (மூத்த உதவி ஆசிரியர், ஒன் இந்தியா தமிழ்),
  அருட்தந்தை. அமிர்தராஜ் (ஆசிரியர், அரும்பு மாத இதழ்),
  தாமரை கண்ணன் (ஆசிரியர், காட்டாறு),
  மறைந்த அய்யா. தமிழேந்தி (சிந்தனையாளன்),
  ரியாஸ் அகமது (துணை ஆசிரியர், புதிய விடியல்),
  கிருஷ்ணவேணி (அணையா வெண்மணி),
  ரமேஷ் நந்தன் (கீற்று);

- இந்நூலின் அட்டைப் பகுதியை சிறப்பாக வடிவமைத்துக் கொடுத்த
  எம் கிரியேஷன்ஸ்;

- இந்நூலை பதிப்பித்திருக்கும் தோழர். அனுஷ்;

  மற்றும்

- இக்கட்டுரைகளின் முதல் வாசகராக இருந்து செழுமைப்படுத்திய எனது சிறப்பு அன்பிற்குரிய இணையர் வழக்குரைஞர். சரவணன்;

- பின் அட்டை புகைப்படத்தை எடுத்த
  பேரன்பிற்குரிய மகள் நேயா.

ரமாபாய் அம்பேத்கர்

பாத்திமா ஷேக்

சாவித்திரிபாய் பூலே

**வரலாற்றால் எத்தனை முறை புதைக்கப்பட்டாலும்
தம் அர்ப்பணிப்புகளால் அழியாத்தன்மை
பெற்ற இந்தியாவின் மும்மணிகள்...**

அண்ணலின் பெயருக்குப் பின்னால் அணிவகுக்கும்
பட்டங்களை அவர் பெறவும், வியத்தகு அவரது
பெருந்திறன் இந்நாட்டிற்கே வழிகாட்டி
ஒளியூட்டவும் உறுதுணையாய் இருந்த அன்னை
ரமாபாய் அம்பேத்கர்

●

ஆதிக்க சாதியினரின் கல்லடிகளுக்கிடையே
பெண்களுக்கும் தலித்துகளுக்கும் கல்வி கற்பித்து,
இந்தியாவின் முதல் பெண் ஆசிரியராக தலை
நிமிர்ந்த கல்வியாளர் சாவித்திரிபாய் பூலே

●

சாதி, மத ஒடுக்குமுறைகள் உக்கிரமாக இருந்த
காலகட்டத்தில் இந்தியாவின் முதல் முஸ்லிம் பெண்
ஆசிரியராக, பூலே தம்பதியினரின் பள்ளியில்
பணியாற்றி பெருந்தடைகளுக்கிடையே தலித்
குழந்தைகளுக்கு கல்வி ஒளியூட்டிய பாத்திமா ஷேக்

ஆகியோருக்கு...

உள்ளடக்கம்

என்னுரை 09

கருத்துரை 21

அரச பயங்கரவாதம்: அந்த முதல் கல்லை எறிவது யார்? 34

கச்சநத்தம் படுகொலைகள்: வன்கொடுமை எனும் சமூக பயங்கரவாதம் 46

இழிசாதிப் பெயர்களுக்கு எதிரான ‘தலித்’ 62

கைக்கெட்டா விடுதலை: சிறையில் பேரறிவாளனுக்கு 27 ஆண்டுகள்! 76

எழுவர் விடுதலையின் இறுதிக் கட்டம்! 88

இந்தியப் பெண்களை வதைக்கும் இந்து மதம் 96

‘ஆபரேஷன் திராவிட நாடு’: அடிபணியுமா தமிழ்நாடு? 104

வாழ்ந்து கொண்டே மரணியுங்கள்; செத்தபடியே சற்றுப் பிழைத்திருங்கள்! 122

பாலியல் வன்முறைகளை ஊக்குவிக்கும் சாதிப் பண்பாடு! 138

குடிசைகளோடு பறிக்கப்பட்ட வாழ்வும் கனவும் 148

துப்புரவுத் தொழிலை எப்போது ஒரு துறையாக அணுகப் போகிறோம்? 156

இந்தியாவை அழிக்கும் அகமணம் 166

விவசாயம் எனும் சாதித் தொழில்! 180

அறச் சிதைவின் உச்சத்தில் இந்திய ஊடகங்கள்! 190

பா.ஜ.க. தலைவராக தலித் நியமனம்: இதற்குப் பெயர்தான் பார்ப்பனியம்! 210

கொடிய கிருமி எது - ஜாதியா, கொரோனாவா? 222

பேரறிவாளன் விடுதலை: அநீதியின் கொடூர ஆட்டம்! 236

ஊரடங்கிலும் அடங்காத ஜாதிவெறி! 250

இந்திய செய்தி அறைகளில் வேற்றுகிரகவாசி 266

சாதிய வல்லுறவுகள் நிறுவனமயப்பட்ட குற்றம்;
அதை எழுத மறுப்பது ஓர் ஒழுங்கமைப்பட்ட வரலாற்று சதி! 274

இட ஒதுக்கீடு, சாதியை கடக்கவா? நிலைநிறுத்தவா? 286

குடிசைகளை அகற்றும் மாநகரத் தீண்டாமை! 298

என்னுரை

எதன் பெயர் பார்ப்பனியம்?

"இந்துக்களின் அறிவாளி வர்க்கமாக பார்ப்பனர்களே இருக்கின்றனர் என்பது மறுக்க முடியாத உண்மை. பார்ப்பன சாதி, அறிவாளி வர்க்கமாக மட்டும் இருக்கவில்லை. இந்துக்களில் மற்ற சாதியினர் மத்தியில் பெரு மதிப்புக்குரிய வர்க்கமாகவும் இருக்கிறது. மற்ற சாதியினரைத் தன் பிடிக்குள் வைத்திருக்கும் இது போன்ற ஒரு அறிவாளி வர்க்கம், சாதி சீர்திருத்தத்திற்கு எதிரியாக இருக்கும் போது, சாதி அமைப்பைத் தகர்த்தெறிவதற்கான இயக்கத்தில் வெற்றி வாய்ப்புகள் எட்டாக் கனி என்றே எனக்குத் தோன்றுகிறது."

- டாக்டர். பி.ஆர். அம்பேத்கர்,
(சாதியை அழித்தொழிக்கும் வழி)

பன்னெடுங்காலமாக "அடைபட்ட பண்பாட்டில்" *(closed culture)* உழல்கிற ஒரு சமூகம் ஒட்டுமொத்த மனித இனத்திற்கே எதிரானதாக மாறுகிறது. மனித உரிமை மீறல்களும் தீமைகளை நிகழ்த்துதலுமே அடைபட்ட சமூகத்தின் ஆயுதங்களாகின்றன. அது, பழமைவாதத்திற்கும் மூட நம்பிக்கைகளுக்கும் பிற்போக்குத்தனத்திற்குமே எப்போதும் முன்னுரிமை அளிக்கிறது. தனிமனித உரிமைகளை விடவும் என்றோ உருவாக்கப்பட்ட

படிநிலைப்படுத்தப்பட்ட பாகுபாட்டைக் கட்டிக் காப்பதில் தான் இவற்றின் முழு கவனமும் இருக்கிறது! பிற சமூகங்களை சேர்ந்தவர்களை இது சக மனிதர்களாக கருதுவதில்லை; அவர்களோடு ஒன்றாகக் கலப்பதில்லை. படிநிலையில் தம்மை உயர்வான இடத்தில் வைத்துக் கொண்டு யாரோடும் சேராமல் தூய்மைவாதத்தை அவை கடைப்பிடிக்கின்றன. வேற்றுமைகளை அங்கீகரிக்காமல், ஒற்றுமையை கடுகளவும் விரும்பாத தனித்த இனமாக தன்னை அது உச்சாணிக் கொம்பில் வைத்துக் கொள்கிறது. அப்படியான அடைபட்ட சமூகமாக *(closed cummunity)* பார்ப்பனர்கள் மூவாயிரம் ஆண்டுகளாகத் தொடர்வதுதான் வியப்பளிக்கிறது.

உலக மனித சமூகங்கள் உளவியல் ரீதியாக மேம்பட்டு நாகரிகமும் தனிமனித உரிமைகளும் பெற்றிருப்பதை அங்கீகரிக்க மறுத்து, பார்ப்பனர்கள் இன்றுவரை ஏற்றத் தாழ்வுகளையே எல்லோருக்குமான ஒற்றை விழுமியமாகத் தூக்கிப் பிடிக்கின்றனர். படிநிலைப்படுத்தப்பட்ட சமத்துவமின்மையை *(graded inequality)* வரையறுத்த வர்ணாசிரமத்தை, சாதியமைப்பை இந்நாட்டின் பண்பாடாக ஒன்றல்ல, இரண்டல்ல 25 நூற்றாண்டுகளாக இவர்கள் நிலை நிறுத்தி வருகின்றனர். ஓரின மக்களையே படிநிலை சமத்துவமின்மையால் கூறுபோட்டு தம்மைத் தாமே வதைத்தழிக்க வைத்த மனிதப் பேரவலத்தை உலகில் வேறெந்த இனமும் செய்ததில்லை. பிறப்பின் அடிப்படையில் தகுதிபடுத்தும் சாதி எனும் கொடூர வழக்கத்தை உருவாக்கியது பார்ப்பனர்களே! அவ்வழக்கம் அழிந்துவிடாதவாறு காலங்காலமாக கண்காணித்தும் காப்பாற்றியும் நியாயப்படுத்தியும் வருவதும் பார்ப்பனர்களே!

ஆனால், "பார்ப்பனர்கள் அன்று அக்ரகாரங்களில் இருந்ததைப் போல இல்லை; அவர்கள் எங்கோ கண்காணா தூரத்தில் ஒதுங்கி வாழ்கின்றனர். இந்நாட்டில் நடந்து கொண்டிருக்கும் சாதி, மதப் பிரச்சனைகளுக்கும் அவர்களுக்கும் தொடர்பே இல்லை" என்பதாக ஒரு தோற்றம் இங்கே உருவாக்கப்பட்டிருக்கிறது. "ஊரில் வாழும் பிற்படுத்தப்பட்டோர் சேரிவாழ் தலித்துகளை ஒடுக்குகின்றனர். அதற்கு பார்ப்பனர்கள் எவ்வாறு பொறுப்பாக முடியும்?" என்ற கேள்வி தொடர்ச்சியாக முன் வைக்கப்படுகிறது. அதே போல, "முஸ்லிம்களை இந்துத்துவவாதிகள் தாக்குகின்றனர், கொல்கின்றனர்; அந்த இந்து வெறியர்கள் என்ன பார்ப்பனர்களா? பிற்படுத்தப்பட்டோரும் தலித்துகளும் தானே களத்தில் நின்று கருவறுக்கின்றனர். இதற்கான பழியை எவ்வாறு பார்ப்பனர்கள் சுமக்க முடியும்?" எனக் கேட்போர் அதிகம்.

இவர்கள் பார்ப்பனர்களின் உடலியல் இருப்பை (physical presence) ஒவ்வொரு வன்முறையிலும் தேடுவதால் உண்டாகிற சிக்கல் இது. உண்மையில் இந்நாட்டில் நடந்தேறும் அத்தனைக் கொடூரங்களிலும் பிரச்சனைகளிலும் "பேராதிக்க, ஊழல்வயப்பட்ட மனநிலையாக" பார்ப்பனர்களின் இருத்தல் (psychological presence) ஆழமாக இருக்கிறது என்ற உண்மையை நாம் புரிந்து கொள்வதில்லை. அந்த மனநிலையைத் தான் நாம் பார்ப்பனியம் என்கிறோம். இங்கே நிகழும் சாதி, மத, பாலின, பொருளாதார கொடூரங்களுக்கான சட்ட நெறிமுறைகளை (code of law) உருவாக்கி அதை வன்முறையாலும் மூளைச் சலவையாலும் எல்லோர் மனதிலும் விதைத்தவர்கள் பார்ப்பனர்களே! சாதி, மத, பாலின ரீதியானக் கொடூரங்களாகட்டும் அதிகாரச் சுரண்டலாகட்டும் பொருளாதார ஊழலாகட்டும் இதற்கெல்லாம் ஒரு முன் மாதிரியை உருவாக்கியவர்களும் பார்ப்பனர்களே!

ஜாதி இந்துக்கள், தலித்துகள் மீது வன்கொடுமையை ஏவும் போதும்; பட்டியல் சாதிகள் தங்களுக்கிடையே மோதிக் கொள்ளும் போதும்; பிற்படுத்தப்பட்டோரோ தலித்தோ ஒரு முஸ்லிமை தாக்கும் போதும்; ஒரு தலித் பெண் பிற்படுத்தப்பட்ட ஆணால் பாலியல் வன்புணர்ச்சிக்கு ஆளாக்கப்படும் போதும்; வரையறுக்கப்பட்ட விதிமுறைகளை மீறினார் என்பதற்காக ஒரு பெண் சிதைக்கப்படும் போதும் அந்த வன்மத்தின் வழியே பார்ப்பனியம் காலங்காலமாக உயிர்த்திருக்கிறது. ஆனால் "பார்ப்பனியம்" என்ற சொல்லை பயன்படுத்தினாலோ அதன் பெயரில் பார்ப்பனர்களை எதிர்த்தாலோ பலருக்கும் கோபம் வந்துவிடுகிறது.

ஆயிரத்தெட்டு விளக்கங்கள் சொல்லப்பட்டாலும் பார்ப்பனியம் என்பதற்கான நேரடிப் பொருள் பிரித்தாளும் சூழ்ச்சி! மக்களை துண்டாடி அதில் ஆதாயமடைய பார்ப்பனர்கள் பயன்படுத்திய ஆயுதமே படிநிலைப்படுத்தப்பட்ட சமத்துவமின்மை (Graded Inequality). இந்தியர்களை நான்கு வர்ணங்களாக செங்குத்து நிலையில் பிரித்து, வர்ணங்களுக்குள் ஆயிரக்கணக்கில் சாதிகளாக மனிதர்களைத் துண்டாடி, அதில் தம்மை உயர்வான முதல் இடத்தில் வைத்துக் கொண்டு இந்த நாட்டின் பெரும்பான்மை மக்களான தொல்குடிகளை படிநிலையில் கீழான, இழிவான இடத்திற்குத் தள்ளிய கொடுங்கோன்மைக்குப் பெயர்தான் பார்ப்பனியம். இந்த படிநிலை சமத்துவமின்மை கோட்பாட்டிற்கு எந்த ஆபத்தும் வந்துவிடாமல் பார்த்துக் கொள்வது ஒன்றுதான் இந்நாட்டில் பார்ப்பனர்கள் காலங்காலமாக செய்து வரும் ஒரே வேலை.

பார்ப்பனர்கள் இந்நாட்டின் பெரும்பான்மை மக்களைத் துண்டாடி ஒவ்வொரு சாதியையும் ஒரு தனி இனத்தைப் போல நம்பவும் உணரவும் வைத்துள்ளனர். இரு இனங்கள் முட்டி மோதிக் கொள்வதைப் போல ஒவ்வொரு சாதியும் இங்கே இன்னொரு சாதியை வெறுத்து, தனித்து வாழ்வது அதனால்தான். இந்நாட்டின் பெரும்பான்மை மக்களான தொல்குடியினர் இணைந்திருந்தால் அவர்களை ஆள முடியாது என்பதனால் அவர்களை சிறு சிறு குழுக்களாகக் கூறுபோட்டு பிரித்தாள்கிறது பார்ப்பனியம். அதன் கொடூர உண்மை முகம் அறிவாசான் புத்தர், பாபாசாகேப் அம்பேத்கர் மற்றும் தந்தை பெரியார் ஆகியோரால் தோலுரித்துக் காட்டப்பட்டது. இந்திய மண்ணில் பார்ப்பனிய எதிர்ப்பு ஒரு தத்துவமானது இவர்களால்தான்.

பார்ப்பனியத்தை விமர்சித்தால் பார்ப்பனர்களுக்கு மட்டுமல்ல; இந்துமத ஆதிக்க அடிமை சித்தாந்தத்தில் ஊறிப் போன பார்ப்பனர் அல்லாதோருக்கும் கோபம் வருவதால், பல முற்போக்காளர்கள் கூட, நாங்கள் அந்த கருத்தியலைத் தான் எதிர்க்கிறோம் பார்ப்பனர் என்ற இனத்தவரை அல்ல என்று விளக்கமளிக்கின்றனர். திருட்டை எதிர்க்கலாம்; திருடர்களை எதிர்க்கக் கூடாது என்பது போன்ற பகடிதான் இதுவும். இந்நாட்டில் நடக்கும் பிரச்சனைகளுக்கெல்லாம் காரணம் ஆளும் அரசுதான் என்று நினைத்துக் கொண்டு அதற்கெதிராகப் போராடுகிறோம்; அய்ந்தாண்டுகளுக்கொரு முறை அதை மாற்றவும் செய்கிறோம். உண்மை என்னவென்றால், எந்தக் கட்சி ஆட்சிக்கு வந்தாலும் இந்தப் பிரச்சனைகள் தன்மை மாறாமல் அப்படியே நிகழ்கின்றன என்பதுதான். ஆளும் அரசோடு எப்போதும் மல்லுக்கு நிற்கும் முற்போக்காளர்கள் அந்த அரசை ஆட்டுவிக்கும் ஆளும் வகுப்பினர்களான பார்ப்பனர்களை எந்த பிரச்சனைக்கும் பொறுப்பாக்குவதில்லை. புத்தர், அம்பேத்கர், பெரியார் செய்ததைப் போன்ற வலுவான பார்ப்பனிய எதிர்ப்பு அரசியல் களத்திலும் சமூகப் பண்பாட்டு தளங்களிலும் இல்லை.

அவ்வளவு ஏன்? பார்ப்பனர்கள் நேரடியாகக் குற்றங்களில் ஈடுபட்டால் கூட பிற சமூகத்தினரை போல அவர்களது "பிறப்படையாளத்தை" பொதுச் சமூகமோ ஊடகமோ குறிப்பிட்டுச் சொல்வதில்லை. சுதந்திர இந்தியாவில் இதற்கு பல எடுத்துக்காட்டுகளை குறிப்பிட முடியும். காந்தியைக் கொன்ற கோட்சே ஒரு பார்ப்பனர் என்ற போதும் பார்ப்பனத் தீவிரவாதியாக அவர் என்றுமே அடையாளப்படுத்தப்பட்டதில்லை. இதே இடத்தில் முஸ்லிம்களையோ பிற சிறுபான்மையினரையோ ஒப்பிட்டுப் பாருங்கள். இந்திரா காந்தியை கொன்றது சீக்கியர்

என பள்ளிக் குழந்தைக்குக் கூட தெரிவது எப்படி? இந்திரா காந்தி, ராஜீவ் காந்தி கொலைகளை தீவிரவாதத் தாக்குதல் என்று சொல்லும் பார்ப்பனர்கள் ஒருபோதும் காந்தியின் படுகொலையை அவ்வாறு குறிப்பிடுவதில்லை. ஊழலே அல்லாத 2ஜி பிரச்சனையில் சிக்க வைக்கப்பட்ட ஆ. ராசா மற்றும் கனிமொழியின் சமூகப் பின்னணி கடைக் கோடி இந்தியருக்கும் தெரியும். ஆனால், இந்நாட்டை உலுக்கிய ஹாவாலா, போஃபர்ஸ் ரஃபேல் உள்ளிட்ட பிற ஊழல்களில் ஈடுபட்ட பார்ப்பனர்களை அரசியல்வாதிகளாகவும் முதலாளிகளாகவும் தான் இச்சமூகம் கருதியதே தவிர அவர்களின் பிறப்படையாளம் பேசப்படவில்லை. அதனால் அவை அவ்வளவு பெரிய சமூகக் குற்றமாகப் பார்க்கப்படவுமில்லை; விவாதிக்கப்படவுமில்லை.

இந்நாடு சுதந்திரமடைந்து 73 ஆண்டுகள் ஆகிவிட்டன. ஆனால் எந்தத் துறையையும் எடுத்துக் கொள்ளுங்கள், அத்துறையின் முடிவெடுக்கும் அதிகாரத்தில் அதிகபட்ச சம்பளம் வாங்கும் தலைமைப் பொறுப்புகளில் 90 சதவிகிதத்திற்கும் அதிகமாக இருப்பவர்கள் பார்ப்பனர்களே! நாடாளுமன்ற/சட்டமன்ற உறுப்பினர்களாக, மத்திய/மாநில அமைச்சர்களாக, பிரதமர்களாக, தலைமைச் செயலாளர்களாக, மாவட்ட ஆட்சியர்களாக இந்நாட்டின் அய்ம்பதிற்கும் மேற்பட்ட அமைச்சகங்களின் தலைமை அதிகாரிகளாக, பெருநிறுவன முதலாளிகளாக, பெருநிலமுடையவர்களாக, பெரும் பணக்காரர்களாக, வங்கி உரிமையாளர்களாக, கோடிகளில் புரளும் பெரு நடிகர்களாக, புகழ்பெற்ற இசைக் கலைஞர்களாக, எழுத்தாளர்களாக, ஊடகவியலாளர்களாக, நீதிபதிகளாக, வழக்குரைஞர்களாக, கல்வியாளர்களாக, போராளிகளாக, சமூக செயற்பாட்டாளர்களாக, அறிவுஜீவிகளாக, ஆராய்ச்சியாளர்களாக, பல்துறை நிபுணர்களாகப் பார்ப்பனர்களே உள்ளனர். எந்தத் தரவுகளை வேண்டுமானாலும் எடுத்து சரிபார்த்துக் கொள்ளுங்கள். இந்த கணக்கின்படி பார்த்தால் மூன்று சதவிகிதப் பார்ப்பனர்களே அறிவாளி/முதலாளி வர்க்கமாக உச்சாணிக் கொம்பில் அமர்ந்து கொண்டு இந்நாட்டின் அத்தனை அதிகாரங்களையும் வளங்களையும் அனுபவிக்கின்றனர். ஆனால், வலுவான இந்த ஆளும் வகுப்பினரை இங்கே நடக்கும் பிரச்சனைகளோடும் தொடர்புபடுத்தாமல் அவர்களை பொறுப்புடைமையிலிருந்து நழுவ விடுகிறோம்.

சாதி மென்மேலும் கூர்மைப்பட்டு தலித் மக்களை நாள்தோறும் கொடூரமாக பலி கொள்கிறது. மதவாதம் தீவிரமடைந்து சிறுபான்மையினரை வதைக்கிறது. பெண்களுக்கெதிரான

வன்முறைகள் பெருகிக் கொண்டே இருக்கின்றன. பொருளாதார ஊழல் உச்சத்தைத் தொட்டுவிட்டது. சுற்றுச்சூழல், விவசாயம், தொழில்துறை என எல்லாமே சீர்கெட்டிருக்கும் போது இந்நாட்டின் வளங்களைத் தின்று செரிக்கும் ஆளும் வகுப்பினரான பார்ப்பனர்களை யாருமே அதனோடு தொடர்புபடுத்துவதில்லை. மாறாக, இங்கே வேறொரு கூத்து நடந்து கொண்டிருக்கிறது. பார்ப்பனியத்தை எதிர்க்க வேண்டிய இடத்தில் இந்துத்துவம், இந்துத்துவம் என கூச்சல் போட பழகிக் கொண்டோம்.

இந்தத் திசை மாற்றமும் கூட பார்ப்பனியத்தின் சூழ்ச்சியே என்பதை அறிக! இந்துத்துவம் என்ற பொதுச் சொல்லுக்குள் இந்துமதத்தின் அடிமைப் பிரிவினரான பிற்படுத்தப்பட்டோரும் தாழ்த்தப்பட்டவர்களும் கூட அடக்கம். இந்துத்துவவாதி என்ற சொல் சூத்திர, பஞ்சமர்களையும் குறிக்கிறது. ஆனால், பார்ப்பனியம் என்ற சொல் அப்படியானதல்ல. அது, பார்ப்பனர்களை மட்டுமே குறிக்கும். அதனால்தான் 'பார்ப்பனியம்' என்ற சொல் பயன்படுத்தப்பட்ட இடத்தில் 'இந்துத்துவம்' மாற்றி வைக்கப்பட்டது. இப்போது பார்ப்பனர்களுக்கு எந்த நெருக்கடியும் இல்லை. மிக வசதியாக இந்துத்துவத்திற்கு எதிராக அவர்களும் நம்மோடு சேர்ந்து போராடுகின்றனர்.

இப்போதெல்லாம் அரசியல் கட்சிகளை நோக்கியே போராட்டங்கள் நடத்தப்படுகின்றன, ஆளும் வகுப்பினரான பார்ப்பனர்களுக்கு யாரும் எந்த நெருக்கடியும் தருவதில்லை. மக்கள் வாக்களித்து தங்களுக்கேற்ற தகுந்த கட்சியை தேர்ந்தெடுப்பதாக நாம் நினைத்துக் கொள்கிறோம். ஆழமாகப் பார்த்தால் அது உண்மையல்ல. பார்ப்பனர்கள் கட்சிகளுக்குப் பின்னாலும் பதவிகளுக்குப் பின்னாலும் ஒளிந்து கொண்டு பார்ப்பனியத்தை நிலைநிறுத்துகின்றனர். எந்தக் கட்சி ஆட்சிக்கு வந்தாலும் இந்தியாவை ஆள்வது இந்நாட்டின் பிறவி ஆளும் வகுப்பினரான பார்ப்பனர்களே! நாம் என்னவோ பா.ஜ.க. மட்டுமே இந்துத்துவக் (பார்ப்பனிய) கொள்கையில் ஊறிக் கிடப்பதாக முழங்குகிறோம். அங்கிருப்பது தீவிரவாத பார்ப்பனியம்.

ஆனால், பிற தேசியக் கட்சிகளை எடுத்துக் கொள்வோம். சுதந்திர இந்தியாவில் காங்கிரஸ் தன்னை ஜனநாயகக் கட்சியாகவே முன்னிறுத்தி சிறுபான்மையின/ஒடுக்கப்பட்ட மக்களின் செல்வாக்கைப் பெற்றது. ஆனால் எக்காலத்திலும் காங்கிரசை ஆள்வது பார்ப்பனர்களே! காங்கிரசில் உள்ள பார்ப்பனர்களைத் தாண்டி தலைமையோ அக்கட்சியின் பிரதமராக இருப்பவரோ எதுவுமே செய்துவிட முடியாது. பா.ஜ.க.வின் தீவிரவாத

பார்ப்பனியம் செல்வாக்கை இழக்கும் போது காங்கிரசின் மிதவாத பார்ப்பனியம் மாற்றாகப் பயன்படுத்தப்படும். மதச்சார்பற்ற பார்ப்பனியம் எனவும் இதைக் குறிப்பிடலாம். சுதந்திர இந்தியாவில் காங்கிரஸ் ஆண்ட இடத்திலெல்லாம் பார்ப்பனர்களே முதல்வர்களாக்கப்பட்டனர்; அமைச்சர் பதவிகளைப் பிடித்தனர். மதச் சார்பின்மையைத் தூக்கிப் பிடிக்கும் காங்கிரஸ் ஒரு போதும் சாதி ஒழிப்பைப் பேசியதில்லை. காரணம் உள்ளேயிருக்கும் பார்ப்பனர்கள்!

பாட்டாளி வர்க்க புரட்சியை முன்னெடுக்கும் மார்க்சிஸ்ட் கம்யூனிஸ்ட் கட்சி முற்போக்கு அரசியலைப் பேசியபடி தன் பங்குக்கு ஒடுக்கப்பட்ட மக்களை வளைத்துப் போட்டது. தொழிலாளர்கள் கட்சிதான் எனினும் மார்க்சிஸ்ட் இயக்கத்தை ஆள்பவர்களும் அங்கே முடிவெடுக்கும் அதிகாரத்தில் இருப்பவர்களும் யார்? இந்நாட்டின் உண்மையான பாட்டாளிகளான தலித்துகளோ பிற்படுத்தப்பட்டோரரோ அல்லர். அக்கட்சியின் தலைமைப் பொறுப்புகளை அலங்கரிப்பதும் ஆள்கிறவர்களும் முழுக்க முழுக்க பார்ப்பனர்களே! மார்க்ஸ், லெனின் பெயரை உச்சரித்தபடியே அவர்கள் இம்மண்ணில் “முற்போக்குப் பார்ப்பனியத்தை” வளர்த்தெடுத்தனர். மண்ணுக்கேற்ற அரசியல் என்ற பெயரில் சாதியை பண்பாடாக்கி பாதுகாக்கும் கொடுமையில் இவை தம்மை ஈடுபடுத்திக் கொண்டன. ஒடுக்கப்பட்டோரின் உரிமைகளுக்காக அரசோடு மல்லுக்கட்டும் இடதுசாரிகள் சாதிக்கு எந்த பங்கமும் வந்துவிடாமல் பாதுகாக்கின்றனர். இதைத் தான் முற்போக்கு பார்ப்பனியத்தின் திட்டம் என்கிறோம். இதில் வேடிக்கை என்னவென்றால் நாட்டை ஆள்கிறவர்களும் பார்ப்பனர்களே! அவர்களை எதிர்த்துப் போராட்டம் நடத்தும் புரட்சிகர நக்சல்பாரி இயக்கங்களின் தலைமைப் பொறுப்பிலிருந்து வழி நடத்துவோரும் பார்ப்பனர்களே! நக்சல்பாரிகள் ஆயுதப் போராட்டம் நடத்தும் இடங்களில் இருபக்கமும் - நக்சலைட் மற்றும் காவல்துறை - செத்து மடிவது மட்டும் ஒடுக்கப்பட்ட மக்கள்!

“எனது கணிப்பில் நடுநிலைப் பார்ப்பனர்களுக்கும் புரோகிதப் பார்ப்பனர்களுக்கும் இடையில் வேறுபாட்டைக் காண்பது பயனற்றது. இருவரும் ஒருவரே; ஒருடலின் இரு கைகள். ஒரு கை பாதிக்கப்படும் போது மற்றது அதைக் காப்பாற்றப் போராடவே செய்யும்” என்று இந்த சிக்கலை தெளிவுபடுத்துகிறார் அம்பேத்கர். இந்தியாவின் அரசியல் களம் வெவ்வேறு கொள்கைகளைக் கொண்ட பா.ஜ.க. காங்கிரஸ், மார்க்சிஸ்ட் கம்யூனிஸ்ட் கட்சி ஆகிய வெவ்வேறு தேசியக் கட்சிகளால் தீர்மானிக்கப்படுவதாக

மக்கள் நம்புகின்றனர். ஆனால் மூன்றையும் கட்டுப்பாட்டில் வைத்து இயக்குவது இந்நாட்டின் ஆளும் வகுப்பினரான (governing class) பார்ப்பனர்களே! அதனால்தான் சுதந்திரம், சமத்துவம், சகோதரத்துவத்தை வலியுறுத்தும் நமது அரசமைப்புத் தத்துவம் அரசாலேயே தோற்கடிக்கப்படுகிறது. இரண்டாயிரம் ஆண்டுகளாக பார்ப்பனர்களே ஆளும் வகுப்பினராக இருக்கும் போது சுதந்திர இந்தியாவை அவர்களே தமது கட்டுப்பாட்டில் வைத்து இயக்கிக் கொண்டிருக்கும் நிலையில் இந்நாட்டின் பிரச்சனைகளுக்கும் அவர்களுக்கு தொடர்பே இல்லை என எவ்வாறு விலக்கி வைக்க முடியும்?

அம்பேத்கர் பார்ப்பனியத்தின் ஆறு முதன்மை விதிகளைப் பட்டியலிடுகிறார்: (1) வெவ்வேறு சமூகங்களுக்கு இடையிலான படிநிலைப்படுத்தப்பட்ட சமத்துவமின்மை (2) சூத்திரர்கள் மற்றும் தீண்டத்தகாதவர்களிடமிருந்து ஆயுதங்களை முற்றிலுமாகப் பறித்தல் (3) சூத்திரர்கள் மற்றும் தீண்டத்தகாதவர்களுக்கு கல்வியை முற்றிலுமாகத் தடை செய்தல் (4) அதிகாரம் சார்ந்த பொறுப்புகளை வகிக்க சூத்திரர்களுக்கும் தீண்டத்தகாதோருக்கும் தடை (5) சொத்துகள் சேர்ப்பதற்கு சூத்திரர்களுக்கும் தீண்டத்தகாதோருக்கும் தடை (6) பெண்கள் மீது முழுமையான ஒடுக்குமுறை. பார்ப்பனியம் இவ்வளவு காலமும் இந்த விதிகளின் அடிப்படையில்தான் இயங்கி வருகிறது. அம்பேத்கரும் பெரியாரும் இம்மண்ணில் பார்ப்பனிய எதிர்ப்பை அடிப்படை தத்துவமாக விதைத்ததும் வளர்த்தெடுத்ததும் இக்காரணங்களுக்காகவே. ஆனால் நாம் அந்த உயிர்நாடித் தத்துவத்தைக் கைவிட்டு இந்துத்துவ எதிர்ப்பை கையிலெடுத்துக் கொண்டோம். பார்ப்பனியம் தழைத்தோங்க அதுவே நீர்வார்க்கிறது என்ற அறிவு நமக்கில்லை.

"பார்ப்பனர்கள் தான் சாதியை உருவாக்கினார்கள், கட்டிக் காக்கிறார்கள் சரி. ஆனால் பிற்படுத்தப்பட்டோரும் தலித்துகளும் சாதியைக் கொண்டாடத் தானே செய்கிறார்கள். பிறகெப்படி பார்ப்பனர்களை மட்டும் சாடலாம்?" என்ற கேள்வி இந்நாட்டின் தொல்குடிகளை (பிற்படுத்தப்பட்டோர் மற்றும் பட்டியல் சாதியினர்) நோக்கி வைக்கப்படுகிறது. பார்ப்பனர்கள் இங்கே இம்மண்ணில் நிகழ்த்தியது பண்பாட்டுத் தாக்குதல். மூட நம்பிக்கைகளாக, சடங்குகளாக, வாழ்க்கை முறையாக அது இந்தியர்களின் மூளையை கட்டுப்படுத்துகிறது. ஒவ்வொரு இந்தியருக்கும் குழந்தைப் பருவத்திலேயே பாகுபாடுகளும் ஏற்றத் தாழ்வுகளும் பாடமாகக் கற்பிக்கப்படுகின்றன. உலகில்

ஆதிக்கத்தில் வீழ்ந்த வேறு எந்த இனத்திற்கும் இந்த உளவியல் சீரழிவு நேரவில்லை.

தவறிழைப்பது தனிமனிதர்களுக்கு மட்டுமல்ல, மனித இனத்திற்கும் கூட இயல்பானதுதான். ஆனால் அந்தத் தவறை எவ்வளவு விரைவாக அவ்வினம் சரி செய்து கொள்கிறதோ அதுவே அதை மேன்மையுடையதாக்குகிறது. ஹிட்லரின் தலைமையில் யூத இன அழிப்பை நிகழ்த்திய ஜெர்மானியர்கள் அடுத்த ஓரிரு தலைமுறைகளில் தம் தவறை உணர்ந்து அதை மிக விரைவாக சரிசெய்து கொள்ள பெருமுயற்சி எடுத்தனர். நாஜி நீக்கம் செய்து கொள்ள அவர்கள் மேற்கொண்ட வழிமுறைகள் இந்தியாவிற்கான பாடம். தம் தாய் தந்தையர், தாத்தா பாட்டிகள் செய்த தவறுக்கு யூதக் குழந்தைகளிடம் ஜெர்மானியக் குழந்தைகள் மன்னிப்புக் கேட்கும் வியத்தகு நடைமுறையை கொண்டு வந்தனர். அடுத்த தலைமுறையின் மனதில் முந்தைய தலைமுறையின் நஞ்சு பரவாமல் தடுப்பதையே முதன்மைப் பணியாக அவர்கள் மேற்கொண்டனர். அதன் விளைவுதான் அங்கே இப்போது நாம் காணும் சமூக மாற்றம்.

ஆனால், பார்ப்பனர்கள் ஆளும் வகுப்பினராக இருந்தும் தம் தவறை இன்று வரையிலும் உணரவுமில்லை; அதை சரிசெய்து கொள்ள முயலவுமில்லை. கற்றறிந்தவர்களாக இருந்தும் அனைத்து துறைகளிலும் உயர் பதவிகள் வகித்தும் இத்தேசத்தை நேர் செய்யும் பணியை அவர்கள் மேற்கொள்ளவில்லை. கிறித்தவ மதத்தை எதிர்த்து பிரெஞ்ச் தத்துவவியலாளர் வால்டேர் உருவானதைப் போல இந்தியச் சமூகத்தில் இந்து மதத்தை எதிர்த்து ஒரேயொரு பார்ப்பனர் கூட ஏன் அறிவுப் போராளியாக உருவாகவில்லை என வினவும் அம்பேத்கர், பார்ப்பனர்கள் அறிவு விபச்சாரத்தில் ஈடுபடுவதாகச் சாடுகிறார்.

ஜனநாயகத் தகுதி பெற்றுவிட்ட தேசத்தில், தனிமனித உரிமைகள் வலுப்பெற்றுவிட்ட காலத்தில் கடுகளவும் மாறாமல் போகிற இடமெல்லாம் சாதியை நிலைநிறுத்துவதையும் அரசமைப்புச் சட்டத்தின் அடிநாதமான சுதந்திரம், சமத்துவம், சகோதரத்துவத்தை சிதைப்பதிலுமே அவர்கள் குறியாக இருக்கின்றனர். இரண்டாயிரம் ஆண்டுகளுக்கு முன்னர் என்ன உருவாக்கப்பட்டதோ அதையே கற்பித்து, தம் தலைமுறைகளை பொது அடையாளத்திற்குள் வரவிடாமல் செய்து சக மனித வெறுப்பு, ஆதிக்கவுணர்வு, உயர்வு மனப்பான்மை, சுரண்டல் ஆகியவற்றுக்கு பழக்குகின்றனர். நூற்றுக்கணக்கானத் தலைமுறைகளாக தம் ஆதிக்கக் கண்ணி அறுபட்டுவிடாமல்

ஒற்றைச் சிந்தனையோடு செயல்படும் அவர்களின் உளவியலை உண்மையாகவே ஆய்வுக்குட்படுத்தப்பட வேண்டும். ஏனெனில் அது இயற்கைக்கு முற்றிலும் முரணானதாகும்.

பல வகையான சமூகச் சிக்கல்கள் மற்றும் அவலங்கள் குறித்த கட்டுரைகள் இந்நூலில் தொகுக்கப்பட்டுள்ளன. இவை அனைத்திற்கும் பார்ப்பனியமே அடிப்படை எனினும் ஊடகங்களில் எழுதப்படும் கட்டுரைகளில் அதை வெளிப்படையாகக் குறிப்பிட்டோ விளக்கியோ எழுதுவதற்கான சுதந்திரம் கிடைப்பதில்லை. இம்முறை த வயர், அவுட்லுக், நேஷனல் ஹெரால்டு போன்ற சில ஆங்கில ஊடகங்களில் அதற்கான வாய்ப்புக் கிடைத்ததில் மகிழ்ச்சி. அப்படியாக சுதந்திரம் கிடைத்த இடங்களிலெல்லாம் பார்ப்பனியத்தின் சதிமுகத்தை அடையாளம் காட்டியிருக்கிறேன். சில கட்டுரைகளில் அது முடியவில்லை என்பதால் விரிவுபடுத்தி சேர்த்துள்ளேன். மேலும் இந்த முன்னுரையிலும் அந்த மூல காரணத்தை விளக்கிக் கூற விழைந்தேன். இந்நாட்டில் அன்றாடம் நிகழும் சமூகக் குற்றங்களுக்கு பின்னால் ஒரு காரணமிருப்பதையும் அந்த காரணத்திற்குப் பெயர் பார்ப்பனியம் என்பதையும் உரக்கச் சொல்ல வேண்டியது பொறுப்புள்ள மனிதர்களின் கடமையெனக் கருதுகிறேன்.

கச்சநத்தம் சாதிய படுகொலைகள் பற்றி ஒரு செய்திக் கட்டுரை இந்நூலில் (பக்:46) இடம் பெற்றிருக்கிறது. "தலித்துகளை கள்ளர்கள் வெட்டிக் கொன்றனர். இதில் பார்ப்பனர்களுக்கு என்ன தொடர்பு?" என்ற கேள்வி உங்களுக்கு வரலாம். நாள்தோறும் நடந்தேறும் இது போன்ற சாதி மதக் கொடூரங்களில் பார்ப்பனர்களின் உடலியல் இருப்பு (*physical presence*) இல்லாமல் போகலாம்; ஆனால் மாறா வன்மத்தின் மூலகர்த்தாக்களான பார்ப்பனர்களின் சித்தாந்த ரீதியான உளவியல் இருப்பே (*psychological presence*) இக்கொடூரங்களுக்கான அடிப்படை என்பதை நாம் உணர வேண்டும். ஏனெனில் சித்தாந்த ரீதியாக அவ்வெறியை அவர்களுக்குள் புகுத்தியவர்களும் அதை அவ்வகுப்பினர் விட்டொழித்துவிடாதவாறு பார்த்துக் கொள்கிறவர்களும் பார்ப்பனர்களே! இதனடிப்படையில் சாதியை புரிந்து கொண்டோமானால் பார்ப்பனியம் ஒழிக்கப்பட்டுவிட்டதா என்ற கேள்விக்கான விடை கிடைத்துவிடும். தமது உடலியல் இருப்பு இல்லாத இடங்களிலும் பார்ப்பனர்கள் தமது சித்தாந்தத்தால் ஆட்சி செய்கின்றனர். இந்நாடு அவ்வகையிலேயே முழுமையாக பார்ப்பனர்களின் பிடியில் சிக்குண்டு கிடக்கிறது.

என்னைப் பொறுத்தவரை பார்ப்பனியம் என்பது ஒருவகையான தீவிர சக மனித வெறுப்பு மனநிலை. அந்த மனப்பிறழ்வு இங்கே ஓர் ஆதிக்க சித்தாந்தமாக இயங்கி நாட்டையே வதைக்கிறது. அது வன்முறையை நிகழ்த்துவதற்கு பிற்படுத்தப்பட்டோர் மற்றும் பட்டியலின மக்களின் உடல்களையும் மூளைகளையும் அபகரித்துக் கொள்கிறது. இந்நூலில் விவாதிக்கப்பட்டுள்ள அரச பயங்கரவாதம், எழுவர் விடுதலை, முஸ்லிம் ஆயுள் சிறைவாசிகள், பாலியல் வன்புணர்ச்சிகள், ஊடகத்துறையில் ஊழல், அகமணமுறை, குடிசை வாழ் மக்கள் விரட்டியடிக்கப்படுதல், விவசாயத்தில் சாதி, மலமள்ளும் இழிவு, இட ஒதுக்கீட்டில் குளறுபடி என அத்தனை சிக்கல்களுக்கும் அடிப்படையாக இருப்பது எது என்பதை இந்த கோணத்தில் ஆய்வு செய்து பாருங்கள். உண்மையான விடையும் தீர்வெது என்ற தெளிவும் உண்டாகும்.

பார்ப்பனியத்திற்கும் சாதிக்கும் தொடர்பே இல்லை என்பதைப் போன்ற நிலை இங்கே உருவாக்கப்படுகிறது. பார்ப்பனியம், சாதியம், இந்து மதம் ஆகிய மூன்றும் வெவ்வேறானவை என நம்ப வைக்க வலுவான பிரச்சாரங்கள் மேற்கொள்ளப்படுகின்றன. மூன்றுமே ஒன்றுதான் என்ற உண்மை தந்திரமாக மறைக்கப்படுகிறது. "பார்ப்பனியத்தை எதிர்த்தால் பார்ப்பனர்கள் காயப்படுகின்றனர்", "இந்து மதத்தை எதிர்த்தால் இந்துக்கள் காயப்படுகின்றனர்" என ஒட்டுமொத்த சமூகமும் சமரசப் படுகுழிக்குள் வீழ்ந்து கிடக்கிறது. "பார்ப்பனியம், இந்து மதம் சாதி இம்மூன்றும் சரியானதே" என்ற நிலைக்கு இந்த தலைமுறை வந்துவிட்டது. தன் வசதிக்கேற்ப ஆளாளுக்கு ஒரு விளக்கத்தை கொடுத்து எல்லோரையும் குழப்புகின்றனர்.

சாதியை எதிர்ப்பவர்கள் பார்ப்பனியத்தை ஆதரிக்கின்றனர், பார்ப்பனியத்தை எதிர்ப்பவர்கள் சாதியை ஆதரிக்கின்றனர், இவர்கள் எல்லோருமாக சேர்ந்து இந்து மதத்தைக் காப்பாற்றுகின்றனர்! விளைவு, "என் மதம், என் சாதி, என் நம்பிக்கை, என் கலாச்சாரம், என் உரிமை" என படித்த தலைமுறையும் கொண்டாடத் தொடங்கிவிட்டது. சாதியும் இந்துமதமும் சக மனிதரை என்ன செய்து கொண்டிருக்கிறது என கண் திறந்து பார்க்கும் அறிவை, பண்பை நாம் வளர்த்தெடுக்கவில்லை. எப்படியாவது சாதி ஒழிந்து இச்சமூகத்தில் சமத்துவம் மலர்ந்துவிடாதா என உளப்பூர்வமாக பணி செய்வோருக்கு உண்மையாகவே இச்சூழல் தலை சுற்ற வைக்கிறது. நன்மை, தீமைகளுக்கிடையிலான கோடுகள் அழிக்கப்பட்டு தீமையில் நன்மையையும் நன்மையில் தீமையையும் தேட

வைக்கும் ஆகப் பேரவலத்தை தடுக்கும் வழியின்றி அவர்கள் தடுமாறுகின்றனர்.

பார்ப்பனியம் சாதிகளால் உயிர் வாழ்கிறது, இந்து மதத்தின் பெயரால் காப்பாற்றப்படுகிறது. சமத்துவத்தை விரும்புவோர் ஆதிக்க சித்தாந்தத்தின் இம்மூன்று கூறுகளையும் ஒருசேர எதிர்க்க வேண்டும். இம்மூன்றிற்கும் உருவாக்கப்படும் நெருக்கடிதான் "அடைபட்டப் பண்பாட்டில்" உழலும் பார்ப்பனர்களை அவர்களது கெட்டிதட்டிப் போன ஆதிக்க மனநிலையிலிருந்து வெளியே இழுத்து வர உதவும். உலகின் பிற ஆதிக்க சமூகங்களைப் போல நாகரிக வளர்ச்சிக்கேற்ப தானாகவோ ஒடுக்கப்பட்டோரின் எதிர்ப்பாலோ திருந்துகிறவர்களாக அவர்கள் இல்லை. பார்ப்பனியத்தை அடியோடு தகர்த்தால் மட்டுமே இங்கே மாற்றத்தை நாம் உருவாக்க முடியும். அன்று, பவுத்தம் ஏந்திய அறிவாயுதத்தால் அது நேர்ந்தது. அந்த நற்காலம் மீண்டும் வர பார்ப்பனியத்தின் சூழ்ச்சியை இந்நாட்டின் ஒடுக்கப்பட்டோரும் பிற்படுத்தப்பட்டோரும் சரியாக புரிந்து கொள்ள வேண்டும். புத்தர், அம்பேத்கர், பெரியாரின் கருத்தியலை நேர்மையாக முன்னெடுப்பதன் வழியே மட்டும்தான் அது சாத்தியப்படும்.

நாம் மறந்து போய்விட்ட நம் சிக்கல்களின் ஆணிவேரை அடையாளங்காண இந்நூல் சிறு அளவிலேனும் உதவுமென நம்புகிறேன்.

நன்றி

25-12-2021

ஜெயராணி

கருத்துரை

எழுத்தின் வழியேயொரு கலக இசை!

நான் யார் என்று எனக்குப் புரியவில்லை. என் அடையாளம் எதுவென்று எனக்கு விளங்கவில்லை. ஒரு பெரும் கூட்டத்திற்கு நடுவே நடந்து போய்க் கொண்டிருக்கிறேன். சோர்வடைந்து போன கண்களை மெதுவாக திறந்து பார்க்கிறேன். எந்த ஒரு செடியோ, சிறு புல்லோ அற்ற வறண்ட பாலைவனம் என் கண்களுக்குத் தெரிகிறது. மக்களின் நெரிசல் அதிகமாகிக் கொண்டே இருக்கிறது; சாரை சாரையாக வந்து கொண்டே இருக்கிறார்கள்.

எரிக்கப்பட்டதால் பாதி கருகிய உடல்களோடு சிலரும்; கை கால்கள் நொறுக்கப்பட்டவர்கள், கழுத்திலே தூக்கு கயிறு மாட்டிவிடப் பட்டவர்கள், 'வைப்பாட்டி மக்கள்' என்று பட்டயம் கட்டிவிடப்பட்டவர்கள், துண்டாக்கப்பட்ட தலையை ஒரு கையிலும் காதலிக்கு எழுதிய கடைசிக் கடிதத்தை மற்றொரு கையிலும் சுமந்து வரும் இளைஞர்கள், கால்களின் நடுவே வழியும் ரத்தத்தினால் சுடுமணலை சிவப்பாக்கிக் கொண்டே வந்த பிள்ளைகள் - இப்படி எல்லோரும் அந்தக் கூட்டத்தில் வந்து கொண்டிருந்தார்கள்.

யாருக்கும் பெயர்கள் இல்லையாம், என்னைப் போலவே அடையாளம் அற்றவர்களாம். கூட்டத்திலே சிலர் எல்லோரையும் தள்ளிக் கொண்டு ஓடிக் கொண்டிருந்தார்கள். எங்கே போய்க் கொண்டிருக்கிறோம், எதை நோக்கிப் போய்க் கொண்டிருக்கிறோம் என்பது எதுவும் புரியவில்லை. ஓரமாய் இருந்த பாறையில் பெரியவர் ஒருவர் கைத்தடியை ஊன்றியபடி உட்காந்திருந்தார். கூட்டத்தைத் தள்ளிக் கொண்டே அவரிடம் போய் கேட்டேன், "எங்கே போகிறோம்?" சற்று நேரம் உற்றுப் பார்த்துவிட்டு, பின் மெதுவானக் குரலில் சொன்னார், "வாக்களிக்கப்பட்ட நிலம் நோக்கி."

“அப்படியானால் நான் இஸ்ரேல் தேசத்தின் அடிமைப் பிள்ளைகளில் ஒருவனா? முதுகெலும்புகள் முறிய கற்களைச் சுமந்து கோபுரங்களையும் மாளிகைகளையும் உருவாக்கி முடித்த பின் வாழ்க்கையின் வெளியே தூக்கி வீசப்பட்டவனா? இப்போது என் கைகளில் விலங்குகள் இல்லை, நான் விடுதலை பெற்றுவிட்டேனா? அப்படி என்றால் என்னை அடிமைத் தளையிலிருந்து விடுவித்த எம் தலைவர் மோசே எங்கே? எம்மோடு பிறந்து எமக்காக உழைத்து, விலங்குகளை உடைத்து, வாக்களிக்கப்பட்ட நிலம் நோக்கி அழைத்துப் போக வந்த அந்த புரட்சிக்காரர் மோசே எங்கே?”

பெரியவரிடம் கேட்டேன், “அய்யா நாம் மட்டுமே நடந்து போய் கொண்டிருக்கிறோம், நம் தலைவர் மோசே எங்கே?” பெரியவரின் கண்கள் கலங்கின. “இந்த மக்களின் விடுதலைக்காகத் தன்னை ஒப்புக் கொடுத்த, பட்டம் பதவிகளைத் துறந்த அந்தத் தலைவர் நம்மோடு வரவில்லை...” சற்று நேர அமைதிக்குப் பின் தொடர்ந்தார், “நீ இஸ்ரேலைச் சார்ந்தவன் அல்ல, உன் தலைவர் மோசேவும் அல்ல, மோசே மரித்து, பின் வந்த தீர்க்கதரிசிகள் எல்லாம் மரித்து இரண்டாயிரக் கணக்கான ஆண்டுகள் ஓடிவிட்டன.

“நான் நேற்றைச் சேர்ந்தவன் அல்ல, நடந்து கொண்டிருக்கும் இந்த நொடியைச் சேர்ந்தவன்” என்பது விளங்க எனக்கு சற்று நேரம் பிடித்தது. “மோசே இல்லை என்றால் நம்மை இங்கே கூட்டி வந்த அந்தத் தலைவர் எங்கே?” வாக்களிக்கப்பட்ட நிலம் நோக்கி இஸ்ரேலியர்களை அழைத்து வந்து, ஒரு கட்டத்தில் மலை உச்சியின் மீது நின்று, ‘அதோ உங்களுக்கான நிலம் தெரிகிறது போங்கள்’ என்று அனுப்பிவிட்டு அங்கேயே நின்று கொண்ட மோசேவை போலவே, ‘இந்தத் தேரை இதுவரை நான் இழுத்து வந்துவிட்டேன், இனி நீங்கள் மேலே கொண்டு செல்லுங்கள்’ என்று சொல்லிவிட்டு அதோ எம் தலைவர் அங்கேயே நின்றுவிட்டார். “தலையை உயர்த்திப் பார் தெரிவார்” என்றார், கருப்புச் சட்டை அணிந்த அந்தப் பெரியவர்.

அண்ணாந்து பார்த்தேன். உயர்ந்த மேடையின் மீது அவர் நின்று கொண்டிருந்தார். தீர்க்கமான கண்களோடு நின்று கொண்டிருந்தார். மழிக்கப்பட்ட தலையோடு, கையில் தடியோடு, வெள்ளுடையில் நின்று கொண்டிருந்தார். அவர் கைகளைப் பார்த்தேன், மோசே வைத்திருந்த, கடவுள் அளித்த பத்துக் கட்டளைகள் பொறித்த பட்டயம் போலத் தெரிந்தது. உற்றுப் பார்த்தேன். பட்டயத்தில் இருந்தவை பத்துக் கட்டளைகள் அல்ல; 22 உறுதிமொழிகள்!

“அப்படியானால் அவர் காட்டிய நிலம் நோக்கித்தான் நாம் போய்க் கொண்டிருக்கிறோமா?; அவர் சொன்ன முழு விடுதலைக்கான வழியிலே தான் நடந்து கொண்டிருக்கிறோமா?;

நம்மை இதுவரை அழுத்தி வந்த பாரத்தை அழித்தொழிக்கத்தான் சென்று கொண்டிருக்கிறோமா? அதே வேளையில், இங்கே சிலர் ஓடிக் கொண்டே இருக்கிறார்களே அவர்கள் எங்கே ஓடுகிறார்கள்?" பெரியவரிடம் கேட்டேன், அவர் சொன்னார், "கண்களை நன்றாக தேய்த்துவிட்டுப் பார், அவர்கள் நிலம் நோக்கி ஓடவில்லை; எதிர்த் திசையில் ஓடிக் கொண்டிருக்கிறார்கள்."

ஆமாம், உண்மைதான். எதிர்த் திசையில் தான் ஓடிக் கொண்டிருக்கிறார்கள்! அப்படியானால் அவர்களுக்கு நிலம் வேண்டாமா? அங்கே கிடைக்கப் போகும் சுதந்திரம் வேண்டாமா? சமத்துவம், சகோதரத்துவம் வேண்டாமா? பெரியவர் சொன்னார், "பிறவி இழிவையே பெருமையாய் நினைத்து எதிர்த் திசையில் ஓடும் அவர்களுக்கு ஒரு வெங்காயமும் வேண்டாம்!"

எனக்கு அழ வேண்டும் போல இருந்தது. "எங்கே போய்க் கொண்டிருக்கிறது, என் சமூகம்? என்ன ஆயிற்று என் மக்களுக்கு? தேரைப் பின்னோக்கி இழுத்துக் கொண்டு ஏன் ஓடுகிறார்கள்?" எனக்கு தலை சுற்றியது. அடுத்த அடியை எடுத்து வைக்க முடியவில்லை. ஓரமான ஓர் இடம் பார்த்து உட்கார்ந்து கொண்டேன். முகத்தை கைகளில் புதைத்துக் கொண்டேன். விம்மத் தொடங்கினேன்.

அருகில் யாரோ வந்து உட்காருவது புரிந்தது. புதைந்திருந்த என் தலை மீது ஒரு கரம் பட்டது. நிமிர்ந்து பார்த்தேன், ஒரு பெண் அமர்ந்திருந்தாள். முகத்தில் எந்தச் சலனமும் இல்லை. உன் தோளில் சாய்ந்து கொள்ளட்டுமா என்று கேட்டுவிட்டு, பதில் வருவதற்குள் சாய்ந்து கொண்டேன். சில நிமிடங்கள் கழிந்த பிறகு கேட்டேன், "உன் பெயரென்ன?" அவள் சொன்னாள், "உன்னைப் போலவே எனக்கும் பெயரில்லை". "உன்னை ஏதாவது ஒரு பெயர் சொல்லி அழைக்க வேண்டுமானால் என்ன சொல்லி அழைப்பது?" அவள் சொன்னாள், "ஜெயராணி" என்று அழைத்துக் கொள்!

"இங்கே நடக்கும் ஒவ்வொன்றையும் பார்த்து நான் அழுது கொண்டே இருக்கிறேன். என்ன செய்வது என்று எனக்குத் தெரியவில்லை. நீ பார்த்துக் கொண்டு பேசாமல் இருக்கிறாய். உனக்கு அழுகையே வராதா?" என்றேன்.

"வரும். ஆனால் கண்களின் வழியாக அழ மாட்டேன்"

"பின் எப்படி அழுது உன்னை ஆற்றுப்படுத்திக் கொள்வாய்?"

எதுவும் பேசாமல், இந்தப் புத்தகத்தை என் கைகளில் வைத்து விட்டு எழுந்து போனாள்.

1

இங்கே எல்லோருக்கும் எழுத வருகிறது; எழுதிக் கொண்டே இருக்கிறார்கள். ஆனால், முன்பே 'வழங்கப்பட்ட', தலைமுறை தலைமுறையாய் மாற்றி கொடுக்கப்பட்ட ஒரு மொழியில் தான் எழுதுகிறார்கள்.

'*Far from the madding crowd*' என்ற படத்தில் காதலன் காதலியிடம் கேட்பான், "நீ உன் உணர்வுகளை எல்லாம் ஏன் எழுத்தில் வடிக்கக் கூடாது? அவள் சொல்வாள், "ஆண்களால், ஆண்களுக்காகவே உருவாக்கப்பட்ட ஒரு மொழியில் பெண்ணின் உணர்வுகளை வெளிப்படுத்த முடியாது."

சொல்லப்படும் கருத்து எப்படிப்பட்டதாக இருந்தாலும் இங்கே எழுதப்படும் போது காலங்காலமாக - கிராம்சியின் வார்த்தைகளின் படி - ஆளும் வகுப்பினரால் கடத்தப்பட்ட மொழியிலேயே எழுதப்படுகிறது. ஆக, இங்கே நாம் சிந்திப்பது, எழுதுவது, பேசுவது ஆகிய அனைத்தும் பார்ப்பனிய இழைகளால் மிகக் கவனமாகப் பின்னப்பட்ட ஒரு மொழியில்தான்.

பெரியார் தமிழுக்கு எவ்வளவோ செய்திருக்கிறார். தமிழை எளிமைப்படுத்தினார், சீர்திருத்தினார். ஆனால் அவர் செய்ததிலேயே ஆகப் பெரிய வேலை எதுவென்றால், 'பார்ப்பான்' என்ற சொல்லை, தமிழ்ச் சமூகத்தின் அன்றாடப் புழக்கத்தில் கொண்டு வந்தாரே, அதுதான். அது எழுத்துகளை வரிசையாக அடுக்கியதால் வந்த வார்த்தை அல்ல; அது ஓர் அடிமைச் சமூகத்தின் உணர்வு. உயிரோட்டமான உணர்வு.

ஆயிரமாயிரம் ஆண்டுகளாய் சூத்திரன் என்றும் பஞ்சமன் என்றும் சொல்லி நம்மை வேறுபடுத்திப் பார்த்ததில் அவனுக்கு கிடைத்த '*ecstasy*'யை 'பார்ப்பான்' என்ற ஒற்றைச் சொல்லில் - "நீ வேறு நான் வேறு" என்பதில் கிடைக்கும் - அதே '*ecstacy*'யை நம்மையும் அடைய வைத்தவர் அவர். "உன் கடவுளை விட உன் சாஸ்திரங்களை விட உன் அறிவு பெரியது" என்பது செம்மொழி. அதாவது பழமையான மொழி, பெரியாரின் படி காட்டுமிராண்டி மொழி. "உன் கடவுள்களை விட சாஸ்திர, சம்பிரதாயங்களை விட, உன் வெங்காயம் வெளக்கமாத்தை விட" என்பது தான் '*modernity*'.

தமிழின் மீது எனக்கு பெரிய காதல் இல்லை, நவீனத்துவத்தின் அடையாளமாக நான் நினைக்கும் ஆங்கிலத்தின் காதலன் நான். குறிப்பாக, டாக்டர் அம்பேத்கரின் ஆங்கிலத்தில் மயங்கிக்

கிடப்பவன். "ANNIHILATION OF CASTE" நூல் முழுக்க, அவருடைய அழகான, ஆளுமையான ஆங்கிலத்தில் வெளிப்படும் 'authenticity', 'anger', 'compassion' அனைத்தையும் எந்த இந்திய மொழிகளிலும் வெளிப்படுத்தி இருக்க முடியாது என்று நம்புகிறவன். அப்படி ஒரு 'middle path writing' ஆங்கிலத்தில் தான் சாத்தியப்படும். சுருக்கமாகச் சொல்லி விடலாம், டாக்டர் அம்பேத்கரின் ஆங்கிலத்தை, பெரியாரின் தமிழில் ஜெயராணி எழுதியிருக்கிறார்!

2

இந்தியாவின் சமூக, அரசியல் வாழ்க்கையை உலகின் எந்த நாட்டோடும் ஒப்பிட முடியாது. அடிமைத்தளத்தில் இருந்து விடுதலை பெற்ற நாடுகள் ஏராளம் உள்ளன. அடிமைத்தனத்தையே விடுதலை என்று கருதும் நாடு இது. சுதந்திரமாகப் பிறந்த ஒருவர் பின்னாட்களில் அடிமையாக்கப்படுவது தான் இயல்பு. அது ஒரு 'political' நிகழ்வு. ஆனால் அடிமையாகவே பிறக்கும் 'biological' அதிசயம் இங்கே தான் நடக்கும்.

பிறந்த பிறகு என் வாழ்வை நானே எப்படி அமைத்துக் கொள்வது என்பதைத் தீர்மானிக்கும் 'free will' இங்கே கிடையாது. பிறப்பதற்கு முன்பே எனக்கு எப்படி பெயரிடப்பட வேண்டும், நான் என்ன தொழில் செய்ய வேண்டும், எப்படி உடுத்த வேண்டும், எந்த இடத்தில் புதைக்கப்பட வேண்டும் என்ற அனைத்தும் முன் தீர்மானிக்கப்பட்ட ஒன்று.

டாக்டர் அம்பேத்கரின் வார்த்தைகளில், 'pre destination'. இருத்தல்தான் நாம் வாழ வேண்டியதன் சாரத்தைத் தீர்மானிக்கிறது (existence precedes essence) என்ற சார்த்தரின் வார்த்தை இங்கே தலைகீழாக இருக்கிறது. நம் இருத்தலுக்கு எப்படிப்பட்ட சாரத்தைத் தேர்ந்தெடுக்க வேண்டும் என்பதை வேறு யாரோ முடிவு செய்கிறார்கள். அதனால் தான் சொல்கிறேன், நாம் ஒரு biological, congenital அடிமைகள் என்று.

இந்த வாழ்க்கை தனக்கு அநீதி இழைக்கிறது என்று மனிதர்கள் சோர்ந்து போகும் போதெல்லாம் அவர்கள் தலை சாய்த்து இளைப்பாறும் இடம் தான் மதம். ஆனால் அந்த மதமே அநீதி மிக்கதாக இருந்தால் - இதயமற்றவர்களின் ஊரில் இதயமாக இருக்க வேண்டிய மதமே இதயமற்று இருந்தால் - அதற்கு இந்து மதம், பார்ப்பன மதம் என்று பெயர்.

எல்லோரையும் வகை மாதிரியாகப் பிரித்து, ‘நீ இந்த ஜாதிக்கு போ’, ‘நீ அந்த ஜாதிக்கு போ’ என்று கட்டளை இடுவது அல்ல பார்ப்பனியம். ஒன்றின் கீழ் ஒன்று என்ற கருத்தாக்கத்தை, தலையில், தோளில், வயிற்றில், காலில் என்ற *‘vertical’* அடுக்கு பற்றிய கருத்தாக்கத்தை நம் மூளைக்குள் அல்ல, நம் மூளையாகவே ஆக்கியதுதான் இந்து மதம். அதுதான் பார்ப்பனியம். அந்த மூளைக்கு சமூகம், பண்பாடு, குடும்பம், நட்பு, காதல் என்று அனைத்தையுமே *‘vertical’* ஆகத்தான் புரிந்து கொள்ள முடியும். எனக்கு கீழே இருப்பவனை மிதித்துக் கொண்டே மேலே இருப்பவனை தோளில் சுமப்பேன் என்பதுதான் இத்துணைக் கண்டத்தின் *‘way of life’*.

கிறித்துவமும் இசுலாமும் உலகமெல்லாம் பரவியதற்கான காரணங்கள் வேறு; அவை இந்தியாவில் பரவியதற்கான காரணங்கள் வேறு. “தொழு நோயாளியைத் தொட்டு ஏசு குணப்படுத்தினார் என்பதில் ‘குணப்படுத்தினார்’ என்பதுதான் மற்ற நாடுகளுக்கு அதிசயமாகத் தெரிந்தது. ஆனால் இங்கோ, சக மனிதன் ஒருவனைத் ‘தொட்டார்’ என்பதுதான் அதிசயமாக விளங்கிக் கொள்ளப்பட்டது.

ஹீரா குகையில் நபிகள் (ஸல்) அவர்களை வானவர் தலைவர் ஜிப்ரீல் கட்டி அணைத்து ஓதுவீராக என்று சொன்னார் என்பதில் வானவர் தூதர் வந்ததையும், நபிகள் (ஸல்) ஓதியதையும் இந்தியா அதிசயமாகப் பார்க்கவில்லை. ஒரு தேவதூதன் எளிய மனிதர் ஒருவரை ‘கட்டியணைத்தார்’ என்பதுதான் அதிசயமாக பார்க்கப்பட்டது. மேல் அடுக்குகளில் பிறந்தவர்களுக்குதான் ‘பர்தா’ என்பது பெண்ணடிமைத்தனம். மார்பை துணியால் மறைக்கக் கூடாது என்பது கட்டளையாக உள்ள ஊரில், உடல் முழுக்க மறைத்துக் கொள்ளும் ‘பர்தா’ தான் விடுதலையின் சின்னம். இந்து மதத்தின் ஈடன் தோட்டத்தில் நாம் ஒவ்வொருவரும், கடவுளின் வடிவமாக அல்ல, பாம்பின் வடிவமாகவே படைக்கப்பட்டிருக்கிறோம்.

3

“எனக்கு ஒரு கனவு இருக்கிறது” என்று மார்டின் லூதர் கிங் பேச்சைத் தொடங்கியது போலவே பலரும் இங்கு பேசத் தொடங்குகிறார்கள். என்ன கனவு அது என்று உற்றுக் கேட்டால், அரசியல் அதிகாரத்தைக் கைப்பற்ற வேண்டும் என்கிறார்கள். நமக்கு, மார்டின் லூதரிடம் மன்னிப்புக் கேட்பதைத் தவிர வேறு

வழி இருப்பதில்லை. நமக்கான 'அரசியல்' என்ற ஒன்று இந்த மண்ணில் இல்லை என்பதுதான் உண்மை. இங்கே இருக்கும் அரசியல், யாருக்கானது? அனைத்து மக்களுக்குமானதா? அது யாருக்காக, யாரால் நடத்தப் பெறுகிறது?

1850களில் தான் ஆங்கிலேயர்களின் நிர்வாக வசதிக்காக இஸ்லாம், கிறித்துவம், பார்சி அல்லாத மற்ற அனைத்து 'ஜாதி' மக்கள் கூட்டத்தையும் மொத்தமாக ஒரே பெயரால் அழைப்பதற்கு 'இந்து' என்ற சொல் பயன்படுத்தப்பட்டது. அதற்கு முன் 18 ஆம் நூற்றாண்டில் கண்டுபிடிக்கப்பட்ட 'இந்து' என்ற சொல்லானது, பார்ப்பனர்களால் மட்டுமே தங்களுடைய தனித்துவத்தையும் நம்பிக்கைகளையும் குறிப்பதற்குப் பயன்படுத்தப்பட்டு வந்தது. இப்போது ஆங்கிலேயர்கள், 'மிலேச்சர்'களையும் தங்களோடு 'இந்துக்கள்' என்று அழைப்பதை பார்ப்பனத் தலைவர்கள் ஏற்றுக் கொள்ளவில்லை. அதனால், 'இந்து' என்ற பெயரே தங்களுக்கு தேவையில்லை என்ற நிலையை எடுத்தார்கள்.

விஷ்ணுபுவா பிரம்மச்சாரி போன்றவர்கள், "இனி 'இந்து தர்மம்' என்ற சொல்லை நாம் பயன்படுத்தக் கூடாது; 'வேதோக்த தர்மம்' என்பதைத் தான் பயன்படுத்த வேண்டும்" என்றார்கள். தயானந்த சரஸ்வதி, "ஆரிய தர்மம் அல்லது சனாதன தர்மம் என்று அழைக்க வேண்டும்" என்றார். அதே வேளையில் பார்ப்பனர் அல்லாத பெரும்பான்மை மக்களும் தங்களை இந்துக்கள் என்று அடையாளப்படுத்தப் படுவதை ஏற்க மறுத்தார்கள். காரணம், இங்கே மக்கள் கூட்டத்தினரை ஒன்றிணைக்க் கூடிய அலகாக அதுவரை இருந்தது ஜாதி மட்டுமே. ஒற்றை மத அடையாளத்திற்குள் பார்ப்பனர்கள் எந்தக் காலத்திலும் இருந்ததில்லை.

1911ஆம் ஆண்டு மக்கள் தொகை கணக்கெடுப்புக்காக கமிஷனர் எட்வர்ட் ஆல்பர்ட் கெய்ட், யாரையெல்லாம் இந்து என்ற வரையறைக்குள் கொண்டு வருவது என்பதை முடிவு செய்ய, சில கேள்விகளை மக்கள் முன் வைத்தார்: "பார்ப்பனர்களின் மேலாதிக்கத்தை எதிர்க்கிற, வேதங்களை ஏற்றுக் கொள்ளாத, இந்து கடவுள்களை வணங்காத, கோயில்களுக்குள் அனுமதிக்கப்படாத, பிணங்களை எரிக்காமல் புதைக்கிற, மாட்டுக்கறி உண்ணுகிற - ஜாதிகள் எவை?" முடிவுகளை 1911ஆம் ஆண்டு மக்கள் தொகைக் கணக்கெடுப்பின் போது வெளியிடுகிறார். அதன்படி, இந்தியா முழுக்க இருந்த பார்ப்பனர்களின் பழக்க வழக்கங்கள் ஏறக்குறைய ஒரே மாதிரியாகவே இருந்தது. ஏனைய மக்களுடைய பதில்கள் ஒன்றோடு ஒன்று பொருந்திப் போகவில்லை. அவர்களை எப்படி

'இந்து' என்ற ஒற்றை அடையாளத்திற்குள் அடைப்பது என்ற நியாயமான கேள்வியை கெய்ட் எழுப்பினார்.

அது வரை "மிலேச்சர்களை இந்துக்களாக சேர்த்துக் கொள்ள முடியாது" என்று சொல்லிக் கொண்டிருந்த பார்ப்பனத் தலைவர்களுக்கு, ஆங்கிலேயர்கள் உருவாக்கி இருந்த சட்டசபைகளும் பதவிகளும் சில கணக்குகளைப் புரிய வைத்தன. அனைத்து ஜாதிகளையும் இணைத்து 'இந்து' என்ற அடையாளச் சொல்லுக்குள் கொண்டு வருவதுதான் இனி வரும் நாட்களில் தங்களுக்கான அரசியல் ஆளுகைக்கு உகந்ததாக இருக்கும் என்ற முடிவுக்கு வருகிறார்கள். மக்கள் தொகையில் மூன்று சதவிகிதத்திற்குள் மட்டுமே இருக்கும் தங்களை மட்டும் 'இந்து' என்று ஒதுக்கிக் கொண்டால் மற்ற ஜாதியினர் ஒன்று சேர்ந்து பெரும்பான்மை ஆகிவிடுவார்கள்.

எனவே அவர்களையும் இந்துவாக இருப்பதற்கு 'அனுமதிப்பதன்' மூலம் அவர்களுக்கும் சேர்த்து தாங்களே தலைமை வகிக்கக் கூடிய 'இந்து பெரும்பான்மை' (Hindu Majoritarianism) உருவாகிவிடும் என்று முடிவு செய்கிறார்கள். அதுவரை நாட்டின் 'தலைவர்களாய்' அறியப்பட்டவர்கள் அனைவரும் பார்ப்பனர்களே! எனவே இனிமேலும் 'இந்துக்களின்' தலைவர்களாய் அவர்களே இருப்பதற்கு எந்த எதிர்ப்பும் எழப் போவதில்லை. எனவே காங்கிரஸ் மற்றும் இந்து மகா சபா இரண்டையும் சேர்ந்த தலைவர்கள் முழுமையாக தங்களை 'இந்து' உருவாக்கத்தில் ஈடுபடுத்திக் கொள்கிறார்கள்.

'இந்து' உருவாக்கத்திற்கு, தொடக்கத்தில் முழு மூச்சாக வேலை செய்தவர் திலகர். அவரை கடுமையாக எதிர்த்தவர் மகாத்மா பூலே. இப்போது, காங்கிரஸ் சார்பாக அந்தச் செயலை 'சுதந்திரப் போராட்டம்' 'தேச ஒற்றுமை' என்ற பெயர்களில் கச்சிதமாக செய்து முடித்தவர் மோகன்தாஸ் காந்தி. காந்தியின் இந்தத் திட்டத்தை சரியாகப் புரிந்து கொண்டவர்கள் டாக்டர். அம்பேத்கரும் பெரியாரும் தான். அதனால் தான் வட்ட மேசை மாநாட்டில் 'தீண்டத்தகாத மக்கள் இந்துக்கள் அல்லர்' என்று அறிவித்த டாக்டர் அம்பேத்கரை, எந்த ஓர் அரசியல் அறமும் அற்று, தனக்கு 'மகாத்மா' என்று ஒரு பெயர் இருப்பதையும் மறந்து, முரட்டுத்தனமாக எதிர்த்தார் காந்தி.

டாக்டர் அம்பேத்கரின் தனித்தொகுதி கோரிக்கை பற்றி பிரதமர் ராம்சே மெக்டொனால்டுக்கு எழுதிய கடிதத்தில், "இதனை இந்து மதத்தை (Hinduism) சீர்குலைக்க வந்த நஞ்சாகவே

பார்க்கிறேன்” என்று எழுதுகிறார். *Hinduism* என்று அவர் குறிப்பிட்டது, ‘இந்துமதம் என்ற பெயரில் சனாதன தர்மத்தையும் பார்ப்பன மேலாதிக்கத்தையும் பெரும்பான்மை மக்களை அடிமைகளாகவே வைத்திருப்பதையும் அரசியல் வழியாக சாத்தியப்படுத்துவதற்காக உருவாக்கப்பட்ட ‘*political hinduism*’ என்பதைப் பற்றித்தான். இதை விளங்கிக் கொள்ள அதே 1932 ஆம் ஆண்டு, தீண்டத்தகாத மக்கள் தனித் தொகுதி கேட்பது பற்றிய தன் கருத்தை வல்லபாய் பட்டேலிடம் அவர் சொன்னதை கேட்க வேண்டும், “தனித் தொகுதியை அனுமதித்தோம் என்றால் இந்த தீண்டத்தகாத போக்கிரிகள் (*untouchable hooligans*) சேர்ந்து கொண்டு கலகம் செய்து, ஜாதி இந்துக்களைக் கொன்று குவித்து ரத்த காடாக்கி விடுவார்கள்.”

இதுதான் இந்நாட்டின் ‘அரசியல்’ வரலாறு. ‘இந்து’ என்பதற்கு பார்ப்பனர்களைப் பொருத்தவரை ‘அரசியல் பெரும்பான்மை’ என்பதைத் தவிர வேறு அர்த்தம் கிடையாது. அவர்களுடைய மதம் ‘பார்ப்பன மதம்.’ நாம் இந்துக்களாக இருப்பது பார்ப்பனர்களின் அரசியல் வசதிக்காக. அன்றாட சமூக வாழ்வில் முழுக்க முழுக்க பார்ப்பனியத்தை ஏற்றுக் கொண்ட ஒரே காரணத்தினால், நம்மை இந்து என்ற வலைக்குள் எளிதாக உள்வாங்கி அவர்களே எப்போதும் ‘ஆளும் வகுப்பினராக’ இருக்கிறார்கள். தங்களுடைய அன்றாட சமூக வாழ்வை வெள்ளையர்களோடு இணைந்து வாழ்கிறார்கள் என்ற காரணத்துக்காக எந்த கருப்பின மக்களும் அமெரிக்கர்கள் கடைப்பிடிக்கும் நிறவெறியை தங்களுடைய ‘மதம்’ என்று ஏற்றுக் கொள்ளவில்லை. ஆனால் நாம் ஏற்றுக் கொண்டோம்.

இந்திய சுதந்திரம் என்பது ஆங்கிலேயர்களிடம் இருந்து பார்ப்பனர்களுக்கு செய்யப்படும் அதிகாரப் பரிமாற்றம் தான் என்பதை பெரியார் உணர்ந்ததால் தான் அதனை ‘துக்க நாள்’ என்று அறிவிக்கிறார். தஞ்சாவூர் புரோகிதர்களால் நாள் குறிக்கப்பட்டு, வேத மந்திரங்கள் முழங்க, நல்ல நேரம் பார்த்து, ‘நள்ளிரவில் சுதந்திரம்’ வாங்கிய நாட்டில் இருந்து கொண்டு தான் எழுதிக் கொண்டு இருக்கிறேன் என்பதை முழுமையாக உணர்ந்ததால் தான் ஜெயராணியால் இப்படியோர் ஆழமான உரையாடலை நம்மோடு நிகழ்த்த முடிகிறது!

அழகாகப் புரிய வைப்பது அல்ல மொழியின் வேலை. ஆழமாக உணர வைக்க வேண்டும். ஜெயராணி உணர வைக்கிறார். யாருக்காக எழுதுகிறாரோ அவர்களை உணர வைக்கிறார். ஜாதியால் வன்புணரப்பட்ட பெண்களுக்காக அழ வைப்பதைத்

தாண்டி, வேடிக்கை பார்த்துக் கொண்டிருந்த நம்மையும் கூட்டாளி ஆக்கி விடுகின்றன அவருடைய எழுத்துகள்.

பேரறிவாளனை சிறையில் பூட்டி சாவியை தூக்கி எறிந்தவர்களோடு சேர்த்து, அதைத் தேடிக் கொடுக்காத நம்மையும் கேள்விகளுக்கு உட்படுத்துகிறார். ஆண்டுக் கணக்காக சிறையில் வாடும் முஸ்லிம் சகோதரர்களுக்காகவும்; வசிக்கும் வீடுகளில் இருந்து வேரோடு பிடுங்கி எறியப்பட்ட மக்களுக்காகவும்; ஊரடங்கு காலத்தில் சொந்த ஊரிலாவது செத்துப் போவோம் என்று நடக்கத் தொடங்கி, பாதி வழியிலேயே மடிந்து போனவர்களுக்காகவும்; மலக்குழிக்குள் புதைந்து போனவர்களுக்காகவும் அழுதுவிட்டு, பின் இழப்பீடு கோரி ஏங்கி நிற்கும் எழுத்துகள் அல்ல அவருடையவை.

இங்கே நிலவும் அநீதிகள் அனைத்திற்கும் காரணமாகவும் ஜனநாயகச் சிதைவின் அடித்தளமாகவும் இருக்கும் பார்ப்பனியத்தையும் இந்து மதத்தையும் அழித்தொழிக்காமல் இந்த மண்ணில் எந்த ஒரு மாற்றத்தையும் ஏற்படுத்திவிட முடியாது என்பதை நமக்குள் உணர வைக்கின்றன ஜெயராணியின் எழுத்துகள்.

4

நம்முடைய அன்றாட சமூக வாழ்வையும் அரசியல் வாழ்வையும் கண்காணிப்பில் வைத்திருப்பது பார்ப்பனியம் தான் என்பதை உணர்ந்து கொள்ள வெளியே எங்கும் போகத் தேவையில்லை. ‘உள்ளே’ போய் பார்த்தாலே புரியும். டாக்டர் அம்பேத்கர் ‘*Social endosmosis*’ என்று சொல்வார்.

இரண்டாயிரம் ஆண்டுகளாய் இந்திய சமூகம் ‘ஊடு பரவிய’ ‘அழகை’ இந்திய சிறைச்சாலைகளின் *demography*-யை பார்த்தாலே புரிந்து கொள்ளலாம். இந்திய சிறைகளில் பார்ப்பனர்களின் எண்ணிக்கை 1% க்கும் குறைவு. நான் பார்த்த சென்னை மற்றும் சேலம் சிறைகளில், ஒன்றரை ஆண்டுகளில் ஒற்றைப் பார்ப்பனரைக் கூட பார்த்ததில்லை. வரலாற்று ரீதியாக பார்த்தால், அனைத்து சிறைவாசிகளும் உள்ளே வருவதற்கான மூல காரணம் பார்ப்பனியமாகத் தான் இருக்கும். ஆனாலும் பார்ப்பனர்களை மட்டும் பார்க்க முடியாது.

அப்படியானால் பார்ப்பனர்கள் குற்றங்களே செய்வதில்லையா? நீதிமன்றங்களில் அவர்கள் நிறுத்தப்படுவதில்லையா? வாய்மையை

வெல்ல 'பூமிக்கு அனுப்பப்பட்ட' நீதியரசர்கள் பார்ப்பனர்களுக்கு தண்டனை வழங்குவதே இல்லையா? இங்கே அடிக்கடி பேசப்படும் நீதி, நியாயம், கடமை, ஒழுக்கம், தண்டனை போன்ற இன்ன பிற வார்த்தைகளை சற்று உற்று பார்த்தால், மேலே * குறி இடப்பட்டிருப்பது தெரியும் - '*conditions apply.*' அதாவது 'பார்ப்பனர்களுக்குப் பொருந்தாது' என்று பொருள்.

ஜெயராணி ஒரு கட்டுரையில் திராவிட ஆட்சியின் சாதனைகளை வரிசைப்படுத்தும் போது சங்கராச்சாரி கைது செய்யப்பட்டதையும் சேர்த்திருக்கிறார். எனக்கு அதில் உடன்பாடு இல்லை. சங்கராச்சாரி என்ற பார்ப்பனரை ஜெயலலிதா என்ற மற்றொரு பார்ப்பனர் தான் கைது செய்ய முடியுமே தவிர, 'திராவிட' கலைஞரால் அதை செய்து விட முடியாது. இந்தியா தீ பற்றி எரிந்துவிடும். ஒரு பார்ப்பனர் முகத்தில் ஆசிட் ஊற்றுவதாக இருந்தால் கூட அதை ஊற்றும் '*privilege*' மற்றொரு பார்ப்பனருக்கு தான் உண்டு.

திராவிட ஆட்சியில் சின்ன சங்கராச்சாரியை தமிழ்த்தாய் வாழ்த்திற்கு எழுந்து நிற்க வைப்பதற்கு கோர்ட்டுக்கு போக வேண்டும், '*song*' வேறு '*anthem*' வேறு என்று தீர்ப்பு வாங்க வேண்டும்; பின் அரசு, எழுந்து நிற்க உத்தரவு போட வேண்டும். இதுவே 'நான் பாப்பாத்திதான்' என்று அறிவித்தவரின் ஆட்சியில், இதே சங்கராச்சாரி தமிழ்த்தாயை விடுங்கள், அந்த "காவிரித்தாய்" வரும் போது எழுந்து நிற்காமல் இருந்திருந்தால் அந்த இடத்திலேயே, அவர் உட்காருவதற்கு பயன்படும் '*gluteus maximus*' என்ற *muscle* புண்படுத்தப் பட்டிருக்கும். மக்களும் ஊடகங்களும் 'நியாயந்தானே' என்று ஆமோதித்து இருப்பார்கள்.

INDIAN PENAL CODE என்பதை எல்லாம் தாண்டி, எப்பேர்ப்பட்ட குற்றங்களில் ஈடுபட்டாலும் பார்ப்பனர்களை தப்பிக்க வைக்கும் *INDIAN* பூணூல் *CODE* என்ற ஒன்று இங்கே இருக்கத் தான் செய்கிறது. பேரறிவாளனின் சிறை பற்றி ஜெயராணி எழுதியிருக்கும் மூன்று கட்டுரைகளையும் படித்த பிறகு எல்லோருக்கும் ஒன்று புரியும், ஒரு வேளை அற்புதம் அம்மாள் 'அம்புஜம்' அம்மாளாகவோ, பேரறிவாளன் 'அழகிய மணவாளனாகவோ' இருந்திருந்தால், என்றோ இருவரும் 'பாரத ரத்னா'வை வாங்கியிருப்பார்கள்.

5

"Who controls the past controls the future, who controls the present, controls the past" என்பார் *George Orwell.* நம் நாட்டின் கடந்த காலம் என்ன, எதிர்காலம் என்ன என்று அனைத்தையும் இங்கே முடிவு செய்யும் அறிவுத்தளம் முழுக்க நிரம்பி இருப்பது பார்ப்பனர்களே! குறிப்பாக ஊடகங்கள். பெரும்பான்மை மக்களின் சிந்தனையில் எந்த ஓர் அசைவும் ஏற்பட்டுவிடக் கூடாது, *staus quo* அப்படியே பாதுகாக்கப்பட வேண்டும் என்பதில் கண்ணும் கருத்துமாக இருப்பவை நம்முடைய ஊடகங்கள்.

வன்கொடுமையோ ஆணவக் கொலையோ எல்லாமே அவர்களுக்கு ஒரு '*sensation*'. இரண்டு நாள் பேசுவார்கள், மூன்றாம் நாளில் இருந்த 'எது நடந்ததோ அது நன்றாகவே நடந்தது.' கண்ணகி முருகேசன் வழக்கில் ஒருவருக்கு தூக்கு வழங்கப்பட்ட செய்தியை, 'கொலையாளிக்கு தூக்கு' என்றோ 'ஜாதிவெறியருக்கு தூக்கு' என்று தலைப்பிடுவதுதான் அறம். ஆனால், தினத்தந்தி இப்படி தலைப்பிட்டிருந்தது, "விவசாயிக்கு தூக்கு!" ஜெயராணி எழுதியிருப்பது போல், ஊடகங்கள் மட்டுமல்ல, அறிவுத்துறையின் உச்சம் என்று சொல்லப்படும் இந்த நாட்டின் வெளியுறவுத் துறை முழுக்க பார்ப்பனர் மயமாகத்தான் இருக்கிறது. அதன் விளைவு, நம்மால் ஜாதி பாகுபாட்டை நிறவெறிக்கு ஈடாக வைத்து ஓர் உரையாடலை, உலக அரங்கில் இன்று வரை நிகழ்த்த முடியவில்லை.

1947 இல் இருந்து, தான் இறந்த 1964 வரை இந்தியாவின் வெளியுறவுத் துறையை நிர்வகித்தவர் 'பண்டித' நேரு. அய்.நா. சபையின் தலைமை தூதுவராக இருந்தவர் அவருடைய தங்கை விஜயலட்சுமி 'பண்டிட்'. ஜாதியை உலக அரங்கில் எடுத்துப் பேச அந்த இரண்டு 'பண்டிட்'களும் செய்தது என்ன? அதே நேருவுக்கு குழந்தைகளைப் பிடிக்கும், ரோஜாவை பிடிக்கும், எட்வினாவை பிடிக்கும் என்றெல்லாம் வரிந்து வரிந்து எழுதும் அறிவு வர்க்கம், "தாழ்த்தப்பட்ட மக்களின் நிலையை உலக அரங்கிற்குக் கொண்டு செல்லக்கூடிய வெளியுறவு தொடர்பான கமிட்டியில் தான் இணைத்துக் கொள்ளப்படவில்லை" என்பதையும் ஒரு காரணமாக சொல்லித் தான் டாக்டர் அம்பேத்கர் நேருவின் அமைச்சரவையில் இருந்து விலகினார் என்ற உண்மையை எப்போதுமே வெளிப்படுத்தியதில்லை.

இங்கே ஊடக அறம் என்று எதுவும் இல்லை. மநுவை வழிமொழியும் “பத்திரிகை தர்மம்” தான் இருக்கிறது. மக்களின் சிந்தனையை மழுங்கடிப்பதற்கு அவர்கள் செய்யும் முக்கியமான வேலை ஒரு கருத்தாக்கத்தையோ செய்தியையோ நீர்த்துப் போகச் செய்து விடுவது - எளிமைப்படுத்தி விடுவது. அப்படி அவர்களால் *dilute* செய்யப்பட்ட ‘பார்ப்பனியம்’ என்ற கருத்தாக்கத்தை நம் சமூகத்தின் பல்வேறு சிக்கல்களோடு பொருத்தி இந்நூல் விவாதிக்கிறது.

6

ஜெயராணி என்னுடைய அத்தையின் பேத்தி. அத்தை வீட்டுக்கு வரும் போது அம்மாவிடம், “இந்த ஜெயராணிதான் எதையோ எழுதுறேன் அது இது என்று உருப்படாம இருக்கா...” என்பார். அம்மா அதற்கு “இங்கேயும் ஒன்று அப்படித்தான் உருப்படாம இருக்கு” என்பார். ஒரு வகையில் அவர்கள் சொன்னது உண்மைதான். ஆண்டாண்டு காலமாக தாங்கள் மட்டுமே ‘உருப்பட்ட’ பார்ப்பனர்களைப் பற்றி ‘உருப்படாத’ நாங்கள் தானே எழுத முடியும். ஆதிக்கத்திற்கு எதிரான தங்களுடைய எதிர்ப்பை கருப்பின மக்கள் பல வடிவங்களில் வெளிப்படுத்தினார்கள். சில கருப்பின மக்களின் இசைக் குழுக்கள் பியானோவில் இருக்கும் ‘வெள்ளைக் கட்டைகளை தொடாமல், அய்ந்து கறுப்புக் கட்டைகளை மட்டுமே வாசித்து இசைத்தார்கள். *‘Pentatonic’* என்பது அந்த இசை வடிவத்தின் பெயர்.

ஜெயராணி ஒரு கலகக்காரர். தன் எழுத்துகளால் இங்கே ஒரு *pentatonic* இசையை வாசித்து கலகம் செய்திருக்கிறார். *“A good music should make you feel like attending your own funeral”* என்பார்கள். ஜெயராணியின் ‘இசை’யைக் கேட்ட பிறகு, நான் என் இறுதி ஊர்வலத்தின் நடுவே இருப்பது போலவே உணர்கிறேன்.

24/12/2021 - மரு. தாயப்பன் அழகிரிசாமி

அரச பயங்கரவாதம்: அந்த முதல் கல்லை எறிவது யார்?

> "தலித் மக்களின் உரிமைப் போராட்டங்களை ஒடுக்கிய அரசின் பயங்கரவாத நடவடிக்கைகளை ஆதிக்க சாதியினர் இதுவரையிலும் நியாயப்படுத்தியே வந்திருக்கின்றனர். அவர்களை சுட்டுக் கொல்வது கூட சரியே என்பது போலத்தான் அத்தாக்குதல்களைக் கண்டிக்காமல் விலகி நின்றனர். ஒடுக்கப்பட்டவர்களின் போராட்டங்களை 'வன்முறை வெறியாட்டம்' என அரசும் ஊடகங்களும் முத்திரை குத்திய போது 'ஆமாம்', 'ஆமாம்' என்று ஆதரித்தனர்."

01

இந்தியச் சமூகத்தில் அரச பயங்கரவாதம் அல்லது காவல் துறை அத்துமீறல் என்பது தலித் மற்றும் பழங்குடி மக்களுக்கு மிக மிக பழக்கப்பட்டது. இன்னும் வெளிப்படையாக விவரிக்க வேண்டுமெனில் தலித் மற்றும் பழங்குடி மக்களின் இயல்பு வாழ்க்கையில் ஓர் அங்கமே இந்த அரச பயங்கரவாதம். தீண்டாமையைப் போல, வன்கொடுமைகளைப் போல அவர்கள் அரச பயங்கரவாதத்தையும் அனுபவித்தே தீருகின்றனர். அது, ஒடுக்கப்பட்டவர்கள் மீது அரசு நிகழ்த்தும் வன்கொடுமை. தம் மீதான ஒடுக்குமுறைகளுக்கு எதிராக, தமது வாழ்வியல் உரிமைகளுக்காக, வாழ்வாதாரங்களுக்காக, கூலி உயர்வுக்காக, வன்கொடுமை, தீண்டாமை மற்றும் பாலியல் வல்லுறவுகளுக்கு எதிராக தாழ்த்தப்பட்ட மக்கள் கிளர்ந்தெழும் ஒவ்வொரு முறையும் காவல் துறையின் முறுக்கேறிய லத்திகள் அவர்களின் மண்டை ஓடுகளைப் பிளக்கின்றன, குறி தப்பாத அவர்களது துப்பாக்கிகள், போராட சிந்தித்த மூளையை சிதறடிக்கின்றன, ஏனைய அவர்களது ஆயுதங்கள் ஊரையே சூறையாடி அத்தனையும் தரைமட்டமானதை உறுதி செய்தப் பின்னரே ஓய்கின்றன. சுதந்திர இந்தியாவில் எத்தனையோ கொடூர எடுத்துக்காட்டுகளை இதற்கு ஆதாரமாகத் தர முடியும்!

உண்மையில் அரச பயங்கரவாதத்தின் வலி என்னவென்பது பொதுச் சமூகத்திற்கு தெரியாது. அது வெறுமனே மற்றுமொரு வன்முறை அல்ல. மாறாக, ஒரு மனித உயிர் அனுபவிக்கவே கூடாத நம்பிக்கைத் துரோகம். “நான் இத்தேசத்தின் குடிமகள்” என்ற ஆதாரத்தையும் “இது என்னுடைய நாடு” என்ற

பிடிப்பையும் அது சிதைக்கிறது. சக மனிதரால், சமூகத்தால் ஒடுக்கப்படும், உரிமைகள் மறுக்கப்பட்ட ஒருவருக்கு, முதலும் கடைசியுமான அடைக்கலமாக அரசே நின்று இரு கரங்களையும் நீட்டி ஆதரவளிக்க வேண்டும். ஆனால், இந்தியாவின் தலித் மக்கள், பழங்குடிகள் மற்றும் மதச் சிறுபான்மையினருக்கு அந்த நல்வாய்ப்பு ஒருபோதும் கிடைத்ததில்லை. மாறாக, அவர்கள் அரசாலும் ஒடுக்கப்பட்டு உச்சபட்ச தண்டனையை அனுபவிக்கின்றனர். தனது சொந்தக் குடிமக்கள் மீது அரசே பயங்கரவாதத்தை ஏவும் போது சொந்த மண்ணிலேயே அகதியைப் போல அல்லலுறும் படுபாதக நிலைக்கு ஒடுக்கப்பட்ட மக்கள் தள்ளப்படுகின்றனர்.

அரச பயங்கரவாதத்திற்கு ஒவ்வொரு முறை பலியாகும் போதும் தலித் மக்கள் அரசாங்கத்திடம் கொதித்தெழுந்து ஒரு கேள்வியை கேட்பார்கள். அது...” நாங்கள் என்ன அகதிகளா, நாங்கள் இந்த நாட்டின் குடிமக்கள் இல்லையா?” என்பது. கொடியங்குளம், தாமிரபரணி, பரமக்குடி, கோயம்புத்தூர், குஜராத், சட்டீஸ்கர், வடகிழக்கு மாநிலங்கள் என காவல் துறையால் தாக்கப்பட்ட எல்லா இடங்களிலும் ஒடுக்கப்பட்ட மற்றும் சிறுபான்மை மக்கள் இந்த கேள்வியை கேட்டார்கள். ஆனால் மீண்டும் மீண்டும் அவர்கள் மீது பயங்கரவாதத்தை ஏவி, “இந்நாட்டில் உங்களுக்கு எந்த உரிமையும் இல்லை” என உறுதியாகச் சொன்னது அரசு.

தலித் மக்கள், பழங்குடியினர், மதச் சிறுபான்மையினர் என இம்மண்ணின் ஒடுக்கப்பட்ட பிரிவினருக்கானதாக மட்டுமே கைகொள்ளப்பட்ட அரச பயங்கரவாதத்தை பெரும்பான்மை பலத்தோடு ஆட்சியில் அமர்ந்ததும் - பார்ப்பனர்களை தவிர்த்து அனைவருக்கும் - பொதுவுடைமையாக மாற்றிவிட்டது பாரதிய ஜனதா கட்சி. இந்து சனாதனத்தை கொள்கையாகக் கொண்ட பா.ஜ.க. ஒட்டுமொத்த தமிழகத்தையுமே சூத்திர அடிமைச் சமூகமாகக் கருதி அதன் எல்லா நலன்களையும் வளர்ச்சியையும் அது இவ்வளவு ஆண்டு காலமும் கட்டிக் காத்து வந்த சமூக நீதியையும் அழிக்கத் துடிக்கிறது. தமிழ்நாட்டின் ஆதிக்க சாதிகள் தம்மை ஆண்ட பரம்பரையாகவும் ஒடுக்கப்பட்டோரை விட மேலானவர்களாகவும் கருதிக் கொண்டாலும் இந்து மதத்தின் சாதியடுக்கின்படி அவர்கள் சூத்திர அடிமைச் சமூகமே என்பதை பாரதிய ஜனதா எனும் ‘பார்ப்பன ஜனதா’வின் ஆட்சிக் காலத்தில் தமிழகம் நன்றாகவே உணர்ந்திருக்கும்.

தமிழகத்தின் இந்துக்கள் எவ்வளவுதான் மதப் பற்றாளர்களாக இருந்தாலும் மதச்சார்பின்மையின் மேல் நம்பிக்கை கொண்டு

சிறுபான்மையினருக்கு உரிய அங்கீகாரத்தை அளிக்கும் அளவிற்கு, மத அடிப்படைவாதத்தை அடையாளம் காண்கிற அளவிற்கு திராவிடக் கருத்தியல் அவர்களைப் பண்படுத்தியிருக்கிறது. அந்த பண்புதான் பா.ஜ.க.வை தமிழகத்தில் வேரூன்ற விடாமல் தடுக்கிறது. பா.ஜ.க.வையும், மோடியையும் ஆர்.எஸ்.எஸ். போன்ற இந்து பரிவாரங்களையும் இவ்வளவு கடுமையாக விமர்சித்து, அவற்றின் சமூக, அரசியல், பொருளாதார மற்றும் மத சூழ்ச்சிகளை சட்டென புரிந்து கொண்டு அம்பலப்படுத்தும் துணிவுள்ள மற்றொரு இந்திய மாநிலம் இல்லை எனலாம். இதுதான் பா.ஜ.க.வின் தமிழக வெறுப்பிற்கு காரணம்.

கூடங்குளம் அணுமின் நிலைய விரிவாக்கம், நியூட்ரினோ திட்டம், காவிரி நீர் பங்கீடு இழுபறி, ஏழு தமிழர் விடுதலை முடக்கம், மீத்தேன் திட்டம், ஜல்லிக்கட்டு தடை, ரேஷன் கடைகள் மூடல், நீட் தேர்வுக் கொடுமை, விவசாயிகள் உரிமைப் பறிப்பு, ஆளுநருக்கு அதிகாரம், மாநில உரிமைகளில் தலையீடு, ஸ்டெர்லைட் பிரச்சனை என நாள்தோறும் தமிழகம் எதிர்கொள்ளும் பல்வேறு சமூக அரசியல் பழிவாங்கல்கள் எல்லாம் அந்த வெறுப்பினால் விளைந்த கொடுமைகள்தான். தலித், பழங்குடி மற்றும் சிறுபான்மையினர் மட்டுமே அனுபவித்துப் பழகிய அரச பயங்கரவாதத் தண்டனையை 'சூத்திரர்கள் ஆளும் தேசமான' தமிழகத்திற்கு அளிக்க புதிது புதிதான உரிமை மீறல்களில் பா.ஜ.க. அரசு ஈடுபட்டு வருகிறது.

ஸ்டெர்லைட் நிறுவனத்திற்கெதிரான தூத்துக்குடி மக்களின் போராட்டத்தை ஒடுக்க எப்போதும் போல காவல் துறையை ஏவியது தமிழக அரசு. "போராட்டக்காரர்கள் கற்களை வீசி, வாகனங்களுக்கு தீ வைத்து கலவரத்தில் ஈடுபட்டதால் துப்பாக்கியால் சுட்டு 13 பேரை பலியெடுத்து அதை அடக்க வேண்டிய கட்டாயமாகிவிட்டது" என காவல் துறையும் அரசும் விளக்கம் சொல்கின்றன. "வன்முறையில் ஈடுபட்டால் துப்பாக்கிச் சூடு கொண்டுதான் அடக்க வேண்டுமென" தமிழக முதல்வர் எடப்பாடி பழனிச்சாமி கூறினார். 99 நாட்கள் அறவழியில் போராடிய மக்கள் 100 ஆவது நாள் வன்முறையில் ஈடுபட்டிருப்பார்களா என கொதித்துப் போய் பொதுச் சமூகம் கேள்வி எழுப்புகிறது. எல்லா அரச பயங்கரவாதத்தையும் தொடங்கி வைப்பது ஒரு கல்லெறிதல்தான். தூத்துக்குடி துப்பாக்கிச் சூட்டிற்கு வழி வகுத்ததாகக் கூறப்படும் வன்முறையில் அந்த முதல் கல்லை எறிந்தது யார் என்ற கேள்வி பொதுச் சமூகத்தையும் போராட்டக்காரர்களையும் ஆட்டுவிக்கிறது. அரசு

போராட்டக்காரர்களை கைகாட்ட போராட்டக்காரர்கள் அதை மறுக்கிறார்கள்.

கடந்த கால் நூற்றாண்டுக் காலத்தில் - தலித், பழங்குடியினர் மற்றும் சிறுபான்மையினர் மீது - நடந்த அரச பயங்கரவாதம் அல்லது காவல் துறை அத்துமீறலை கவனித்து வருகிறவர்களுக்குத் தெரியும், அரச பயங்கரவாதம் என்பது திறம்பட எழுதப்பட்ட ஒரு நாடகம் என! அதற்கென அரசுகள் எப்போதும் ஒரு திரைக்கதைப் புத்தகத்தை பராமரிக்கின்றன. சூழலுக்குத் தக்கவாறு காட்சியமைப்பில் சிற்சில மாற்றங்கள் இருந்தாலும் பெரும்பாலும் எல்லா அரச பயங்கரவாதங்களும் ஒரே மாதிரி தொடங்கி, ஒரே மாதிரி வளர்ந்து, ஒரே மாதிரியான திருப்புமுனைகளோடு ஒரே மாதிரியாக அவை முடித்து வைக்கப்படுகின்றன. எனவே, இதுவரையிலும் நடந்த அரச பயங்கரவாதங்களில் முதல் கல்லை எறிந்தவர்கள் யாரோ இம்முறையும் அவர்களே காவலர்களை நோக்கி அதை வீசினார்கள்!

ஸ்டெர்லைட் போராட்டக் குழுவினர் போராட்டத்தின் 100 ஆவது நாளான 22.05.2017 அன்று மாவட்ட ஆட்சியர் அலுவலகத்தை முற்றுகையிடத் திட்டமிட்டு பொது மக்களையும் அதில் கலந்து கொள்ள அழைப்பு விடுத்தனர். அதன்படி 144 தடை உத்தரவு இருந்தும் சாரை சாரையாக மக்கள் மாவட்ட ஆட்சியர் அலுவலகத்தை நோக்கிப் படையெடுத்தனர். முற்றுகை என்றால் சூழ்ந்து நிற்பது என்றே பொருள். ஆனால் 'க்யூ' பிரிவு போலிஸார் அதற்கு வேறு அர்த்தம் வைத்திருந்தனர். அதன் பெயர் வன்முறை. முற்றுகைப் போராட்டம் என தெளிவாகக் குறிப்பிட்டிருந்தும் மாவட்ட ஆட்சியர் அலுவலகத்தை போராட்டக்காரர்கள் தாக்கி சூறையாடி வன்முறையில் ஈடுபடக்கூடும் என 'க்யூ' பிரிவு போலிஸார் கணித்திருக்கின்றனர். "சாதாரண குடும்பவாசிகளும் சாமானியக் குடிமக்களுமான தாம் வன்முறைக்குத் துணிந்தால் தமக்கே அது பேரிழப்பாக முடியும்" என்பதை போராட்டக்காரர்கள் அறியாமல் இருந்தனர் என்று சொல்வது வேடிக்கையின் உச்சம். சுமார் ஒரு லட்சம் பேரோடு அமைதியாகத் தொடங்கிய பேரணி உளவுப்பிரிவு கணித்தபடியே ஒரு கட்டத்தில் வன்முறையின் பக்கம் திரும்பியது. காவலர்களை நோக்கி கற்கள் விழுந்ததால் அவர்கள் தடியடி நடத்தி பேரணியை நிறுத்த முயன்றனர். போராட்டக்காரர்கள் பதற்றமடைந்தனர், வாகனங்கள் எரிக்கப்பட்டன, பெட்ரோல் வெடிகுண்டுகள் வீசப்பட்டன, துப்பாக்கிச் சூட்டில் போராட்டக்காரர்களின் உயிர் சரியத் தொடங்கியது.

மக்கள் போராட்டத்தை எதிர்கொள்ள அரசுக்கு சில நெறிமுறைகள் உள்ளன. முதலில் கண்ணீர் புகை குண்டு வீச வேண்டும், பின்னர் தடியடி, அதிலும் கட்டுப்படுத்த முடியவில்லை எனில் துப்பாக்கிச் சூடு. முதலில் ஒலிபெருக்கியில் துப்பாக்கிச் சூடு நடத்தவிருப்பதாக அறிவிக்க வேண்டும். அதிலும் அமைதியடையவில்லை என்றால், இப்போது நடந்ததைப் போல வாயிலும் மார்பிலும் அல்ல, கால்மூட்டுக்கு கீழ் தான் சுட வேண்டும். ஆனால், போராடும் மக்களை கட்டுப்படுத்த அல்லாமல் பழிவாங்க நினைக்கும் அரசு இந்த வழிகாட்டுதல்களை எப்போதுமே பின்பற்றுவதில்லை. மாறாக, வெறியோடு அது பயங்கரவாதத்தை கையிலெடுக்கிறது.

ஸ்டெர்லைட் போராட்டத்திலும் இந்த வழிகாட்டுதல் எதையும் பின்பற்றாமல் குறிப்பார்த்து சுடும் துப்பாக்கி வீரர்களைக் கொண்டு, தேர்ந்தெடுத்து ஆட்களை சுட்டுத் தள்ளியது காவல் துறை. போராட்டத்தில் சமூக விரோதிகள் கலந்து கலவரத்தைத் தொடங்கியதால் தான் சுட நேர்ந்ததாக அரசு தரப்பில் விளக்கமளிக்கப்படுகிறது. உண்மையில், யார் இந்த சமூக விரோதிகள்? கலவரத்தை உண்டாக்க முதல் கல்லை எறியும் அவர்கள் யார்? அரச பயங்கரவாதங்களின் வரலாறு என்ன சொல்கிறதெனில், முதல் கல்லை வீசுபவர் சீருடை அணியா காவல்துறை நபர்களே என! ஆனால் பொதுச் சமூகம் அதை எப்போதும் நம்பியதில்லை. காரணம், இதுவரை நடந்தேறிய அரச பயங்கரவாதங்கள் நேரிடையாக தலித் மக்கள் மீதானவை. அதனால் அரசு சொன்ன கதையை அவர்கள் அப்படியே நம்பினார்கள். தூத்துக்குடி போராட்டம் அப்படியானதல்ல. அது எல்லா சாதியினரும் பங்கேற்ற பொதுப் பிரச்சனையாக இருப்பதால், முதன் முறையாக பொதுச் சமூகத்திற்கு அரச பயங்கரவாதமென்றால் என்ன என்பதைப் புரிந்து கொள்ள ஒரு வாய்ப்பு ஏற்பட்டிருக்கிறது.

தமிழகத்தில் 1990-கள் தொடங்கி கடந்த கால் நூற்றாண்டுக் காலத்தில் நடைபெற்ற அரச பயங்கரவாதங்கள் முழுக்க முழுக்க தலித் மக்களின் போராட்டங்களை ஒடுக்கவே அரங்கேற்றப்பட்டன. அரச பயங்கரவாதத்திற்கு அதிலும் துப்பாக்கிச் சூட்டிற்கு அதிகளவில் பலியானவர்களும் அவர்களே! சில முக்கியமான நிகழ்வுகளை இங்கே பட்டியலிடலாம்.

நிகழ்வு 1:

ஜூலை 23, 1999 இல் நடந்த தாமிரபரணி படுகொலையிலும் இதே திரைக்கதையின் படி நாடகத்தை அரங்கேற்றியது அப்போதைய தி.மு.க. அரசு. மாஞ்சோலை தேயிலைத் தோட்டத் தொழிலாளர்களுக்கு கூலி உயர்வு வழங்க ஆணையிடக் கோரி பேரணியாக மாவட்ட ஆட்சியரிடம் மனு கொடுக்க வந்த ஆயிரக்கணக்கான மக்களை இதே போலத் தான் தடுத்து நிறுத்தியது காவல் துறை. மாவட்ட ஆட்சியர் மனுவை வாங்க வெளியே வராததால், பேரணியை நடத்திய தலைவர்கள் வாக்குவாதத்தில் ஈடுபட்டனர். இந்நிலையில்தான் கூட்டத்திலிருந்து - அந்த முதல் கல் - விழுந்தது. அதன் பின்னர் ஏராளமான கற்கள் விழுந்தன. அவற்றை எறிந்தது சமூக விரோதிகள் என்ற இதே வசனம் தான் அப்போதும் சொல்லப்பட்டது. ஆனால் முதல் கல்லையும் அதன் பின்னர் பாய்ந்த ஏராளமான கற்களையும் காவலர்களே எறிந்தனர் என்பது மக்களால் நிரூபிக்கப்பட்டது.

கற்களைக் காரணமாக்கி முரட்டுத்தனமான தடியடியில் இறங்கிய காவலர்கள், நான்கு திசைகளிலிருந்தும் மக்களை நெருக்கி, நெல்லை மாவட்ட ஆட்சியர் அலுவலகத்திற்கு அருகே ஓடிக் கொண்டிருந்த தாமிரபரணி ஆற்றை நோக்கி விரட்ட பெண்கள், குழந்தைகள், முதியவர்கள் என பலரும் ஆற்றில் விழுந்தனர். கொல்லப்பட்டவர்களின் எண்ணிக்கை 17. ஸ்டெர்லைட் படுகொலையைப் போலவே அதுவும் ஜாலியன்வாலாபாக் என்றே வர்ணிக்கப்பட்டது. நீதி விசாரணை நடத்தப்படும் என எடப்பாடி பழனிச்சாமி அறிவித்ததைப் போலவே அப்போது நீதிபதி மோகன் தலைமையில் கமிஷன் அமைக்கப்பட்டது. “போலிஸார் தடியடி நடத்தவில்லை எனில், போராட்டக்காரர்கள் திருநெல்வேலியையே சூறையாடி இருப்பார்கள்” என்று சொல்லி காவலர்களை தப்பிக்க வைத்தது கமிஷன். 17 உயிரைப் பறித்த கொடூரக் கொலையில் ஒரே ஒரு காவலர் மீது கூட முதல் தகவல் அறிக்கை பதிவு செய்யப்படவில்லை. “தற்காப்புக்காகவே போலிஸார் சுட்டனர்” என ஏற்கனவே ஸ்டெர்லைட் போராட்டத் துப்பாக்கிச் சூட்டை நியாயப்படுத்திக் கொண்டிருக்கும் முதல்வர் பழனிச்சாமி அமைக்கும் விசாரணைக் கமிஷனின் தீர்ப்பு எப்படி இருக்கும் என்பதைப் புரிந்து கொள்ள ஏழாம் அறிவு வேண்டுமா, என்ன?

நிகழ்வு 2:

செப்டம்பர் 11, 2011 அன்று பரமக்குடியில் தியாகி இம்மானுவேல் சேகரன் நினைவு நாளைக் கொண்டாடத் திரண்ட தலித் மக்களை பல்வேறு இடங்களிலும் தடுத்து நிறுத்தியது காவல் துறை. தமிழக மக்கள் முன்னேற்றக் கழகத்தின் தலைவர் ஜான் பாண்டியனை மதுரையில் கைது செய்தது. இதனைக் கண்டித்தும் தியாகி இம்மானுவேல் சேகரனுக்கு அஞ்சலி செலுத்த அவரை அனுமதிக்க வேண்டியும் அவரது அமைப்பினர் சாலை மறியலில் ஈடுபட்டனர். அதுவரையிலும் அந்தப் போராட்டம் அமைதியாகவே நடந்து கொண்டிருந்தது. இதன் பின்னர் தான் அரச பயங்கரவாத நாடகம் தொடங்கியது. போராட்டக்காரர்கள் கல்லெறிந்தனர், கலவரத்தில் ஈடுபட்டனர் என்று சொல்லி தடியடியில் தொடங்கி துப்பாக்கிச் சூட்டில் இறங்கியது காவல் துறை. தலித் மக்கள் ஆறு பேர் கொல்லப்பட்டனர். மரித்தவர்களின் உடலை, இறந்த விலங்குகளைப் போல கம்பில் கட்டித் தூக்கிச் சென்று போலிஸ் வாகனத்திற்குள் வீசியெறிந்த காட்சியை பொதுச் சமூகம் அமைதியாக வேடிக்கை பார்த்தது.

ஓய்வுபெற்ற நீதிபதி சம்பத் தலைமையிலான நீதி விசாரணை அறிக்கை, "போராடியவர்கள் பொதுச் சொத்தை சேதப்படுத்தியதால் காவல் துறை துப்பாக்கிச் சூடு நடத்த வேண்டிய கட்டாயம் உண்டானது, அதோடு சாதி சங்கங்கள் நடத்தும் ஊர்வலங்களுக்கு இனிமேல் தமிழகத்தில் அனுமதிக் கொடுக்கக் கூடாது" என்றும் வலியுறுத்தியது. ஆனால் தேவர் குருபூஜையை ஆண்டுதோறும் அக்டோபர் 29 அன்று முக்குலத்தோர் அமைப்புகள் கோலாகலமாக கொண்டாடுவதை அனுமதிப்போடு, அரசும் அவ்விழாக்களில் தொடர்ந்து பங்கேற்கிறது. பூனைக்கு புலி என பெயர் வைத்தால் புலி என்றழைக்கலாம் என்பதைப் போல சாதித் தலைவரான முத்துராமலிங்கத்திற்கு தேசியத் தலைவர் என்ற பட்டம் வழங்கப்பட்டதால் அவர் பெயரில் எத்தனை சாதிக் கலவரங்கள் நிகழ்ந்தாலும் தேசியத் தலைவர் என்ற அரியணையிலிருந்து அவரை இறக்க யாருக்கும் மனமில்லை.

நிகழ்வு 3:

தங்களுக்குரிய பஞ்சமி நிலங்களை மீட்டுத் தர வேண்டுமென்ற நீண்ட நாள் கோரிக்கைக்காக, அக்டோபர் 10, 1994 ஆம் ஆண்டு செங்கல்பட்டுத் துணை ஆட்சியர் அலுவலகம் முன்பு சாலை மறியலில் ஈடுபட்டனர், காரணை கிராமத்தைச் சேர்ந்த தலித்

மக்கள். மனு கொடுத்து அலுத்துப் போனதால் போராட வீதிக்கு வந்தவர்கள் மீது மேற்சொன்ன வகையிலேயே தடியடியும் துப்பாக்கிச் சூடும் நடத்தப்பட்டது. ஜான் தாமஸ், ஏழுமலை என்ற இளைஞர்கள் துப்பாக்கிச் சூட்டிற்கு பலியானர்கள். இதிலும் தொடர்புடைய காவலர்கள் தண்டிக்கப்படவில்லை.

நிகழ்வு 4:

1995 ஆம் ஆண்டு ஜனவரி 20 அன்று திட்டக்குடியில் சாதி இந்துக்களால் தலித் குடியிருப்புகள் சூறையாடப்பட்டதைக் கண்டித்து சாலை மறியலில் ஈடுபட்ட தலித் மக்கள் மீது காவல் துறை துப்பாக்கிச் சூடு நடத்தியது. இதில் சண்முகம் மற்றும் தொளார் ரமேஷ் துப்பாக்கிக் குண்டுக்கு பலியானார்கள். ஆனால், யாரும் இக்குற்றத்திற்காக தண்டிக்கப்படவில்லை.

நிகழ்வு 5:

மதுரை மாவட்டம் கொடியங்குளத்தை அவ்வளவு எளிதில் யாரும் மறந்திருக்க முடியாது. ஆகஸ்ட் 31, 1995 அன்று தலித் மக்கள் மீது படையெடுத்தது காவல் துறை. ஊரையே நாசம் செய்து, கண்ணில்பட்ட எல்லோர் மீதும் கொலைவெறித் தாக்குதல் நடத்தி உடைமைகள் அனைத்தையும் தரைமட்டமாக்கினர் காக்கி உடை கலவரவாதிகள். நீதிபதி கோமதி நாயகம் தலைமையில் விசாரணைக் கமிஷன் அமைக்கப்பட்டு காவலர்கள் குற்றமற்றவர்கள் என காப்பாற்றப்பட்டனர். அதுமட்டுமல்ல; 1990-களின் பிற்பகுதியில் நடந்த பள்ளர் மற்றும் கள்ளர் சமூகங்களுக்கு இடையிலான தென்மாவட்டக் கலவரங்களில் சாதி இந்துக்களோடு சேர்ந்து கொண்டு தலித் குடியிருப்புகள் மீதும் மக்கள் மீதும் தாக்குதல் நடத்தியது காவல் துறை. இதில் ஏராளமானோர் உயிரிழந்தனர். இதிலும் காவலர்கள் மீது எந்த நடவடிக்கையும் எடுக்கப்படவில்லை.

நிகழ்வு 6:

காவல் துறையின் அரச பயங்கரவாத அத்துமீறலுக்கு தண்டனை வழங்கப்பட்ட ஒரே நிகழ்வென்றால் அது வாச்சாத்திக் கொடுமைதான். ஜூன் 20, 1992 ஆண்டு தருமபுரி மாவட்டத்திற்குட்பட்ட சித்தேரி மலைக்கிராமமான வாச்சாத்தியைச் சேர்ந்த பழங்குடி மக்கள், சந்தன மரங்களை வெட்டித் தர வற்புறுத்திய வனத்துறை அதிகாரிகளின் ஆணைக்குக் கட்டுப்படவில்லை. மக்களுக்கும் அதிகாரிகளுக்குமிடையே மூண்ட சண்டையில் அதிகாரிகளை மக்கள் தாக்கியதாகக்

காரணம் சொல்லப்பட்டது. இங்கே கல் என்பது அடி! தம்மை தாக்கிய (!) மக்களுக்கு பாடம் புகட்ட நினைத்த வனத்துறை அதிகாரிகள் மறு நாளே காவல் துறை மற்றும் வருவாய்த்துறை அதிகாரிகளோடு ஊருக்குள் புகுந்து மொத்தத்தையும் சூறையாடினர். 18 பெண்களை பாலியல் வல்லுறவு செய்து அவர்களையும் சேர்த்து 133 பேரை சிறையில் அடைத்தது காவல் துறை. காவல் துறையின் அத்துமீறல் மற்றும் வல்லுறவை விசாரிக்க அமைக்கப்பட்ட நீதி விசாரணையின் நாயகி நீதிபதி பத்மினி ஜேசுதுரை, "பொறுப்புள்ள அதிகாரிகள் இதுபோன்ற செயல்களில் ஈடுபட்டிருப்பார்கள் என்பது நம்பத் தகுந்ததாக இல்லை" என்று சொல்லி அறிக்கை அளித்து மனித உரிமையாளர்களுக்கு மாரடைப்பை வரவழைத்தார். இதன் பின்னர் 19 ஆண்டுகள் இழுத்தடிக்கப்பட்ட வழக்கில் செப்டம்பர் 28, 2011 அன்று தனி நீதிமன்றம் தீர்ப்பளித்தது. குற்றம் சாட்டப்பட்ட 269 பேரில் உயிரோடு உள்ள 215 பேரும் குற்றவாளிகள் எனத் தீர்ப்பளிக்கப்பட்டது. இவர்களுக்கு ஒன்று முதல் 10 ஆண்டுகள் வரை சிறை தண்டனை வழங்கப்பட்டது.

1990–2015 வரையிலான 25 ஆண்டுகளில் அ.தி.மு.க. ஆட்சியில் 21 கலவரங்களும் தி.மு.க. ஆட்சியில் 16 கலவரங்களும் நிகழ்ந்துள்ளதாக மதுரை எவிடென்ஸ் அமைப்பின் ஆய்வு கூறுகிறது. இந்த கலவரங்களில் பெரும்பாலானவை சாதிய மோதல்களே. இந்த சாதிய மோதல்கள் அனைத்தையும் தமிழக அரசு ஆதிக்க சாதியினர் பக்கம் நின்று, பயங்கரவாதத்தால் முடித்து வைத்தது என்பதே அப்பட்டமான உண்மை. சாதி, மதம் என இரு பிரிவினருக்கு இடையில் மோதல் வந்தாலும் சரி, ஒடுக்கப்பட்ட மக்கள் நேரிடையாக அரசோடு மோதும் நிகழ்வுகளாக இருந்தாலும் சரி அவற்றை கட்டுப்படுத்த பயங்கரவாதத்தையே ஆயுதமாக அரசுகள் கையிலெடுக்கின்றன.

பொது மக்களிடம் லத்தி, கண்ணீர் புகைக் குண்டுகள், துப்பாக்கிகள், குறிபார்த்துச் சுடும் வீரர்கள் இருப்பதில்லை என்பது எத்தனை வசதியானது?! அதனால்தான் மக்கள் போராட்டம் எனும் சிறிய கோட்டிற்கு அருகே அரச பயங்கரவாதம் எனும் பெரிய கோட்டைக் கிழித்துவிட்டு அமைதியை நிலைநாட்டிவிட்டதாகத் தொடர்ந்து நாடகமாடுகின்றன அரசுகள். பின்னர், நீதி விசாரணை என்ற பாதாள குகைக்குள் எல்லா உண்மைகளையும் பொட்டலம் கட்டி வீசிவிடுவதை அவை வழக்கமாகக் கொண்டுள்ளன. உண்மையில் இதுவரை

அமைக்கப்பட்ட நீதி விசாரணை ஆணையங்கள் ஒருபோதும் பாதிக்கப்பட்ட மக்கள் பக்கம் தீர்ப்பளித்ததில்லை.

மாறாக, அது ஆளும் அரசின் எண்ணவோட்டத்திற்கு ஆதரவாக இருந்து காவல் துறையின் அத்துமீறல்களை காப்பாற்றியே வந்திருக்கின்றன. அது மட்டுமல்ல, கமிஷனின் பரிந்துரைகளை அரசோ சம்பந்தப்பட்டத் துறை சார்ந்த அதிகாரிகளோ எக்காலத்திலும் மதித்ததில்லை. இப்பின்னணியில் தான் ஸ்டெர்லைட் துப்பாக்கிச் சூட்டிற்காக அமைக்கப்படும் நீதி விசாரணையின் நிலைமையையும் நாம் அணுக வேண்டும். அதிலும் ஏற்கனவே தீய சக்திகள் போராட்டக்காரர்களோடு கலந்துவிட்டதாக முதல்வர் கூறிக் கொண்டிருக்கும் நிலையில், "பெரும் சேதத்திலிருந்து தூத்துக்குடியைக் காப்பாற்றவே துப்பாக்கிச் சூடு நடந்தது" என்ற அறிக்கை முடிவு நிச்சயம் வரும் என எதிர்பார்க்கலாம். துப்பாக்கிச் சூட்டில் கொல்லப்பட்ட பத்தாம் வகுப்பு மாணவி ஸ்னோலினுக்கு அதில் ஏதாவது அறிவுரையும் இருக்கலாம்.

அரச பயங்கரவாதத்தின் வலியும் விசாரணை ஆணையங்களின் துரோகமும் தலித் மக்களுக்கு மிக மிக பழக்கப்பட்டது. பொதுச் சமூகம் அதாவது பிற்படுத்தப்பட்ட சமூகத்தினர் இப்போதுதான் முதன் முதலில் அதை அனுபவிக்கின்றனர். தலித் மக்களின் உரிமைப் போராட்டங்களை ஒடுக்கிய அரசின் பயங்கரவாத நடவடிக்கைகளை ஆதிக்க சாதியினர் இதுவரையிலும் சரியானதென்று நியாயப்படுத்தியே வந்திருக்கின்றனர். அவர்களை சுட்டுக் கொல்வது கூட சரியே என்பது போலத்தான் அத்தாக்குதல்களைக் கண்டிக்காமல் விலகி நின்றனர். ஒடுக்கப்பட்டவர்களின் போராட்டங்களை 'வன்முறை வெறியாட்டம்' என அரசும் ஊடகங்களும் முத்திரை குத்திய போது 'ஆமாம்', 'ஆமாம்' என்று ஆதரித்தனர்.

மாஞ்சோலை தேயிலைத் தோட்டத் தொழிலாளர்கள் 150 ரூபாய் கூலி உயர்வு கேட்டுப் போராடி 17 உயிர்களைக் காவு கொடுத்தனர். தலித் மக்கள் நடத்திய அந்தப் பேரணியை, 'போக்குவரத்து நெரிசல்' என கொச்சைப்படுத்தினர் சாதி இந்துக்கள். இதுவரையிலும் தலித் மக்களின் எந்தப் போராட்டத்தையும் தன்னுடையதாக இந்த பொதுச் சமூகம் கருதியதில்லை. சாதி இந்துக்களின் நலனையே அரசுகள் எப்போதும் காப்பாற்றி வந்ததால் அவர்களுக்கு உரிமைப் போராட்டம் என்றால் என்னவென்றே தெரியாமல் போய்விட்டது. தமிழகத்தில் சுதந்திரத்திற்குப் பின்னர் அனேகமாக பொதுச் சமூகத்தின் மீது நிகழ்த்தப்பட்டு,

இத்தனை உயிர்களை காவு வாங்கிய முதல் நிகழ்வு ஸ்டெர்லைட் போராட்டம் என்றால் அது மிகையல்ல. ஆனால் தலித் மக்கள் இக் கொடுமையை காலந்தோறும் அனுபவித்து வந்திருக்கின்றனர்.

தலித் மற்றும் பழங்குடிச் சமூக மக்கள் மட்டுமே அனுபவித்து வந்த அரச பயங்கரவாதம் பா.ஜ.க.வின் தமிழர் ஒடுக்குமுறை நடவடிக்கைகளால் பொதுவானதாக மாறி வருகிறது. ஜல்லிக்கட்டுப் போராட்டமும் ஸ்டெர்லைட்டும் அதற்கான சமகால உதாரணங்கள். தமிழகத்தின் பொதுப் பிரச்சனைகளில் - அதாவது ஆதிக்க சாதியினர் பரவலாக பாதிக்கப்படும் பிரச்னைகளில் - தேவர், நாடார், மீனவர்கள், கிறித்துவர்கள், முஸ்லிம்கள் மற்றும் இதர பிற்படுத்தப்பட்டவர்களுடன் ஒடுக்கப்பட்ட மக்களும் களத்தில் நிற்கிறார்கள். ஆனால், தலித் மக்களின் போராட்டங்களில் - கூலி உயர்வு முதல் குடிசை அகற்றம் வரை எதையும் - ஆதிக்க சாதியினர் பொதுப் பிரச்சனையாகக் கருதி தோள் கொடுப்பதில்லை.

விவசாயச் சட்டம், ஜல்லிக்கட்டு, ஆபத்தான வளர்ச்சித் திட்டங்கள், நீட் தேர்வு என போன்ற மக்கள் விரோத முடிவுகளால் - தம்மை உயர்சாதியினராகக் கருதிக் கொள்ளும் - பிற்படுத்தப்பட்ட சமூகங்களையும் போராட்டக் களத்திற்கு கொண்டு வரும் காலத்தை பார்ப்பனிய பா.ஜ.க. ஆட்சி உருவாக்கிவிட்டது. இத்தருணத்திலேனும் உரிமைப் போராட்டங்களை அரசு எத்தனை வீரியமாக முடக்கும் என்பதை பொதுச் சமூகம் உணர்ந்து கொள்ள வேண்டும். உரிமைகளை நசுக்குவதன் வழியே போராட்டத்தைத் தூண்டிவிட்டு பின்னாலேயே கலவரத்தைத் தொடங்கி வைக்க மூட்டை நிறைய கற்களையும் கலவரத்தை முடித்து வைக்க துப்பாக்கி ரவைகளையும் காவலர்களிடம் கொடுத்தனுப்பும் அரச பயங்கரவாதத்தின் உண்மையான முகத்தை இனியேனும் பொதுச் சமூகம் புரிந்து கொள்ளட்டும். உரிமைகளுக்காகப் போராடும் மக்கள் வன்முறையாளர்களோ, தீய சக்திகளோ, சமூக விரோதிகளோ அல்லர் என்ற பாடத்தை ஸ்டெர்லைட் போராட்டம் சாதி இந்துக்களுக்கு கற்றுக் கொடுக்கட்டும். ●

30/05/2018
த வயர்
(thewire.com)

கச்சநத்தம் படுகொலைகள் – வன்கொடுமை எனும் சமூக பயங்கரவாதம்

> "
>
> கயர்லாஞ்சி, கச்சநத்தம் போல கூட்டுப் படுகொலைகளோ வன்புணர்ச்சிகளோ நடந்த பிறகு இழவு வீட்டில் ஒப்பாரி வைக்கும் வகையில் ஆளாளுக்கு அதைக் கண்டிக்கக் கிளம்பிவிடுகின்றனர். அரச பயங்கரவாதத்திற்கு எதிராக எதிர்வினையாற்றும் பொதுச் சமூகம், சாமானியர்கள் நாள்தோறும் சர்வசாதாரணமாக நிகழ்த்தும் சாதிய வன்கொடுமை எனும் சமூக பயங்கரவாதத்தைக் கண்டுகொள்வதில்லை
>
> "

02

"அந்தச் செய்தி சந்தேகத்திற்கிடமானது... நம்பும்படியாக இல்லை..."

"தமிழர்களின் போராட்டங்களை திசை திருப்புவதற்காக இப்படி கிளப்பிவிடுகின்றனர்..."

"மூன்று ஆண்டுகளுக்கு முன்பு திருவிழாவில் ஏற்பட்ட முன்பகை தான் காரணம்"

"இது ஒருத்தர் மேல இன்னொருத்தர் பண்ண தாக்குதல் இல்ல. இரு பிரிவுகளுக்கு இடையில் நடந்த மோதல்'

"கஞ்சா விற்பதைத் தடுத்தால் பொண்டாட்டி புள்ளையா இருந்தாலும் கொல்லத்தான் செய்வான். அதை செய்ததற்காகவே இவர்கள் கொல்லப்பட்டார்கள்"

சிவகங்கை மாவட்டம் மானாமதுரை வட்டம் பழையனூர் காவல் நிலைய எல்லைக்கு உட்பட்ட கச்சநத்தம் கிராமத்தைச் சேர்ந்த எட்டு தலித் மக்கள் 28.5.2018 அன்று அதே ஊரைச் சேர்ந்த சாதி இந்துக் குடும்பத்தினரால் வெட்டிச் சாய்க்கப்பட்டனர். இதில் ஆறுமுகம் (68), சண்முகநாதன்(31), சந்திரசேகரன் (34) ஆகியோர் ரத்த வெள்ளத்தில் கொடூரக் காயங்களுடன் அன்றே உயிரிழக்க, தனசேகரன் (52), மலைச்சாமி (50) சுகுமாரன் (22) மூவரும் ஒவ்வொருவர் உடம்பிலும் தலா 40-50 வெட்டுக் காயங்களுடன் மதுரை மீனாட்சி மிஷன் மருத்துவமனையில்

சிகிச்சை பெற்று வருகின்றனர். தெய்வேந்திரன் (45) மகேஸ்வரன் (18) இருவரும் தீவிரக் காயங்களுடன் மதுரை ராஜாஜி அரசு பொது மருத்துவமனையில் அனுமதிக்கப்பட்டுள்ளனர்.

இந்தச் செய்தி கசியத் தொடங்கிய கணத்திலிருந்து மேற்கூறிய வகையிலான விவாதங்கள் எல்லா தரப்பிலிருந்தும் களைகட்டத் தொடங்கின. ஓர் அப்பட்டமான சாதியப் படுகொலையை, "அது சாதிக்காக நடத்தப்பட்டக் கொலையாக இருக்காது" என நிறுவுவதற்கான முயற்சிகள் பொது வெளியில் பலமாக நடந்து கொண்டிருந்த போது, கச்சநத்தம் என்ற அந்தச் சின்னஞ்சிறிய தலித் கிராமம் - வீடு வீடாக வெட்டிச் சாய்க்கப்பட்ட உறவுகளின் ரத்தத்தை கழுவும் திராணியற்று - சிதைந்து உறைந்து கிடக்கிறது.

வன்கொடுமைகளுக்கும் கலவரங்களுக்கும் பெயர் போன சிவகங்கையில் இருந்து 30 கி.மீ தொலைவில் இருக்கும் கச்சநத்தம் ஓர் உள்ளடங்கிய கிராமம். சுமார் ஆயிரம் அகமுடையார் (சாதி இந்துக்கள்) குடும்பங்கள் வசிக்கும் ஆவாரங்காடு மற்றும் மாரநாடு கிராமங்களைக் கடந்துதான் கச்சநத்தத்தை அடைய முடியும். கண்மாய், வயல்காடுகள், தோப்புகளுக்கு நடுவே, - 'வெட்டிப் போட்டால் ஏன் என்று கேட்க நாதியில்லாத வகையில்' - கச்சநத்தம் அத்தனை நிராதரவாக இருக்கிறது.

35 பள்ளர் (தலித்) குடும்பங்களும் ஒரேயொரு அகமுடையார் (ஆதிக்கசாதி) குடும்பமும் கச்சநத்தத்தில் வசிக்கின்றன. பெரும்பான்மையின் பலம் என்பது எண்ணிக்கையில் அல்ல, கொண்டிருக்கும் அதிகாரத்தில் உள்ளது என்ற சனாதன விதியைப் புரிந்து கொள்ள இந்த 35:1 கணக்கு உதவக்கூடும். ஆம், சில நூறு தலித் மக்கள் மீது பத்திற்கும் குறைவான எண்ணிக்கையைக் கொண்ட ஒரேயொரு சாதி இந்துக் குடும்பம் பலவிதமான ஒடுக்குமுறைகளை கையாண்டு வந்திருக்கிறது. அதன் தொடர்ச்சியே இந்தப் படுகொலை.

கச்சநத்தம் தலித் மக்களின் குல தெய்வமான கருப்பண்ணசாமி கோவில் திருவிழா 26.5.2018 சனிக்கிழமை அன்று தொடங்கியதை முன்னிட்டு வெளியூர்களில் வேலை பார்த்தவர்கள், உறவுக்காரர்கள் என எல்லோரும் கூடியிருந்தனர். அவ்வூரைச் சேர்ந்த கலைச்செல்வியின் வீட்டிற்கு வந்திருந்த அவரது உறவினரான பிரபாகரன் வீட்டிற்கு அருகே நின்று செல்போனில் பேசிக் கொண்டிருக்க, அவ்வழியே வந்த ஆதிக்க சாதியைச் சேர்ந்த சுமனும் அருண்குமாரும் 'ஏண்டா பள்ளப்பயலே, என்னடா வழியில நின்னு போன் பேசிட்டிருக்க' என

இழிவாகத் திட்டியபடி அடிக்கப் பாய்ந்தனர். இதைப் பார்த்த தெய்வேந்திரன் (கொல்லப்பட்ட ஆறுமுகத்தின் மகன்) "சாதி பத்தி பேசினா போலிஸ்ல புகார் கொடுப்பேன்' என்று சொல்ல சுமனும் அருண்குமாரும் பிரபாகரன் மற்றும் தெய்வேந்திரனை தாக்கத் தொடங்கினர். அதற்குள் கூட்டம் கூடி இருவரையும் விலக்கிவிட, "பள்ளப்பயல்களுக்கு இவ்வளவு திமிரா, உங்கள கொல்லாம விடமாட்டோம்" என்று சொல்லிவிட்டுக் கிளம்பினர். கொலை மிரட்டல் விடுத்ததால், காவலராக வேலை பார்க்கும் பிரபாகரனும், ராணுவத்தில் பணிபுரியும் தெய்வேந்திரனும் தாமதிக்காமல் திருப்பாச்சேத்தி காவல் நிலையத்திற்குச் சென்று புகார் அளித்தனர்.

திருப்பாச்சேத்தி காவல் நிலைய ஆய்வாளர், சுமன் மற்றும் அருண்குமாரைத் தேடி கச்சநத்தத்திற்கு வர அவர்கள் ஓடி ஒளிந்து கொண்டனர். இதனால், இருவரின் தந்தையான சந்திரக்குமாரை காவல் நிலையத்திற்கு அழைத்து வர நேர்ந்தது. "உங்கள் மகன்கள் தேவையில்லாமல் சாதி ரீதியான வன்முறையில் ஈடுபடுகின்றனர். இப்படியே போனால் வழக்குப் பதிவு செய்து கைது பண்ண வேண்டி வரும்" என 'எச்சரித்து' அனுப்பினர். திருவிழாவின் இரண்டாம் நாளான ஞாயிற்றுக் கிழமை எந்தப் பிரச்னையும் இல்லாமல் போனதால், 'இனி பிரச்னை இல்லை' என்று நிம்மதியாக திருவிழா கொண்டாட்டத்தில் மூழ்கினர் தலித் மக்கள். சாதி இந்துக்களின் அந்த ஒரு நாள் அமைதி மறுநாள் நடக்கவிருக்கும் கொலைவெறித் தாக்குதலுக்கான அவகாசம் என்பதை அவர்கள் துளியளவும் கணிக்கவில்லை.

மூன்றாவது நாள் திங்கட்கிழமை இரவு நடந்த கொடூரத்தை விவரிக்கிறார் தெய்வேந்திரன். "போலிஸ்ல புகார் கொடுத்ததால அவங்க என்னைதான் முக்கியமா குறி வச்சிருந்தாங்க. நான் ஆர்மில சோல்ஜரா இருக்கேன். இந்த திருவிழாக்காகவும் என் கல்யாணத்துக்காகவும் விடுப்புல வந்தேன். திருவிழா முடிஞ்சதும் குடும்பத்துல எல்லோரும் கல்யாண வேலையை கவனிக்கிறதுக்காக அன்னைக்கு ராத்திரியே மானாமதுரை கிளம்பிட்டோம். அப்பா ஆறுமுகம் மட்டும் அன்னைக்கு ராத்திரி வீட்டுல இருந்தார். ராத்திரி ஒன்பது மணியளவுல திமுதிமுனு அரிவாள், கத்தினு ஆயுதங்களோட ஒரு கும்பல் வீட்டுக்குள்ள புகுந்து என்னை தேடியிருக்கு. நான் ஊர்ல இருக்குறதா எங்கப்பா சொன்னதும், சுமனோட அம்மா மீனாட்சி, 'புள்ள இல்லேன்னா என்னடா அப்பன வெட்டுங்க'னு கத்தியிருக்கா. உடனே அந்த வயசானவர வெளில இழுத்துப் போட்டு வாசல்லயே கண்டந்துண்டமா

வெட்டிட்டாங்க. என் அப்பா துடிக்கத் துடிக்க அங்கேயே செத்துட்டார். அதுமட்டுமில்ல, பீரோவை உடைச்சு என் கல்யாணத்துக்கு வச்சிருந்த 3 லட்சத்து எழுபதாயிரம் ரூபாயையும் 35 பவுன் நகையையும் திருடிட்டாங்க. வீட்டுல இருந்த பொருட்களை எல்லாம் அடிச்சு உடைச்சு நொறுக்கிட்டாங்க. நான் நாட்டைப் பாதுகாக்கற வேலைல இருக்கேன். ஆனால் என் நாட்டுல என் வீட்டிற்கும் எனக்கும் பாதுகாப்பு இல்லை" என்று கண் கலங்குகிறார்.

சுமனும் அருண்குமாரும் தன்னோடு சுமார் 20 பேர் கொண்ட கும்பலை அழைத்து வந்திருந்தனர். வரும் போதே தெருவிளக்குகளுக்கான மெயின் ஸ்விட்சை அணைத்துவிட்டதால் தெருக்கள் இருளில் மூழ்கின. வீட்டிற்குள் சிலர் டிவி பார்த்துக் கொண்டிருக்க, பலர் படுக்கையில் சாய்ந்துவிட்டனர். இருளில் பதுங்கி வந்த அந்த கும்பல் திடீரென கண்மண் தெரியாமல் கண்ணில் படும் அத்தனைப் பேரையும் வெட்டிச் சாய்த்தது. 'பத்து பள்ளப்பயலுக தலையாவது உருண்டா தான் போலிசுக்கு போக மாட்டானுங்க' என கத்திக் கொண்டே அது வீடுகளுக்குள் புகுந்ததாகக் கூறுகிறார் கச்சநத்தத்தில் வசிக்கும் காளீஸ்வரி.

இந்த கொலைவெறித் தாக்குதலில் சம்பவ இடத்திலேயே உயிரிழந்த சண்முகநாதன் கச்சநத்தம் மக்களுக்கு ஒரு கதாநாயகன். எம்.பி.ஏ. பட்டதாரியான சண்முகநாதன் கார்ப்பரேட் நிறுவனங்களில் கிடைத்த வேலைகளை ஒதுக்கிவிட்டு தன் கிராமத்தில் இருக்கும் 20 ஏக்கர் நிலத்தில் பயிர் செய்து வந்தார். அவரது அப்பா அறிவழகன் அரசு அய்.டி.அய் நிறுவனத்தில் துணை பயிற்சியாளராக இருக்கிறார். அம்மா, பள்ளி ஆசிரியை. இளைஞர்களை வழி நடத்துவது, படிப்புக்கு உதவுவது, கல்விக்கடன் வாங்கித் தருவது, டியூஷன் நடத்துவது, விவசாயப் பயிற்சி அளிப்பது, ஊருணியை சுத்தம் செய்வது என ஒரு தன்னார்வலராக செயல்பட்டு வந்திருக்கிறார். தன் சமூக இளைஞர்களிடம் கஞ்சா விற்க சாதி இந்துக்கள் முயன்ற போதும் ஆடு கோழிகளை திருடிச் சென்ற போதும் அதைக் கண்டித்து காவல் நிலையத்திற்குப் போனார் சண்முகநாதன்.

அன்றிரவு வீட்டிற்கு வந்தவர் அசதியில் உடனே தூங்கிவிட, தூக்கத்திலேயே அவரை வெட்டிச் சாய்த்தது கொலைக் கும்பல். நடப்பதை உணரவோ, எழவோ, தடுக்கவோ அவருக்கு அவகாசமே அளிக்கப்படவில்லை. அவருடைய வீட்டில் டிவி பார்த்துக் கொண்டிருந்த சந்திரசேகர் ரத்தம் சொட்டச் சொட்ட தப்பி மாடிக்கு ஓட முற்பட அவரின் உயிர்

போகும்படி கூறுபோட்டுவிட்டு நகர்ந்தது. ஒருவார காலமாகியும் சண்முகநாதனின் வீடு, நடந்த கொடூரத்தின் உயிரற்ற சாட்சியாக நிற்கிறது. அவர் படுத்திருந்த இடமெங்கும் உதிரம். சந்திரசேகரன் உயிர் தப்பிக்க ஓடிய வாசற்படி, மாடிப் படிக்கட்டு, அவர் கைப் பதித்த சுவர் என எங்கும் ரத்தக்கறை.

சண்முகநாதனின் அம்மா மரகதம், மகன் கொலையான வீட்டிற்குள் போகவே இல்லை. “என் தங்க மகனோட ரத்தத்தை எப்படிப் பார்ப்பேன்” என்று அழுகிறார். அவரது அப்பா, புதைக்கப்படும் வரை மகனின் முகத்தைப் பார்க்கவில்லை. “என் மகனை அந்தக் கோலத்தில் பார்த்தா அப்புறம் என் வாழ்நாளுக்கும் நான் மீள முடியாது” என்று சொல்லும் போது தொண்டை அடைக்கிறது அவருக்கு. ‘இப்படியொரு பையன் எங்க குடும்பத்துல இனி எப்போ பொறப்பான்’ என்று கதறுகின்றனர் அவரது உறவினர்கள்.

“எங்ககிட்ட நிலம் இருக்கு. வீட்டுக்கு வீடு பட்டதாரிங்க இருக்காங்க. நிறைய பேர் அரசாங்க வேலை பார்க்குறாங்க. போலிஸ், டீச்சர், எஞ்ஜினியர், வி.ஏ.ஓ., அரசு பஸ் ஓட்டுநர், நடத்துநர், சோல்ஜர், ஆடிட்டர்னு கவுரவமான வேலையில இருக்காங்க. ஒரு ஏழெட்டு பேர் வெளிநாட்டுல வேலை பார்க்குறாங்க. நமக்கு அடிமையா இருந்தவனுங்க படிச்சு, சம்பாதிச்சு நல்ல நெலமைல இருக்குறத ஆதிக்க சாதிக்காரங்களால ஏத்துக்க முடியல. இந்த கிராமத்தை நாங்க சுயமா வளர்த்தெடுத்தோம். விவசாய சங்கம், பால் பண்ணை எல்லாம் அமைச்சோம். இதையெல்லாம் அவங்களால தாங்க முடியல. எங்களோட பொருளாதாரமும் படிப்பும் அவங்க கண்ணை உறுத்திட்டே இருந்துச்சு. அவங்க திருடுறதையும் கஞ்சா விக்கிறதையும், தப்பு பண்ணிட்டு இங்க வந்து பதுங்குறதையும் நாங்கத் தடுத்தோம். ஆனா, எங்க பசங்களுக்கே போதை மாத்திரை கொடுக்க முயற்சி பண்ணாங்க. இதெல்லாம் பத்தி என் பையன் விழிப்புணர்வு ஏற்படுத்தினான். அவனை கண்டந்துண்டமா வெட்டிச் சாய்ச்சுட்டானுங்க. அவனை ஒரு தடவை கூட நான் அடிச்சதில்லை. ஆயிரம் கேட்டா ரெண்டாயிரம் கொடுத்துதான் வளர்த்துருக்கேன். அவ்வளவு நியாயமானவன். என் செல்ல மகன் இந்த கிராமத்தையும் மக்களையும் அவ்ளோ நேசிச்சான். ஜாதிங்கற போதை வெறிக்கு இங்கயே அவன் பலியாகிட்டான்” இழப்பின் வலியை மென்று விழுங்க முயல்கிறார் அறிவழகன்.

அறிவழகனின் தம்பி தனசேகரன் மற்றும் அவரது மகன் சுகுமாரன் இருவரும் இயல்பு வாழ்க்கைக்குத் திரும்ப முடியாத

வெட்டுக் காயங்களுடன் சிகிச்சையில் இருக்கின்றனர். அய்.சி.யூவில் நினைவற்று இருக்கும் மகனையும் எலும்புமுறிவுப் பிரிவில் - முற்றிலும் சிதைக்கப்பட்ட கை கால்களில் பெரிய பெரிய கட்டுகளுடன் - படுத்திருக்கும் கணவரையும் ஓடி ஓடி கவனித்து சோர்ந்துவிட்டார் ஸ்ரீதேவி. “சுமன், அருண்குமார் மேல ஏற்கனவே நிறைய வழக்குகள் இருக்கு. ஆனா போலிஸ் அவனுங்ககிட்ட கமிஷன் வாங்கிட்டு, அவனுங்க பண்ற குற்றங்களை கண்டுக்கிறதில்லை. 3-4 தடவை புடிச்சுட்டுப் போய் 10 நாள்ல விட்டுட்டாங்க. நாங்க விவசாயம் பண்றவங்க. எங்க வீட்டுக்காரர் மண்வெட்டியக் கூட இனிமேல் பிடிக்க முடியாது. அந்தளவுக்கு 50 இடத்துல வெட்டிருக்கானுங்க. என் மகன் அய்.ஏ.எஸ் ஆகனுங்கற கனவோட இருந்தான். இப்போ, பொழச்சு வந்தாலே போதும்னு இருக்கு. நாங்க இதுனால தான் புள்ளங்கள வெளியூர்ல படிக்க வைக்கிறோம். உழைச்சுப் படிச்சு கண்ணியமா நடந்துக்குற நாங்க சாகுறோம்! சாதி வெறிப்பிடிச்சு வெட்டிச் சாய்க்குறவனுங்க நல்லா வாழுறானுங்க. எங்க பசங்க மேல ஒரு கேஸாவது இருக்கானு விசாரிங்க. எந்த வம்புக்கும் போக மாட்டாங்க. கத்தி எடுத்துட்டு வெட்ட வந்தப்போ கூட நாங்க போலிஸோட உதவியை தான் கேட்டோம். ஆனா போலிஸ் எங்களுக்கு கடைசி வரையும் உதவல” என்கிறார் ஆதங்கத்தோடு.

எட்டுப் பேர் வெட்டிச் சாய்க்கப்பட்ட இந்த வன்கொடுமை, எல்லோரும் நிறுவ முனைவது போல ஒரேயொரு குறிப்பிட்ட சம்பவத்தின் தூண்டுதலோ எதிர்வினையோ அல்ல. மாறாக காலங்காலமாக ஊறி வந்த சாதிய வன்மத்தின் விளைவு என்பதை கச்சநத்தம் தலித் மக்கள் அன்றாடம் அனுபவிக்கும் பாகுபாடுகள் மற்றும் வதைகளின் வாயிலாகப் புரிந்து கொள்ளலாம்.

“இங்க எல்லோருமே விவசாயம் தான் பார்க்குறோம். மழை நல்லா இருந்தா நெல்லு, வாழை, கரும்புனு பயிர் செய்றோம். ஒரு குடும்பத்துகிட்ட குறைஞ்சபட்சம் ரெண்டு ஏக்கர் நிலமாவது இருக்கு. ஆனாலும் ஆதிக்க சாதிக்காரங்க நிலத்துல விவசாயக் கூலி வேலைக்கும் போறோம். அது, அந்த காலத்துல இருந்து அப்படியே பழக்கிட்டாங்க. எங்க காட்டுல வேலை இருந்தாக் கூட அவங்க (சாதி இந்துக்கள்) கூப்பிட்டா செஞ்சிட்டிருக்க வேலையை அப்படியே போட்டுட்டு ஓடணும். இல்லன்னா துரத்தித் துரத்தி அடிப்பாங்க. அந்த காலத்துல மாதிரியே நாங்க அடிமையாவே இருக்கணும்னு எதிர்பார்க்குறாங்க” என்கிறார் கொல்லப்பட்ட ஆறுமுகத்தின் மனைவி இருளாயி.

இந்தப் படுகொலை நடந்த மறுநாள் சுமன், அருண்குமார் என்ற இருவர் உட்பட அய்ந்து பேர் மதுரை குற்றவியல் நீதிமன்றத்தில் சரணடைந்தனர். காவல் துறை 17 பேர் மீது எப்.அய்.ஆர் பதிவு செய்துள்ளது. ஆனால் இன்னும் எல்லோரும் கைது செய்யப்படவில்லை. இந்த சுமனும் அருண்குமாரும் கச்சநத்தத்தில் தமது பெற்றோர் மீனாட்சி மற்றும் சந்திரக் குமாருடன் வசிக்கின்றனர். உறவினர்கள் சுரேஷ் மற்றும் செல்வியோடு பங்காளிகள் சிலரும் இவர்களோடு அதே ஊரில் வாழ்கின்றனர் என்றாலும் இவர்கள் யாருக்கும் சொந்த ஊர் கச்சநத்தம் இல்லை. ஒரு தலைமுறைக்கு முன்பு இவ்வூரில் பிழைக்க வந்தவர்களுக்கு கொஞ்சம் நிலம் கொடுத்து உதவியதும் இந்த தலித் மக்களே. இந்த ஆதிக்கசாதிக் குடும்பம் இப்போது வசிக்கிற வீடு கூட ஒரு தாழ்த்தப்பட்டவருடையது தான். குடிக்க, குளிக்க நீர் எடுப்பது கொல்லப்பட்ட சண்முகநாதனுக்கு சொந்தமான கிணற்றில்தான். எவ்வளவு தான் உதவிகள் செய்தாலும், எவ்வளவுதான் விலகி நடந்தாலும் சாதி இந்துக் குடும்பம் தலித் மக்களை துன்புறுத்துவதை நிறுத்தவில்லை. 20-22 வயதுகளில் இருக்கும் சுமனும் அருண்குமாரும் ஜாதி வெறியோடு கண்ணில் படுவோரை தாக்குவதையும் தகாத வார்த்தைகளால் திட்டுவதையும் வழக்கமாகவே வைத்துள்ளனர்.

பெண்கள் மோட்டார் பம்ப்பில் குளிக்கும்போது உள்ளாடையோடு உள்ளே குதித்து கலாட்டா செய்வது, குடிநீர் தொட்டியில் குளிப்பது, இளைஞர்களை தகாத வார்த்தைகளில் சீண்டி வம்பிழுப்பது, பெண்களை ஆபாச வார்த்தைகளால் இழிவுபடுத்துவது, வெளியாட்களைக் கூட்டி வந்து கஞ்சா விற்பது, எந்த வீட்டிற்குள்ளும் நுழைந்து வேண்டிய பொருட்களை அடாவடியாக பிடுங்கிச் செல்வது, கோழிகளையும் ஆடுகளையும் திருடிச் செல்வது, ரோட்டில் நடந்து செல்லும் போது சாதிப் பெயர் சொல்லி இழிவாக சாடுவது, அணிந்திருக்கும் தங்க நகைகளைப் பிடுங்குவது, வேகமாக மோட்டார் சைக்கிளை ஓட்டி இடிக்க வருவது, ரேஷன் கடையில் வரிசையில் முன்னரே இவர்கள் நின்றாலும் அவர்கள் வந்தால் முன்னுரிமை அளிக்க வேண்டுமென அதிகாரம் செய்வது என நாள்தோறும் பல்வேறு வகையான வன்கொடுமைகளை அந்த ஒற்றைக் குடும்பத்தினரிடம் அனுபவித்து வந்ததாகக் கூறுகின்றனர் கச்சநத்தம் தலித் மக்கள்.

“போன வருஷம் எங்க சமூகத்தைச் சேர்ந்த மலைச்சாமி, தனசேகரன், சந்திரசேகர், சதாசிவம்னு நாலு பேரை தேவையில்லாம வம்பிழுத்து கத்தியை எடுத்துக்கிட்டு விரட்டி

வெட்ட வந்தானுங்க. இதப் பத்தி போலீஸ்ல புகார் கொடுத்தோம். இங்க பாண்டினு ஒருத்தர மண்டையில அடிச்சு மயக்கம் போட வச்சிட்டு அவர் வளர்த்த கோழிகளை மொத்தமா திருடிட்டுப் போயிட்டானுங்க. அதைத் தட்டிக் கேட்டதுக்கு அவரை கத்தியால குத்த வந்தானுங்க. சதாசிவம் என்பவரை வீண் வம்பிழுத்து அடிச்சானுங்க. ராமுங்கறவர் எங்க ஊர் பூசாரி. அவரை பெல்ட்டால அடிச்சு மண்டைய உடைச்சானுங்க. ராக்குனு ஒரு அக்கா, அவங்க விதவைங்கறதால, 'எங்க முன்னாடி வராதனு கால்லயே அடிச்சு நடக்க முடியாம பண்ணிட்டாங்க. எங்கள ஒவ்வொரு தடவை சாதிப் பேரை சொல்லி அடிக்கிறப்பவும் கொல்ல வர்றப்பவும் நாங்க போலிஸ்ல புகார் கொடுத்திருக்கோம். ஆனா அந்தக் குடும்பத்து மேல இதுவரைக்கும் எந்த நடவடிக்கையும் எடுத்ததில்ல. அப்பவே நடவடிக்கை எடுத்திருந்தா, இப்போ இத்தனை உசுருகள நாங்க பறி கொடுத்திருக்க மாட்டோம்" என்கிறார் படுகொலையை நேரில் பார்த்த ரேவதி.

கிராம மக்களை மிரட்டி வரும் சுமன் மற்றும் அவரது குடும்பத்தினரிடம் இருந்து பாதுகாப்பு வழங்க வேண்டும் என்று 2.7.2017 அன்று காவல் ஆய்வாளரிடமும் 20.7.2017 அன்று சிவகங்கை மாவட்ட காவல் துறை கண்காணிப்பாளரிடமும் 31.7.2017 அன்று மக்கள் குறை தீர்க்கும் மன்றம், மாவட்ட ஆட்சியர் மற்றும் ஆதிதிராவிடர் நலத்துறை அலுவலரிடமும் கச்சநத்தம் கிராமப் பொதுமக்கள் புகார் அளித்துள்ளனர். ஆனால் கண்டிப்புகளுடன் காவல் துறை பிரச்சனையை கண்டுகொள்ளாமல் விட்டதுதான் இவ்வளவு பெரிய படுகொலையை நிகழ்த்தும் துணிச்சலை குற்றவாளிகளுக்கு அளித்திருக்கிறது.

இந்திய அளவில் வன்கொடுமைகள் அதிகம் நடக்கும் முதல் பத்து மாநிலங்களில் தமிழகமும் ஒன்று. அண்மை ஆண்டுகளில் இந்த எண்ணிக்கை அதிகரித்தும் வருகிறது. தேசிய தாழ்த்தப்பட்டோர் ஆணையத்தில் பதிவாகும் ஒவ்வொரு ஆறு வழக்குகளிலும் ஒன்று தமிழ்நாடு மற்றும் புதுச்சேரியில் பதிவாகிறது. 2015-2017 வரை பதிவு செய்யப்பட்ட 32,000 வழக்குகளில் 5,300 வழக்குகள் தமிழகத்திற்குச் சொந்தமானது. இதிலும் 2,000 வழக்குகள் கொலை, வன்புணர்ச்சி மற்றும் உடல்ரீதியான தாக்குதல், இழிவாகப் பேசுதல் என மிகத் தீவிரமானவை. அரசு கொடுக்கும் இந்த புள்ளிவிபரங்கள் நாள்தோறும் தலித் மக்கள் அனுபவிக்கும் வன்கொடுமை மற்றும் பாகுபாடுகளை ஒப்பிடும் போது 5% கூட இருக்காது.

"இந்தியாவின் ஆறு லட்சம் கிராமங்களும் ஊராகவும் சேரியாகவும் இருக்கின்றன. ஊர்களில் சாதி இந்துக்கள் சேரிகளில் வாழும் தலித் மக்கள் மீது ஒவ்வொரு நொடிப் பொழுதும் வன்கொடுமையை ஏவுகின்றனர், தீண்டாமையைக் கடை பிடிக்கின்றனர். இவற்றில் எல்லாமே வழக்குகளாக மாறுவதில்லை. கச்சநத்தம் மக்கள் நாள்தோறும் சாதிக் கொடுமையை அனுபவித்து வந்திருக்கின்றனர். இந்தக் கொலை என்பது அவர்கள் நாள்தோறும் எதிர்கொண்ட வன்கொடுமைகளின் நீட்சி. ஆனால், இந்த ஒற்றை நிகழ்வு தான் ஆவணங்களில் பதிவாகுமே தவிர, அன்றாடக் கொடுமைகள் கணக்கில் வருவதில்லை. வன்கொடுமை என்பது இயல்பான ஒன்றாக தலித் மக்களின் வாழ்க்கையில் நடந்து கொண்டிருக்கிறது. அது கொலையாகவும் வன்புணர்ச்சியாகவும் வெளியில் தெரியும் போது மட்டும் தான் பொதுச் சமூகமும் ஊடகங்களும் எதிர்வினையாற்றுகின்றன" என்கிறார் 'தலித் முரசு' இதழின் ஆசிரியர் புனித பாண்டியன்.

கச்சநத்தத்தின் அப்பட்டமான சாதிய படுகொலைகளைக் கூட அவ்வாறு செய்தியாக்க ஊடகங்கள் துணியவில்லை. 13 பேர் சுட்டுக் கொல்லப்பட்ட ஸ்டெர்லைட் போராட்டம் பல நாட்கள் தலைப்புச் செய்தியாக நீடித்தது. ஆனால் 8 பேர் வெட்டி சாய்க்கப்பட்ட இந்த சாதியப் படுகொலை ஒரு நாள் கூட தலைப்புச் செய்தியாகும் தகுதியைப் பெறவில்லை. ஆனால் தயங்கித் தயங்கி இரு சமூகத்தினரிடையே மோதல் என்றே பல செய்தித்தாள்கள் பதிவு செய்தன. ஊடகங்களின் இந்தச் செயலை கச்சநத்தம் மக்கள் வன்மையாகக் கண்டிக்கின்றனர்.

"அதென்ன மோதல்னு எழுதுறீங்க. மோதல்னா அவங்க தரப்புல நாங்க ரெண்டு பேரையாவது வெட்டிருக்கணும்ல. அமைதியா இருந்த எங்க மேல சாதி வெறியோட இவ்ளோ பெரிய தாக்குதலை நடத்தியிருக்கானுங்க. பள்ளர்களை அகமுடையார்கள் படுகொலை பண்ணினாங்கனு எழுதுங்களேன். இதுல என்ன ஒளிவு மறைவு? கோயில்ல மரியாதை கொடுக்கல, கால் மேல கால் போட்டு உட்கார்ந்தோம், கஞ்சா வித்ததை எதிர்த்தோம்னு ஏதேதோ எழுதுறீங்க. எங்க கோயில்ல அவங்களுக்கு முன்னுரிமை கொடுக்கணும்னு எந்த அதிகாரத்துல அவங்க எதிர்பார்க்குறாங்க? நாங்க கால் மேல கால் போட்டு உட்கார்ந்தா அவங்க மரியாதை குறையுறதா ஏன் தோணுது? இதுக்குப் பின்னாடி சாதிதான் காரணமா இருக்கு! 'பள்ளப்பய அழியணும்'னு சாதியச் சொல்லித்தான் வெட்டுனான். 'உங்கள அழிச்சுட்டு நாங்க ஆளப் பொறந்திருக்கோம்'னு வெறி பிடிச்சா

மாதிரி துரத்துனானுங்க. ஆனா சாதி தான் இந்த கொலைக்கு காரணம்னு யாரும் எழுதல" என்கிறார் கலைச்செல்வி.

வன்கொடுமை அதிகம் நடக்கக்கூடிய பகுதிகளாக மாநில அரசால் வகைப்படுத்தப்பட்ட பகுதிகளில் தமிழகத்தின் 28 மாவட்டங்களின் 275 பகுதிகள் அடக்கம். அரியலூர், சென்னை, கிருஷ்ணகிரி மற்றும் திருப்பூரை தவிர எல்லா பகுதிகளிலும் தலித் மக்கள் மீதான தாக்குதல் தீவிரமாக நடந்தேறுகின்றன. அதிலும் தென்மாவட்டத்தைச் சேர்ந்த சிவகங்கைப் பகுதியில் சாதி இந்துக்கள் மிக வெளிப்படையான ஆதிக்கத் தன்மையோடு வலம் வருவதைப் பார்க்க முடியும். முக்குலத்தோர் (கள்ளர், அகமுடையார், மறவர் ஆகிய மூன்று பிரிவையும் இப்படி குறிப்பிடுகின்றனர். இவர்கள் தேவர் என்றும் அழைக்கப்படுகின்றனர்) அதிகம் வசிக்கும் மதுரை, தேனி, சிவகங்கை மற்றும் திருநெல்வேலி மாவட்டங்களில் அவர்களது சாதித் தலைவரான முத்துராமலிங்கத்தின் படம் இல்லாத பேனர்களை பார்த்தல் அரிது. பிறக்கும் ஒவ்வொரு குழந்தைக்கும் சாதியுணர்வு சோற்றைப் போல ஊட்டப்படுவதால் அவர்கள் பள்ளிப் பருவத்திலேயே சாதிய வன்மத்தோடும் வெறித்தனத்தோடும் தாழ்த்தப்பட்டவர்கள் மீது தாக்குதல் நடத்த துடித்திருக்கின்றனர். வீடுகளிலும் ஊரிலும் இவர்களுக்கு சாதி மட்டுமே பண்பாடாக கற்பிக்கப்படுகிறது. 20 வயதே ஆன சுமனும் அருண்குமாரும் இதற்கான சாட்சிகள்.

கல்வியை விடவும் வேலைவாய்ப்புகளை விடவும் வேறெதை விடவும் சாதியே தங்களுக்கான அடையாளத்தையும் அதிகாரத்தையும் அளிக்க முடியும் என முக்குலத்தோர் நம்புகின்றனர். இவர்களை மய்யப்படுத்தி எடுக்கப்படும் தமிழ்த் திரைப்படங்களில் திருட்டுத் தொழில், ஆயுதக் கலாச்சாரம், கஞ்சா வியாபாரம், சாதி/குல பெருமை ஆகியவையே மய்யக் கருவாக முன் வைக்கப்படுகின்றன. கிராமப் பின்னணியை கொண்ட திரைப்படங்கள் தென்மாவட்டத்தை மய்யப்படுத்தியதாகவும் அதன் கதாநாயகக் கதாபாத்திரங்கள் பெரும்பாலும் தேவர் சாதியை மய்யப்படுத்தியதாகவுமே உருவாக்கப்படுகின்றன. சென்ற தலைமுறையில் பாரதிராஜா தொடங்கி தற்போது சசிக்குமார் வரை இதற்கு எண்ணற்ற எடுத்துக்காட்டுகளை குறிப்பிட முடியும். இப்படியான படங்கள் பி, சி சென்டர்களில் ஓடும் என கணக்குப் பார்க்கும் இயக்குநர்கள் அவை அச்சாதியினரிடையே உண்டாக்கும் சமூக - உளவியல் ரீதியான தாக்கத்தைப் பற்றி கவலைப்படுவதில்லை. சாதிவெறி தலைக்கேறிய இளைஞர்கள்,

தனக்கு அடிபணிய மறுக்கும் ஒரு தாழ்த்தப்பட்டவரை எத்தருணத்திலும் வெட்டிச் சாய்க்கும் மனநிலையில் இருக்கும் போது திரைத்துறை போன்ற ஜனநாயக கட்டமைப்புகள் எவ்வளவு கவனமாக இயங்க வேண்டும்?! ஆனால், அந்த அக்கறையும் பொறுப்புணர்வும் யாருக்குமே இல்லை என்பதை எல்லா நிலைகளிலும் உணர முடியும்.

“நான் அரசு பள்ளி ஆசிரியராக பல ஆண்டு காலம் பணிபுரிந்திருக்கிறேன். தென்மாவட்டங்களில் உள்ள பள்ளிக்கூடங்கள் சாதிக் கூடங்களாகவே இயங்குகின்றன. 1957 இம்மானுவேல் சேகரன் கொலைக்குப் பின்பு முக்குலத்தோரின் சாதி வெறி தீவிரத்தன்மையை எட்டிவிட்டது. தனது சாதியை அப்பட்டமாக பறைசாற்றும் வகையில் முத்துராமலிங்கத்தின் டாலரை கழுத்தில் அணிவது அல்லது அவர் உருவம் பதித்த பனியனை அணிந்து கொண்டு பள்ளிக்கு வருவது, கையில் முக்குலத்தோர் அமைப்புகளின் கொடி நிறங்களில் கயிறுகளைக் கட்டி வருவது, பெண் பிள்ளைகள் கூட நெற்றியில் வைக்கும் பொட்டை தமது ‘குல’ நிறத்தில் வைப்பது என தென்மாவட்டப் பள்ளிகளில் சாதியின் ஆதிக்கம் பற்றி சொல்லிக் கொண்டே போகலாம்” என்கிறார் மதுரையைச் சேர்ந்த தலித்திய செயற்பாட்டாளரும் அரசுப் பள்ளி ஆசிரியருமான கே.எஸ். முத்து.

சாதித் தலைவரான முத்துராமலிங்கத்தின் சிலைக்கு பள்ளிகளில் மாலை அணிவித்து கவுரவப்படுத்துகின்றனர். ஆனால் இந்திய ஜனநாயகத்திற்கு பெரும்பங்களித்த அம்பேத்கருக்கு அப்படி செய்துவிட முடியாது. ஆசிரியர்களே அதை எதிர்ப்பார்கள். அம்பேத்கரை பள்ளி மாணவர்களுக்கு சரியாகவும் முறையாகவும் அறிமுகப்படுத்தாததால்தான் வெளியில் அவர் மீதும் தாழ்த்தப்பட்ட மக்கள் மீதும் இருக்கும் சாதி வெறுப்பு நீங்காமல் தொடர்வதாகக் குறிப்பிடுகிறார் முத்து. தேவர் ஜெயந்தி நிகழ்வை பள்ளி மாணவர்கள் வெளிப்படையாகக் கொண்டாடுவதை பல ஆண்டு காலம் நேரில் பார்த்த தனது அனுபவத்தை வேதனையோடு அவர் விவரிக்கிறார்.

“அக்டோபர் 30 தேவர் ஜெயந்தி நிகழ்வுக்கு ஒரு வாரத்திற்கு முன்பிருந்தே பையன்களிடம் பதற்றம் தெரியும். தலைமுடியை - மொட்டை அடிப்பதற்காக - நீளமாக வளர்த்திருப்பார்கள். பசும்பொன்னை நோக்கி கூட்டம் கூட்டமாக ஜோதி ஏந்தி வருவார்கள். இதில் வேதனை என்னவென்றால், அச்சமூகத்தைச் சேர்ந்த ஆசிரியர்களும் மாணவர்களை இதற்கு

ஊக்கப்படுத்துவதுதான். முதலமைச்சர், எதிர்க்கட்சித் தலைவர் என ஒட்டுமொத்த அரசியல் ஆளுமைகளும் இந்த 'வைபவத்தில்' போட்டி போட்டுக்கொண்டு பங்கேற்பதால் - 'ஏதோ சுதந்திர தினத்தைக் கொண்டாடுவதைப் போல - அச்சாதியை சேர்ந்த மாணவர்களுக்கும் ஆசிரியர்களுக்கும் ஊக்கம் உண்டாகிறது. அதுமட்டுமல்ல, ஆதிக்க சாதியைச் சேர்ந்த மாணவர்கள் ஆசிரியரையே அடிக்கிற அளவுக்கு சமூக மற்றும் அரசியல் பலத்தோடு இயங்குகின்றனர். அவர்கள் மீது எந்த ஒழுங்கு நடவடிக்கையும் எடுக்க முடியாத வகையில் அரசியல் பிரமுகர்கள் அவர்களைப் பாதுகாக்கின்றனர். சாதியை காப்பாற்றுவதற்கு பண்பாட்டு அமைப்புகள் தீவிரமாக வேலை செய்கின்றன. ஆனால் சாதியை ஒழிப்பதற்கு அப்படியான அமைப்புகள் இல்லை. நான் கல்வித் துறையில் இருப்பதால் அது பற்றி பேசுகிறேன். இப்படி தான் அரசு நிறுவனங்கள் ஒவ்வொன்றும் சாதியை வளர்த்தெடுக்கின்றன" என்கிறார் முத்து.

வன்கொடுமை அதிகம் நடக்கும் பகுதிகளில் அவற்றைத் தடுத்து நிறுத்துவதற்கான வழிமுறைகளை எஸ்.சி/எஸ்.டி வன்கொடுமைத் தடுப்புச் சட்டம் பரிந்துரைத்திருக்கிறது. விதிகள் 3 மற்றும் 13 (2) ஆகியவை பல பரிந்துரைகளை அரசிற்கு அளிக்கின்றன. வன்கொடுமை நிகழும் பகுதிகளில் மாவட்டக் கண்காணிப்புக் குழுக்களை உருவாக்குவது, இரு சமூகங்களையும் வைத்து அமைதிக் கூட்டங்கள் நடத்தி விழிப்புணர்வை ஏற்படுத்துவது, ஆதிக்க சாதியினரிடம் இருக்கும் ஆயுதங்களை பறிமுதல் செய்வது, தேவைப்பட்டால் உயிர் மற்றும் உடைமை பாதுகாப்பை முன்னிட்டு பட்டியல் சாதியினர்/ பழங்குடியினருக்கு ஆயுத உரிமங்கள் வழங்குவது, அரசு நிறுவனங்களில் குறிப்பாக காவல் துறையில் எஸ்.சி./எஸ்.டிக்கு போதுமான பிரதிநிதித்துவம் இருக்குமாறு பார்த்துக் கொள்ளுதல், இது போன்ற பகுதிகளில் மாவட்ட காவல் துறை கண்காணிப்பாளராக பட்டியல் சாதியினரை நியமிப்பது என வன்கொடுமையை தடுப்பதற்குப் பல நல்ல பரிந்துரைகள் சட்டத்தில் உள்ளன. ஆனால் அவற்றை அரசு நிர்வாகம் கண்டுகொண்டதே இல்லை.

"கச்சநத்தம் போன்ற லட்சக்கணக்கான கிராமங்களில் தலித் மக்கள் அன்றாடம் வன்கொடுமைகளை எதிர்கொண்டு வருகின்றனர். அவர்களால் எவ்வளவு முயன்றும் தம் மீதான ஒடுக்குமுறைகளையும் தாக்குதல்களையும் தடுக்க முடிவதில்லை. ஆதிக்க சாதியினரின் கூடாரமாக இருக்கும் காவல் நிலையங்கள் பாதிக்கப்பட்ட மக்களின் புகார்களைக் கூட ஏற்க மறுக்கிற

அவலம் தான் இன்றும் நீடிக்கிறது. இவ்வாறு வன்கொடுமைத் தடுப்புச் சட்டத்தை ஒரு சதவீதம் கூட சரியாக பயன்படுத்தாத போது, அது தவறாகப் பயன்படுத்தப்படுவதாகச் சொல்லி அதில் திருத்தங்கள் கொண்டு வருமாறு மத்திய அரசுக்கு உச்ச நீதிமன்றம் உத்தரவிடுகிறது. வன்கொடுமைத் தடுப்புச் சட்டத்தில் பதிவு செய்யப்பட்ட, சுமார் ஒன்றரை லட்சம் வழக்குகள் நிலுவையில் உள்ளன. இவற்றை விரைந்து முடிக்கவோ, குற்றவாளிகளுக்கு தண்டனை அளிக்கவோ, சட்டத்தை முழுமையாக அமல்படுத்தவோ உச்சநீதிமன்றம் எந்த உத்தரவுகளையும் பிறப்பிக்கவில்லை. ஆண்டுதோறும் அதிகரிக்கும் வன்கொடுமைகளைத் தடுத்து நிறுத்த அதனிடம் எந்த வழியும் இல்லை. மாறாக, அது ஒடுக்கப்பட்டவர்களுக்கு கிடைத்திருக்கும் குறைந்தபட்ச சட்ட உரிமைகளையும் பறிக்கப் பார்க்கிறது. ஜனநாயகத்தையும் பாதுகாப்பையும் ஒவ்வொரு குடிமக்களுக்கும் உறுதி செய்து தர வேண்டிய உயரிய நிறுவனமான உச்ச நீதிமன்றத்திற்கே சாதி என்று வரும் போது இத்தனை தடுமாற்றம் எனில், மற்றவர்களை என்ன சொல்வது?” என்கிறார் சென்னை உயர் நீதிமன்ற வழக்கறிஞர் சத்தியச்சந்திரன்.

கயர்லாஞ்சி, கச்சநத்தம் போல கூட்டுப் படுகொலைகளோ வன்புணர்ச்சிகளோ நடந்த பிறகு இழவு வீட்டில் ஒப்பாரி வைக்கும் வகையில் ஆளாளுக்கு அதைக் கண்டிக்கக் கிளம்பிவிடுகின்றனர். அரச பயங்கரவாதத்திற்கு எதிராக எதிர்வினையாற்றும் பொதுச் சமூகம் சாமானியர்கள் நாள்தோறும் சர்வசாதாரணமாக நிகழ்த்தும் வன்கொடுமை எனும் சமூக பயங்கரவாதத்தைக் கண்டுகொள்வதில்லை. அதை ஒழிக்கப் போராடுவதில்லை.

‘நாற்பதுக்கும் மேற்பட்ட கட்சிகளும் அமைப்புகளும் எங்களை வந்து பார்த்தாங்க. நாங்க மூணு உசிரை பறிகொடுத்துட்டோம். அது திருப்பிக் கிடைக்கப் போறதில்ல. ஆனா இனிமேல் எங்களுக்கு வன்கொடுமையே நடக்காதுங்கற உத்திரவாதத்தை யாராவது தர முடியுமா? நாங்க கல்வியை நம்புறோம், உழைப்பை நம்புறோம், அமைதியை நம்புறோம். எங்க வீட்லயும் கத்தி, அரிவாளெல்லாம் இருக்கு. ஆனா அதை வச்சு மனுசங்களை வெட்ட முடியும்னு எங்களுக்கு தோணினதில்ல. நாங்க பண்பட்டவங்க. பண்படாத சாதிக்காரங்களுக்கு விழிப்புணர்வை ஏற்படுத்த ஏதாவது பண்ணுங்க. சக மனுஷனை அடிமைப்படுத்தக் கூடாதுனு அவங்களுக்கு யாராவது சொல்லித் தாங்க. பாதிக்கப்பட்ட எங்களைப் பார்த்துட்டு அப்படியே போயிடுறீங்க. அவங்களப் போய் பாருங்க. இது தப்புனு அவங்களுக்கு புரிய வைக்கிறதுக்கு

ஏதாவது பண்ணுங்க. அவங்ககிட்டதான் மாற்றம் வரணும்" என்கிறார் மகனைப் பறிகொடுத்த அறிவழகன். இந்தப் பக்குவத்தை கச்சநத்தத்தில் பாதிக்கப்பட்ட ஒவ்வொருவரிடமுமே பார்க்க முடிந்தது. அவர்கள் யாரும் பழிக்குப் பழி வாங்குவோம் என முழங்கவில்லை. இவ்வளவு இழப்பிற்குப் பிறகும் அவர்கள் நீதியிலும் சமாதானத்திலும் நம்பிக்கை கொண்டிருக்கின்றனர்.

பரவலாக தென்மாவட்டங்களில் இருக்கும் தாழ்த்தப்பட்டப் பிரிவினரான பள்ளர்களை தேவேந்திர குல வேளாளர் என சமூக ரீதியாக ஒருங்கிணைக்கும் வேலையை சில அமைப்புகள் முன்னெடுக்கின்றன. சாதி இந்துக்களான தேவர்கள் பள்ளர்களை ஒடுக்குவதும் அவர்கள் அதற்கு எதிர்வினையாற்றுவதும் தொடர்ந்து நடக்கிறது. 1990 களில் நடந்த தென்மாவட்டக் கலவரங்கள் இதற்கான ஆதாரம். இந்த மக்களை அரசியல் ரீதியாக அணிதிரட்டும் புதிய தமிழகம், தேவேந்திரர் தன்னார்வ அமைப்பு, மள்ளர் மீட்புக் கழகம் போன்ற அமைப்பினர், "எங்களுக்கு தீண்டாமையே கிடையாது. நாங்கள் மாட்டிறைச்சி உண்பதில்லை. வேளாண்குடிகளான எங்களை பிரிட்டிஷ் காலத்தில் தவறுதலாக எஸ்.சி. பட்டியலில் சேர்த்துவிட்டனர். எங்களுக்கு இட ஒதுக்கீடும் வேண்டாம், எஸ்.சி. பட்டமும் வேண்டாம்" என்று சொல்லி மாநாடு நடத்தி தீர்மானமும் நிறைவேற்றினர். சென்ற ஆண்டு நடந்த இந்த மாநாட்டில் பா.ஜ.க.வின் தேசியச் செயலாளர் அமித் ஷா கலந்து கொண்டார்.

தங்களுக்கு தீண்டாமையும் வன்கொடுமையும் இல்லை என்று இந்த அமைப்பினர் கூறினாலும் பள்ளர் சமூகத்தினர் நாள்தோறும் ஒடுக்குமுறைகளை அனுபவிக்கின்றனர் என்பதற்கு கச்சநத்தமே வலி மிகுந்த உதாரணம். இந்நிலையில் எஸ்.சி பட்டியலில் இருந்து வெளியேற வேண்டுமென முழங்குவதும் இட ஒதுக்கீடு வேண்டாம் என மக்களை மூளைச் சலவை செய்வதும் அவர்களின் சமூக மற்றும் பொருளாதார வளர்ச்சிக்கு கேடாகவே முடியும் என தலித் ஆர்வலர்கள் எச்சரிக்கின்றனர். தலித் மக்கள் சாதி என்ற கட்டமைப்பிலிருந்து முற்றிலுமாக வெளியேற வேண்டுமே தவிர, தாழ்த்தப்பட்ட பிரிவிலிருந்து பிற்படுத்தப்பட்டோராக மாறுவதால் சாதி ஒழிப்பு எனும் பரந்த நோக்கத்தை அது கடுமையாக பாதிக்கும் என்பதை அவர்கள் சுட்டிக் காட்டுகின்றனர்.

"காலந்தோறும் சாதி இந்துக்களுக்கு அச்சப்பட்டு வாழ்ந்து வந்த தலித் மக்கள் வெகு குறைவான சந்தர்ப்பங்களில் தான் சாதி இந்துக்களுக்கு அச்சத்தை ஏற்படுத்தினார்கள். "நான்

ஓர் இந்துவாகப் பிறந்தேன்; ஆனால் ஓர் இந்துவாக சாக மாட்டேன்" என 1935 இல் அம்பேத்கர் பிரகடனம் செய்த போது இந்திய பொதுச் சமூகம் மிரண்டது. அதன்பின் 1981 இல் திருநெல்வேலி மாவட்டம் மீனாட்சிபுரத்தைச் சேர்ந்த தலித் மக்கள் ஒட்டுமொத்தமாக இஸ்லாத்திற்கு மதம் மாறிய போது அரசும் பொதுச் சமூகமும் பதறின. அந்த மக்கள் ஓட்டுவீட்டில் தான் வசிக்கின்றனர். ஆனால் சாதி இழிவிலிருந்து அவர்களுக்கு விடுதலை கிடைத்துவிட்டது. அவர்களை யாரும் சாதிப் பெயர் சொல்லித் திட்டுவதோ ஒடுக்குவதோ இல்லை. இந்துக்களாக இருக்கிற வரை பட்டியலில் இருந்தாலும் வெளியேறினாலும் தாழ்த்தப்பட்டவர்களுக்கு இழிவுதான். அம்பேத்கர் சொன்ன மதமாற்றத் தீர்வை கையிலெடுத்தால் மட்டும் தாழ்த்தப்பட்டவர்கள் இழந்த மாண்பை மீட்டெடுக்க முடியும்" என்கிறார் புனித பாண்டியன்.

கச்சநத்தம் தலித் மக்களுக்கு நிவாரணம் அறிவிக்கப்பட்டுவிட்டது, குற்றவாளிகள் நீதிமன்றத்தில் சரணடைந்துவிட்டனர் அவர்கள் மீது வன்கொடுமைத் தடுப்புச் சட்டத்தின் கீழ் வழக்குப் பதிவு செய்தாயிற்று. சம்பந்தப்பட்ட காவல் துறை ஆய்வாளரை தற்காலிகப் பணிநீக்கம் செய்தாயிற்று, உயிர் பிழைத்தவர்கள் சிகிச்சை முடிந்து வீடு திரும்பிவிடுவார்கள், அமைதி பேச்சு வார்த்தையை மாவட்ட நிர்வாகம் அறிவித்தாயிற்று இந்தப் படுகொலைக்கு எதிரான வன்மையான கண்டனங்களை அறிவுச் சமூகமும் கட்சிகளும் அமைப்புகளும் பதிவு செய்தாயிற்று. ஒருவார காலத்தில் எல்லாம்...எல்லாம் இயல்புநிலைக்கு திரும்பியாயிற்று. இனி, தீராத ஒடுக்குமுறைகள் நடந்து கொண்டிருக்கும் ஏதேனும் ஒரு சேரியிலிருந்து 'அய்யோ' என்ற உயிர் வாதையின் பேரொலி எழும்புகிற வரை பொதுச் சமூகமே, அரசாங்கமே...அறிவுச் சமூகமே ஓய்வெடு! இழவு வீட்டிலிருந்து ஒப்பாரி கிளம்பட்டும். அது வரையிலும் எதையுமே பார்க்காதபடி, கேட்காதபடி புலன்களை பூட்டியே வைத்திருங்கள்! ●

28.05.2018
த வயர்
(thewire.com)

இழிசாதிப் பெயர்களுக்கு எதிரான 'தலித்'

> "
>
> இந்த நவீன காலத்திலும் சாதி இந்துக்கள் பெருமையாகவும் ஒடுக்கப்பட்ட சமூகங்கள் இழிவாகவும் தம் பெயருக்குப் பின்னால் சாதியை சுமக்க வைக்கப்பட்டுள்ளனர். அரசமைப்புச் சட்டத்தின் சமத்துவ விதிகளுக்கு எதிரான இது யாருடைய கவனத்தையும் ஈர்க்கவில்லை. ஆதிக்க - அடிமை முறையை வலியுறுத்தும் சாதிப் பெயரை சுமக்கிறோமே என யாரையும் கூச்சப்பட வைக்கவில்லை
>
> "

03

'தலித் என்ற சொல்லைப் பயன்படுத்த வேண்டாம்' என ஊடகங்களுக்கு மத்திய தகவல் மற்றும் ஒளிபரப்பு அமைச்சகம் 4.09.2018 அன்று அறிவுறுத்தியதைத் தொடர்ந்து லட்சக்கணக்கானோர் அச்சொல்லின் உண்மையான பொருளை இணையத்தில் தேடியிருப்பர். இந்தியர்களைப் பொருத்தவரை தலித் என்றால் ஒரு சாதிப் பெயர் என நினைத்துக் கொண்டிருக்கும் நிலையில் இந்தத் தடை அச்சொல்லின் பொருளையும் வரலாற்றையும் தேடும், விவாதிக்கும் நல்வாய்ப்பை இச்சமூகத்திற்கு வழங்கியிருக்கிறது என்ற வகையில் - கேட்டிலும் ஒரு நன்மை விளைந்திருப்பதாக - பெருந்தன்மையோடு புரிந்து கொள்ளலாம்.

இப்பிரச்சனையைத் தொடங்கி வைத்த மகராஷ்டிராவைச் சேர்ந்த சமூக ஆர்வலர் பங்கஜ் மேஷ்ராம், 'தலித் என்பது ஒடுக்கப்பட்டோரைக் குறிக்க அரசமைப்பு அங்கீகரித்த சட்ட ரீதியான சொல் அல்ல. மேலும், அது ஒடுக்கப்பட்ட சமூகத்தினரை இழிவுபடுத்தும் வகையிலும் மாண்பிற்கான அவர்களின் பயணத்தைப் புறக்கணிக்கும் வகையிலும் உள்ளது' என்று தடை கோரினார். இவ்வழக்கில் தீர்ப்பளித்த நீதிமன்றம், இந்திய பத்திரிகை அவை (*Press Council of India*) மூலம் ஊடகங்களுக்கு அறிவுறுத்தச் சொல்லி மத்திய அரசைக் கேட்டுக் கொண்டது. உண்மையிலேயே தலித் என்பது ஒடுக்கப்பட்ட மக்களை இழிவுபடுத்தும் சொல் தானா என்பது குறித்து நீதிமன்றமோ, மத்திய அமைச்சகமோ ஆராயவில்லை. மனுதாரரின் விளக்கங்களை அப்படியே ஏற்று அத்தீர்ப்பு வழங்கப்பட்டுள்ளது. ஏற்கனவே 2007 ஆம் ஆண்டு, 'சட்டரீதியான சொல் அல்ல' என்பதால் அரசு ஆவணங்களில் தலித் என்ற சொல்லைப்

பயன்படுத்த வேண்டாம் என பட்டியல் சாதியினருக்கான தேசிய ஆணையம் மாநில அரசுகளைக் கேட்டுக் கொண்டது. அதன் தொடர்ச்சியாக இந்த நடவடிக்கையை எடுத்துக் கொள்ளலாம்.

தலித் என்ற சொல் இழிவானது எனக் கூறி அதை அழித்தொழிக்க இவ்வளவு துரித நடவடிக்கையை நீதிமன்றமும் மத்திய அரசும் எடுக்கின்றன. தலித் மக்களின் மரியாதையைக் காப்பாற்றும் அவற்றின் இந்த முனைப்பு, வரலாறு காணாததாக இருக்கிறது. ஒடுக்கப்பட்ட சமூகத்திற்கு, 'இதுதான் உனக்கான அடையாளம்' என ஏதோ ஒன்றை உத்தரவிட யாருக்கும் உரிமையில்லை. அச்சமூகம் தனக்கான அத்தனை அடையாளங்களையும் தானே கண்டறியும். அவ்வகையிலேயே தலித் என்ற சொல் கடந்த 200 ஆண்டுகளுக்கு முன் அறிமுகமாகி புலே, அம்பேத்கர் போன்றவர்களால் அவ்வப்போது பயன்படுத்தப்பட்டு, சமகாலத்தில் பெரும்பான்மை மக்களால் கொண்டாடப்படும் அரசியல் குறியீடாக மாறியிருக்கிறது.

அச்சொல்லின் நேரடியான பொருள் 'நொறுக்கப்பட்டவர்கள்', 'சிதறடிக்கப்பட்டவர்கள்' என்பதாக இருந்தாலும் தீவிர அரசியல்வயப்பட்ட ஒடுக்கப்ப[illegible] மக்களைக் குறிக்கும் வகையிலான நடைமுறைப் பொருளை அது அடைந்திருப்பதுதான் அச்சொல் எதிர்கொள்ளும் இன்றைய தடைகளுக்கான காரணம். அரசமைப்புச் சட்டத்தை வடிவமைக்கையில், சாதி இந்துக்களால் தீண்டத்தகாதோர் என ஒதுக்கப்பட்ட மக்களுக்கு தனித்த பிரதிநிதித்துவத்தை வழங்கும் நோக்குடன் அவர்களை தனிப் பட்டியலில் சேர்த்தார் அம்பேத்கர். பிரிட்டிஷ் ஆட்சிக் காலத்தில், ஏற்கனவே அழுத்தப்பட்ட வகுப்பினர் (Depressed Classes) பட்டியல் சாதியினர் (Scheduled Castes) என்ற பதங்கள் புழக்கத்தில் இருந்ததால் அதுவே அரசமைப்பில் இடம் பிடித்தது.

கிராமங்களில் இழிவான சாதிப் பெயர்களால் வதைக்கப்பட்டு அடிமைகளாக இருந்த ஒடுக்கப்பட்டோர், இட ஒதுக்கீட்டின் பலனால் கல்விக் கூடங்கள் மற்றும் அரசு அலுவலகங்களுக்குள் காலடி எடுத்து வைத்த போது, அவர்களை நேரடியாக சாதிப் பெயர் சொல்லி அவமானப்படுத்த சமூக ரீதியான ஒரு கட்டுப்பாடு உண்டானது. அதனால் எஸ்.சி. என்ற பதத்தையே இழிவானதாக விளிக்கத் தொடங்கினர் சாதி இந்துக்கள். குறிப்பாக பள்ளிகளில் ஒடுக்கப்பட்ட மாணவர்கள் இப்பதத்தால் அலைக்கழிக்கப்படுவது இன்று கூட நடக்கிறது. எஸ்.சி. என்ற பதம் தன்னளவில் இழிவான பொருளைக் கொண்டிருக்கவில்லை என்றாலும் நடைமுறைப் பயன்பாட்டு முறையில் அது ஒடுக்கப்பட்ட மக்களைத் தாக்கும்/ காயப்படுத்தும் (Offensive) சொல்லாகவே இருக்கிறது.

எனினும், அரசமைப்புச் சட்டத்தில் ஒடுக்கப்பட்ட மக்களை குறிக்க அந்தப் பதமே வழங்கப்பட்டுள்ளது என்பதால் அரசின் ஆவணங்களில் நிர்வாக வசதிக்காக அதைப் பயன்படுத்தச் சொல்வதில் எந்தத் தவறோ, தவறான நோக்கமோ இருக்கும் என கற்பனை செய்ய வேண்டியதில்லை. ஆனால் ஊடகங்கள் எஸ்.சி. என்ற பதத்தை மட்டுமே பயன்படுத்த வேண்டும் என வற்புறுத்துவது, ஒடுக்கப்பட்ட மக்களை சமூக ரீதியாக தாழ்த்தும் உள்நோக்கத்தைக் கொண்டிருக்கிறது என உறுதியாகச் சொல்ல முடியும்.

பள்ளன், பறையன், சக்கிலியன் என்பது போன்ற தனிச் சாதிப் பெயர்களாலும் தாசா, ராட்சசர்கள், அசுரர்கள், அவர்ணர்கள், பஞ்சமர்கள், ஹரிஜன், சண்டாளர்கள், கீழ் சாதியினர் என்பது போன்ற இழிவான பொதுப் பெயர்களாலும் சாதி இந்துக்கள் ஒடுக்கப்பட்ட மக்களை காலங்காலமாக அவமானப்படுத்தி வந்தனர். இந்நிலையில் ஒடுக்கப்பட்ட மக்கள், தமக்குத் தாமே சூட்டிக் கொண்ட முதல் 'சாதியற்ற'பெயர் தான் தலித். அரசும் நீதிமன்றமும் சில தனிநபர்களும் அமைப்புகளும் கதறுவது போல இழிவிற்கும் இச்சொல்லுக்கும் எந்தத் தொடர்புமில்லை. உண்மையில் அது சனாதன ஆதிக்கத்தால் வீழ்த்தப்பட்ட மக்களின் இழிமைகளுக்கு எதிரான சொல்!

காந்தி 'ஹரிஜன்' என ஒடுக்கப்பட்ட மக்களுக்குப் பெயர் சூட்டிய போது அதில் ஒளிந்திருந்த போலி அக்கறையை அம்பலப்படுத்தி கடுமையாக எதிர்த்தார் அம்பேத்கர். 'தீண்டத்தகாதோர்' என அப்போது அழைக்கப்பட்டு வந்த மக்கள் விடுதலையைப் பெறுகிற வரை அப்பெயராலேயே அழைக்கப்படட்டும் என்றும் அவர் கூறினார். "தீண்டத்தகாதோர் தம்மை தீண்டத்தகாதோர் என்று அழைக்கப்படவே விரும்புகின்றனர். தவறானதை அதன் தெரிந்த பெயராலேயே அழைப்பதுதான் சரி என்று அவர்கள் வலியுறுத்துகின்றனர். ஒரு நோயாளிக்கு தான் என்ன நோயால் பீடிக்கப்பட்டுள்ளோம் என்பது தெரிய வேண்டும். தவறைச் செய்பவர்களுக்கு 'தவறு இருக்கிறது; அது நிவர்த்தி செய்யப்பட வேண்டும்' எனத் தெரிய வேண்டும். நடைமுறையில் இருக்கும் உண்மைகளை மறைக்கப் பார்ப்பது இருவருக்குமே தவறான உணர்வை அளிக்கும். இப்புது வார்த்தை (ஹரிஜன்) தீண்டத்தகாதோரின் உண்மை நிலையை மறைத்து மோசடி செய்வதோடு, இந்துக்களுக்கு ஒரு போலியான பெருந்தன்மை உணர்வையும் அது வழங்குகிறது" என்றார்.

'கசப்பானது எனினும் உண்மையான நிலையை பிரதிபலிக்கும் வார்த்தைகளே சரி' என்ற அம்பேத்கரின் விளக்கத்திற்கு ஏற்ப, அம்பேத்கர் நூற்றாண்டான 1990களுக்குப் பிறகு தலித் என்ற சொல்

பெரும் கவனத்தைப் பெற்றது. சாதியால் நொறுக்கப்பட்டவர்களின் இயல்பான சமூக நிலையைக் குறிப்பதோடு அதுவொரு எழுச்சி உணர்வையும் அளிப்பதாக இருந்தது. தலித் பான்ந்தர் போன்ற இயக்கங்கள் அதற்கு முன்னரே தடம் பதித்திருந்த நிலையில், தலித் என்ற முன்னொட்டுடன் இயக்கங்களும் இலக்கியங்களும் சமூக, அரசியல் போராட்டங்களும் இக்காலகட்டத்தில் எழுச்சி பெற்றன. எழுத்தாளர்கள், போராளிகள், அரசியல்வாதிகள் என எல்லா தரப்பினருக்கும் விடுதலை உணர்வை அளிக்கும் குறியீடாக 'தலித்' மாறியது. இந்தியா முழுவதும் உள்ள 1300 ஒடுக்கப்பட்ட சாதியினரையும் அரசியல் ரீதியாக இணைக்கின்ற பதமாகவும், சர்வதேச மனித உரிமைத் தளங்களில் கவனம் பெற்ற சொல்லாகவும் அது உயர்ந்த அங்கீகாரத்தை இன்று அடைந்திருக்கிற நிலையில் - அச்சொல்லுக்கு தடை போடுவது என்பது கூட - ஒருவகையான சாதிய ஒடுக்குமுறைதான். உண்மையிலேயே ஒடுக்கப்பட்ட மக்களை இழிவுபடுத்தும் பல சொற்களும் செயல்களும் இங்கே ஈராயிரம் ஆண்டுகளாக உயிர்ப்போடு இருக்கின்றன. அவற்றை எல்லாம் விட்டுவிட்டு தலித் மக்களின் அடையாளத்தையே அவர்களுக்கெதிராக நிறுத்துவதை வேறெப்படி வகைப்படுத்துவது?

சரி, எத்தனை மனுக்கள் போடப்பட்டாலும் இந்த நீதிமன்றங்களோ, அமைச்சகங்களோ 'பிராமணர்' என்ற சொல்லுக்கு தடை விதிக்குமா? வர்ணாசிரமத்தின் செங்குத்தான படிநிலையின் அடிப்படையில் பிரம்மனின் வாயிலிருந்து பிறந்ததால் 'பிராமணர்கள்' சமூகத்தில் உயர்வானவர்கள். இப்படிநிலையில் சூத்திரர்கள் கீழ் நிலையிலும், பஞ்சமர்கள் அடிமைகளாக இப்படிநிலைக்கு வெளியிலும் - கற்பிதங்களின் அடிப்படையில் வைக்கப்பட்டு - இத்தனை ஆண்டு காலமும் இழிவுபடுத்தப்பட்டு வருகின்றனர். ஒருவர் தன்னை 'பிராமணர்' என்றழைத்துக் கொள்வது மற்றவர்களை தாழ்ந்தவர் என்று கூறுவதற்குச் சமம். இச்சொல்லுக்கு உயர்ந்த ஆன்மாக்கள், கடவுளின் பிரதிநிதிகள், புனிதமானவர்கள் என்றெல்லாம் பல வகையான விளக்கங்கள் சொல்லப்படுகின்றன.

தலித் மக்களை இழிவுபடுத்தும் முதல் சொல் என்றால் அது 'பிராமணர்' என்பதுதான். ஆக்ஸ்போர்ட் அகராதி 'பிராமணர்கள்' என்ற சொல்லுக்கு 'சமூகப் பண்பாட்டு ரீதியாக உயர்ந்தவர்கள்' என்று பொருள் காட்டுகிறது. அப்படியென்றால் அச்சமூகத்தில் வாழும் மற்றவர்கள் யார்? தாழ்ந்தவர்கள் தானே! ஆக்ஸ்போர்ட் அகராதியில் 'ஒயிட்ஸ் அல்லது ஒயிட் பீப்பிள்'என்று தேடினால் உயர்ந்தவர் என்ற ரீதியில் எந்த அர்த்தத்தையும் அது காண்பிக்கவில்லை.

‘ஒயிட்’ என்ற சொல்லுக்கான பல அர்த்தங்களில் ஒன்றாக, ‘வெள்ளை நிறத் தோல் கொண்ட மனிதக் குழுவைக் குறிக்கும் சொல்’ என்ற விளக்கமும் தரப்பட்டுள்ளது. வெள்ளையர்கள் உலகையே கட்டி ஆண்ட போதும், கறுப்பர்களையும் பிற பூர்வகுடி இனத்தவர்களையும் அடிமைப்படுத்தியிருந்த போதும் அவர்களை எந்த அடிப்படையிலும் உயர்வானவர்கள் என்று குறிப்பிடவில்லை. அவ்வாறு சொல்லியிருந்தால் இக்காலத்தில் இன்னொரு இனப்போராட்டம் வெடித்திருக்கும்.

அதே போல ‘நீக்ரோ’ என்ற சொல்லுக்கான விளக்கமாக “சகாராவின் தெற்கில் உள்ள ஆப்பிரிக்காவை பூர்வீகமாகக் கொண்ட கறுப்பு நிறத் தோல் கொண்ட குழுவினர்’ என்று கொடுக்கப்பட்டிருக்கிறது. கூடவே அவமரியாதைச் சொல் *(offensive)* என்ற எச்சரிக்கையையும் அது அளிக்கிறது. ‘நீக்ரோ’ என்ற சொல்லின் உண்மையான பொருளில் எந்த இழிவுமில்லை என்றாலும் கறுப்பர்களை காயப்படுத்தும் வகையில் அச்சொல்லை வெள்ளையர்கள் பயன்படுத்தி வந்தனர். ‘எனக்கொரு கனவிருக்கிறது’ என்ற தனது வரலாற்று முக்கியத்துவம் வாய்ந்த உரையில் பல இடங்களில் நீக்ரோ என்ற சொல்லை மார்ட்டின் லூதர் கிங் பயன்படுத்துகிறார். அம்பேத்கர் தீண்டத்தகாதோர் என்ற சொல்லைப் பயன்படுத்துவது போலத்தான் இதுவும்.

ஆனால், 1960களில் கிளர்ந்தெழுந்த கறுப்பின சிவில் உரிமை இயக்கங்கள் இச்சொல் அடிமைத்தனத்தைக் குறிப்பதாக இருப்பதால் கடும் எதிர்ப்பைத் தெரிவித்தன. குறிப்பாக மால்கம் எக்ஸ், கறுப்பர் அல்லது கறுப்பு அமெரிக்கர் என்று அழையுங்கள் என்றார். கறுப்பர்களின் உரிமை நிலைநிறுத்தப்பட்ட தற்காலத்தில் இச்சொல் பொதுப் பயன்பாட்டில் இல்லை. 2016 இல் அமெரிக்க அதிபராக இருந்த பாரக் ஒபாமா, ‘நீக்ரோ’ மற்றும் ‘ஓரியண்டடல்’ (கிழக்காசியர்களை இன ரீதியாக களங்கப்படுத்தும் சொல்) ஆகிய வார்த்தைகளை யு.எஸ். கூட்டாட்சி சட்டங்களில் பயன்படுத்த தடை விதித்தார். நீக்ரோவைப் போல கறுப்பர்களை இழிவுபடுத்த பயன்படுத்தப்பட்ட பல சொற்களும் காலத்திற்கேற்ப தடையை எதிர்கொண்டு வருகின்றன. ஒடுக்கப்பட்டவர்களின் உணர்வுகளிலும் உரிமைகளிலும் அக்கறை கொண்ட ஆளுமைகளும் போராளிகளும் அது குறித்த ஓர்மையுடன் தொடர்ந்து செயலாற்றுகின்றனர். ஆக்ஸ்போர்டு அகராதியில் அப்படியான எல்லா வார்த்தைகளுக்கும் ‘அவமரியாதைச் சொல்’ *(Offensive)* என எச்சரிக்கை கொடுக்கப்பட்டுள்ளதை கவனிக்க வேண்டும். வெள்ளை இனம் பண்பட்ட விதத்தையும் கறுப்பின மக்கள் சம உரிமைகளை வென்றெடுத்ததையும் இந்த ஒற்றை எடுத்துக்காட்டின் மூலம் புரிந்து கொள்ளலாம்.

ஆனால், இந்தியாவில் சமூக, பொருளாதார, கல்வி, அரசியல், தொழில்நுட்ப ரீதியாக இவ்வளவு மாற்றங்களும் முன்னேற்றங்களும் நிகழ்ந்திருக்கிற சூழலில் ஆக்ஸ்போர்டு அகராதி கூட பிராமணர் என்பதற்கு 'இந்திய சாதிகளுள் ஒன்று' என்று பொருள் தராமல், 'உயர்ந்தவர்கள்' எனக் குறித்ததன் மூலம் 'பிராமணர்' அல்லாத இந்நாட்டின் பெரும்பான்மை மக்களை தாழ்ந்தவர்களாக இழிவுபடுத்துகிறது. இந்தியா உண்மையிலேயே ஒரு ஜனநாயக நாடாக இருந்திருந்தால், தம்மை உயர்த்துவதன் மூலம் பிறரைத் தாழ்த்தும் 'பிராமணர்' என்ற வார்த்தைக்கு எப்போதோ தடை விதித்திருக்கும்.

ஆனால், பார்ப்பனர்கள் சுதந்திரமாக தமது 'வர்ணத்தை' பறைசாற்றிக் கொள்ளும் அவலம் இன்றும் தொடர்கிறது. ஊடகங்களிலும் பரவலாக இச்சொல்லே திட்டமிட்டுப் பயன்படுத்தப்படுகிறது. செய்திகள், கட்டுரைகள், தொலைக்காட்சி நிகழ்ச்சிகள் மட்டுமல்லாமல் 'பிராமணர் மட்டும்' என்று வீட்டு வாடகை மற்றும் 'மேட்ரிமோனி' விளம்பரங்களில் அந்தச் சொல் தொடர்ச்சியாக இடம் பெறுகிறது. அரசமைப்பின்படி பார்த்தால் பொதுப் பிரிவினர் அல்லது இதர சாதியினர் *(General category or other castes)* என்றுதானே இவர்கள் எல்லா இடங்களிலும் தம்மைக் குறிப்பிட்டாக வேண்டும்? அதை விடுத்து பெயர்கள், பேட்டிகள், செய்திகள், விவாதங்கள், பணியிடங்கள், பொது வெளிகள், வெளிநாடுகள் என எல்லா இடங்களிலும் தம்மை 'பிராமணர்' என்றே அடையாளப்படுத்துகின்றனர். இதற்கு எந்த நீதிமன்றமும் தடை விதிக்கவில்லை. *Change.Org* என்ற இணையதளம் மூலம் பார்ப்பனர்கள் 'பிராமணர் வன்கொடுமைத் தடுப்புச் சட்டம்' வேண்டுமென கையெழுத்துப் பரப்புரை செய்து உச்சநீதிமன்றத்திற்கும் பிரதமர் அலுவலகத்திற்கும் மனு அனுப்பிய கொடுமை கூட அண்மையில் நடந்தது. கடந்த ஆண்டு ஆந்திர அரசு 'பிராமணர் மேம்பாட்டுக் கழக'த்தை உருவாக்கி அதற்கு சுமார் 200 கோடி ரூபாய் நிதியை ஒதுக்கியுள்ளது. பிராமணர் என்ற சொல்லை இவ்வாறு அரசாங்கமே பயன்படுத்துவது 'அரசமைப்புக்கு எதிரானது' என்று சொல்லி இதற்கு தடை விதிக்கும் துணிவு யாருக்காவது இருக்கிறதா?

அது மட்டுமல்ல, இவ்வளவு முன்னேறிய காலத்திலும் தமது பெயருக்குப் பின்னால் சாதியை சேர்த்துப் போட்டுக் கொள்ளும் இழிவான வழக்கத்தை எல்லா மாநில உயர் சாதி இந்துக்களும் கடைப்பிடிக்கின்றனர். மிஸ்ரா, பாண்டே, தீட்சித், சென், பரத்வாஜ், தேஷ்முக், தேஷ்பாண்டே, குல்கர்னி, தேசாய், பாட்டில், ஜோதி, கவுல், திரிவேதி, சதுர்வேதி, அக்னிஹோத்ரி, முகர்ஜி, பானர்ஜி, சாட்டர்ஜி, ஆச்சார்யா, கோஸ்வாமி, பட்,

ராவ், ஹெக்டே, ஷர்மா, சாஸ்திரி, திவாரி, ஷுக்லா, நம்பூதிரி அய்யர், அய்யங்கார்- நாடு முழுவதும் உள்ள பார்ப்பனர்கள் பெருமையோடு பெயருக்குப் பின்னால் குடும்பப் பெயர் என்ற இடத்தில் இந்த சாதிப் பெயர்களைப் போட்டுக் கொள்கின்றனர். உலகின் பிற பகுதிகளில் வாழும் மக்கள் குடும்பப் பெயர் என்ற இடத்தில் உண்மையாகவே தம் குடும்பப் பெயரைத் தான் போட்டுக் கொள்கின்றனர். ஆனால் இந்தியர்களுக்கு மட்டும் குலப் பெயர் தான் குடும்பப் பெயர். பார்ப்பனர்களைப் போல எல்லாவற்றையும் செய்து பழக்கப்பட்ட பிற சாதி இந்துக்களும் அதே வழக்கத்தைப் பின்பற்றத் தொடங்கி, குலப்பெயர் முறை இங்கே நிலைப் பெற்றுவிட்டது.

பல்வேறு மொழி, பண்பாடு, உணவுமுறையால் இந்தியர்கள் வேறுபட்டிருக்கின்றனர். ஆனால் காஷ்மீரிலிருக்கும் ஒருவரை கன்னியாகுமரியில் வாழும் ஒருவரோடு ஒரே ஒரு விஷயம் இணைக்க முடியுமெனில் அது சாதிதான். காஷ்மீரின் பட், பஞ்சாபின் ஷர்மா, குஜராத்தின் திரிவேதி, மகாராஷ்டிராவின் கோகலே, வங்காளத்தின் முகர்ஜி, ஒடிஷாவின் மிஸ்ரா, அஸ்ஸாமின் கோஸ்வாமி, கர்நாடகாவின் ஆச்சார்யா, ஆந்திராவின் சாஸ்திரி, கேரளாவின் நம்பூதிரி, தமிழகத்தின் அய்யர். மொழி வேறு, உண்கிற உணவு வேறு, உடுத்துகிற உடை வேறு என்றாலும் அனைத்து மாநிலப் பார்ப்பனர்களையும் சாதி எனும் ஒற்றை நூல் இணைத்து விடுகிறது. சாதிப் பெயரை சொந்தப் பெயரோடு சேர்க்கும் வழக்கம் இதற்காகவே உருவாக்கப்பட்டது. அதுவொரு வாய்மொழி சாதிச் சான்றிதழ். சாதியோடு பெயரைச் சொன்னால் போதும் அத்தனை கதவுகளும் தன்னாலேயே திறந்து வழிவிடும். அடுத்தடுத்தப் படிக்கட்டுகளில் ஏறாமலேயே உயரே அமர்ந்து கொள்ளலாம். எந்த சிரமும் இருக்காது. இப்படித்தான் இந்தியா முழுவதும் இருக்கும் பார்ப்பனர்கள் பிறர் மீது ஆதிக்கம் செலுத்துவதில் ஒன்றுபட்டு நிற்கின்றனர்.

இந்தியாவின் ஆறாயிரம் சாதிகளுக்கும் இதுதான் விதிமுறை. பார்ப்பனரா, சத்திரியரா, வைசியரா, சூத்திரரா, பஞ்சமரா என்பதைப் பெயரிலேயே கண்டறிந்து அவர்களுக்கான எல்லையை நிர்ணயித்துவிட முடிகிறது. இந்த நவீன காலத்திலும் சாதி இந்துக்கள் பெருமையாகவும் ஒடுக்கப்பட்ட சமூகங்கள் இழிவாகவும் தம் பெயருக்குப் பின்னால் சாதியை சுமக்க வைக்கப்பட்டுள்ளனர். அரசமைப்புச் சட்டத்தின் சமத்துவ விதிகளுக்கு எதிரான இது யாருடைய கவனத்தையும் ஈர்க்கவில்லை. ஆதிக்க - அடிமை முறையை வலியுறுத்தும் சாதிப் பெயரை சுமக்கிறோமே என யாரையும் கூச்சப்பட வைக்கவில்லை. குறிப்பாக இந்திய முற்போக்காளர்கள், பகுத்தறிவாளர்கள்,

பெண்ணுரிமைவாதிகள். சாதிப் பாகுபாட்டை கண்டித்துப் பேசும், எழுதும், செயலாற்றும் போராளிகள் பலருக்கும் தம் பெயரில் ஒட்டிக் கொண்டிருக்கும் சாதி பற்றிய ஓர்மையே இல்லை. எழுத்தாளர்கள், பத்திரிகையாளர்கள், நடிகர்/நடிகைகள், சமூகப் போராளிகள், சுற்றுச்சூழல் ஆர்வலர்கள், பொதுவுடைமைவாதிகள், மனித உரிமையாளர்கள், ஊடகவியலாளர்கள், நீதிபதிகள், அரசியல்வாதிகள், கல்வியாளர்கள் என இந்திய அளவில் பெயரில் சாதியைக் கொண்டிருக்கும் ஆயிரக்கணக்கானோரை இங்கே பட்டியலிட முடியும். சமூகத்தை நேர் செய்வதற்கு முன் தன்னை சரி செய்ய வேண்டியதன் அவசியத்தை யாரும் உணராததுதான் இந்திய ஜனநாயகத்தின் தோல்விக்கு காரணம் என உறுதியாகச் சொல்ல முடியும்.

இந்திய முற்போக்காளர்கள் பலரும் சாதி என்பது வெளியில் இயங்குவதாகவே நம்புகின்றனர். உண்மையில் சாதியானது ஒவ்வொருவரின் ஆழ் மனதிலும் இயங்குகிறது. சாதி இந்தியர்களின் உணர்வற்ற மனதில் (unconscious mind) இயங்குவதாக அம்பேத்கர் குறிப்பிடுகிறார். அதாவது தூக்க மயக்க நிலைகளில் கூட தன் சாதியை மறந்துவிடாதவாறு அது அணுக்களில் இரண்டறக் கலந்திருக்கிறது. சாதியைப் பெயரில் வைத்துக் கொண்டே சாதிக்கு எதிராக செயல்படும் போது அது எப்படி ஒழியும்? இந்திய முற்போக்காளர்களின், கல்வி பெற்ற தலைமுறையின் சிக்கல் இதுதான். சாதியைப் பொருத்தவரை வெளியில் பிறரிடம் காட்டும் கறார்த்தனத்தை தனக்குத் தானே யாரும் காட்டிக் கொள்வதில்லை. அதனால் ஒவ்வொருக்குள்ளும், ஒவ்வொரு வீடுகளிலும் குடும்ப வழக்கமாக, சாஸ்திர சடங்குகளாக, பெருமையாக, பண்பாடாக, நம்பிக்கைகளாக அது கவனமாகப் பாதுகாக்கப்படுகிறது. இந்திய முற்போக்குச் சமூகம் சாதி எதிர்ப்பில் இப்படியான இரட்டை நிலைப்பாட்டை தவிர்த்து குறைந்தபட்ச நேர்மையையேனும் கடைப்பிடித்து இருக்குமானால் நிலைமை சற்றேனும் மாறியிருக்கும்.

ஆணாதிக்கத்திற்கும் சமூக அநீதிகளுக்கும் எதிராக தீவிரமாக இயங்கும் பெண்ணுரிமைப் போராளிகளும் கூட இதற்கு விதிவிலக்கல்லர். இந்துத்துவத்தின் அட்டூழியங்களை எதிர்க்கும் அதி தீவிர பெண்ணியவாதிகளுக்கு தம் பெயரில் ஒட்டியிருக்கும் சாதி உறுத்துவதில்லை. உண்மையில் இந்து மதத்தின் சாதி அமைப்பு பெண்களை இழிவானவர்களாகவே கருதுகிறது. என்னதான் சேஷாத்திரி, மிஸ்ரா, ராய், பட்கர், காந்தி, சென், காரட், அய்யர் என்ற குலப் பெயர்களைத் தூக்கிச் சுமந்தாலும் இந்துமதத்தின்படி பெண்கள் இழிவானவர்களாகவே கருதப்படுகின்றனர்! 'முந்தைய ஜென்மத்தில் பாவம் செய்பவர்களே இந்த ஜென்மத்தில்

பெண்களாகப் பிறப்பர்' என மனுதர்மம் கூறுகிறது. இந்து மதத்தில் இந்துப் பெண்களின் நிலை பற்றி பெரியார் மற்றும் அம்பேத்கர் இருவரும் விரிவாகப் பேசியும் எழுதியும் உள்ளனர். அவற்றைப் படித்திருந்தால், சுயமரியாதை உணர்வு கொண்ட பெண்கள் ஒரு போதும் சாதியை தம் பெயரோடு வைத்துக் கொள்ள மாட்டார்கள்.

"பெண்கள் எந்த நிலையிலும் சுதந்திரத்திற்கு அருகதை அற்றவர்கள் என்பதே மத சம்பிரதாயம். ஒரு பெண்ணானவள் குழந்தைப் பருவத்தில் தாய் தகப்பன் மேற்பார்வையிலும், வாலிபப்பருவத்தில் புருஷன் மேற்பார்வையிலும், வயோதிகப் பருவத்தில் தன் மக்கள் மேற்பார்வையிலும் இருக்க வேண்டுமே ஒழிய, சுதந்திரமாய் இருக்க விடக்கூடாதென்று மநுதர்ம சாஸ்திரத்தில் குறிப்பிடப்பட்டிருக்கின்றது. இதுமாத்திரமல்லாமல் பெண்களை கடவுள் பிறவியிலேயே விபச்சாரியாய் பிறப்பித்திருப்பதால், அவர்களை சர்வ ஜாக்கிரதையாக காவல் காக்க வேண்டும் என்று மத சாஸ்திரத்தில் எழுதப்பட்டிருக்கின்றது" - *05.02.1933* அன்று 'குடி அரசு' இதழில் வெளியிடப்பட்ட பெரியாரது சொற்பொழிவின் ஒரு பகுதி இது.

சாதி குறித்த பெரியாரின் தெளிவுதான் பெயருக்குப் பின்னால் சாதியை சேர்த்துக் கொள்ளும் வழக்கம் தமிழகத்தில் ஒழியக் காரணமாக இருந்தது. சாதி ஒழிப்பிற்காக வேலை செய்வோர் முதலில் தன்னை சரிசெய்து கொள்ள வேண்டும் என்ற அறத்தின் அடிப்படையில் *1929* இல் செங்கல்பட்டில் சுயமரியாதை இயக்கம் நடத்திய முதல் தமிழ் மாகாண சுயமரியாதை மாநாட்டில் பெயரிலிருந்து சாதியை ஒழித்துத் தீர்மானம் நிறைவேற்றப்பட்டது. நினைத்துப் பாருங்கள், அக்காலகட்டத்தில் பார்ப்பன மேலாதிக்கம் எவ்வளவு மூர்க்கமாக இயங்கியிருக்கும்? ஆனால், அப்போதே பெரியாரோடு சேர்ந்து பலரும் பெயரில் சாதியைத் துறந்தனர். "ஈ.வெ.ராமசாமி நாயக்கராகிய நான் இன்றிலிருந்து ஈ.வெ.ராமசாமி ஆகிறேன்" என உறுதிமொழி எடுத்தார். பல சாதி அமைப்புகளின் கூட்டங்களில் பங்கேற்று மேடைக்கு மேடை பெயரில் சாதியை நீக்குங்கள் எனப் பிரச்சாரம் செய்தார்.

அதன் விளைவாக இப்போது வரை தனிநபர்கள் தமது பெயர்களில் சாதியைப் போட்டுக் கொள்வதில்லை. அரசாணை, தனிச்சட்டம் எதுவுமின்றியே தமிழகம் இதை சாதித்தது. சாதியை பெயரில் போட்டுக் கொள்பவர்களை நாகரிகமற்ற, பண்பற்ற மற்றும் கேலிக்குரியவர்களாகக் கருதும் போக்கு உருவானது. பிராமணர் என அழைக்கப்பட்டவர்கள் பார்ப்பனர்' ஆக்கப்பட்டனர். பார்ப்பனர் என்பது இழிவானக் குறியீடு என

தவறாகப் புரிந்து கொண்டவர்கள் இப்போது முழங்கினாலும் உண்மையில் அது அவர்களது தொழில் சார்ந்த பெயரே! மனிதர்களின் இழிவை ஒழிக்கப் போராடிய பெரியாருக்கு பார்ப்பனர்களை இழிவுபடுத்தும் நோக்கம் எப்போதுமே இருந்ததில்லை. "ஒரு தெருவில் பத்து வீடு இருக்கிறதென்றால், ஒரு வீட்டில் மட்டும் 'இது பத்தினி வீடு' என எழுதி வைத்தால் என்ன அர்த்தம்?" - உயர்ந்தவர்கள் என அர்த்தம் தரும் பிராமணர் என்ற சொல்லைப் பார்ப்பனர் என மாற்றியதற்கு இவ்வாறு விளக்கமளித்தார் பெரியார்.

பெரியார் உண்டாக்கிய விழிப்புணர்வால் சாதியைப் பெயரில் போட்டுக் கொள்ளும் பழக்கத்தை தமிழகப் பார்ப்பனர்களும் காலப்போக்கில் விட்டொழித்தனர். சாதிப் பெயரில் அரசியல் செய்பவர்கள் மய்ய நீரோட்ட அரசியல் தளத்தில் வெற்றி பெறவே முடியாது என்ற கட்டாயம் தமிழகத்தில் உருவாக்கப்பட்டிருக்கிறது. பண்பாட்டு ரீதியான மாற்றம் என்பது மக்களின் விழிப்புணர்வாலும் மனமாற்றத்தாலுமே நிகழும்; சட்டங்களால் அது சாத்தியப்படுவதில்லை.. ஆனால், பெயரில் சாதியை ஒழிக்கும் அடிப்படையான பண்பாட்டு மாற்றம் தமிழகத்தைக் கடந்து வேறெந்த மாநிலத்திலும் தலையெடுக்கவில்லை என்பது எத்தனை கெடுவாய்ப்பானது!

ஆதிக்க சாதியைச் சேர்ந்த ஒருவர் தன் பெயரில் சாதியைப் போட்டுக் கொள்வதுதான் பொது வெளியில் தலித் மக்கள் எதிர்கொள்ளும் பட்டவர்த்தனமான அவமானம். "என் சாதியை என் பெயரில் சேர்த்துக் கொள்வது உனக்கெப்படி அவமானமாகும்?" என ஆதிக்க சாதியினர் கேட்கலாம். ஒரு பார்ப்பனர் தன்னை திரிவேதி என்றோ தீட்சித் என்றோ அறிமுகம் செய்து கொள்ளும் போது ஒரு தலித் அங்கே இழிவுபடுத்தப்படவில்லையா? நீ பிராமணர் என்றால் நான் யார் என்ற கேள்வி அங்கே வார்த்தையால் கேட்கப்படாமலேயே நிலை கொண்டு விடுகிறது. ஆதிக்க சாதியைச் சேர்ந்த ஒருவர் ஒரு தலித்திடம் தன் பெயரை சாதியோடு சொல்லும் போது, தான் பிறக்க நேர்ந்த சாதி அந்த தலித்திற்கு நினைவுபடுத்தப்படுகிறது. கத்தியின்றி, ரத்தமின்றி அவர் காயப்படுத்தப்படுகிறார். "என் சாதிப் பெயரைச் சொல்லி திட்டினால் என்ன, உன் சாதிப் பெயரை பெருமையாகப் பறைசாற்றினால் என்ன" - ஒடுக்கப்பட்ட மக்களுக்கு இரண்டுமே ஒரே மாதிரியான பாதிப்பைத் தான் உண்டாக்குகிறது. அது இழிவு. அவமரியாதை. தமிழகம் தவிர்த்த பிற மாநிலங்களில் ஒடுக்கப்பட்ட சமூகங்களும் சாதிப் பெயரை பெயரோடு சேர்த்து சொல்ல நிர்பந்திக்கப்பட்டி ருக்கின்றனர். ஒருவர் எந்த ஊரை, எந்த குடும்பத்தைச் சேர்ந்தவர்

என்று சொல்லாமலேயே அவரது பிறப்படையாளத்தை கண்டறிவதற்கான உத்தி இது.

சாதி குறித்து இவ்வளவு விவாதங்கள் நடக்கின்றன. இவ்வளவு இலக்கியங்கள் எழுதப்படுகின்றன. இவ்வளவுப் போராட்டங்கள் நடக்கின்றன. இந்திய அரசமைப்பின் தந்தை டாக்டர். அம்பேத்கர் சாதி இழிவு குறித்து பத்தாயிரம் பக்கங்களுக்கு மேல் எழுதி வைத்திருக்கிறார். ஆனால் இவை எதுவுமே ஒரு படித்த மூளையை சலவை செய்யாது என்றால் என்ன அர்த்தம்? சாதி தனக்கு ஆதாயமானது, தனக்கு அது ஆதிக்கத்தையும் அதிகாரத்தையும் அளிக்கிறது என்ற ஒரே காரணத்திற்காக படித்த இந்தியர்கள் சாதியை விட்டுத் தொலைக்க மறுக்கின்றனர். வெளிநாடுகளுக்குப் போனாலும் சாதியை தமது கலாச்சாரம் என்று காட்டிக் கொண்டு திரியவே அவர்கள் முற்படுகின்றனர். உலக நாடுகளில் பின்பற்றப்படும் சமத்துவக் கொள்கை எவ்வகையிலும் அவர்களைப் பண்படுத்துவதில்லை. அங்கே இந்தியர்கள் மீது இனப் பாகுபாடு என்றால் கொதித்தெழுவார்கள். அதையே தலித்துகள் மீது இவர்கள் நிகழ்த்தும் போது கலாச்சாரம் என்பார்கள்.

தமது பெயரிலுள்ள சாதியைத் துறக்க விரும்பாத சாதி இந்துக்கள், பள்ளிகளில் கேட்கப்படும் சாதிச் சான்றிதழ் குறித்து கடுமையாக சாடுகின்றனர். கல்விக் கூடங்களில் சாதிச் சான்றிதழ் கேட்கப்படுவதாலேயே சாதி ஒழியாமல் நிலை கொண்டிருப்பதாகப் பிதற்றவும் செய்கின்றனர். சாதிச் சான்றிதழுக்கு எதிரான இவர்கள் தம் பெயரிலேயே சாதிச் சான்றிதழ் வைத்துள்ளதையும் அதன் வழியே அவர்கள் பெறும் சலுகைகள் பற்றியும் கவலைப்படுவதில்லை. காலந்தோறும் தம் சாதியால் சமூகப் பொருளாதார ரீதியான அத்தனை பலன்களையும் அனுபவித்துக் கொண்டே ஒடுக்கப்பட்ட மக்களுக்கு அரசமைப்புச் சட்டம் அளித்து வரும் சமூக நீதியான இட ஒதுக்கீட்டை ஒழிக்கப் படாதபாடு படுகின்றனர்.

அம்பேத்கர் காலத்தில் தீண்டாமையைத் தான் சட்டப்படி குற்றமாக்க முடிந்தது. எவ்வளவு போராடியும் அவரால் சாதியை குற்றமென அறிவிக்க முடியவில்லை. அகச்சான்றுள்ள மனிதர்கள் நிறைந்த நாடெனில் - இந்த எழுபது ஆண்டுகளில் - இந்தியா அதைச் செய்து காட்டியிருக்க வேண்டும். அரசமைப்பில் சாதி குற்றமென ஆக்கப்பட்டிருந்தால், சாதி இந்துக்கள் அதை கலாச்சாரம் என பொய்யுரைத்து உலகை ஏமாற்றிக் கொண்டிருக்க முடியாது. குடும்பப் பெயர் என்ற இடத்தில் சாதிப் பெயரைப் போட்டுக் கொள்ளும் அவலம் என்றோ முடிவுக்கு வந்திருக்கும்.

அப்படியல்லாமல் பல்வேறு சமூகப் போராட்டங்களால் சிறிதளவேனும் விட்டொழிக்கப்பட்ட சாதியப் பழமைவாதங்கள் இந்த தலைமுறையில் வெகுவேகமாக மீட்டுருவாக்கம் செய்யப்படுகின்றன. சாதிப் பெயரை வெளிப்படையாகக் கேட்பதோ, பேசுவதோ அநாகரிகமானதாக ஆக்கப்பட்ட தமிழ்ச் சமூகத்தில் கம்யூனிட்டி மேட்ரிமோனி என்ற பெயரில் அய்யங்கார், முதலியார், கவுண்டர், வன்னியர் என தனித் தனி சாதிக்கான திருமண விளம்பரங்கள் தொலைக்காட்சிகளில் வெட்கமின்றி இடம் பிடிக்கின்றன. இது ஒருவரையும் தொந்தரவு செய்யவில்லை. இந்நிறுவனம் இதே விளம்பரத்தை வெவ்வேறு மொழிகளிலும் வெளியிடுகிறது. ஆதிக்க சாதிப் பெயரை வெளிப்படையாகச் சொல்லும் இந்த மேட்ரிமோனி நிறுவனம் பள்ளர், பறையர், அருந்ததியர் என்று பட்டியல் சாதிகளின் பெயர்களில் விளம்பரங்கள் செய்வதில்லை. 'பறையர் மேட்ரிமோனி' என்றோ 'அருந்ததியர் மேட்ரிமோனி' என்றோ விளம்பரப்படுத்த விடாமல் எது அவர்களைத் தடுக்கிறது? இது பாகுபாடு இல்லையா? ஒடுக்குமுறை இல்லையா? இழிவுபடுத்துதல் ஆகாதா? ஏற்கனவே அகமணமுறை சாதியமைப்பை கூர்மைப்படுத்தி அழித்துக் கொண்டிருக்கும் நிலையில், இந்திய சமூகத்தில் வெறும் 5% மட்டுமே சாதி மறுப்பு திருமணங்கள் நடக்கையில் திருமண சேவை நிறுவனங்கள் மிக வெளிப்படையாக அகமணமுறையை வளர்த்தெடுக்கின்றன.

அதுமட்டுமல்ல, தொலைக்காட்சி விளம்பரங்கள் பார்ப்பன வீடுகளையும் பெயர்களையும் குறியீடுகளையுமே பெரும்பாலும் காட்சிப்படுத்துகின்றன. டாய்லெட் கிளீனர் விளம்பரமொன்றில் 'நாம மிஸ்ஸஸ் அய்யர் வீட்டிற்கு வந்திருக்கிறோம்' என்கிறார் நாயகன் கணேஷ் வெங்கட். டாய்லெட்டை சுத்தம் செய்யக் கூட நீங்கள் அய்யர் வீட்டிற்குதான் போக வேண்டுமா, என்ன? அந்தப் பெண்ணுக்கு வேறு பெயரே கிடைக்காமலா மிஸ்ஸஸ் அய்யர் என்கிறார்கள்? தொலைக்காட்சி பார்க்கும் கோடிக்கணக்கான தலித்துகளையும் ஒடுக்கப்பட்ட சமூகங்களையும் இந்த விளம்பரங்கள் நேரிடையாக இழிவுபடுத்துகின்றன. இந்த நுட்பமான சாதியவாதத்திற்கு யார் தடை விதிப்பது?

நீதித்துறையும் அரசும் தலித் மக்களின் மாண்பின் மீது உண்மையான அக்கறை கொண்டிருக்குமானால் அது முதலில் 'பிராமணர்' என்ற பதம் உட்பட ஆறாயிரம் சாதிப் பெயர்களையும் சட்டத்திற்குப் புறம்பானது என்று அறிவிக்கட்டும். அதற்கு இந்த நாட்டில் எந்த நீதிபதிக்காவது, தலைவருக்காவது, கட்சிக்காவது துணிவிருக்கிறதா? தமது சாதிப் பெயர்களை எல்லா நிலைகளிலும் துறந்து, சாதி இந்துக்கள் சமத்துவப் பண்பைப் பெறுகிற வரை

இந்நாட்டில் நிலவும் சமத்துவமின்மையையும் அநீதியையும் 'தலித்' என்ற அரசியல் குறியீடு நினைவூட்டிக் கொண்டே இருக்கும். ●

14.09.2018

ஆங்கிலம்: த வயர்

(thewire.com)

தமிழ்: காட்டாறு

பின் குறிப்பு

1: இக்கட்டுரை எழுதப்பட்ட போது ஆக்ஸ்போர்டு அகராதியில் 'பிராமின்ஸ்' என்ற சொல்லுக்கு சமூகப் பண்பாட்டு ரீதியாக உயர்ந்தவர்கள் (*A socially or culturally superior person*) என்றே விளக்கம் அளிக்கப்பட்டிருந்தது. இக்கட்டுரை வெளிவந்த பிறகு அது திருத்தப்பட்டு, சாதி அடுக்கைச் சேர்ந்த ஓர் இந்து - உயர்ந்தவர்களாகக் கருதப்படும் பூசாரிப் பிரிவை சேர்ந்தவர்கள் (*a Hindu who belongs to the caste (= division of society) that is considered the highest, originally that of priests*) என்பதாக மாற்றப்பட்டுள்ளது.

2. இந்தியாவின் முன்னணி திருமண சேவை இணையதளமான ஷாதி.காம் (*shaadi.com*) திருமண சேவையில் பட்டியல் சாதியினருக்கு எதிரான சாதிப் பாகுபாட்டுடன் நடப்பதாக பிப்ரவரி 2020 இல் இங்கிலாந்தில் புகார் எழுந்தது. இங்கிலாந்து வாழ் இந்தியர்களுக்கான மிகப் பெரிய திருமண சேவை இணையதளமான ஷாதி.காம் "உயர்சாதி இந்துக்களுக்கான தகுதியான இணையாக தாழ்த்தப்பட்டவர்களை தானாக காண்பிப்பதில்லை. அனைத்து சாதிகளையும் காண்பிக்க வேண்டி பரிந்துரையை மாற்றினால் மட்டுமே காட்டுகிறது" என 'சண்டே டைம்ஸ்' பத்திரிகை செய்தி வெளியிட்டது. இது இனம் மற்றும் அதே தன்மையுடைய பிற வகைகளில் மனிதரைப் பாகுபடுத்தத் தடை செய்திருக்கும் இங்கிலாந்து நாட்டின் சமத்துவச் சட்டம் 2010க்கு எதிராக உள்ளதாக பெரும் சர்ச்சை உண்டானது.

சாதியை இனப் பாகுபாட்டின் ஒரு கூறாகக் கருதும் இங்கிலாந்து அரசும் சமூகமும் இப்பிரச்சனையை தீவிரமானதாகக் கருதி ஷாதி.காம் இணையதளத்திற்கு எச்சரிக்கை விடுத்தன. ஆனால் தங்களது இணையதளக் கட்டமைப்பில் ஒரு பிரிவினர் மட்டும் விடுபடுகிற வகையில் எந்தப் பாகுபாடும் இல்லை என ஷாதி.காம் நிர்வாகம் விளக்கமளித்தது. இந்தியாவில் அதிலும் தமிழகத்தில் மிக வெளிப்படையாக சாதிப் பெயர் சொல்லி விளம்பரங்களே வெளியிட்டாலும் யாரும் அதை தட்டிக் கேட்பதில்லை. கோலாகலமாக ஒரு குற்றம் அரங்கேறுவது பற்றி எந்த ஓர்மையும் இல்லாமல் அதை வேடிக்கை பார்க்கிறோம்!

கைக்கெட்டா விடுதலை: சிறையில் பேரறிவாளனுக்கு 27 ஆண்டுகள்!

> "விசாரணை அதிகாரி, வாக்குமூலத்தைப் பதிவு செய்த அதிகாரி, வழக்கில் தீர்ப்பளித்த உச்சநீதிமன்ற நீதிபதி அனைவருமே வழக்கு விசாரணையில் மிகப்பெரிய குறைபாடு உள்ளதாகத் தெரிவித்துள்ள நிலையில், மாநில அரசு தனது அதிகாரத்தை பயன்படுத்த தயாராக இருக்கும் நிலையில், யாரை திருப்திப்படுத்த பேரறிவாளனின் விடுதலையில் மத்திய அரசு இத்தனை தயக்கம் காட்டுகிறது?"

04

"ஒன்றுமில்லாததற்கு அவனுக்கு அந்தப் புதிய வாழ்க்கை வழங்கப்படமாட்டாது, அதற்கு அவன் மிக மிக அதிகமான விலையைத் தர வேண்டும். அதாவது அவனது புதிய வாழ்க்கைக்கு அவன் பெரிய போராட்டத்தையும் பெருந்துயரத்தையும் விலையாகத் தர வேண்டும். ஆனால் அதுதான் புதிய கதையின் தொடக்கம் - ஒரு மனிதனின் படிப்படியான புதுப்பித்தலின் கதை, அவனது மீளுருவாக்கத்தின் கதை, ஓர் உலகத்திலிருந்து இன்னொன்றிற்கு அவன் கடந்து செல்வதன் கதை. அவனறியாதப் புதிய வாழ்க்கையின் தொடக்கம் அது. அதுவே அந்த புதிய கதையின் கருவாக இருக்கும், ஆனால் அதற்கு நமது தற்போதைய கதை முடிய வேண்டும்"

- பியோதர் தாஸ்தோவ்ஸ்கி (குற்றமும் தண்டனையும்)

ராஜீவ் காந்தி கொலை வழக்கில் 'சின்ன விசாரணைதான்' என்று சொல்லி பேரறிவாளன் கைது செய்யப்பட்டு இன்றோடு 27 ஆண்டுகள் ஆகின்றன. 'ஒன்பது வோல்ட் கோல்டன் பவர் பேட்டரி'யை வாங்கிக் கொடுத்தார் என்ற காரணத்திற்காகத் தூக்கு தண்டனை விதிக்கப்பட்டு 20 ஆண்டுகள் ஆகின்றன. அவரது கருணை மனு குடியரசுத் தலைவரால் நிராகரிக்கப்பட்டு ஏழு ஆண்டுகள் ஆகின்றன. 'அந்த பேட்டரியை எதற்காக வாங்கிக் கொடுத்தேன் எனத் தெரியாது" என்ற பேரறிவாளனின் வாக்குமூலத்தை மாற்றி எழுதி தவறிழைத்துவிட்டேன் என்று விசாரணை அதிகாரி தியாகராஜன் வருத்தம் தெரிவித்து அய்ந்து ஆண்டுகள் ஆகின்றன. தூக்குக் கயிற்றின் நிழலிலிருந்து விடுவித்து உச்சநீதிமன்றம் பேரறிவாளனின் தண்டனையை ஆயுளாகக் குறைத்து நான்கு ஆண்டுகள் ஆகின்றன. "உச்சநீதிமன்ற தீர்ப்பின்

படி மாநில அரசுக்குள்ள அதிகாரத்தின் அடிப்படையில் தூக்கு ரத்து செய்யப்பட்ட பேரறிவாளன், முருகன், சாந்தன் உள்ளிட்ட ஏழு பேரையும் உடனே விடுதலை செய்ய அமைச்சரவை முடிவு எடுத்துள்ளது. மத்திய அரசு மூன்று நாட்களுக்குள் கருத்து சொல்லாவிட்டால் எழுவரும் விடுவிக்கப்படுவார்கள்' என அப்போதைய தமிழக முதல்வர் ஜெயலலிதா சட்டப்பேரவையில் அறிவித்து நான்கு ஆண்டு காலம் போய்விட்டது. ராஜீவ் குற்றவாளிகளை விடுவிப்பதில் மத்திய அரசுக்கே அதிக அதிகாரம் இருக்கிறது என உச்ச நீதிமன்றம் தீர்ப்பளித்து மூன்று ஆண்டுகளாகிவிட்டன. 'ராஜீவ் காந்தி கொலை வழக்கின் பின்னணியில் உள்ள மிகப்பெரிய சதியை 19 ஆண்டுகளாக சிபிஅய் விசாரித்துக் கொண்டிருக்கின்றது. எனவே இது தொடர்பாக அமைக்கப்பட்ட பல்நோக்கு கண்காணிப்புக் குழு தன் வேலையை ஒழுங்காக செய்யவில்லை. விசாரணை நீதி மன்றம் மேற்கண்ட விசாரணையை கண்காணிக்க வேண்டும்" என பேரறிவாளன் நீதி மன்றத்தில் மனு செய்து ஏழு ஆண்டுகள் ஆகின்றன. இது தொடர்பான மேல் முறையீட்டில் மறுவிசாரணை அறிக்கையை தாக்கல் செய்ய சி.பி.அய்க்கு உச்சநீதிமன்றம் உத்தரவிட்டு ஓராண்டு காலம் ஆகிறது. 'என் தந்தையைக் கொன்றவர்களை நானும் பிரியங்காவும் மன்னித்துவிட்டோம்' என ராகுல் காந்தி பேசி மூன்று மாதங்களாகின்றன. 'மத்திய அரசு விடுவிக்கச் சொன்னால் உடனே விடுதலை செய்வோம்' என தமிழக அரசு சொல்லி ஒரு மாத காலமாகிறது. என்றோ முற்றுப்புள்ளி வைத்திருக்கப்பட வேண்டிய ராஜீவ் காந்தி கொலை வழக்கு ஆண்டுக்கணக்கில், மாதக்கணக்கில், நாட்கணக்கில், நிமிடக்கணக்கில் நொடிக்கணக்கில் இழுத்துக் கொண்டே போகிறது.

சற்றே நீளமான இந்த பத்தியை படித்து முடிப்பதற்கே நமக்கெல்லாம் அயர்ச்சியாக இருக்கக் கூடும். ஆனால் கொடிய சிலந்தி வலையில் சிக்கிக் கொண்ட சிற்றெறும்பைப் போல, தனது 19 வது வயதில் ராஜீவ் கொலை வழக்கு எனும் உயர்மட்ட சதியில் மாட்டிக் கொண்ட பேரறிவாளன் 27 ஆண்டுகளாக இத்தகைய அநீதிகளை வாழ்ந்து கடப்பதென்பது எத்தகைய கொடுங்கனவாக இருந்திருக்கும் என்று எண்ணிப் பாருங்கள்!

1980 மற்றும் 1990களில் ஒட்டுமொத்தத் தமிழகமுமே விடுதலைப்புலி ஆதரவாளர்களாகவே இருந்தது. தமிழக இளைஞர்களின் கதாநாயகனாகவே பிரபாகரன் திகழ்ந்தார். விடுதலைப் புலிகள் தமிழகத்திற்கு வருவதும் ஆதரவாளர்களின் வீடுகளில் தங்குவதும் கூட மிக இயல்பான செயலாகவே இருந்தது. குறிப்பாக திராவிட இயக்கங்கள் விடுதலைப்

புலிகளோடு அணுக்கமான தொடர்பில் இருந்த காலகட்டம் அது. பெரியாரியக் கொள்கையில் ஊறிய பேரறிவாளனின் குடும்பமும் ஈழத் தமிழர்களோடு நல்லுறவில் இருந்தது அப்போதிருந்த அரசியல் சூழலில் ஓர் அங்கம் தானே தவிர தனித்த, மர்மமான செயல்பாடு அல்ல. அரசியல் பின்னணியோ, செல்வாக்கோ இல்லாத, ஆனால் உறுதியான கொள்கைப் பிடிப்பு கொண்ட ஓர் எளிய மனிதனுக்கு இதனால் நேர்ந்தது அந்தப் பெருங்கொடுமை!

ராஜீவ் காந்தி கொல்லப்பட்டதும் ஒட்டுமொத்த நாடும் அவ்வளவு ஏன் உலகம் மொத்தமுமே கூட அதிர்ச்சியில் உறைந்திருந்த நிலையில், இந்திய அரசிற்கு கடுமையான நெருக்கடி உண்டானது. நாட்டின் பாதுகாப்பு மீது ஆட்டங்கண்டிருந்த கூட்டு மனசாட்சியின் நம்பிக்கையை மீட்டெடுக்க பல நிலைகளிலும் கிடுகிடுவென கைது நடந்தது. யாரையாவது கைது செய்து தண்டனை வழங்கப்பட்டால் தான் அந்தக் கூட்டு மனசாட்சியின் கோபமும் பயமும் அடங்கும் என்ற நிலை. கொன்றது விடுதலைப் புலிகளே என அக்கணமே தீர்ப்பெழுதப்பட்ட நிலையில் புலி ஆதாரவாளர்களை சுற்றி வளைத்தனர் மத்திய புலனாய்வு அதிகாரிகள். சி.பி.அய் அள்ளிக் கொண்டு போன நூற்றுக்கணக்கானோரில் பேரறிவாளனும் ஒருவர். அப்போது அவர், எலக்ட்ரானிக்ஸ் அண்ட் கம்யூனிக்கேஷன் படிப்பில் பட்டயப் படிப்பை முடித்துவிட்டு மேற்படிப்பைத் தொடர பெரியார் திடலில் தங்கியிருந்தார். 'சின்ன விசாரணைதான்' என்ற வார்த்தைகளை நம்பி எந்த எதிர்ப்பும் காட்டாமல் பேரறிவாளனை அவரது பெற்றோர் அற்புதம் அம்மாள் மற்றும் குயில்தாசன் இருவரும் சிபிஅய் அதிகாரிகளுடன் அனுப்பி வைத்தனர். அந்த நாள் ஜூன் 11, 1991. இதோ...இரட்டை ஆயுள் தண்டனைக்கான காலகட்டம் முடிந்துவிட்ட நிலையில் இன்றும் கூட சிறையிலிருந்து வெளியேறும் வாய்ப்பு அவருக்கு வழங்கப்படவில்லை.

நூற்றுக்கும் மேற்பட்டோரை கைது செய்து அவர்களில் 41 பேரை வடிகட்டி அவர்கள் மீது சென்னை பூந்தமல்லி தடா சிறப்பு நீதிமன்றத்தில் வழக்குத் தொடர்ந்தது சிபிஅய். "ராஜீவ்காந்தி படுகொலையை நடத்தியது விடுதலைப் புலிகளே" என அது குற்றப்பத்திரிகை தாக்கல் செய்தது. விடுதலைப் புலிகள் இயக்கத் தலைவர் பிரபாகரன் உட்பட மூன்று பேர் 'தலைமறைவாகி' இருந்த நிலையில், கொலையாளிகளான வெவ்வேறு சூழல்களில் உயிரிழந்த தனு மற்றும் சிவராசன் உட்பட 12 பேர் இந்த வழக்கு விசாரணைக்கு வரும் தருவாயில் உயிரிழந்துவிட்டதால், எஞ்சிய 26 பேருக்கு 1998 ஜனவரி 28 ஆம் நாள் தூக்கு தண்டனை வழங்கி உத்தரவிட்டது தடா நீதிமன்றம்.

உச்சபட்ச தண்டனை அளிப்பதற்கு, பேரறிவாளன் மீது வைக்கப்பட்டக் குற்றச்சாட்டு, அவர் '9 வோல்ட் கோல்டன் பவர் பேட்டரியை சிவராசனுக்கு வாங்கிக் கொடுத்தார்' என்பதுதான். ராஜீவ்காந்தி படுகொலைக்கு காரணமான வெடிகுண்டை வடிவமைத்தது யார், அதை வடிவமைக்கச் சொன்னது யார், இந்த சதி யாருடைய மூளையிலிருந்து உருவாகி வந்தது என்ற முக்கிய கேள்விகளுக்கான விடையை அதாவது உண்மையான குற்றவாளிகள் யாரென கண்டுபிடிக்காமல் குற்றத்திற்கு உடந்தையாக இருந்தனர் என அவர்களோடு தொடர்பில் இருந்ததாகச் சொல்லப்பட்டவர்களுக்கு தூக்கு வழங்கப்பட்டது. ராஜீவ் காந்தி கொலை வழக்கையே முன்னுதாரணமாக எடுத்துக் கொண்டு நீதித்துறை செயல்படத் தொடங்கினால்- குற்றவாளியோடு ஏதாவது ஒரு வகையில் தொடர்புடையவர் எல்லாம் குற்றவாளியே என்று அறிவிக்கப்பட்டால்- இந்திய மக்கள் தொகையில் பாதிக்கு பாதி பேர் சிறை செல்ல வேண்டி வரும்.

இன்று வரையிலும் கூட இப்படுகொலையின் மூளையாகச் செயல்பட்ட முக்கியக் குற்றவாளிகளை நோக்கி இந்த விசாரணை எள்ளளவும் நகரவில்லை. இந்திய புலனாய்வு அமைப்பின் தோல்வியாகவே இதை எடுத்துக் கொள்ள வேண்டும். ஆனால் அப்படியான களங்கத்தை ஏற்க இந்திய அரசுத் தயாராக இல்லை. அதனால், இந்தியக் கூட்டு மனசாட்சியின் கொந்தளிப்பை ஆற்றுப்படுத்தும் வகையில் இவ்வளவு நீதிப் போராட்டங்களுக்கு இடையிலும் இவ்வளவு சமூகக் கொந்தளிப்புகளுக்கு மத்தியிலும் இவ்வளவு திருப்புமுனைகளுக்கு நடுவிலும் - 27 ஆண்டுகளாக - ஒரே காரணத்தை வேறு வேறு விதமாகச் சொல்லி எழுவர் விடுதலையைத் தாமதித்துக் கொண்டே போகிறது.

ராஜீவ்காந்தி கொலையை விசாரித்த புலனாய்வுக் குழுவின் தலைமை அதிகாரியாக இருந்து ஒய்வுபெற்ற ரகோத்தமன் 31-07-2005 நாளிட்ட 'ஜூனியர் விகடன்' இதழிலும், 10-08-2005 நாளிட்ட 'குமுதம்' வார இதழிலும், "தனு தன் இடுப்பில் கட்டியிருந்த வெடிகுண்டு பெல்டை செய்து கொடுத்தவர் யார் என்று இது நாள் வரைக்கும் கண்டுபிடிக்க முடியவில்லை" என பதிவு செய்திருக்கிறார். இதையே தான் பேரறிவாளனும் நீதிமன்றத்தில் முறையிட்டு நியாயம் கேட்கிறார். ஆனால் இந்த முக்கியமான கருத்தை எந்த நீதிமன்றமும் கவனத்தில் எடுத்துக் கொள்ளத் தயாராக இல்லை.

2017 ஆம் ஆண்டு உச்ச நீதிமன்றத்தில் விசாரணை அதிகாரி தியாகராஜன், '9 வோல்ட் திறன் கொண்ட 2 கோல்டன்

பவர் பேட்டரிகளை ஒற்றைக் கண் சிவராசனுக்கு வாங்கிக் கொடுத்தேன். ஆனால் எதற்காக அந்த 2 பேட்டரிகளும் வாங்கிக் கொடுத்தேன் என்பதும் அது ராஜீவ் காந்தியைக் கொல்வதற்காக என்பதும் எனக்குத் தெரியாது' என பேரறிவாளன் அளித்த வாக்குமூலத்தில் முதல் பாதியை மட்டுமே பதிவு செய்ததாகவும் 'எனக்குத் தெரியாது' என்று பேரறிவாளன் சொன்னதைப் பதிவு செய்தால், அது ஒப்புதல் வாக்குமூலமாக இருக்காது என்பதால் அதை நீக்கினேன்" என்று பிரமாணப் பத்திரம் தாக்கல் செய்தார்.

ஆனால் ஓய்வு பெற்ற பின் தியாகராஜன் அளிக்கும் இந்த வாக்குமூலத்தை வைத்து தீர்ப்பில் தலையிட முடியாது என உச்ச நீதிமன்றம் மறுத்துவிட்டது. ஒரு விசாரணை அதிகாரியின் வாக்குமூலத்திற்கு அந்த வழக்கு உயிருடன் இருக்கிற வரை மதிப்பு இருக்கிறது. மாறாக, அவர் பதவியில் இருக்கிறாரா இல்லையா என்பது இரண்டாம் பட்சமே! அதிலும் இதுபோல கால் நூற்றாண்டு காலத்திற்கும் முடிவு வராமல் இழுத்தடிக்கப்படும் வழக்குகளில் முன்னதாக விசாரணை நடத்திய அதிகாரிகளுக்கு எந்தத் தொடர்பும் இல்லை என ஒதுக்கிவிட முடியாது. பேரறிவாளன் உள்ளிட்ட எழுவர் விடுதலை என்பது இன்றளவிலும் நீதித்துறை, சட்டத்துறை மற்றும் மனித உரிமைத் தளங்களில் பெரிய விவாதமாக இருந்து வருகையில், எந்த ஒரு முக்கியமான வாக்குமூலத்தையோ சாட்சியையோ ஆதாரத்தையோ புறந்தள்ளுவது ஏற்புடையதல்ல. பேரறிவாளனுக்கு தண்டனை வழங்கப்பட்டது அவரது வாக்குமூலத்தின் அடிப்படையில்தான். வேறெந்த ஆதாரத்தையும் சிபிஅய் அளிக்கவில்லை எனும் நிலையில் அந்த வாக்குமூலமே திரிக்கப்பட்ட ஒன்று என்று அதைப் பதிவு செய்த அதிகாரியே ஒப்புக் கொள்வதை நீதிமன்றம் எவ்வாறு புறக்கணிக்க இயலும்?

பேரறிவாளனுக்கு தூக்கு தண்டனை வழங்கித் தீர்ப்பளித்த உச்சநீதிமன்ற நீதிபதிகளில் ஒருவரான கே.டி.தாமஸ், 18.10.2017 அன்று சோனியா காந்திக்கு ஒரு கடிதம் எழுதினார். அதில், "இவ்வழக்கு தொடர்பாக நடைபெற்ற விசாரணையில் தீவிரக் குறைபாடு இருக்கிறது. அது இந்திய குற்றவியல் நீதி அமைப்பின் மீதான மன்னிக்க முடியாத களங்கம், இந்த வழக்கிற்கான தீர்ப்பை வழங்கிய நீதிபதிகளின் ஒருவரான நான் இந்த கடிதத்தை எழுதுவதுதான் சரியாக இருக்கும். நீங்களும் ராகுல் காந்தியும் மனிதாபிமானத்தோடு இவர்களின் தண்டனைக் குறைப்பிற்கு கடிதம் எழுதுங்கள்" என்று வேண்டுகோள் வைத்திருந்தார். காந்தியைக் கொன்ற நாதுராம் கோட்சேவின் சகோதரரான கோபால் கோட்சேவிற்கு ஆயுள் தண்டனை வழங்கப்பட்டிருந்த நிலையில் 14 ஆண்டுகள் கழித்து 1964 இல் அவர் விடுதலை

செய்யப்பட்டதையும் தாமஸ் இக்கடிதத்தில் சுட்டிக் காட்டினார். மறைந்த முன்னாள் உச்ச நீதிமன்ற நீதிபதி மற்றும் மனித உரிமை ஆர்வலரான வி.ஆர்.கிருஷ்ணய்யர், பேரறிவாளன் விடுதலைக்கு வெகு முன்னதாகவே குரல் கொடுத்தவர்களில் முக்கியமானவர்.

விசாரணை அதிகாரி, வாக்குமூலத்தைப் பதிவு செய்த அதிகாரி, வழக்கில் தீர்ப்பளித்த உச்சநீதிமன்ற நீதிபதி அனைவருமே வழக்கு விசாரணையில் மிகப்பெரிய குறைபாடு உள்ளதாகத் தெரிவித்துள்ள நிலையில், ராஜீவ் குடும்பத்தினர் அவரை மன்னித்துவிட்டதாகக் கூறிவிட்ட பின்னர், மாநில அரசு தனது அதிகாரத்தை பயன்படுத்த தயாராக இருக்கும் நிலையில், யாரை திருப்திப்படுத்த பேரறிவாளனின் விடுதலையில் மத்திய அரசு இத்தனை தயக்கம் காட்டுகிறது?

சுற்றிலும் சூழ்ச்சிகள் சூழ்ந்திருக்கும் போது தன் உயிரைக் காப்பாற்றிக் கொள்ள இத்தனை ஆண்டு காலமும் போராடிக் கொண்டே இருப்பது எத்தனை பெரிய மனச்சோர்விற்கு ஆளாக்கும்?! கட்சிகள், அமைப்புகள், இயக்கங்கள், பொது மக்களின் பேராதரவு இருந்தாலும் நிர்வாக அநீதியினால் *(Institutional Injustice)* இவ்வழக்கிற்கான நீதி மரித்துவிடாமல், இத்தனை ஆண்டு காலமும் அதை உயிர்ப்போடு நகர்த்திச் சென்றது பேரறிவாளன் என்ற ஒற்றை மனிதனின் பெரும் உழைப்பும் துடிப்பும் என்றால் அது மிகையல்ல. அநீதிகளால் சூழப்பட்ட இவ்வழக்கில் ஓரளவுக்கேனும் நீதி கிடைத்ததெனில் பேரறிவாளனின் விடாமுயற்சிக்கு அதில் முக்கியப் பங்கு உண்டு.

நாட்டின் முன்னாள் பிரதமர் கொலை செய்யப்பட்ட வழக்கில் கைது செய்யப்பட்டவர் புலனாய்வு அதிகாரிகளால் எவ்வாறு விசாரிக்கப்பட்டிருப்பார் என்பது மனித உரிமைகள் முற்றிலும் துடைத்தழிக்கப்பட்ட இந்திய காவல் துறையின் செயல்பாடுகளை தொடர்ந்து கவனித்து வருகிறவர்களுக்குத் தெரியும். நகக்கண்ணில் ஊசி ஏற்றுவது தொடங்கி மின்சாரம் பாய்ச்சுவது வரை பல வகையான கொடுந்துன்புறுத்தல்களையும் பேரறிவாளன் அக்காலகட்டங்களில் அனுபவித்தார். ஆனால், தன்னைச் சூழ்ந்திருந்த இருளைப் போக்குதற்கான ஒளியாய் தன்னையே மாற்றிக் கொண்டார் என்பதே அவரது பலம். தொடக்ககாலத் தனிமைச் சிறைவாசத்தில் ஒரு நாளில் 22 மணி நேர காலம் மனித முகம் எதையும் பார்க்காத தனிக் கொட்டடியில் அடைந்து கிடந்தார். கடுமையான உடல் மற்றும் மன ரீதியான துன்புறுத்தல்களுக்கு நடுவே ஒருவர் வாழ்வின் மீதான பிடிப்புகளையும் மனிதர்கள் மீதான நம்பிக்கையையும் இழந்துவிடுவதே இயல்பு. தனது இளமைக் காலத்தை அநீதிகள்

தின்று செரித்த நிலையிலும் அவர் பகுத்தறிவாளராகவே திகழ்ந்தார்!

சிறையிலிருந்தபடி பி.சி.ஏ., எம்.சி.ஏ., முடித்தார். துயரறுத்த இடைப்பட்ட காலங்களில் அய்ந்திற்கும் மேற்பட்ட சான்றிதழ் படிப்புகளையும் முடித்தார். சிறை நூலகத்தைப் பராமரிப்பது, சக கைதிகளுக்கு கல்வி வழி காட்டுவது என நொறுக்கப்பட்ட தன் எலும்புகளை தானே சேகரித்து நிமிர்ந்து நின்றார் என்பதுதான் பேரறிவாளன் மீது இச்சமூகம் பற்றுக் கொள்ளக் காரணம். தனது செயல்பாடுகளையும் அறிவாற்றலையும் நன்னடத்தை என்றளவோடு நிறுத்திக் கொள்ளாமல் தனக்குக் கிடைக்க வேண்டிய நீதிக்கான சட்டப் போராட்டக் கருவியாகவும் ஏந்தத் தொடங்கினார். தான் எழுதிய, "தூக்குக் கொட்டடியிலிருந்து ஒரு முறையீட்டு மடல்" என்ற நூலில், 'தான் நிரபராதி என்பதற்கான ஆதாரங்களை உணர்ச்சிகளின் அடிப்படையில் அல்லாமல் உண்மைகள் மற்றும் தர்க்கங்களின் அடிப்படையில் தெளிவாக விளக்கினார். மறுக்க முடியாத அவரது வாதங்கள் அப்போது பெரும் அதிர்வலைகளை உண்டாக்கியது.

ராஜீவ் கொலை வழக்கு சந்தித்த முக்கியமானத் திருப்புமுனைகளில் பேரறிவாளனின் பெயர் காலத்திற்கும் பதிந்திருக்கும். தூக்கு தண்டனைக்கு நாள் குறிக்கப்பட்ட நிலையிலும் நிதானமிழக்காமல் இவ்வழக்கிற்காக அவர் செய்த முக்கியமான சில முன்னெடுப்புகளை இங்கே குறிப்பிடுவது பொருத்தமாக இருக்கும். தன் தாய் அற்புதம் அம்மாள் மற்றும் சில வழக்குரைஞர்கள் துணையுடன் அவர் சிறையிலிருந்தபடியே இவ்வழக்கிற்காக செய்தவை ஏராளம்.

2011 ஆம் ஆண்டு தூக்கு தண்டனையை நிறைவேற்றுவதற்கான நாள் குறிக்கப்பட்ட நிலையில், தமிழகமே கொந்தளித்தது. அத்தருணத்தில் சென்னை உயர் நீதிமன்றத்தில் பேரறிவாளன் உள்ளிட்டோரால், தூக்கிற்கு தடை கேட்டு ரிட் மனு தாக்கல் செய்யப்பட்டது. முன்னாள் சட்ட அமைச்சரும் புகழ்பெற்ற வழக்குரைஞருமான ராம்ஜெத்மலானி மற்றும் உச்ச நீதிமன்ற வழக்குரைஞர் கோலின் கோன்சால்வ்ஸ் போன்றோர் இவ்வழக்கிற்காக வாதாடினர். தடை வழங்கப்பட்டது. இந்தத் தடைக்குப் பிறகு தான் உச்ச நீதிமன்றத்தில் நீதிபதி சதாசிவம் அமர்வு மூவருக்கான மரண தண்டனையை ஆயுள் தண்டனையாக மாற்றித் தீர்ப்பளித்தது. இதன் தொடர்ச்சியாக மாநில அரசின் அதிகாரத்தைப் பயன்படுத்தி ஏழு பேரையும் விடுவிக்க ஜெயலலிதா முடிவெடுத்ததும் மத்திய அரசிற்குதான் அதிகாரம் என்பதற்கு ஒப்புதல் (consent) அளிப்பதா அல்லது மத்திய/

மாநிலம் என இருவருக்கும் அதிகாரம் இருக்கிறது (concurrence) என முடிவு கொள்வதா என்ற விவாதம் நடந்தது. அய்ந்து நீதிபதிகள் அமர்வு ஒப்புதல் (அதாவது எழுவர் விடுதலையில் மத்திய அரசுக்கே அதிகாரம்) என்று தீர்ப்பளிக்க, அதன் பிறகு வழக்கு மூன்று நீதிபதிகள் அமர்வுக்கு மாற்றப்பட்டு நிலுவையில் வைக்கப்பட்டது.

ராஜீவ் வழக்கில் உச்ச நீதிமன்றம் தண்டனை அறிவித்த பிறகு 1999 இல், ஜெயின் கமிஷனின் பரிந்துரையின் படி இவ்வழக்கிற்காக அமைக்கப்பட்ட பல்நோக்கு கண்காணிப்பு முகமை (Multi Disciplinary Monitoring Agency - MDMA), இப்படுகொலையில் வெளிநாட்டுச் சதியிருக்கிறதா என மேற்கொண்டு விசாரிக்க அனுமதி கேட்டு மனு தாக்கல் செய்தது. சென்னை உயர் நீதிமன்ற வளாகத்தில் உள்ள 'தடா' நீதிமன்றம் அதை அனுமதித்த நிலையில், இந்த முகமை குறிப்பிட்ட கால இடைவெளிகளில் தங்களது விசாரணை முடிவுகளை மூடிய உரைகளில் சமர்ப்பித்து வருகிறது. ஆனால் 'தடா' நீதிமன்றம் அதைத் திறந்து கூட பார்க்கவில்லை. "அந்த உரைகளை நீதிமன்றம் திறந்து பார்க்க வேண்டும்" என பேரறிவாளன் மனு தாக்கல் செய்ய, அதை தடா நீதிமன்றம் தள்ளுபடி செய்தது. நீதிமன்றத்தின் இச்செயலை எதிர்த்தும், கண்காணிப்பு முகமையின் விசாரணையை விரைவாக முடிக்கக் கோரியும் உயர் நீதிமன்றத்தில் மேல் முறையீடு செய்தார் பேரறிவாளன். அவ்வழக்கை விசாரித்த நீதிபதி மாலா, "தடா நீதிமன்றத்தின் வழக்கை விசாரிக்கும் அதிகாரம் உச்ச நீதிமன்றத்திற்குதான் இருக்கிறது" எனக் கூறி வழக்கை விசாரிக்க மறுக்கவே, இந்த வழக்கு 2016 டிசம்பர் மாதம் உச்சநீதிமன்றத்தில் விசாரணைக்கு வந்தது. நீதிபதி ரஞ்சன் கோகாய், "ராஜீவ் கொலை வழக்கு இன்னுமா முடியவில்லை" என கேட்டு அது குறித்த ஆவணங்களை கேட்க இவ்வழக்கு மீண்டும் பரபரப்பானது. தற்போது, இதுவும் உச்ச நீதிமன்றத்தில் நிலுவையில் உள்ளது.

இதற்கிடையே, "தண்டனையை நிறுத்தி வைத்து, வழக்கு முடிகிற வரை நிரபராதி என்ற அடிப்படையில் தன்னை விடுவிக்க வேண்டும்" என்ற மனுவையும் பேரறிவாளன் உச்ச நீதிமன்றத்தில் தாக்கல் செய்தார். இந்த நிலையில் 1993 ஆம் ஆண்டு மும்பை குண்டு வெடிப்பு வழக்கில் 5 ஆண்டுகள் சிறை தண்டனை பெற்ற நடிகர் சஞ்சய் தத் தண்டனை காலம் முடிவடைவதற்கு வெகு முன்பாகவே நன்னடத்தை அடிப்படையில் கடந்த ஆண்டு விடுதலை செய்யப்பட, 'எந்த விதிமுறைகளின் கீழ் அவருக்கு விடுதலை வழங்கினீர்கள்' என்று புனே எரவாடா சிறை நிர்வாகத்திடம் தகவல் அறியும் உரிமைச் சட்டத்தின் மூலம் பேரறிவாளன் கேள்வி எழுப்பினார்.

ஆனால் பதிலளிக்கப்படவில்லை. மீண்டும், இதே கேள்வியை புனேவில் உள்ள மாநில தகவல் அறியும் உரிமை ஆணையத்திடம் கேட்டார். இந்த மனுவும் நிலுவையில் இருக்கிறது.

1993 ஆம் ஆண்டு மும்பையில் 257 பேர் படுகொலை செய்யப்பட்ட தொடர் குண்டுவெடிப்பு நிகழ்ந்த போது சட்ட விரோதமாக ஆயுதங்கள் வைத்திருந்த குற்றத்திற்காக சஞ்சய் தத் கைது செய்யப்பட்டார். அவருக்கு மும்பை 'தடா' கோர்ட் ஆறு ஆண்டுகள் சிறை தண்டனை விதித்தது. மத்திய அரசின் ஆளுகைக்குட்பட்ட ஒரு சட்டத்தில் *(Arms Act)* கைது செய்யப்பட்ட சஞ்சய் தத்திற்கு தண்டனை குறைப்பு, பரோலில் வெளிவருதல், முன்கூட்டியே விடுதலை போன்ற சலுகைகள் வழங்கப்பட்டன. மத்திய அரசின் ஒப்புதல் பெற வேண்டிய இவ்வழக்கில் மாநில அரசு தனது அதிகாரத்தைப் பயன்படுத்தி சஞ்சய் தத்தை முன்கூட்டியே விடுவித்தது. ஆனால், தனிமனித கொலைக்கான இபிகோ 302 சட்டப்பிரிவின் கீழ் வரும் தனது வழக்கில் மாநில அரசிற்கு தான் அதிகாரம் உள்ளது என்ற போதிலும் மத்திய அரசு தொடர்ந்து அதற்கு தடையாக இருப்பது ஏன்" என்பதுதான் பேரறிவாளன் எழுப்பும் கேள்வி.

இப்படி நாட்டு நடப்புகளையும் நீதிமன்ற நடவடிக்கைகளையும் சட்டச் செயல்பாடுகளையும் நுணுக்கமாக கவனித்து இவ்வழக்கு திசைமாறிப் போகும் போதெல்லாம் அல்லது மறக்க வைக்கப்படும் போதெல்லாம் சரியான திசை நோக்கி வழக்கை நகர்த்திச் சென்றார், பேரறிவாளன். பொதுவாக, இது போன்ற பெரிய சதிகளில் சிக்கியவர்களின் பெயர் சமூக உளவியலுக்கு பெரும் அச்சுறுத்தலை உண்டாக்கும். ஆனால், பேரறிவாளன் என்ற பெயர் தமிழக வீடுகளில் குடும்பப் பெயராக ஒலிக்கிறது. தன் பிள்ளைகளுக்கு இப்பெயரைச் சூட்டி மகிழும் தமிழ் உணர்வாளர்கள் ஏராளம். 19 வயதில் கைது செய்யப்பட்ட பேரறிவாளன் 25 ஆண்டுகள் கழித்து தனது 46 ஆவது வயதில், கடந்த ஆண்டுதான் உடல் நலம் குன்றிய தந்தையைக் காண முதன்முறையாக பரோலில் வெளிவந்தார். அப்போது தமிழகத்தின் பல பகுதிகளில் இருந்தும் அவரை சந்திக்க கூட்டம் கூட்டமாக மக்கள் வந்து கொண்டே இருந்தனர். ஒரு மாத காலம் முழுக்க கூட்டம் குறையவில்லை. இதற்கிடையே சிறுநீரகக் கோளாறால் பாதிக்கப்பட்ட பேரறிவாளனுக்கு சில கட்டுப்பாட்டுகளோடு கூடுதலாக ஒரு மாத காலம் பரோல் நீட்டிக்கப்பட்டது. தற்போது, மீண்டும் சிறையிலிருந்தபடியே சட்டப் போராட்டத்தை தொடர்கிறார்.

மகனின் விடுதலைக்காகவும் மரண தண்டனை ஒழிப்பிற்காகவும் தங்களது வாழ்க்கையையே அர்ப்பணித்தனர் பேரறிவாளனின் பெற்றோர். குறிப்பாக அவரது தாய் அற்புதம் அம்மாள். சிபிஅய் அலுவலகமான மல்லிகை வளாகத்தின் வாசலில், 'மகனை விட்டுவிடுங்கள்' என்று கண்ணீர் மல்க நடக்கத் தொடங்கியவர் இன்றும் நடையாய் நடக்கிறார். ஆயுள் தண்டனைக் கைதிகளின் குடும்பத்தினர் ஒரு கட்டத்தில் சிறைக்கு வருவதையே நிறுத்தி விடுவதுதான் வழக்கம். ஆனால் அற்புதம் அம்மாள் இத்தனை ஆண்டுகளில் மகனை சந்திக்கச் செல்லாத வாரமே இல்லை எனலாம். மகன் சொல்லும் வேலைகளை தவறாமல் செய்து முடிப்பார். தமிழகத்தின் அரசியல் கூட்டங்களில் மரண தண்டனை ஒழிப்பிற்காக ஒரு குரல் தொடர்ச்சியாக ஓங்கி ஒலிக்கிறதெனில் அது அற்புதம் அம்மாளுடையதுதான்! "27 ஆண்டு கால சிறை தண்டனைக்குப் பிறகு, இன்னும் உங்களுக்கு என்ன வேண்டும்?" என்பதே அவர் அரசையும் நீதிமன்றங்களையும் நோக்கி கேட்கும் கேள்வி.

நீதியை பொருத்தவரை 'தாமதம்' தான் மிகக் கொடூரமான தண்டனை. ஆம், மரண தண்டனையைவிடவும் அதுவே கொடூரமானது. ஏனென்றால் அதுதான் உயிரோடிருக்கும் ஒவ்வொரு நொடியும் மரணத்திற்கு இணையான வலியைத் தருகிறது. 27 ஆண்டுகளென்பது சாதாரணமா? விளையாட்டா? வாழ்நாள் முழுவதும் ஒரு மனிதன் சிறையின் இருளில் வதங்கிச் சாக வேண்டுமென எதிர்பார்ப்பது எந்த வகையில் நீதியின் நியாயமாகும்?! இந்தியாவில் மரண தண்டனை விதிக்கப்பட்டவர்கள் முழுக்க முழுக்க சமூக பொருளாதார ரீதியாக பின் தங்கியவர்கள் என்பதை முன்னாள் குடியரசுத் தலைவர் அப்துல் கலாம் சுட்டிக் காட்டினார். இந்தியாவின் மேட்டுக்குடிகளும் ஆதிக்க சாதியினரும் குற்றங்களே இழைப்பதில்லையா என்ன! அவர்களுக்கென்றால் சட்டத்தின் எல்லா ஓட்டைகளும் திறந்து கொள்கின்றன. இந்திய நீதி அமைப்பு முற்றிலுமாக ஒரு சாதி அமைப்பாக இருந்துதான் தீர்ப்புகளை வழங்குகிறது. அந்த தீர்ப்புகள் பல நேரங்களில் நீதியை முற்றிலுமாக கருவறுப்பவையாகவே இருக்கின்றன.

பேரறிவாளன் பின் தங்கிய சமூகச் சேர்ந்த எளிய மக்களின் பிரதிநிதி. ஆயுள் தண்டனை கைதிகள் மற்றும் விசாரணையே நடத்தப்படாமல் பல்லாண்டு காலம் இந்திய சிறைகளில் உழலும் எண்ணற்ற விளிம்புநிலை மனிதர்களின் வாழ்வடையாளம். ஆளும் வகுப்பினர், ஆதிக்க சாதியினரின் கூட்டு மனசாட்சியை குளிர்விப்பதற்காக சஞ்சய் தத் போன்றோர் விடுவிக்கப்பட்டு, பேரறிவாளன் போன்றோர் பலிகொள்ளப்படுகின்றனர்.

ஆயுதங்கள் வைத்திருந்தவரைப் பார்த்து அச்சப்படாதவர்கள், ஏதுமறியாமல் பேட்டரி கொடுத்தவரைக் கண்டு மிரள்வது அதனால்தான். இவ்விரண்டிலும் பொருளா பிரச்னை? இல்லை... நிச்சயமாக இல்லை. அவர்கள் சார்ந்த சமூகப் பின்னணிதான். சாதி, மதம் மற்றும் அரசியல் ரீதியான பிரச்சனைகளில் இந்தியக் கூட்டு மனசாட்சியை திருப்திப்படுத்த சிலர் தூக்கிலிடப்படுகின்றனர்; சிலர் விடுவிக்கப்படுகின்றனர், பலர் சாகும் வரை விடுதலை கிடைக்காமல் சிறையில் உழல்கின்றனர். ஆனால் தூக்கிலிடப்படுவதும் விடுவிக்கப்படுவதும் பல்லாண்டு காலங்கள் சிறையில் கிடப்பதும் யார் என்பது தான் பிரச்னையே!

நீதியின் பெயரால் கொல்லப்படுவோர் மற்றும் வெளிவர முடியா வகையில் ஆயுள் தண்டனை விதிக்கப்பட்டவர்கள் பெரும்பாலும் ஒடுக்கப்பட்ட மற்றும் சிறுபான்மையினரான விளிம்பு நிலை மனிதர்களே என்கிறது இந்திய நீதித்துறை வரலாறு. தூக்கிலிடப்பட்ட அப்சல் குரு, விடுதலை மறுக்கப்பட்ட மதானி இன்னும் இன்னும் பெயர் வெளியே தெரியாமல் ஆயுள் தண்டனை என்ற பெயரில் சிறைக்குள் பன்னெடுங்காலமாக உழலும் ஒடுக்கப்பட்ட மற்றும் முஸ்லிம் சமூகத்தைச் சேர்ந்தவர்கள் எத்தனை பேர்! பேரறிவாளனுக்கு இழைக்கப்பட்ட அநீதி என்பது இந்திய அரசு, உச்ச நீதிமன்றம், உளவுத்துறை ஆகியவற்றின் மீது படிந்த கறை. அவரை உடனடியாக விடுதலை செய்வதன் மூலமே இவ்வழக்கில் இதுவரை செய்த வரலாற்றுத் தவறுகளை இந்திய நீதி அமைப்பு சற்றே திருத்திக் கொள்ள முடியும்.

இப்போது தாஸ்தாயேவ்ஸ்கியின் முதல் பத்தியை மீண்டுமொரு முறை படிக்குமாறு கேட்டுக் கொள்கிறேன்.

27 ஆண்டுகள் வாழ்வைத் தொலைத்த பேரறிவாளன் புதிய வாழ்வைத் தொடங்க வேண்டுமெனில் இதுவரை அவர் வாழ்ந்து கொண்டிருக்கும் சிறை வாழ்க்கை முடிவுக்கு வரவேண்டும். வஞ்சிக்கப்பட்ட ஒரு நிரபராதிக்கு இவ்வளவு போராட்டங்களுக்குப் பிறகும் நீதியை தர மறுக்கும் இந்நாட்டை உண்மையிலேயே பண்பட்டதென்று அழைக்க முடியுமா? ●

11.06.2018
ஆங்கிலம்: த வயர்
(thewire.com)
தமிழ்: விகடன்
(vikatan.com)

எழுவர் விடுதலையின் இறுதிக் கட்டம்!

"

காங்கிரஸ் அரசு 'தேசத் தந்தை' என்றழைக்கப்படும் காந்தியைக் கொன்ற கோட்சேவிற்கு விதிக்கப்பட்ட நிபந்தனையை உடைத்து அவருக்கு விடுதலையை வழங்கியது. ஆனால் ராஜீவ் காந்தியை கொன்றவர்களுக்கு மன்னிப்பே கிடையாது என்ற மத்திய அரசின் நிலைப்பாடு கோட்சே யார், இந்த எழுவரும் யார் என்ற சமூகப் பின்னணியை, பிறப்படையாளத்தை ஒப்பிட வைக்கிறது

"

05

ராஜீவ் கொலை வழக்கில் தண்டனை பெற்றவர்களின் விடுதலை குறித்து பேச்சு வந்தாலே, "அவர்கள் கொலைகாரர்கள். ஒரு போதும் அவர்களை விடுவிக்கக் கூடாது" என சில அரசியல்வாதிகள், வலதுசாரிகள் கொந்தளிக்கத் தொடங்கிவிடுகின்றனர். அவர்களின் உள்நோக்கம் ஊரறிந்ததே. ஆனால் தமிழர்கள் அல்லாத இந்நாட்டின் பொது மக்களில் பலர் இவ்வழக்கு பற்றி எவ்வித அறிவும் இல்லாமலே தொடர்ந்து தமது உணர்ச்சிவசப்பட்ட அறியாமையில் அவதூறுகளைப் பரப்புகின்றனர். சமூக ஊடகங்களில் வெறுப்புப் பரவலாக்கம் செய்யும் இவர்களில் பெரும்பாலானவர்கள் படித்த இந்தியர்கள் என்பதுதான் வேதனையளிக்கிறது. படித்த இந்தியர்களுக்கு சட்ட அறிவும், மனித உரிமைகள் குறித்த விழிப்புணர்வும் நியாய உணர்வும் எவ்வளவு தூரம் செயல்படுகிறது என்பதற்கு இந்த வழக்கை முன்னுதாரணமாகக் கொள்ளலாம்.

"குற்றவாளிகளுக்கும் மனித உரிமைகள் உண்டு" என்று வரையறுக்கப்பட்ட பண்பட்ட உலகத்தில் நாம் வாழ்கிறோம் என்பதை மறந்துவிட்டு, "கொலைக்குக் கொலையே தீர்வு, கொடூரத்திற்கு அதைவிட பெரிய கொடூரமே உகந்தது" என்று பிதற்றுகின்றனர். பெரிய சதிகளில் சாமானியர்கள் சிக்கிக் கொள்ளும் ராஜீவ் கொலை போன்ற வழக்குகளின் இருண்ட பகுதிகள் குறித்த முக்கியமான உண்மைகளை அவர்களுக்கு அவ்வபோது எடுத்துரைக்க வேண்டியிருக்கிறது. அதிலும் 28 ஆண்டுகள் திறக்கவே திறக்காத கோப்புகள், கட்டவிழ்க்கப்பட்ட கட்டுக்கதைகள், புதைக்கப்பட்ட உண்மைகளுமாக சுதந்திர

இந்தியாவின் மிகப் பெரிய மர்மமான இவ்வழக்கு ஊடக வெளிச்சத்திற்கு வருவதே அரிதானது. மறந்து கொண்டே இருக்கும் மக்களின் இயல்பை நினைவூட்டுதல் மூலமாகவே நாம் எதிர்கொள்ள வேண்டியிருக்கிறது.

ராஜீவ் கொலை வழக்கு என்பது அது தொடங்கிய காலத்திலிருந்தே குளறுபடிகளால் நிறைந்திருக்கிறது. இப்படியொரு குற்றத்திற்கான ஊற்று எந்த மூளையிலிருந்து கிளம்பியது என்பது இதுவரையும் கண்டுபிடிக்கப்படவில்லை. தனு வெடிக்கச் செய்த 'பெல்ட் பாமை' தயாரித்தவர்கள் யார் என்பதும் துப்பறியப்படவில்லை. உயர்மட்ட பாதுகாப்புக் குழுவின் கண்காணிப்பில் வலம் வரும் ஒரு முன்னாள் பிரதமரை வெடிகுண்டு வைத்துக் கொல்வது என்பது சாமானியர்களால் மட்டுமே சாத்தியப்படுத்தக் கூடிய அவ்வளவு எளிதான செயலா என்பதை முதலில் யோசிக்க வேண்டும். நிச்சயமாக இதற்கான சதித் திட்டம் உயர்மட்ட அரசியல்வாதிகளால், அதிகாரிகளின் ஆதரவில்லாமல் தீட்டப்பட்டிருக்க வாய்ப்பே இல்லை. ராஜீவ் கொலையில் வெளிநாட்டுச் சதி குறித்து விசாரிக்க நியமிக்கப்பட்ட ஜெயின் கமிஷன் 1997 இல் அளித்த அறிக்கையே இதற்குச் சான்று.

'இவர்களை எல்லாம் விசாரிக்க வேண்டும்' என அந்த ஆணையம் சந்திராசாமி, சுப்ரமணியசாமி என அதிகாரம் கொண்ட பலரது பெயர்களை அதில் குறிப்பிட்டிருந்தது. ஆனால் சி.பி.அய் இவர்கள் யாரையுமே விசாரிக்கவில்லை. சர்வதேசங்களையும் உலுக்கிய குற்றமாகக் கருதப்படும் ராஜீவ் கொலையை விசாரித்த ஜெயின் கமிஷன் அறிக்கையில் பல முக்கியத் தகவல்கள் அடங்கிய பக்கங்கள் தொலைக்கப்பட்டன. மத்தியப் பிரதேசத்தின் முன்னாள் முதல்வரும் காங்கிரஸ் தலைவருமான அர்ஜூன் சிங் 1999 ஆம் ஆண்டு உள்துறை அமைச்சர் அத்வானிக்கு சிபிஅய் விசாரணை குறித்து பல சந்தேகங்களை எழுப்பி எழுதிய கடிதமும் இதற்கு சான்றாகிறது. தனது கடிதத்தில் அவர், "சிறப்புப் புலனாய்வுப் பிரிவால் குற்றவாளிகள் என அறிவிக்கப்பட்ட 26 பேரைக் கடந்து பல் நோக்கு விசாரணை முகமை (எம்.டி.எம்.ஏ) பிற கோணங்களில் விசாரணையை நடத்த வேண்டும்" என வலியுறுத்துகிறார். அதாவது, இப்படுகொலையில் இலங்கை அரசின் பங்கு, விடுதலைப்புலிகளின் தொடர்பு, சீக்கிய பயங்கரவாதிகளின் தொடர்பு, வெளிநாட்டு அமைப்புகளின் தொடர்பு ஆகியவற்றோடு ஆயுதங்கள் எங்கேயிருந்து எவ்வாறு வாங்கப்பட்டன, பணப்

பரிவர்த்தனை எவ்வாறு நடந்தது என பல முக்கியமானக் கேள்விகளை அப்போதே அவர் எழுப்பியுள்ளார். ஆனால் இவற்றை எல்லாம் சிபிஅய் காதிலேயே வாங்கிக் கொள்ளவில்லை என்பது இந்த விசாரணையை - முருகன், சாந்தன், பேரறிவாளன், நளினி, ரவிச்சந்திரன், ராபர்ட் பயஸ், ஜெயக்குமார் ஆகியோரை பலியாக்கி - முடித்து வைத்ததில் தெள்ளத் தெளிவாகிறது.

இதோடு இவ்வழக்கின் முன்னாள் விசாரணை அதிகாரியான தியாகராஜன் கடந்த 2017 ஆம் ஆண்டு பேரறிவாளனின் வாக்குமூலத்தில் செய்த தவறு குறித்து உச்ச நீதிமன்றத்திலேயே பிரமாணப் பத்திரம் தாக்கல் செய்தார். விசாரணைக் குழுவின் தலைமை அதிகாரியான ரகோத்தமன் தனு அணிந்திருந்த பெல்ட்பாமை தயாரித்தவர் யார் என கண்டுபிடிக்கவில்லை என தனது "ராஜீவ் கொலை வழக்கு" என்ற புத்தகத்தில் பதிவு செய்துள்ளார். ராஜீவ் கொலைக்கு சதித் திட்டம் தீட்டியது விடுதலைப் புலிகளும் அதன் தலைவர் பிரபாகரனும் என சிபிஅய் கோப்பை இழுத்து மூடிவிட்ட நிலையில், ஊடகவியலாளர் பெரோஸ் அகமது இவ்வழக்கு குறித்து தானே புலனாய்வு செய்து எழுதிய, "ராஜீவ்காந்தி படுகொலை - ஓர் உள்வேலையா?" என்ற நூலில் "ராஜீவ் கொலையால் பலனடைந்தது விடுதலைப் புலிகள் அல்ல. மாறாக அப்போதைய இலங்கை அதிபர் பிரேமதாசா மற்றும் இந்தியாவில் பிரதமராகப் பதவியேற்கவிருந்த நரசிம்மராவ் போன்றவர்களுக்குப் பின்னணியில் இருந்தவர்களில் யாரோ தான்" என வலுவான ஆதாரங்கள் மற்றும் வாக்குமூலங்களின் அடிப்படையில் முன் வைக்கிறார்.

ஆனால் இந்த குளறுபடிகள் எதைப் பற்றியும் தெரிந்து கொள்ளாமல் அல்லது கவலைப்படாமல் 28 ஆண்டுகள் கொடூரமான தண்டனையை அனுபவித்துவிட்டவர்களை மீண்டும் மீண்டும் வதைக்க நினைப்பது என்ன மாதிரியான உளவியல்? உண்மையான குற்றவாளிகள் சிக்கவில்லை. அதனால் குற்றத்திற்கு அருகே நின்றிருந்தவர்களை எல்லாம் வளைத்துப் பிடித்து தூக்குக் கயிற்றின் நிழலில் பல ஆண்டு காலம் நிறுத்தி வைத்ததே மன்னிக்க முடியாதக் குற்றமாக நீடித்துக் கொண்டிருக்கிறது. இச்சூழலில், 'மாநில அரசு ஏழு பேரையும் விடுதலை செய்யலாம்' என உச்ச நீதிமன்றம் இவ்வழக்கை முடித்து வைத்து ஆறுமாத காலம் கடந்துவிட்ட நிலையிலும் கள்ள மவுனம் காப்பதும் இழுத்தடிப்பதும் அலை கழிப்பதும் எந்த வகையில் நியாயம்?

இந்த ஏழு பேரும் உண்மையான மற்றும் முக்கியமான குற்றவாளிகள் அல்ல என்ற வாதங்களை தூர வைத்துவிட்டு, இந்திய நீதி அமைப்பின் தீர்ப்பின்படி இவர்களையே குற்றவாளிகளாக ஏற்றுக் கொண்டாலும் 28 ஆண்டுகள் சிறைவாசம் என்பது சாதாரண தண்டனையா என்ன? எழுவர் விடுதலையை எதிர்ப்பவர்கள், மும்பை குண்டு வெடிப்பு வழக்கில் வழங்கப்பட்ட தண்டனையை அனுபவிக்காமல் ஏமாற்றிய சஞ்சய் தத் மாதிரி சட்டத்திற்கு புறம்பாக விடுதலை செய்யப்படுவதைப் போல கற்பனை செய்து கொண்டு பேசுகின்றனர். அப்படி பேசுவோர் தமது ஆயுட்காலத்தின் 28 ஆண்டுகளை எப்படியெல்லாம் வாழ்ந்து கடந்து வந்தோம் என்பதை ஒப்பிட்டுப் பார்த்தால் ஒருவேளை அந்த நெடுங்காலத்தின் நீள அகலங்கள் புரியலாம்.

"ஏழு பேரையும் மன்னித்துவிட்டோம். அவர்களை விடுவிப்பதில் ஆட்சேபனை இல்லை" என ராகுல் காந்தி, பிரியங்கா காந்தி இருவரும் கூறிவிட்டதால் ராஜீவ் படுகொலையின் போது குண்டு வெடிப்பில் உயிரிழந்த மற்றவர்களின் குடும்பத்தினரை வைத்து மறுப்பு சொல்ல வைப்பது எனும் வழக்கமும் இங்கே தொடர்ந்து நடக்கிறது. இது போல 257 பேர் பலியாகி, 1400 பேர் கொடூரமாக காயப்பட்ட மும்பை குண்டு வெடிப்பில் பாதிக்கப்பட்டோரின் குடும்பத்தினர் யாரும் சஞ்சய் தத்தை விடுவிக்கக் கூடாது என கூற முடியுமா? அப்படி கோரிக்கை வைத்தால் அரசும் நீதிமன்றங்களும் அதை ஏற்றுக் கொள்ளுமா? தண்டனையை அனுபவித்து முடித்துவிட்ட பின்னர் ஒருவரை விடுதலை செய்யக் கூடாது என வலியுறுத்த பாதிக்கப்பட்டவருக்கு எந்த உரிமையையும் சட்டம் வழங்கவில்லை என்பதை யார் இவர்களுக்குப் புரிய வைப்பது? ஒவ்வொரு பாதிக்கப்பட்டவரும் இவ்வாறே கோரிக்கை வைக்கத் தொடங்கினால் நிலைமை என்னவாகும்? சட்டப் பிரிவுகள் எதற்கு, தண்டனைக் காலம் எதற்கு? தண்டனை என்பது குற்றவாளியை அல்லது தண்டிக்கப்பட்டவரை கொன்றழிப்பதற்கான முறை அல்ல.

தமிழகத்திற்கு அப்பால் சில பத்திரிகையாளர்களை தவிர்த்து இவ்வழக்கை பொது மக்கள் தளத்தில் பெரியளவில் யாரும் ஆராய்வதில்லை. ராஜீவ் காந்தியை கொன்றது தமிழர்கள் ஏழு பேர் என்ற அளவிலேயே பொது புத்தியில் பதிந்திருப்பதால் ஒவ்வொரு முறையும் விடுதலை குறித்து பேச்சு எழும் போதெல்லாம் 'விடக் கூடாது' என வெறியுடன் எதிர்க்கின்றனர். எத்தகைய தண்டனைக்கும் கால வரையறை உண்டு, எல்லை உண்டு. ஒரு மனிதன் தனது தவறுகளில் இருந்து மீண்டெழுந்து

நல்வாழ்க்கை வாழும் வாய்ப்பைத் தரும் உயரிய நோக்கமே தண்டனைகளின் அடிப்படை விதி. ஒரு பண்பட்ட சமூகம் மனிதர்களை நெறிப்படுத்தும் ஊக்கத்தைக் கொண்டிருக்குமே தவிர இப்படி அணுஅணுவாக துன்புறுத்திக் கொல்லத் துடிக்காது. நீதியின் இத்தகைய நோக்கங்களை எல்லாம் புறந்தள்ளிவிட்டு 'பாதிக்கப்பட்டவர்கள் வருத்தப்படுவார்கள்' என சில அரசியல் தலைவர்களே பேசுவது கொடுமையின் உச்சம்.

ராஜீவ் கொலைக் கைதிகள் ஏழு பேரும் ஆயுள் சிறைவாசிகள். மரண தண்டனையை ஆயுள் தண்டனையாகக் குறைத்த போது உச்ச நீதிமன்றம், கோட்சேவுக்கு வழங்கியதைப் போல சாகும் வரை சிறையில் இருக்க வேண்டும் என்பது போன்ற எந்த நிபந்தனையையும் விதிக்கவில்லை. ஆனால் அப்போதைய காங்கிரஸ் அரசு தேசத் தந்தை என்றழைக்கப்படும் காந்தியைக் கொன்ற கோட்சேவிற்கு விதிக்கப்பட்ட நிபந்தனையை உடைத்து அவருக்கு விடுதலையை வழங்கியது. ஆனால் ராஜீவ் காந்தியை கொன்றவர்களுக்கு மன்னிப்பே கிடையாது என்ற மத்திய அரசின் நிலைப்பாடு கோட்சே யார், இந்த எழுவரும் யார் என்ற சமூகப் பின்னணியை, பிறப்படையாளத்தை ஒப்பிட வைக்கிறது.

ஆயுள் சிறைவாசிகளின் தண்டனைக் குறைப்புக்கான விதிமுறையானது குற்றத்தின் தன்மையைப் பார்க்காமல் அவர்களின் நன்னடத்தையை கருத்தில் கொள்வது மட்டுமே. நூற்றுக்கணக்கானோர் படுகொலை செய்யப்பட்ட மும்பை குண்டு வெடிப்பு வழக்குக் குற்றவாளி சஞ்சய் தத்திற்கு கிடைத்த 'நன்னடத்தை' விடுதலை இவர்களுக்கு வழங்கப்படாதது மீண்டும் இவ்விரு தரப்பினரின் சமூகப் பின்னணியை குறிப்பிட வைக்கிறது. ஆக, குற்றத்தின் தன்மை ஒரு பொருட்டல்ல. ஒருவர் யாராக, என்ன சாதி மற்றும் சமூகப் பின்னணியை சேர்ந்தவர் என்பதை வைத்துதான் அவருக்கான தண்டனையும் விடுதலையும் என எடுத்துக் கொள்ள இந்த இருபெரும் எடுத்துக்காட்டுகள் போதுமானது.

ஏழு பேரையும் விடுவிக்க மாநில அரசுக்கு 161 சட்டப்பிரிவின் கீழ் முழு அதிகாரம் உண்டு என உச்ச நீதிமன்றம் வழக்கை முடித்து வைத்த நிலையில் தமிழக அரசு அமைச்சரவையைக் கூட்டி தீர்மானம் நிறைவேற்றி ஆளுநரின் ஒப்புதலுக்காக அனுப்பி வைத்து ஆறு மாத காலம் கடந்துவிட்டது. ஆனால் ஆளுநர் தரப்பிலிருந்து அணுவும் அசையவில்லை. நீதி அமைப்பு விடுதலை செய்யலாம் என உத்தரவிட்ட நிலையில் அரசு நிர்வாகங்கள்

தயக்கம் காட்டுவது இவ்வழக்கின் இருண்ட பக்கங்களின் மீது கவனத்தைத் திருப்புகிறது.

இருபத்தெட்டு ஆண்டுகள் போராட்டத்தைக் கடந்து இப்போது ஆளுநரின் ஒற்றைக் கையெழுத்து முட்டுக்கட்டையாக நிற்கிறது. மாநில அரசின் அதிகாரத்தைப் பொருத்தவரை அமைச்சரவை கூடி முடிவு செய்துவிட்டால் ஆளுநரின் ஒப்புதல் என்பது ஒரு சடங்குதான். ஆனால் ஆளுநர் மக்களால் தேர்ந்தெடுக்கப்பட்ட அமைச்சரவையை விடவும் அதிகாரம் கொண்டவராக தன்னை கருதிக் கொண்டு இழுத்தடிக்கிறார். தூக்கு தண்டனையை ஆயுள் தண்டனையாக மாற்றிய உச்ச நீதிமன்றத் தீர்ப்பிற்குப் பிறகு முன்னாள் முதல்வர் ஜெயலலிதா இரு முறை விடுதலையை அறிவித்தார். அப்போதெல்லாம் மத்திய அரசு தடையாகவே இருந்தது. வழக்கு நிலுவையில் இருப்பதாக அதற்கு காரணமும் சொன்னது. தற்போது வழக்கு முடித்து வைக்கப்பட்டுவிட்டதால் மத்திய அரசு தட்டிக் கழிக்க வேறு சாக்குகள் இல்லை. அதனாலேயே ஆளுநரை வைத்து கள்ள மவுன ஆட்டத்தை ஆடுகிறது.

ஏழு பேர் விடுதலையைப் பொருத்தவரை இது நிஜமாகவே இறுதிக் கட்டம். பேரறிவாளன் தன் ஆற்றல் அனைத்தையும் திரட்டி துவண்டுவிடாமல் சட்டப் போராட்டத்தைத் தொடர்கிறார். அவரின் அசாத்தியமான மன உறுதி மலைக்க வைக்கிறது. அரசு மற்றும் நீதிமன்றத்தின் எல்லா கதவுகளையும் தட்டி ஓய்ந்த பேரறிவாளனின் தாய் அற்புதம்மாள் ஆளுநரின் அமைதியைக் கலைக்கும் வழி தெரியாமல் நீதி கேட்டு ஊர் ஊராகச் சென்று மக்களை சந்திக்கிறார். கடந்த 24.01.2019 ஆம் தேதி தொடங்கிய மக்கள் சந்திப்பு கூட்டங்களில் "ஆளுநர் தனது மவுனத்தைக் கலைத்து ஏழு பேர் விடுதலைக்கு ஒப்புதல் அளிக்க வேண்டும்" என வலியுறுத்தி வருகிறார். 68 வயதாகிறது அவருக்கு. அற்புதம்மாளுக்கு எப்போதேனும் அவரது வயது நினைவில் வந்திருக்குமா தெரியவில்லை. தன் மகன் விடுதலை என்ற ஒற்றை இலக்கின் முன்னர் இத்தனை ஆண்டுகளில் எதுவும் அவரது மனவுறுதியைக் குலைக்கவில்லை. தன் மகனுக்காக அரசு மற்றும் நீதித்துறையுடன் ஓயாது போராடும் அற்புதம்மாளுக்கு இணையான வேறொருவர் சமகாலத்திலோ வரலாற்றிலோ இல்லை என உறுதியாகக் கூறலாம். கடந்த ஒன்றரை மாத காலத்தில் 22 மாவட்டங்களை அவர் சுற்றி வந்திருக்கிறார். வருகிற மார்ச் 9 ஆம் தேதியோடு உச்சநீதிமன்ற தீர்ப்பு வந்து ஆறு மாத காலம் முடிவடைவதை வலியுறுத்தும் விதமாக மனிதச்

சங்கிலிப் போராட்டத்தை அவர் அறிவித்திருக்கிறார். 2011 ஆம் ஆண்டு நடந்ததைப் போல தமிழகம் மீண்டும் கொந்தளிப்புக்கு உள்ளாகலாம்.

எழுவர் விடுதலை என்பது தமிழகத்தின் உணர்வோடு கலந்தது. எந்த குறுக்கு வழிக்கும் போகாமல் நேர்மையான சட்டப் போராட்டத்தின் வழியாக மட்டுமே - இதற்கு மேல் நகர முடியாத இடத்திற்கு - இந்த வழக்கைக் கொண்டு வந்து நிறுத்தியுள்ளார் பேரறிவாளன். பா.ஜ.க.வுடன் தேர்தல் கூட்டணி அமைத்திருக்கும் அ.தி.மு.க. அரசிற்கு விடுதலை செய்வதை தவிர வேறு வாய்ப்பே இல்லை. ஆளுநர் கையெழுத்துப் போடாமல் இருக்கும் ஒவ்வொரு நொடியும் அது மக்களின் வெறுப்பை மென்மேலும் சம்பாதித்துக் கொள்கிறது. பா.ஜ.க.வை பற்றி சொல்லவே வேண்டாம். இதுவரையிலும் அது தமிழகத்திற்கு எந்த நன்மையும் செய்ததில்லை. தன் கறைகளை சற்றே துடைத்துக் கொள்ள காலம் அதற்கொரு நல் வாய்ப்பை வழங்கியிருக்கிறது எனலாம். எழுவர் விடுதலையிலும் வஞ்சிக்க முயன்றால் தமிழகம் அக்கட்சியை கனவிலும் மன்னிக்காது.

09.03.2019
த வயர்
(thewire.com)

இந்தியப் பெண்களை வதைக்கும் இந்து மதம்

"

பெண்கள் மீதான ஒடுக்குமுறைகளை கட்டவிழ்க்கும் மத அடிப்படைவாதம் என்றதும் நமக்கு இஸ்லாமிய நாடுகளே நினைவுக்கு வரும். அந்தளவிற்கு நாம் மூளைச்சலவை செய்யப்பட்டிருக்கிறோம். ஆனால், இங்கே என்னவெல்லாம் கொடூரங்கள் இருக்கிறதோ அவை எல்லாம் இந்துப் பெண்கள் மீது மூர்க்கமாக நிகழ்த்தப்பட்டாலும் அவற்றுக்கெல்லாம் காரணம் இந்து மதமே என நாம் ஒருபோதும் பழிப்பதில்லை

"

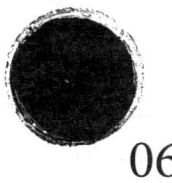

06

ஒவ்வொரு நாளும் அரசு வானொலியில் ஒரு செய்தியை நீங்கள் தவறாமல் கேட்கக் கூடும். அது ஆண் குழந்தையையும் பெண் குழந்தையையும் சமமாக வளருங்கள், நடத்துங்கள் என்பது. பெண்கள் மற்றும் குழந்தைகள் பாதுகாப்பு அமைச்சகத்தின் சார்பாக இந்த விளம்பரங்கள் வெளியிடப்படுகின்றன. இப்படியொரு அமைச்சகம் இருப்பதற்கு அடையாளமாக அதுவும் எதையாவது செய்தாக வேண்டும் தானே! உயரிய பண்பாட்டை கொண்ட பாரத தேசம் என உலகம் முழுக்க பிரதமர் மோடி ஓடி ஓடி முழங்குகிறார். ஆனால் அந்த உயரிய பண்பாட்டில் வாழ்கிற நல்வாய்ப்பைப் பெற்ற மக்களுக்கு, 'ஆண்-பெண் குழந்தைகளிடையே பாகுபாடு காட்டக் கூடாது' என்ற அடிப்படைக் கல்வியே இன்னும் கிடைக்கவில்லை என்பது விந்தையானது. ஆண் குழந்தைகளுக்கு இணையாக ஊட்டச் சத்து கொடுங்கள், கல்வி கற்பியுங்கள் என ஒரு வல்லரசு தேசம் இப்போதுதான் பாலினச் சமத்துவத்தின் அரிச்சுவடியை தன் மக்களுக்கு கற்பித்துக் கொண்டிருக்கிறது. இப்படியான ஒரு தேசத்தில், பெண்களின் பாதுகாப்பு மற்றும் உரிமைகள் எப்படி இருக்கும் என்பதைப் புரிந்து கொள்ள ஓர் ஆய்வு வேண்டும் என்ற அவசியமில்லை.

2017ஆம் ஆண்டு தாமஸ் ராய்ட்டர்ஸ் அறக்கட்டளை உலக நிபுணர்களைக் கொண்டு, பெண்களுக்கு எதிரான பாலியல் வன்முறை மற்றும் துன்புறுத்தல், பண்பாட்டு-பழங்குடி-பாரம்பரிய பழக்க வழக்கங்களால் பெண்கள் எதிர்கொள்ளும் ஆபத்துகள் மற்றும் கட்டாயத் தொழில், பாலியல் அடிமை முறை,

குடும்ப அடிமைப்பணி ஆகிய மூன்று முக்கியமான பிரிவுகளில் மேற்கொண்ட ஆய்வில் உலகளவில் பெண்களுக்கு மிக ஆபத்தான நாடுகளின் பட்டியலில் இந்தியாவுக்கு முதலிடத்தை அளித்தது. இந்திய பெண்களின் பாலின ரீதியான ஒடுக்குமுறைகளுக்கு காரணம் பண்பாடு எனில் அந்தப் பண்பாட்டின் ஆதாரம் எதுவென்றும் ஆய்ந்தறிந்து சொல்லியிருந்தால் இன்னும் சிறப்பாக இருந்திருக்கும்.

பொதுவாக, பெண்கள் பாதுகாப்பு மற்றும் உரிமைகள் என்று வரும் போது 'ஆண்களே எதிரிகள்' என்ற வகையில்தான் பிரச்சனை அணுகப்படுகிறது. பெண்களுக்கெதிரான குற்றங்களுக்கு எதிராக கடந்த ஆண்டுகளில் நிகழ்ந்து வரும் போராட்டங்களில் இளம்பெண்கள் பிடித்த பதாகைகளில் முக்கியமானது, 'வெளியில் போகாதே என மகளைத் தடுக்காதீர்கள். கண்ணியமாக நடந்து கொள்ள உங்கள் மகனுக்குக் கற்பியுங்கள்' என்பதே! ஏன் இந்திய குடும்பங்கள் மகன்களுக்கு நல்லொழுக்கத்தை, அடக்கத்தை, சமத்துவத்தைக் கற்பிப்பதில்லை? எது அவர்களைத் தடுக்கிறது? ஆணாதிக்கம், ஆணாதிக்கம் என நாம் கதறுகிறோம். ஆனால் அந்த ஆணாதிக்கத்தின் ஊற்று எது? உலகப் பண்பாடுகளில் எங்கெல்லாம் பெண்கள் உரிமைகள் மறுக்கப்பட்டு வன்முறைகளுக்கு அதிகளவு ஆட்படுகிறார்களோ அங்கே தீவிரமான மத அடிப்படைவாதக் கருத்தியல்கள் கோலோச்சுவதைக் காண முடியும்.

பெண்கள் மீதான ஒடுக்குமுறைகளை கட்டவிழ்க்கும் மத அடிப்படைவாதம் என்றதும் நமக்கு இஸ்லாமிய நாடுகளே நினைவுக்கு வரும். அந்தளவிற்கு நாம் மூளைச்சலவை செய்யப்பட்டிருக்கிறோம். 'பர்தா' அணிய நிர்பந்திக்கப்படுகின்றனர், கல்வி கற்கக் கட்டுப்பாடுகள், திருமண உறவுகளில் உரிமையின்மை, பாலியல் குற்றங்களில் பெண்ணுக்கே தண்டனை, கருத்தடைக்கு அனுமதியின்மை என முஸ்லிம் பெண்கள் எதிர்கொள்ளும் அடக்குமுறைகளைப் பற்றி கடகடவென அடுக்குவோம். ஆனால், பெண் சிசுக் கொலை, கருக்கொலை, பாலியல் வன்முறை (sexual harassment), வன்புணர்ச்சி (rape), கணவனால் வன்புணர்ச்சி (marital rape), குடும்ப வன்முறை, வரதட்சணைக் கொடுமை, குழந்தைத் திருமணம், பாலியல் அடிமைத்தொழில், கல்வி மறுப்பு, சொத்துரிமை மறுத்தல், உழைப்புச் சுரண்டல் என என்னவெல்லாம் கொடூரங்கள் இருக்கிறதோ அவை எல்லாம் இந்துப் பெண்கள் மீது மூர்க்கமாக நிகழ்த்தப்பட்டாலும் அவற்றுக்கெல்லாம் காரணம் இந்து மதமே என நாம் ஒருபோதும் பழிப்பதில்லை. கொடூரமாக பெண்களை வதைக்கும் நாடுகளில்

உலகளவில் முதலிடம் பிடித்தாலும் இந்திய தேசத்தை நாம் மத அடிப்படைவாத நாடாகக் கருதுவதில்லை.

ஏனென்றால், இங்கே அந்த அநீதிகளை வேறொரு புனிதப் பெயரிட்டு அழைக்கிறோம் - அது பண்பாடு. பெண் குழந்தைகளை தாழ்வானவர்களாக சுமையாக கருதி கருவிலேயே அளிப்பது இங்கே பண்பாடு, வயதுக்கு வந்துவிட்டால் தனக்கானத் துணையை சாதி மாறி தேர்ந்தெடுக்கக் கூடும் என்பதால் சிறுமிகளுக்கு திருமணம் செய்து வைப்பது இங்கே பண்பாடு, படித்தால், வேலைக்குப் போனால் வீட்டுக்கு அடங்க மாட்டார்கள் என்பதால் பெண்களுக்கு கல்வியை மறுப்பது இங்கே பண்பாடு, பெண் ஆணைவிட கீழானவள் என்பதால் வரதட்சணை கொடுத்து திருமணம் முடிக்க வேண்டியது இங்கே பண்பாடு, அடக்குமுறைகளை கேள்வி கேட்டாலோ, அடிமையாக இருக்க மறுத்தாலோ எந்தப் பெண்ணிடமும் பாலியல் அத்துமீறலில் ஈடுபடலாம்/வன்புணர்ச்சி செய்யலாம் என்பதும் இங்கே பண்பாடு. ஆனால், இந்த பண்பாட்டின் அடிப்படை எதுவென்று கேட்டால் இந்து மதம் என சொல்லிவிட மாட்டோம்.

இஸ்லாமிய நாடுகளில் பெண்கள் எதிர்கொள்ளும் ஒடுக்குமுறைகளுக்கு அவர்கள் சார்ந்த மதமே காரணமெனில், இந்தியாவில் மட்டும் நாம் ஏன் அவ்வாறு அணுக மறுக்கிறோம்? இந்து மதக் கருத்தியல் பெண்களை தாழ்த்தப்பட்டப் பிறவிகள் என்றும், அடிமைகள் என்றும், உரிமைகள் அற்றவர்கள் என்றுமே குறிப்பிடுகிறது. ஆண் குழந்தை பெற்றுக் கொள்வது தான் கவுரவம், பெண்களுக்கு கல்வியோ பொருளாதார சுதந்திரமோ தேவையில்லை, வீட்டைப் பராமரிக்க வேண்டும், கணவன் எப்போது கூப்பிட்டாலும் மறுக்காமல் உறவு கொள்ள வேண்டும், எத்தனை குழந்தை கேட்டாலும் பெற்றுத் தர வேண்டும், தலை குனிந்து நடக்க வேண்டும், காதலிக்கக் கூடாது, குலப் பெருமையைக் காப்பாற்ற வேண்டும், நாட்டிற்கே தலைமைப் பொறுப்பு வகித்தாலும் வீட்டில் கணவனின் கால் பிடிக்க வேண்டும் என ஒவ்வொரு அடியிலும் அது அடிமைத்தனத்தைப் பரிந்துரைக்கிறது. ஆனால், சாமானியர்கள் முதல் கற்றறிந்தவர்கள் வரை இந்த அடிமைத்தனத்தின் ஆணிவேர் இந்து மதம் என்ற புரிதலற்று இருக்கின்றனர். தம்மை இந்துக்களாகவும் இந்துப் பண்பாட்டின் குறியீடுகளாகவும் பறைசாற்றிக் கொள்வதில் இந்துப் பெண்களுக்கு அவ்வளவு பெருமிதம்! தமது அடிமைத்தனத்திற்கும் தாம் சார்ந்த மதத்திற்கும் தொடர்பே இல்லை என அவர்கள் உறுதியாக நம்புகின்றனர்.

பிறப்பால் ஆண்களுக்கு உயரிய இடத்தை அளிக்கும் இந்து மத நூல்கள் மற்றும் ஆணின் 'உயர்வு'களை பறைசாற்றும் இந்து புராணங்களையும் அவர்கள் பகுத்தறிவு கொண்டு ஆராய்வதில்லை. தமக்கு விதிக்கப்படும் கட்டுப்பாடுகளும் அடக்குமுறைகளும் ஏன் குடும்ப கவுரவத்தோடு தொடர்புடையதாக இருக்கிறது என்ற கேள்வியை அவர்கள் எழுப்புவதே இல்லை. படிப்பது, விரும்பிய உடையை அணிவது, பொருளீட்டுவது, காதலிப்பது இப்படி தமது அடிப்படை உரிமைகள் அனைத்தும் ஏன் குடும்ப கவுரவம் எனும் கயிற்றில் கட்டப்பட்டிருக்கிறது என அவர்கள் ஆராய்வதே இல்லை. குல விளக்கு, குல தெய்வம் போன்ற அடைமொழிகள் அவர்களை ஆனந்தப்படுத்துகின்றன. குடும்பத்தின், குலத்தின் கட்டுப்பாடுகளை மதித்து நடக்கிற வரைதான் இந்த அடைமொழிகளுக்கு மதிப்பிருக்கும். மீறுகிற போது கழுத்திற்கு தூக்குக் கயிறாக அவை மாறிவிடுவதை இந்திய பெண்கள் இதுவரையிலும் கூட உணரவில்லை. பெண்கள் மீதான ஒடுக்குமுறைகளை எதிர்க்கும் அமைப்புகள் இந்து மதத்தை ஒரு போதும் பழிப்பதில்லை. ஆனால் இஸ்லாமியப் பெண்கள் மட்டும் தமது மதத்தை எதிர்க்க வேண்டுமென அவர்கள் எதிர்பார்க்கிறார்கள்.

அண்மையில், எட்டுவயதுச் சிறுமி ஆஷிகாவின் வன்புணர்வுக் கொலை உலகை உலுக்கியது. இக்கொடூரம் இந்து மதவாதிகளின் அரசியல் ரீதியான வெறிச்செயல் என்பதாகவே எதிர்க்கப்பட்டது. இந்தியாவில் குழந்தைகள் வன்புணர்வுக்கு ஆளாவது அதிலும் குறிப்பாக குடும்ப உறுப்பினர்களால் சிதைக்கப்படுவது ஒரு பண்பாடாகவே நீடிக்கிறது. குழந்தைகளை திருமணம் செய்து உடலுறவு கொண்டு பழக்கப்பட்டவர்கள் அது தடை செய்யப்பட்டப் பின்னரும் மறைமுகமாக அப்பழக்கத்தைக் காப்பாற்றி வருகின்றனர். திருமண உறவின் பெயரால் ஆயிரக்கணக்கான சிறுமிகள் நாள்தோறும் வன்புணர்வுக்கு ஆளாகின்றனர். இந்தியாவில் நடக்கும் குழந்தைத் திருமணங்களுக்கு வேதகாலம் தொடங்கி இன்று வரை ஒரு நெடிய பாரம்பரியம் இருக்கிறது. 'பெண்குழந்தை பூப்பெய்தும் முன் திருமணம் செய்து வைக்கா விட்டால் பெற்றோர் நரகத்திற்குச் செல்ல நேரிடும்' என்றும் 'பூப்பெய்திவிட்ட பின்னர் கணவனில்லாமல் இருந்தால் பெண்கள் நடத்தை கெட்டு விடுவார்கள்' என்ற இந்துக் கருத்தியலின்படியே குடும்பங்கள் சிறுமிகளை வதைக்கின்றன.

உலகப் பெண்ணடிமைவாதங்கள் மதம் எனும் ஒற்றைக் கேடயத்தால் பாதுகாக்கப்படும் நிலையில் இந்தியாவில் சாதியோடு

இணைந்து அது இரட்டிப்பாகி வலுப்படுகிறது. பெண்கள் தமது சாதிக் குலப் பெருமையை காக்கக் கடமைப்பட்டவர்களாக இருக்கின்றனர். சாதி மற்றும் பெண்ணடிமைத்தனத்திற்கு எதிரான சீர்திருத்தச் சட்டங்கள் உருவாகும் போதெல்லாம் ஆர்.எஸ்.எஸ் போன்ற இந்து அமைப்புகளும் அதன் தலைவர்களும் அதை கடுமையாக எதிர்த்து வந்திருக்கின்றனர். சம்மத வயதுச் சட்டம் 12 வயதிற்குட்பட்ட குழந்தைகளுடன் உடலுறவு கொள்வதை பாலியல் வன்முறை என அறிவித்தது. லோகமானிய திலகர் போன்ற பார்ப்பனர்கள் இச்சட்டத்தை, அதாவது குழந்தைகளை புணரும் உரிமையைத் தடுப்பது இந்து மதத்திற்கு எதிரானது என எதிர்த்தனர். குழந்தைத் திருமணத் தடைச் சட்டம் கொண்டு வரப்பட்ட போதும் இந்துமதவாதிகளும் பார்ப்பனர்களும் இந்துச் சமூகமும் அதை கடுமையாக எதிர்த்தனர். சட்டம் வந்துவிட்டது எனினும் சமூகம் மாறவே இல்லை.

உலகளவில் நடக்கும் குழந்தைத் திருமணங்களில் மூன்றில் ஒன்று இந்தியாவில் நடக்கிறது என்ற 'யுனிசெப்'பின் ஆய்வு இதற்கான ஆதாரம். குழந்தைகளைப் பொருத்தவரை புணர்ச்சியும் வன்புணர்ச்சியும் வேறு வேறல்ல. ஆஷிகா அந்நியர்களால் வன்புணரப்பட்டாள் எனில் இந்தியக் குடும்பங்களில் சிறுமிகள் கணவர்களால் வன்புணரப்படுகிறார்கள். அதுதான் இங்கே பண்பாடு. அதுதான் இங்கே மத வழக்கம். இப்படியாக, இங்கே பெண்கள் மீதான ஒவ்வொரு ஒடுக்குமுறைக்கு பின்னணியிலும் இந்துமதக் கருத்தியலே பண்பாடாக இருக்கிறது என்பதை நாம் தோலுரித்துக் காட்ட முடியும்.

2018 ஆண்டில் மட்டுமல்ல, பா.ஜ.க ஆட்சி காலத்தில் மட்டுமல்ல; இந்திய நாட்டில் இரண்டாயிரம் ஆண்டுகளாக மத அடிப்படைவாதம் பண்பாட்டு ரீதியாகப் பெண்களை வதைத்து வருகிறது. சுதந்திர இந்தியாவில் அரசியல் ரீதியாகவும் சமூக ரீதியாகவும் சிறிதளவு மாற்றம் நேர்ந்திருந்தாலும் பண்பாட்டு ரீதியாக அதாவது வீடுகளிலும் பொது புத்தியிலும் பெண்களின் நிலை மாறாமலேயே தொடர்ந்தது. இந்துத்துவக் கொள்கையைக் கொண்ட பா.ஜ.க ஆட்சியில் அமர்ந்ததும் சமூக, அரசியல் தளங்களில் அதன் பெண்ணடிமைக் கருத்தியல் பிரதிபலிப்பதோடு பண்பாட்டு ரீதியான கொடூரங்களுக்கு புதிய ஊக்கத்தையும் அளித்திருக்கிறது. அரசின் வெளிப்படையான அல்லது மறைமுகமான பேராதரவு இருப்பதால் பெண்களுக்கு எதிராக சத்தமில்லாமல் நடந்த குற்றங்களும் வன்முறைகளும் இன்று பேரலறலோடு, வெட்ட வெளிச்சத்தில் நிகழ்த்தப்படுகின்றன.

ஆண்களோடு பழகும், மேற்கத்திய உடைகளை அணிந்துவரும் பெண்கள், வீதிகளில் மிக வெளிப்படையாக தாக்கப்படுவதைப் பார்த்து சமூகத்தில் பாதுகாப்பு இல்லை என கொதித்தெழுகிறோம். வீதிகளை விடுங்கள், வீடுகளில் பெண்களுக்கு என்ன பாதுகாப்பு இருக்கிறது? குடும்ப வன்முறை, பாலியல் கொடுமை, வரதட்சணைக் கொடுமை, காதலித்தால் கொலை போன்ற குற்றங்கள் வீடுகளில் தானே நிகழ்கின்றன! அந்த இந்துமதச் சீரழிவை தடுத்து நிறுத்த நாம் இதுவரையிலும் என்ன செய்திருக்கிறோம்?

இஸ்லாமிய நாடுகள் ஜனநாயகக் கொள்கை கொண்டவை அல்ல. ஆனால் இந்தியா உலகின் மிகப் பெரிய 'ஜனநாயக நாடு'. அது ஒவ்வொரு மனிதருக்கும் மரியாதை, உரிமைகள் மற்றும் சுதந்திரத்தை உறுதி செய்து தந்திருக்கிறது எனும் பட்சத்தில் இங்கே ஒடுக்குமுறைகள் என்பதே இருக்கக் கூடாது. ஆனால் அதற்கு நேரெதிராக உலக அரங்கில் இப்படி தலைகுனிவைச் சந்திக்கிறது. பொதுவாக இந்தியப் பண்பாட்டை விமர்சனம் செய்யும் அல்லது அதன் தவறுகளை சுட்டிக் காட்டும் வெளிநாட்டு ஆய்வு முடிவுகளை குறை கூறுவதும் மறுப்பதுமே நமது வழக்கம். தாமஸ் ராய்ட்டர்ஸ் ஆய்வில் தவறு இருப்பதாக தேசியப் பெண்கள் ஆணையத்தின் தலைவி உட்பட பல ஆளுங்கட்சி ஆதரவாளர்களும் அதைக் கண்டித்துள்ளனர். தவறுகளும் குற்றங்களுமே இங்கே பண்பாடு என்பதால் அப்பண்பாட்டை யார் குறை கூறினாலும் அவர்களுக்குக் கோபம் வருகிறது.

போர்ச்சூழலில் தவிக்கும் சிரியா, ஆப்கானிஸ்தான் நாடுகளை விடவும் அமைதியானதாக நம்பப்படும் இந்தியாவில் பெண்கள் ஏன் வதைபடுகின்றனர் எனில் அந்த வதைகள் பண்பாடாக்கப்பட்டு அதைப் பாதுகாக்கும் பொறுப்பும் பெண்களிடம் ஒப்படைக்கப்பட்டுள்ளது என்பதால்தான். அறிவுத் தளங்களில் சிலரைத் தவிர சாதி, மத விதிமுறைகளை மீறக் கூடாது என பெரும்பான்மையான இந்திய பெண்கள் நம்புகின்றனர். அடிமைத் தனத்தையே அணிகலனாக அணிந்து கொள்ள அவர்களின் மதம் கற்பிக்கிறது. தமது இந்தியத்தன்மை என்பது தமது அடிமைத்தனத்தில் இருப்பதாக அவர்கள் நம்பவைக்கப்பட்டுள்ளனர். பின் எவ்வாறு இங்கே சீர்திருத்தமும் மாற்றமும் நிகழும்? மத அடிப்படைவாதம் ஆண்களுக்கு ஆதிக்கத்தையும் பெண்களுக்கு அடிமைத்தனத்தையும் இங்கே வலுவாகக் கற்பித்துள்ளது. கணவன் அடித்தால் தான் பெண்கள் ஒழுக்கமாக இருப்பார்கள் என நம்பும் பெண் சமூகம் தான் 21

ஆம் நூற்றாண்டிலும் இருக்கிறது. மத விதிமுறைகளை மீறும் பெண்களை பெண்களே சும்மா விடுவதில்லை.

அதுமட்டுமல்ல, சாதிய விதிமுறைகள் மீறும் தாழ்த்தப்பட்ட பெண்களை தம் சாதி ஆண்களால் கூட்டு வன்புணர்ச்சி செய்யப்பட்டு தண்டிப்பதை சாதி இந்துப் பெண்கள் வழக்கமாக வைத்துள்ளனர். இதற்கெல்லாம் எது காரணம்? மதம் அதனோடு கட்டமைக்கப்பட்ட பண்பாடு, அதனோடு பிணைக்கப்பட்ட புனிதம் ஆகியவையே! தாமஸ் ராய்ட்டர்ஸ் ஆய்வு குறித்து அரித் ஷா, என்ன சொன்னார்? 'பெண்கள் இங்கே கடவுளாக வழிபடப்படுகின்றனர்'. இந்த பண்பாட்டு முகமூடியைத் தான் நாம் முறிக்க வேண்டும். இந்தியாவில் பெண்கள் மீதான ஒடுக்குமுறைக்கு என்ன காரணம் என்று கேட்டால், மதமே அதிலும் இந்து மதமே என்று சொல்லும் தெளிவு பெண்களுக்கு வரும் நிலையில் தான் துளி மாற்றமேனும் இங்கே சாத்தியப்படும். அரசியல், சமூகப் புரட்சிகளை விடவும் மத அடிப்படைவாதத்திற்கு எதிரான பண்பாட்டுச் சீர்திருத்தமே இந்தியப் பெண்களை அவர்களின் துயரங்களில் இருந்து விடுவிக்கும். ●

08.07.2018
நேஷனல் ஹெரால்ட்

'ஆபரேஷன் திராவிட நாடு': அடிபணியுமா தமிழ்நாடு?

> அரசியல் ரீதியாக பகுத்தறிவு மற்றும் மதச் சார்பின்மைக் கொள்கையை தமிழ் பொதுச் சமூகம் கடைப்பிடித்தாலும் பண்பாட்டு ரீதியாக இந்து மதத்தோடும் சாதியோடும் பின்னிப் பிணைந்திருக்கிறது என்பதுதான் வேதனையான உண்மை. தெருவுக்குத் தெரு கோயில்களின் பெருக்கம், மூட நம்பிக்கை பரவலாக்கம், சாதிய வன்கொடுமைகள் என இந்துமயம் சம காலத்தில் பல்கிப் பெருகியிருக்கிறது

07

நாடு முழுவதும் இருக்கும் அறிவுஜீவிகள், ஊடக வியலாளர்கள், முற்போக்காளர்கள், அரசியல் நோக்கர்கள், சமூகப் போராளிகளை அண்மைக் காலங்களில் தமிழகம் குறித்து ஒரு கேள்வி ஆட்டுவிக்கிறது. அது, ‘எப்போதும் போராட்டமா, என்ன நடக்கிறது தமிழ்நாட்டில்?’

ஜெயலலிதாவின் உயிரிழப்போடும் கருணாநிதியின் செயல் இழப்போடும் தொடங்கியது தான் எல்லாம். தமிழகத்தின் இரண்டு மாபெரும் மாநிலக் கட்சிகளான தி.மு.க. மற்றும் அ.தி. மு.க.வை கட்டியாண்ட ஆளுமைகள் ஒரே காலகட்டத்தில் இல்லாமல் போனதால் சட்டென ஒரு வெற்றிடம் உருவானது. அந்த வெற்றிடத்தில் தனது தேசிய அதிகாரத்தைப் பயன்படுத்தி, ஒரு சிம்மாசனத்தைப் போட்டு அமர்ந்துவிடலாம் என்ற பா.ஜ.க.வின் பேராசை பலிக்காமல் போவதன் விளைவே தமிழகம் அடுத்தடுத்து எதிர்கொள்ளும் அரசியல் ரீதியான நெருக்கடிகளுக்குக் காரணம்.

ஜெயலலிதாவிற்குப் பிறகு அ.தி.மு.க.வில் அதிகார மய்யமாக இருந்த சசிகலாவை சிறையில் அடைத்தது, தமிழக அமைச்சர்கள், தலைமைச் செயலர் வீடுகளில் ரெய்டு நடத்தியது, பல்வேறு குளறுபடிகளுக்கிடையில் எடப்பாடி பழனிச்சாமி மற்றும் பன்னீர் செல்வம் ஆகியோருக்கிடையே பஞ்சாயத்து செய்து முறையே முதல்வர், துணை முதல்வராக்கியது, ஆளுநராக பன்வாரிலால் புரோகித்தை நியமித்து மரபுக்கு மாறாக அவரை செயல்பட வைத்தது, ஜல்லிக்கட்டுக்கு தடை விதித்தது (நீட் தேர்வின் மூலம் மாணவர்களின் மருத்துவக் கனவை சிதைத்தது, தேர்வு

எழுத வந்த மாணவர்களை வதைத்தது, எழுவர் விடுதலையை மறுதலித்தது, விவசாயிகளின் போராட்டத்தைப் புறக்கணித்தது, காவிரி உயர் நிர்வாக வாரியத்தை அமைக்கத் தாமதப்படுத்தியது, ரேஷன் கடைகளை மூடுவது, ஸ்டெர்லைட் போராட்டத்தில் அரச பயங்கரவாதத்தை ஏவியது என ஜெயலலிதா மறைந்த பிறகான இந்த ஒன்றரை ஆண்டு காலத்தில் தமிழகத்தில் நாளொரு குழப்பம் உருவாக்கப்படுகிறது.

நாடு முழுவதும் வடகிழக்குப் பகுதிகள் உட்பட அத்தனை மாநிலங்களையும் மண்ணாசை கொண்ட பேரரசனைப் போல கைப்பற்றிவிட்ட பா.ஜ.க.விற்கு தென்னிந்திய மாநிலங்கள் பெரும் சவாலாக இருந்து வருகின்றன. ஆந்திரா, தெலங்கானா, கர்நாடகா மற்றும் தமிழகத்தில் திராவிடக் கட்சிகளும் கேரளாவில் மார்க்சிஸ்ட் கம்யூனிஸ்ட் கட்சியும் பலமிக்கதாக இருப்பதே அதற்குக் காரணம். தெலுங்கு தேசம் கட்சியுடனான கூட்டணி முறிவு, கர்நாடகத் தேர்தலில் தோல்வி மற்றும் தமிழகத்தின் தொடர் நிராகரிப்பு என பா.ஜ.க. தெற்கில் கடுமையாகத் தடுமாறுகிறது. அதைத் தொடர்ந்து இம்மாநிலங்களில் மத்திய அரசால் உண்டாக்கப்படும் குழப்பங்களைப் பார்க்கும் போது, தெலுங்கு நடிகர் சிவாஜி அம்பலப்படுத்திய பா.ஜ.க.வின் ரகசியத் திட்டமான ‘ஆபரேஷன் திராவிட நாடு’ தீவிர செயல்பாட்டில் உள்ளதோ என்ற சந்தேகம் வராமல் இல்லை.

அதிலும் குறிப்பாக பா.ஜ.க.வை அடியோடு வெறுக்கும் தமிழகத்திற்கான ‘ஆபரேஷன் ராவணா’ பத்துத் தலைகள் கொண்டதாக இருக்கிறது என்பதற்கு இங்கு உருவாக்கப்படும் குழப்பங்கள் ஆதாரமாகத் திகழ்கின்றன. இது 4 ஆயிரத்து 800 கோடி ரூபாய் திட்டமாம்! மக்கள் நலனின் அக்கறை கொண்ட அரசு அவர்களின் மேம்பாட்டிற்காகப் பணத்தை செலவிடும். ஆனால் அவர்கள் நாசமாய் போக வேண்டுமென நினைக்கும் அரசு இப்படித்தான் நாச வேலைகளுக்கு நிதி ஒதுக்கீடு செய்யும். விவசாயம், கல்வி, சுற்றுச்சூழல், அரசியல், நலத்திட்டங்கள் என எல்லா துறைகளிலும் மத்திய அரசால் தமிழகத்திற்கு சிக்கல்கள் தோற்றுவிக்கப்படுகின்றன. தமிழகத்தை ஆளும் அ.தி.மு.க. அரசை கைக்குள் வைத்து கொண்டு பா.ஜ.க. தனது ஆபரேஷனை வெளிப்படையாக நடத்துகிறது. ஆனாலும் தமிழகம் (அரசு அல்ல) அடிபணிவதாக இல்லை.

தமிழ்நாட்டில் காலூன்ற கட்சிகளுக்கு, நடிகர்களுக்கு, ஊடகங்களுக்கு, சமூக வலைத்தள குழுக்களுக்கு பா.ஜ.க. கோடிக் கணக்கில் கொட்டிக் கொடுப்பதாகவும் நூற்றுக்கணக்கான கோடிகள் இதற்காக ஒதுக்கப்பட்டிருப்பதாகவும் தெலுங்கு

நடிகர் சிவாஜி கூறினார். இவ்வளவு ஆண்டு காலமும் அரசியல் பக்கமே வர வேண்டாம் என்றிருந்த நடிகர்கள் ரஜினிகாந்தும் கமலஹாசனும் திடீரென புதுக்கட்சி தொடங்கியுள்ளதையும் அவர்களின் நிலைப்பாடுகளும் சிவாஜியின் வாதத்தை உறுதி செய்வதாகவே இருக்கின்றன. நேரடி அரசியலில் சாதிக்க முடியாததால் - ரசிகப் பட்டாளத்தை அதிகளவில் கொண்ட - இந்த நடிகர்களை பா.ஜ.க.வே களமிறக்கியிருக்கிறது என நம்புவதற்கு போதுமான ஆதாரங்கள் உள்ளன. இருவருமே அக்கட்சியையோ மத்திய அரசையோ எதற்கும் விமர்சிப்பதில்லை. இவர்களை வைத்து ஆட்சியைக் கைப்பற்றுகிறதோ இல்லையோ தி.மு.க. மற்றும் அ.தி.மு.க.வின் வாக்குகளைப் பிரித்து பெரும்பான்மைக் கிடைக்கவிடாமல் செய்வது அதன் செயல் திட்டம். பார்ப்பனியத்தின் பாரம்பரியமான பிரித்தாளும் சூழ்ச்சி! தமிழகத்தின் சிறப்பு என்னவென்றால், பா.ஜ.க. அரசியலில் எத்தனை முகமூடிகளை அணிந்து வந்தாலும் அதை அடையாளம் கண்டுவிடுவதுதான்.

எத்தனை வகையான தமிழக எதிர்ப்பு செயல்திட்டங்களை கொண்டிருந்தாலும், நயா பைசா செலவில்லாமல் தமது கருத்தியல் தெளிவால் அதை தமிழகம் தகர்த்துவிடுகிறது என்பதே உண்மை. அமைப்புகள் தான் வரவேண்டும் என்றில்லை, கட்சிகள் தான் எதிர்வினையாற்ற வேண்டுமென்றில்லை. இங்கே சாமானியக் குடிமக்களே அரசியல் தளத்தில் பா.ஜ.க.விற்கான எதிர்மனநிலையோடு இருக்கிறார்கள். நாடெங்கும் மோடி மந்திரம் உரக்க ஒலித்த போதும், ஆர்.கே நகர் இடைத்தேர்தலில் பா.ஜ.க. நோட்டாவை விடக் குறைவான வாக்கைப் பெற்றது அதற்கான சான்று. அத்தொகுதியில் வெற்றி பெற்ற .டி.டி.வி. தினகரன் வாக்குக்கு பணம் கொடுத்தார் என்கின்றனர் பா.ஜ.க. ஆதரவாளர்கள். பா.ஜ.க.விடம் பணமே இல்லையா அல்லது அது தேர்தல் ஊழலில் ஈடுபடாத கட்சியா? இங்கேயும்தான் பெருவாரியாக இந்துக்கள் இருக்கின்றனர், இங்கேயும் தான் பார்ப்பனர்கள் வாழ்கின்றனர், இங்கேயும் தான் ஆண்கள் இருக்கின்றனர். ஆனால் இந்துமத அடிப்படைவாதம், பார்ப்பனிய மேலாதிக்கம், ஆணாதிக்கம் சார்ந்த கருத்துகளை வட மாநிலங்களில் செய்வதைப் போல பொது இடங்களில் மேடை போட்டு அத்தனை ஆணவத்தோடு பேசிவிட முடியாது. தமிழர்களை ஈர்க்க, மோடி செந்தமிழில் பேசுகிறார், திருக்குறளை தலைகீழாக ஒப்பிக்கிறார். ஆனால், அவர் சார்ந்த கட்சி கொண்டிருக்கும் மதவெறிக் கொள்கை தமிழகத்திற்கு ஒவ்வாதது என்பதை மட்டும் புரிந்து கொள்ளத் தவறுகிறார்.

இந்தியா போன்ற பாகுபாடுகளும் அடிப்படைவாதக் கருத்தியல்களும் நிறைந்த மக்கள் தொகை பெருக்கம் நிறைந்த நாட்டில் தமிழகம் மத நல்லிணக்கம் கொண்ட பகுத்தறிவு மாநிலமாக நீடிப்பதென்பது சாதாரண ஒன்றல்ல. இதற்கான காரணம் மிக வெளிப்படையானது. அதற்கான கம்பீரமானக் காரணம் ஒரு மாமனிதர். அவர் தந்தை பெரியார். இம்மண்ணில் அவர் விதைத்து வளர்த்தெடுத்த திராவிடக் கருத்தியலே அவர் இறந்து 45 ஆண்டுகளுக்குப் பிறகும் 'ஆபரேஷன் திராவிட நாடு' போன்ற ஒரு திட்டத்தை உருவாக்கி செயல்பட வேண்டிய நெருக்கடியை பார்ப்பனர்களுக்கு உருவாக்கி இருக்கிறது. சம காலத்தில் பா.ஜ.க.வினராலும் பார்ப்பனர்களாலும் பார்ப்பனியத்திடம் மயங்கிய சுயநலவாதிகளாலும் - திராவிடக் கருத்தியல் வீழ்ந்துவிட்டதாக - ஒரு பரப்புரை தொடர்ந்து நிகழ்த்தப்படுகிறது. உண்மையில், திராவிடக் கருத்தியல் இம்மண்ணில் காற்றைப் போல கண்ணுக்குத் தெரியாமல் பரவி நிற்கிறது. அதனால் தான் தமிழகத்தில் புதிதாக தலையெடுக்கும் அரசியல் கட்சிகள் 'திராவிட' என்ற சொல்லை தம் கட்சிப் பெயரில் முதன்மைச் சொல்லாக வைத்துக் கொள்கின்றன.

பெரியார் தோற்றுவித்த 'திராவிடர் கழக'த்திலிருந்து பிரிந்தே திராவிட முன்னேற்றக் கழகம் உதித்தது. அதிலிருந்து பிரிந்தே அண்ணா திராவிட முன்னேற்றக் கழகம் உருவானது. இவை இரண்டுமே இங்கு பெரிய கட்சிகள். அடுத்தது வைகோவின் மறுமலர்ச்சி திராவிட முன்னேற்றக் கழகம். பல்வேறு எதிர்பார்ப்புகளுக்கு மத்தியில் அரசியலுக்கு வந்த நடிகர் விஜயகாந்த், தன் கட்சிக்கு தேசிய முற்போக்கு திராவிட கழகம் எனப் பெயரிட்டார். அது மூன்றாவது பெரிய கட்சியாக தமிழகத்தில் உருவெடுத்தது. அவ்வளவு ஏன் அ.தி.மு.க.வின் மீது தனது உரிமை பறிக்கப்பட்ட நிலையில், தனிக்கட்சி தொடங்கிய டி.டி.வி தினகரன் தன் கட்சிக்கு பரிந்துரைத்த மூன்று பெயர்களிலும் திராவிட என்ற சொல் இருந்தது. ஆனால் அவருக்கு அச்சொல் இல்லாத 'அம்மா மக்கள் முன்னேற்றக் கழகம்' என்ற பெயரை ஒதுக்கியது தேர்தல் ஆணையம். அதாவது மத்திய அரசு. இது கூட தமிழகத்தில் அத்தருணத்தில் பரபரப்பாக விவாதிக்கப்பட்டது எனில் 'திராவிட' என்பது வெறும் சொல் அல்ல என்பதைப் புரிந்து கொள்ள வேண்டும்.

தென்னிந்தியாவில் தமிழ், கன்னடம், தெலுங்கு, மலையாளம் பேசும் திராவிட மொழிக் குடும்பத்தினரை குறிப்பாக பார்ப்பனர் அல்லாதாரை குறிப்பிடும் சொல்லாகவே அது இங்கே 19 ஆம் நூற்றாண்டில் மறு உயிர் பெற்றது. 'திராவிடம்' (திரு + இடம்)

என்பது பண்பட்ட ஓர் இனக்குழுவின் பாரம்பரியத்தையும் வரலாற்றையும் உள்ளடக்கியது. பெரியார் ஆரியத்திற்கு (பார்ப்பனியம்) எதிராக முன் வைத்தக் கொள்கையின் பெயரே திராவிடம். பார்ப்பனியத்தால் சீரழிந்த மண்ணில் பார்ப்பனிய எதிர்ப்பே ஓர் 'இயம்' அதாவது தத்துவம் என அவர் முன்மொழிந்தார். சனாதன தர்மம் 'சூத்திரர்கள்' (வேசி மக்கள்) என்றும் பஞ்சமர்கள் (தீண்டத்தகாதவர்கள்) என்றும் இழிவுபடுத்தி ஒதுக்கி வைத்த 97% பிற்படுத்தப்பட்ட மற்றும் தாழ்த்தப்பட்ட மக்களுக்கு, அவர்கள் பார்ப்பன அடிமைகள் அல்ல, 'திராவிடர்' என்ற தனி இனத்தைச் சேர்ந்தவர்கள் என்ற பேருண்மையை எடுத்துரைத்து சுயமரியாதையை விதைத்தார். உலகின் ஒடுக்கப்பட்ட சமூகங்கள் விடுதலைக்காக முழங்குவதே மரபு. ஆனால், பார்ப்பனியத்தால் மானமிழந்த தம் மக்களுக்கு சுய மரியாதையே தேவை என்று கருதி அதற்காகவே மாபெரும் இயக்கத்தை கட்டமைத்தார். "சுயமரியாதையே விடுதலைக்கான வித்து" என்றார் பெரியார்.

சாதிச் சீரழிவை பண்பாடாகக் கொண்ட இந்தியாவில், அதற்குக் காரணமான இந்துமதத்தை அழித்தொழிக்க தம் இறுதி மூச்சு வரை போராடிய தலைவர்களில் முதன்மையானவர்கள் இருவர்: வடக்கில் அம்பேத்கர்; தெற்கில் பெரியார். பொதுவுடைமைவாதிகள் உட்பட பிற 'முற்போக்காளர்கள்' இந்துமதத்தின் அரசியல் வடிவமான 'இந்துத்துவமே' ஆபத்தானது என்றும் பண்பாட்டின் அடிப்படையில் இந்து மதம் நல்லது என்றும் கருதுகின்றனர். ஆனால், பிறவி இழிவை உள்ளடக்கிய வர்ணாசிரமப் படிநிலை மற்றும் மூடநம்பிக்கைகளால் மனிதர்களை வதைக்கும் இந்துமதமே பேராபத்தானதுதான் என்பதை இவ்விரு தலைவர்களும் உரக்கக் கூறினர். பார்ப்பன வேத புராணங்களையும், இந்துவயப்பட்டிருந்த தமிழ் இலக்கியங்களையும் கற்றுத் தெளிந்து அவை திராவிடர்களை எவ்வாறு இழிவுபடுத்துகின்றன என்பதையும் இந்துக் கடவுளர்களின் அவதாரங்களும் வேத மந்திரங்களும் புனிதமானவை அல்ல; அவை மொத்தமும் ஆதிக்க, ஆபாசக் குப்பைகள் என்பதையும் தன் வாழ்நாள் முழுக்க மக்களுக்கு எடுத்துரைத்து பகுத்தறிவுப் பரப்புரையின் இயக்கமாக்கினர்.

ராமாயணத்தின் உண்மை முகத்தைக் கிழித்தெறியும் வகையில் பெரியார் 1950களில் எழுதிய "ராமாயணம்: ஓர் உண்மை ஆராய்ச்சி" என்ற நூல் சச்சி ராமாயணம் என்ற பெயரில் இந்தியில் மொழி பெயர்க்கப்பட்டது. உத்திரப் பிரதேச அரசால் தடை விதிக்கப்பட்டு பின்னர் உச்சநீதிமன்றத்தால்

அத்தடை நீக்கப்பட சச்சி ராமாயணத்தை 2007 ஆம் ஆண்டு பா.ஜ.க.வினர் லக்னோவில் எரித்து ஆர்ப்பாட்டம் செய்தனர் எனில் பெரியாரியத்தின் வீச்சு எத்தகையது என்பதை உணரலாம்.

ராவணன் எனும் திராவிட மன்னனை வில்லனாக்கி சீதையைக் கடத்தியதாகக் கட்டமைக்கப்பட்ட இழிவை 'ராவண காவியத்தின் வழியே திராவிட இயக்கம் எடுத்துரைத்தது. ஒரு சமூகம் தன் வரலாறென நம்பும் கதையிலிருந்துதான் தனது இருப்பை ஒவ்வொரு தலைமுறையிலும் கட்டமைக்கிறது. மத நூல்கள், புராணங்கள் மற்றும் இலக்கியங்களாக எழுதி வைக்கப்பட்டவற்றை நம்பி தனது அடையாளம் இதுவே என அது கண்டுகொள்கிறது. பார்ப்பனியத்தால் அடிமைகளாகவும் இழிபிறவிகளாகவும் ஆக்கப்பட்ட திராவிடர்கள் அக்கதைகளை நம்பிக் கொண்டிருந்த நிலையை தன் அயராத உழைப்பால் மாற்றி மதம், புராணம் இலக்கியம் என்ற பெயரில் நிறுவப்பட்ட அத்தனை கட்டுக்கதைகளையும் உடைத்தார் பெரியார். அவர் மத போதகர் அல்ல ஆனாலும் வேத நூல்களையும் இந்துமத புராணங்களையும் கற்றார், அவர் இலக்கியவாதியோ தமிழ் அறிஞரோ அல்ல ஆனாலும் இலக்கியங்களை ஆராய்ந்தார். அடிமைகளாக்கப்பட்டு வீழ்ந்து கிடக்கும் திராவிட இனத்தை மீட்டெடுக்கவும் அதற்கு ஆதாரமாக இருக்கும் பார்ப்பனிய, இந்துமத கட்டுக்கதைகளை வேரறுக்கவும் தன்னை நூறு சதவிகிதம் ஒப்புக் கொடுத்தவர் பெரியார்.

தன் சொந்தக் காசில் பிள்ளையார் சிலையை வாங்கி, முச்சந்தியில் வைத்து உடைத்து தனது நாத்திகக் கொள்கையை நடைமுறைப்படுத்திக் காட்டியவர் அவர். தமிழகம் பெரியாரின் சொல் வீச்சால் மட்டும் அறிவு பெற்றிடவில்லை. துணிச்சலான அவரது செயல்பாடுகளால் தான் பகுத்தறிவைப் பெற்றது. கல்வியறிவும் அறிவியலின் வீச்சும் இந்தளவிற்கு பெருகிவிட்ட சமகாலத்தில் எந்த தீவிர முற்போக்குவாதிக்கும் கூட சாமி சிலையை உடைத்துவிட்டு கடவுள் மறுப்பைப் பேசும் துணிவு வராது! தான் பகுத்தறிவு கொண்டு சொன்ன அனைத்தையும் நேர்மையுடன் செயல்படுத்திக் காட்டியவர் பெரியார். பிராமணர்களை பார்ப்பனர் என்றழைக்க வைத்தது; தாலி ஓர் அடிமைச் சின்னம் அதை அறுத்தெறிய வேண்டும் என்றது; கடவுள் சிலையை கல் என்று உடைத்தது; கற்பு - ஆண்மை போன்றவை கற்பிதங்களே என இந்துமதத்தின் புனிதம் ஒவ்வொன்றையும் உடைத்து பார்ப்பனியத்தை ஆட்டங்காணச் செய்தார்.

பெரியாரின் முதன்மையானக் கொள்கைகளில் ஒன்று பெண் விடுதலை. குழந்தைத் திருமண எதிர்ப்பு, விதவை மறுமணம், தாலி

மற்றும் சாதியை மறுத்த சுயமரியாதைத் திருமணங்கள், பெண் கல்வி என பெண் இனத்தின் ஒட்டுமொத்த விடுதலைக்காகப் போராடியவர் அவர்! வளர்ந்த நாடுகளில் இன்று பேசப்படும் பெண்ணியக் கருத்துகளை 1930களிலேயே உரக்க முழங்கினார். 'பெண் ஏன் அடிமையானாள்'என்ற நூலில் அவள் இந்துமதத்தாலேயே அடிமையானாள் என்றார். அதுவரை ஈ.வெ.ராமசாமி என்று அழைக்கப்பட்டவருக்கு 1938 இல் நடைபெற்ற தமிழ்நாட்டுப் பெண்கள் மாநாட்டில், பெண்கள் கூடி 'பெரியார்' என்ற பட்டத்தை சூட்டினர். இந்த காலத்திலும் மோகன் பகவத் போன்ற இந்து வெறியர்கள், 'கணவனைப் பராமரிக்காத, குழந்தைகளைப் பெற்றுத்தராத பெண்களை கணவர்கள் விட்டொழிக்கலாம்' என்றே ஆணவமாகப் பேசுகின்றனர். ஆனால், பெரியார் அப்போதே, 'உன் விடுதலைக்குத் தடையாக இருக்கும் கூந்தலை நறுக்கு. புடவைக்கு மாற்றாக பேண்ட் அணிந்துகொள். பிள்ளைப்பேறு உன் முன்னேற்றத்துக்குத் தடையாக இருக்கும் என்றால், கருப்பையையும் வெட்டியெறி' என - பிற்போக்குத்தனத்தில் உழன்ற தமிழ்ச் சமூகத்திற்கு - பெண் விடுதலை குறித்த உச்சபட்ச அறிவையும் துணிவையும் விதைத்தார்.

இந்துமதமும் பார்ப்பனியமும் சாதி எனும் வர்ணாசிரம பாகுபாட்டினால் தான் பிழைத்திருக்கின்றன என்பதால் அந்த கட்டமைப்பைத் தகர்ப்பதே பெரியாரின் முதன்மை நோக்கமாக இருந்தது. ஒட்டுமொத்த இந்திய தேசமும் இன்றும் பெயருக்குப் பின்னால் சாதியைப் போட்டுக் கொள்வதில் பெருமை காணும் போது, ஒரு நூற்றாண்டுக் காலத்திற்கு முன்பே தமிழகத்தில் அந்த அவலம் ஒழிக்கப்பட்டது. சாதியைப் பெயரில் வைத்துக் கொண்டு எந்த அரசியல் தலைவரும் இங்கே அரசியல் செய்துவிட முடியாது. சூத்திரர் பஞ்சமர் என ஒடுக்கப்பட்டவர்களுக்குள் மநுவாதம் உண்டாக்கிய பிரிவினையை இனங்கண்டு எல்லோரையும் திராவிடர் என குடையின் கீழ் கொண்டு வந்தார். மேடைப் பேச்சுக்கள், திராவிடர் கழகத்தின் பத்திரிகைகளான 'குடியரசு'மற்றும் 'விடுதலை'யில் தொடர்ச்சியான எழுத்துப் பணி, தீவிரமானப் போராட்டங்கள் என ஒவ்வொரு நொடியும் தமிழ்ச் சமூகம் பகுத்தறிவும் விழிப்புணர்வும் பெற வேண்டுமென உழைத்தார். அதன் பயனாக மூட நம்பிக்கையிலும் அடிமைத்தனத்திலும் ஊறித் திளைத்திருந்த தமிழ்ச் சமூகம் மெல்ல பகுத்தறிவு ஒளியைப் பெறத் தொடங்கியது.

அக்காலங்களில் இளைஞர்கள், பெண்கள் என பெரும்படை பெரியாரின் பின்னால் அணி திரண்டது. குடும்பங்களுக்குள்

முற்போக்கு கருத்துகள் கிளர்ச்சியை உண்டாக்கின. பெண்கள் போராட்டங்களுக்கு தலைமை தாங்கினர். தேநீர்க் கடைகளின் விவாதப் பொருளாக பகுத்தறிவுப் பரவலாக்கமே இருந்தது. படிப்பறிவற்ற ஒரு கிராமத்துக் கூலித் தொழிலாளி பகுத்தறிவுக் கருத்துகளைப் பேசுவதை இன்றும் கேட்க முடியும் என்றால் பெரியாருடைய ஒப்பற்ற உழைப்பின் பலன் அது. பெரியாரின் பேச்சு மற்றும் எழுத்துகளை தொகுத்ததில் அவை பத்தாயிரம் பக்கங்களை தாண்டுகின்றன. இந்தியச் சமூகத்தில் அம்பேத்கருக்கு இணையான மிக ஆழமான பார்ப்பன எதிர்ப்பு மற்றும் சாதி ஒழிப்பு இலக்கியம் அவை. இந்து மதத்தை பற்றியும் பகுத்தறிவுக் கொள்கைகளையும் நேர்மையாக கற்க நினைப்போருக்கு பெரியாரின் நூல்கள் அறிவுக் கருவூலங்கள்.

தீவிரமான நாத்திகவாதி, பகுத்தறிவாளர் என்றாலும் மதச்சார்பின்மையையும் நல்லிணக்கத்தையும் பெரியார் மதித்ததன் விளைவே தமிழகத்தின் சமூக அமைதிக்கு அடிப்படை. திராவிடர் கழக மாநாடுகளில் கிறித்துவர்களும் முஸ்லிம்களும் பெருமளவில் பங்கேற்றனர். முஸ்லிம்களும் கிறித்தவர்களும் எங்கிருந்தோ படையெடுத்து வந்தவர்கள் என்ற திரிபுவாதத்தை உடைத்து, அவர்கள் இந்துமதத்தின் கொடுமை தாங்காமல் மதம் மாறிய பூர்வகுடிகள் என்ற புரிதலை விதைத்தார்; மதமாற்றத்தை ஊக்குவித்தார். இந்துமதத்திற்கு மாற்றாக இஸ்லாத்தைப் பரிந்துரைத்தார் என்பதும் பார்ப்பனர்களின் பெரியார் வெறுப்பிற்கான அடிப்படைக் காரணம்.

பாபர் மசூதி இடிக்கப்பட்ட போது நாடு முழுவதும் இந்து முஸ்லிம் கலவரம் வெடித்தது. ஆனால் தமிழகம் மட்டும் அதற்கு இரையாகவில்லை. அந்தப் பக்குவம் பெரியாரிடமிருந்து பெற்றது. இங்கேயும் இந்துக்கள் இருக்கின்றனர் என்றாலும் அவரவர் மதம் அவரவருக்கு, அவரவர் கடவுள் அவரவருக்கு என்ற ஏற்பு குணம் வேரூன்றியிருக்கிறது. மார்க்சியத்தின் கூறுகளை ஏற்றது, அறிவியல் மனப்பான்மையை ஊக்குவித்தது, பகுத்தறிவு மார்க்க பவுத்தத்தை அங்கீகரித்தது என முற்போக்குச் சிந்தனைகள் எந்த வகையில் தோன்றினாலும் - அதற்கான முதல் ஆதரவு பெரியாரிடமிருந்து வரும். அவர் சமூகத்தைப் பண்படுத்தினார். சுயநலமற்று வாழ்வதற்கு வழிகாட்டினார். மிக முக்கியமாக, சட்டத்திற்கு புறம்பான, ஜனநாயகத்திற்கு புறம்பான வழிகளில் அவர் எந்த போராட்டங்களையும் நடத்தியதில்லை.

பார்ப்பனியத்தை கடுமையாக எதிர்த்தார் ஆனால் ஒரு போராட்டத்தில் கூட ஒரேயொரு பார்ப்பனர் கூட எங்கேயும் தாக்கப்பட்டதில்லை. ஆயுதமேந்தாமல், வன்முறையைத்

தூண்டாமல் அறிவுப் பரவலாக்கத்தின் வழியே மதக் கருத்தியலால் மாசடைந்திருந்த மூளைகளைத் தூய்மைப்படுத்தினார். ஆனால் நாடு முழுக்க இந்து அமைப்புகள் என்ன செய்கின்றன? சாதி ரீதியாக ஒடுக்கப்பட்ட தலித் மக்களையும் மத ரீதியாக ஒடுக்கப்பட்ட முஸ்லிம்களையும் வன்முறையால் வதைக்கின்றன. மாட்டிறைச்சி எனும் உணவுப் பொருளைக் காரணமாக்கி கொன்று போடுகின்றன. இந்து அமைப்புகள் பசுப் பாதுகாப்பின் பெயரால் நிகழ்த்திய அட்டூழியங்களுக்கு எதிராக, மாட்டிறைச்சி உண்ணும் போராட்டங்கள் தமிழகத்தில் நடந்தன. இதில் மாட்டிறைச்சி உண்ணாதவர்கள் உட்பட ஆயிரக்கணக்கான மக்கள் கலந்து கொண்டனர்.

தாழ்த்தப்பட்ட, பிற்படுத்தப்பட்ட சமூகத்தினர் கல்வி மற்றும் வேலை வாய்ப்புகளில் இட ஒதுக்கீடு பெற்று முன்னேறியுள்ளனர் எனில் 1920-1973 வரையிலான அரை நூற்றாண்டு காலம் பெரியார் நடத்திய போராட்டங்களே காரணம். பெரியார் அங்கம் வகித்த பார்ப்பனர்கள் அல்லாத நீதிக் கட்சியின் ஆட்சியில் தான் முதன்முறையாக இட ஒதுக்கீட்டுக் கொள்கை பின்பற்றப்பட்டது. அதன் பின்னரும் தொடர்ச்சியாக திராவிட இயக்கம் இட ஒதுக்கீட்டிற்காகப் போராடியது. 1990களில் நடந்த வி.பி.சிங்கின் 27% இட ஒதுக்கீட்டு புரட்சிக்கு இதுதான் முன்னோடி. இனி வரும் காலங்களில் சமூக நீதி காக்க பிரதிநிதித்துவம் என்ற கோட்பாட்டை யார் முன்னெடுத்தாலும் அதற்கும் திராவிட இயக்கமே அடிப்படையாக இருக்கும் என்பதில் எந்த அய்யமும் இல்லை. வல்லரசுக் கனவு காணும் இந்தியாவின் வளர்ச்சி உலகளவில் மிகவும் பின் தங்கிய நிலையிலேயே உள்ளது. அதற்கு காரணம் இங்கே முன்னேறிய சாதிகளுக்கும் ஒடுக்கப்பட்ட சமூகங்களுக்கு இடையே நிலவும் இடைவெளி. சமூகப் பொருளாதார ரீதியாக மிகவும் கீழ் நிலையில் இந்நாட்டின் பெரும்பான்மை மக்கள் உழல்கின்றனர். அவர்கள் எவ்வகையிலேனும் முன்னேறுவதற்கான வாய்ப்பைத் தர சாதி அமைப்பு தடையாக இருக்கிறது. திராவிட இயக்கத்தின் சமூக நீதிக் கொள்கையை பின்பற்றாத வரை இந்நாடு வளர்வதற்கான வாய்ப்பு உருவாகவே போவதில்லை.

ஆனால் இந்த உண்மையை புறந்தள்ளி, 50 ஆண்டு கால திராவிட அரசியல் கட்சிகளின் ஆட்சியில் தமிழகம் சீரழிந்துவிட்டதாகவும் வீழ்ச்சியை சந்தித்ததாகவும் அதற்கு மாற்று உருவாக்கப்பட வேண்டும் என்றும் தமிழகத்திலேயே குரல்கள் எழுகின்றன. பா.ம.க. நாம் தமிழர், புதிய தமிழகம், பா.ஜ.க., போன்ற கட்சிகள் மீண்டும் மீண்டும் அந்த பொய்யை உரக்கப் பேசுகின்றன.

அவற்றின் பொய்யுரைக்கு மாறாக பிற மாநிலங்களோடு ஒப்பிடும் போது பல்வேறு வகையான சமூக நலத் திட்டங்களால் திராவிடக் கட்சிகள் தமிழகத்தைக் காத்து வந்திருக்கின்றன என்பதே உண்மை. பொது விநியோகத் திட்டம், சத்துணவுத் திட்டம், பெண்களுக்கு சொத்துரிமை, உள்ளாட்சியில் 33% இட ஒதுக்கீடு, திருமண நிதியுதவி, விவசாயத்திற்கு இலவச மின்சாரம், அரசு நிறுவனங்களில் பெண்களுக்கு 30% இட ஒதுக்கீடு, மகளிர் சுய உதவிக் குழுக்கள், 69% இட ஒதுக்கீடு, நமக்கு நாமே திட்டம், உழவர் சந்தைகள், சமத்துவபுரங்கள், குடிசை மாற்று வாரியச் சட்டம் போக்குவரத்தை அரசுடைமையாக்கியது, கல்லூரி வரை இலவசக் கல்வி, இலவச பஸ் பாஸ், கிராமப்புற அண்ணா மறுமலர்ச்சித் திட்டம் போன்ற தமிழகத்தின் சமூக நீதிக் கொள்கைகளை - மத்திய அரசு புறக்கணித்த நிலையிலும் - திராவிடக் கட்சிகள் கடைப்பிடித்ததை நேர்மையான பொருளாதார அறிஞர்கள் இந்தியாவிற்கே முன்னுதாரணமாக எடுத்துரைக்கின்றனர்.

அது மட்டுமல்ல பகுத்தறிவையும் பார்ப்பன எதிர்ப்பையும் அரசுக் கொள்கையாக்கிய பெருமையும் திராவிட இயக்கத்தையே சேரும். சமஸ்கிருதத்தில் மந்திரங்கள் சொல்லி புரோகிதரால் நடத்தி வைக்கப்படும் இந்து திருமண முறை தமிழ்ப் பண்பாட்டுக்கு எதிரானது என்பதால் புரட்சிகரமான சுயமரியாதை திருமணங்களை பெரியார் நடத்தி வந்தார். பின்னர் தி.மு.க. ஆட்சியில் சுயமரியாதைத் திருமணத்திற்கு சட்ட அங்கீகாரம் வழங்கப்பட்டது. அரசு அலுவலகங்களில் கடவுள் பட நீக்கம், கலப்புத் திருமணங்களுக்கு ஊக்கத் தொகை, அனைத்துச் சாதியினரும் அர்ச்சகராகும் சட்டம், பிற்படுத்தப்பட்டோருக்கு தனி அமைச்சகம், முஸ்லிம்களுக்கு 3.5% இட ஒதுக்கீடு, அருந்ததியர்களுக்கு 3% இட ஒதுக்கீடு, சங்கராச்சாரி கைது போன்ற புரட்சிர செயல்பாடுகளை திராவிடக் கருத்தியலை விட்டொழித்த வேறெந்த அரசியல் கொள்கைவாதியாலும் கனவிலும் செயல்படுத்த முடிந்திருக்காது.

தமிழகத்தின் மாநில உரிமைகளை அடித்து தரைமாட்டமாக்க மத்திய அரசு கொலைவெறியோடு திரிகையில், திராவிட என்ற சொல்லின் அர்த்தம் கூடத் தெரியாத தமிழகத்தின் இன்றைய தலைமை தலையைக் குனிந்து 'வெட்டுக' என வணங்கி நிற்பது வேதனையானது என்றாலும் மாநிலங்களின் கூட்டாட்சி முறையைக் கொண்ட இந்தியாவின் பிற மாநிலங்கள் மாநில உரிமையை நிலை நாட்டுவதில் தமிழகம் சென்றடைந்திருக்கும் இடத்தை வந்தடைய இன்னும் பல நூற்றாண்டுகள் பிடிக்கும். திராவிட கருத்தியலின் அடிப்படையில் தி.மு.க. கொண்டு

வந்த மற்றொரு முக்கியமான சட்டம் இருமொழிக் கொள்கை. தமிழகப் பள்ளிகளில் இந்தித் திணிப்பை நீக்கி, தமிழ்-ஆங்கிலம் எனும் இருமொழிக் கொள்கை தீர்மானமாக்கப்பட்டது. அரசு நிகழ்ச்சிகளின் தொடக்கத்தில் தமிழ்த்தாய் வாழ்த்து, மெட்ராஸ் மாகாணத்திற்கு தமிழ்நாடு எனப் பெயர் மாற்றம், மாநில முதல்வர்களுக்குக் கொடியேற்றும் உரிமை, தமிழுக்கு செம்மொழித் தகுதி, தமிழ் பல்கலைக்கழகம் போன்ற மொழி சார்ந்த சாதனைகளையும் திராவிடக் கட்சிகளே செய்தன.

திராவிட க் கட்சிகள் என பொதுவாக உரைத்தாலும் தி.மு. கழகமே இவை அனைத்தையும் சாத்தியப்படுத்தியது. அண்ணாவின் குறுகிய கால பதவி காலத்திற்கு பின்னர் கலைஞர் கருணாநிதி சமூக நீதிக்கு பல நிலைகளிலும் உயிர் கொடுத்தார். அ.தி.மு.க. அரசு அத்திட்டங்களை அழித்தொழிக்காமல் பெரியார் மற்றும் அண்ணாவின் பெயரால் காத்து வந்தது என்பதே உண்மை. திராவிட இயக்கத்திற்கு எதிராக முழங்குகின்றவர்கள் பிற கட்சிகளால் இச்சமூக நீதியில் ஒரு சதவிகிதத்தையேனும் நிலை நாட்ட முடியுமா என்ற கேள்வியைக் கேட்டுக் கொள்ள வேண்டும். பெரியாரை கன்னடர் என பழிக்கிறவர்கள் பிறப்பல்ல; ஓர் அடிமைச் சமூகத்தின் விடுதலைக்கு உழைக்கின்ற அர்ப்பணிப்பும் நேர்மையுமே ஒருவரை ஒப்பற்ற தலைவராக்குகிறது என்பதை புரிந்து கொள்ள வேண்டும்.

தமிழகம் இத்தனை உரிமைகளையும் பெற காரணமாக இருந்தது பெரியாரின் அரை நூற்றாண்டு கால களப்பணியே! மக்களின் செல்வாக்கைப் பெற்ற பெரியார் நினைத்திருந்தால், தமிழகத்தின் முதலமைச்சராக அரியணையில் அமர்ந்திருக்கலாம். ஆனால், ‘தேர்தல் அரசியலும் அதிகாரமும் கொள்கைகளை சிதைக்கும்’ என கணித்து அரசியல் வேண்டாம், பதவி வேண்டாம் என உறுதி காட்டினார். பெரியாரின் பிடிவாதத்தாலேயே திராவிடர் கழகத்தில் இருந்து பிரிந்து சென்று அண்ணாதுரை தி.மு.க.வை தொடங்க வேண்டி வந்தது. அதன் தொடர்ச்சியாகவே அ.தி. மு.க.வும் தன்னை திராவிடக் கட்சி என்று அறிவித்துக் கொண்டு பெரியார் படத்தை பதாகையில் வைத்துக் கொண்டது. இட ஒதுக்கீடு கோரிக்கையை நிராகரித்த காங்கிரஸை ஒழிப்பதே என் முதல் பணி என 1925 இல் பெரியார் காஞ்சிபுரம் மாநாட்டில் சூளுரைத்ததன் விளைவு, 1967 வரை கோலோச்சிய காங்கிரஸால் அதன் பிறகு தமிழகத்தில் ஆட்சியில் அமர முடியவில்லை. மதச்சார்பற்ற காங்கிரசுக்கே இந்த நிலை எனும் போது மதவாத பா.ஜ.க. தமிழகத்தை ஆள ஆசைப்பட்டால் அது எப்படி சாத்தியமாகும்? திராவிடக் கருத்தியலும் கட்சிகளும் உயிர்ப்போடு

இருக்கிற வரை அதனால் பிற மாநிலங்களில் செய்த சூழ்ச்சிகளை செய்ய முடியாது என்பதால் தான் திராவிடக் கருத்தியலை அழித்தொழிக்க அது பல வழிகளிலும் முயல்கிறது.

பா.ஜ.க. என ஒரு கட்சி இருப்பதையே ஜெயலலிதா இறப்பிற்குப் பிறகான 'மீம்ஸ்' காலகட்டத்தில் தான் சாமானியத் தமிழர்கள் கண்டு கொண்டிருக்கிறார்கள். அதுவரை நாகர்கோயில், கோயம்புத்தூர் போன்ற ஒரு சில பகுதிவாசிகளுக்குத் தான் அக்கட்சி பற்றி தெரியும். 2014 நாடாளுமன்றத் தேர்தலுக்காக ஜெயலலிதா பா.ஜ.க.வோடு கூட்டணி வைத்த போது அது தமிழகத்தில் ஒரேயொரு இடத்தை தான் வென்றது. 37 இடங்களில் அ.தி.மு.க.வே வெற்றி பெற்றது. இதனால் மறுபடியும் 2016 சட்டமன்றத் தேர்தலில் பா.ஜ.க. கூட்டணிக்காக முட்டி மோதிய போது தனித்துப் போட்டியிடும் முடிவை எடுத்தார் ஜெயலலிதா. பா.ஜ.க.வோடு கூட்டணி வைத்தால் தமிழகத்தில் ஆட்சியதிகாரத்தை பணயம் வைக்க நேரிடும் என அவர் புரிந்து கொண்டார். சொத்துக் குவிப்பு வழக்கிற்கான தீர்ப்பு நிலுவையில் இருந்த நிலையிலும் அவர் துணிந்து இந்த முடிவை எடுத்து தேர்தலில் வெற்றி பெற்றார். அவரது திடீர் இறப்பிற்குப் பிறகு பா.ஜ.க. தலைவர்கள் வருகை தமிழகத்தில் அடிக்கடி நிகழத் தொடங்கியது. சொத்துக் குவிப்பு வழக்கின் முதன்மைக் குற்றவாளியான ஜெயலலிதாவே இறந்துவிட்ட நிலையில், இரண்டாம் நிலைக் குற்றவாளியான, அதாவது அ.தி.மு.க.வின் அடுத்த நிலை அதிகாரமாகத் திகழ்ந்த சசிகலாவை சிறையில் அடைத்து, கட்சியை உடைத்து தனக்கு அடிபணிகின்றவர்களை வைத்து நிழல் ஆட்சியை நடத்தத் தொடங்கியிருக்கிறது பா.ஜ.க.

தனது பேச்சு மற்றும் நடிப்புத் திறமையால் இந்தியர்களை மயக்கி வைத்திருக்கும் மோடியால் தமிழக மக்களை அசைக்க முடியவில்லை! இந்த கசப்பான உண்மை புரிந்ததாலோ என்னவோ காலூன்றும் போதே கலவரங்களை உருவாக்க பா.ஜ.க. முனைகிறது. மத்திய அரசால் தமிழகம் அனுபவிக்கும் அநீதிகளும் கொடுமைகளும் அதற்கான பிரதிபலன். நிலையற்ற, ஊழல்மயப்பட்ட, சட்டத்திற்குப் புறம்பான ஆட்சி தமிழகத்தில் நடப்பதை மத்திய அரசு தொடர்ந்து ஊக்குவிக்கிறது. குட்கா ஊழல் இதற்கான மிகப் பெரிய ஆதாரம். அமைச்சர்கள், காவல் துறை அதிகாரிகள் எல்லோருக்கும் பங்கிருக்கிற ஊழலாக அது அம்பலப்பட்டது. ஊழல்வாதிகள் பிடிபடுவது சரியானதுதான் என்றாலும் தமிழக அரசும் பிற அரசியல் கட்சிகளும் பா.ஜ.க.வின் முடிவுகளுக்கு அடிபணியவில்லை என்றால் மட்டுமே வருமானவரித் துறையோ மத்திய புலனாய்வுத் துறையோ

ரெய்டுக்கு வருவது அப்பட்டமான மிரட்டலன்றி வேறில்லை. ஊழல் செய்தவர்களுக்கு அடிபணிவதுதான் ஒரே வழி என்பதால், அ.தி.மு.க. முற்றிலுமாக பா.ஜ.க.வோடு அய்க்கியமாகிவிட்டது. கட்சியின் பெயர் மட்டும் மாற்றப்படவில்லை. மற்றபடி தலைவரில்லாத அந்தக் கட்சியின் தலைமையை பா.ஜ.க. முழுமையாக அபகரித்துக் கொண்டுவிட்டது.

நேர்மறை அரசியலுக்குப் பழக்கப்படாத பா.ஜ.க. எடுக்கும் எதிர்மறை நட வடிக்கைகள் அக்கட்சியின் மீதான தமிழகத்தின் வெறுப்பை மேலும் அதிகப்படுத்தி வருகின்றன. எஸ்.வி.சேகர், எச்.ராஜா, சுப்ரமணிய சுவாமி போன்றோர் அக்கட்சியை வளர்க்க முனைகிறார்களா அழிக்கப் பாடுபடுகிறார்களா என்றே தெரியவில்லை. சுப்ரமணிய சாமி தமிழர்களைப் 'பொறுக்கி' என்கிறார். எச்.ராஜா 'தமிழ்நாட்டில் பெரியார் சிலைகள் அகற்றப்படும்' என்கிறார். எஸ்.வி.சேகர் 'ஊடகங்களில் பணிபுரியும் பெண்கள் உயரதிகாரிகளுடன் படுக்கையைப் பகிர்ந்து கொள்கின்றனர்' என்ற பதிவைப் பகிர்ந்து எதிர்ப்பை சம்பாதித்தார். தமிழ்நாட்டுக்கு ஒவ்வாத மற்றும் எதிரான கருத்துகளை அவ்வபோது உதிர்த்து எரியும் நெருப்பில் எண்ணெய் ஊற்றி பின் அந்த நெருப்பை தம் தலையில் வாங்கிக் கொள்வதையே இவர்கள் வேலையாகச் செய்கின்றனர். மக்களின் செல்வாக்கைப் பெற விரும்பும் ஒரு கட்சி ஒருபோதும் இவ்வளவு வெளிப்படையாக மக்கள் எதிர்ப்பு நடவடிக்கைகளை மேற்கொள்ளாது. வாக்களிக்க மக்கள் தேவையில்லை, தொழில்நுட்பம் மட்டும் போதுமானது என்ற அனுபவம் கொடுக்கும் தைரியமா என்று தெரியவில்லை.

மதவாத போதை மருந்து பலனளிக்காத மண்ணில் 'திராவிட நாடு ஆபரேஷன்' சாத்தியமில்லை என்பதால் சாதியவாதம் கையிலெடுக்கப்படுகிறது. ஏற்கனவே தேவேந்திர குல வேளாளர் மாநாட்டில் கலந்து கொண்ட அமித்ஷா, வன்னியர் சங்க மாநாட்டை விரைவில் நடத்தவிருக்கிறார். பாரம்பரியமான பிரித்தாளும் சூழ்ச்சிப்படி சாதி சங்கங்கள் மற்றும் கட்சிகளை குறிவைத்து பா.ஜ.க. இயங்க முற்படுகிறது. சாதி அமைப்புகளின் திட்டங்கள் வெளிப்படையாக விளம்பரம் செய்யப்படுகின்றன. இப்படியே ஒவ்வொரு சாதியையும் தனித்தனியாக ஒருங்கிணைத்து யாரையும் சேர விடாமல் மாநிலக் கட்சிகளின் வாக்குகளை சிதறடிப்பதுதான் பா.ஜ.க.வின் திட்டம். அரசியல் ரீதியான சூழ்ச்சிகள் எல்லாவற்றிலும் தப்பிப் பிழைக்கும் தமிழகம், சாதியில் சறுக்குமானால் 'ஆபரேஷன் திராவிட நாடு'வெற்றி பெறும் வரலாற்றுத் தவறுக்கு வழி வகுக்கும். அரசியல் ரீதியாக பகுத்தறிவு மற்றும் மதச் சார்பின்மைக் கொள்கையை தமிழ்

பொதுச் சமூகம் கடைப்பிடித்தாலும் பண்பாட்டு ரீதியாக இந்து மதத்தோடும் சாதியோடும் பின்னிப் பிணைந்திருக்கிறது என்பதுதான் வேதனையான உண்மை. தெருவுக்குத் தெரு கோயில்களின் பெருக்கம், மூட நம்பிக்கை பரவலாக்கம், சாதிய வன்கொடுமைகள் என இந்துமயம் சம காலத்தில் பல்கிப் பெருகியிருக்கிறது. பெரியாருக்குப் பின்னர் பண்பாட்டு ரீதியாக தமிழகம் பார்ப்பனிய எதிர்ப்பையும் இந்துமத சாதி எதிர்ப்பையும் கைவிட்டுவிட்டதே இதற்குக் காரணம்.

'பெரியார் மண்' என்ற பெருமைதான் தமிழகத்திற்கான அரண். திராவிடக் கட்சிகளிடம் எத்தனை குறைகள் இருந்தாலும் அவை கைவிடாத திராவிடக் கொள்கைதான் தமிழகத்தை இந்திய அரசியலில் இருந்து தனித்துவப்படுத்துகிறது. சமூக, அரசியல், பொருளாதார நிலைகளில் திராவிடக் கொள்கையை மென்மேலும் எவ்வாறு வலுபடுத்துவது, இடைவெளிகளை எவ்வாறு நிரப்புவது, தவறுகளை எவ்வாறு சரிபடுத்துவது என்பதிலும் அனைவரும் சமம் என கருதும் திராவிடக் கருத்தியலை சமூகப் பண்பாட்டு ரீதியாக வளர்த்தெடுப்பதிலும் தமிழகம் தீவிர கவனம் செலுத்த வேண்டியிருக்கிறது. பெரியாருக்குப் பிறகான திராவிடத் தலைமைகள் திராவிடர்களின் ஆட்சி மற்றும் அரசியல் அதிகாரத்தில் தான் கவனம் செலுத்தினரே ஒழிய, பகுத்தறிவு மற்றும் சமத்துவம் சார்ந்த கருத்தியல் பரவலாக்கத்தில் அக்கறைப்படவில்லை. மனித மனங்களையும் மூளையையும் குறிவைத்து பெரியார் வேலை செய்தார். ஆனால் திராவிடக் கட்சிகளின் கொள்கை அரசியலுக்கானதாக மாறிய பிறகு மேடைகளில் மட்டும் முழங்கும் ஒன்றாக சுருங்கிப் போனது.

திராவிட இயக்கங்களிலும் கட்சிகளிலும் நிரம்பியிருப்போர் சாதி உட்பட எல்லா வகையான அடிப்படைவாத சிந்தனைகளிலும் ஊறித் திளைத்தவர்களாகவே உள்ளனர் என்பதற்கு சம காலத்தில் பல எடுத்துக்காட்டுகளை காண்பிக்க முடியும். "திராவிடக் கொள்கை என்பது பிற்படுத்தப்பட்டோருக்கானது; அது தலித்துகளை உள்ளடக்கியது இல்லை" என்ற குற்றச்சாட்டு எழுவதற்கான எல்லா ஆதாரங்களும் இங்கே உள்ளன. தமிழகத்தின் பிற்படுத்தப்பட்டோர் மேடைகளில் அல்லது வெளியிடங்களில் கொள்கைவாதியாக அல்லது பொதுவான நபராகக் காண்பித்துக் கொண்டாலும் மனதளவிலும் தமது வீடுகளிலும் சாதிப் பண்பாட்டிற்கு உட்பட்டவர்களாகவே வாழ்கின்றனர். இந்து மதக் கடவுள்களை வழிபடுகிறவர்களாக, சாதி அமைப்பிற்கு கட்டுப்பட்டவர்களாக, சாதியவாதிகளாக, சுயசாதிக்குள் மட்டுமே திருமணம் முடிப்பவர்களாகவே இருக்கின்றனர். குறிப்பாக,

திராவிடக் கொள்கையைப் பேசும் தமிழகத்தின் ஆளுங்கட்சி மற்றும் எதிர்க்கட்சிகளில் இருப்போர். திராவிடக் கட்சிகளில் சட்டமன்ற மற்றும் நாடாளுமன்ற பதவிகள் சாதி வாக்குகளின் அடிப்படையில் தான் வழங்கப்படுகின்றன. சாதி ஒழிப்புதான் திராவிடக் கொள்கையின் அடிப்படை என்பதை மறந்து சாதியை அடிப்படையாக வைத்துதான் இந்த கட்சிகள் இயங்குகின்றன என்பது பேரவலம்.

உண்மையிலேயே திராவிடக் கொள்கை தான் தமிழகத்தை ஆள்கிறதெனில், இம்மாநிலத்தில் சாதிக் கலவரங்களோ, வன்கொடுமைகளோ ஆணவப் படுகொலைகளோ தீண்டாமைக் கொடுமையோ நடக்கவே கூடாது. பிற மாநிலங்களுக்கு எடுத்துக்காட்டாக சாதி மறுப்புத் திருமணங்கள் அதிகளவில் நடந்திருக்க வேண்டும். ஆனால் மிகவும் வேதனையான உண்மையெனில் இந்தியாவிலேயே வன்கொடுமைகளும் அகமணமுறையும் (97.04%) மலக்குழி மரணங்களும் ஆணவப் படுகொலைகளும் அதிகம் நடக்கும் மாநிலமாக தமிழகம் இருக்கிறது. திராவிட அரசியல்வாதிகள், தலைவர்கள், அறிவுஜீவிகளில் பெரும்பாலானோர் தனிப்பட்ட வாழ்க்கையில் சாமானிய இந்துவின் சாதி மற்றும் பெண்ணடிமை சார்ந்த கருத்துகளோடுதான் இயங்குகின்றனர். “தலித்துகளுக்கு நீதிமன்ற பதவி கிடைத்தது திராவிட இயக்கம் போட்ட பிச்சை” என்றும் “தலைமைச் செயலாளர் எங்களை மூன்றாம் தர மக்களைப் போல நடத்தினார்; நாங்கள் தாழ்த்தப்பட்டவர்களா?” என்றும் சில தி.மு.க. அரசியல்வாதிகளே பேசுகின்றனர். அ.தி.மு.க. அரசியல்வாதியோ பழங்குடிச் சிறுவனை தனது செருப்பை கழற்ற வைக்கிறார். சமூக வெளியில் பாய்ந்து பிராண்டிக் கடித்து வைக்கும் சாதி எனும் பூனையை திராவிட அரசியல் வெகு காலமாக மறைத்து வைத்தது. இப்போது அது அங்கேயும் வெளியேறி கடிக்கத் தொடங்கியிருக்கிறது.

பெரியார் பார்ப்பனிய மேலாதிக்கத்தையும் இந்துமத இழிவுகளையும் குறிவைத்து அதற்கெதிராகவே தன் வாழ்நாள் முழுக்க இயங்கினார். அவரது ஒற்றை இலக்கு சாதி ஒழிப்புதான். ஆனால் பெரியாருக்குப் பிறகான திராவிட இயக்கங்களும் அவர் பெயர் சொல்லி அரசியல் செய்யும் கட்சிகளும் சாதி ஒழிப்பைத் தமது செயல்திட்டத்திலிருந்து அழித்துவிட்டன. திராவிட இயக்கங்கள் ஈழத் தமிழர் விடுதலையை நோக்கி திசை மாறிப் போன இந்த நாற்பதாண்டு காலத்தில் பெரியாரின் மய்யக் கொள்கையான சாதி ஒழிப்பு சிதிலமடைந்து போனது என்பதே உண்மை. வன்கொடுமை நடந்தால், ஆணவக் கொலை

நடந்தால் என எல்லாம் நடந்தேறியப் பிறகு குரல் கொடுக்கும் ஒரு வடிவமைப்பிற்குள் அவை வந்து வெகுகாலமாகிவிட்டது. பெரியாரைப் போல 'அன்றாட நிகழ்வுகளை' புறந்தள்ளி லட்சிய இலக்கை நோக்கி அவர்களால் முன்னேறிச் செல்ல முடியவில்லை. அன்றாட நிகழ்வுகளின் சிறைக்கைதிகளாக அவர்கள் மாறிப் போய்விட்டனர்.

நாற்பதாண்டு காலத்தில் திராவிடக் கொள்கை மெல்லச் சிதைந்து தற்போது தமிழகத்தில் பார்ப்பனியம் தலைதூக்கும் அவல நிலை உருவாகிவிட்டது. தலித்துகளின் தலையை உருட்டி வந்த பிற்படுத்தப்பட்டவர்களின் தலைக்கு அதன் வழியே இப்போது ஆபத்து வந்துவிட்டது. பா.ஜ.க.வின் முழு ஆதரவில் தமிழக பார்ப்பனர்கள் ஊடகங்கள் வழியே அடிப்படைவாதக் கருத்துருவாக்கத்தில் கடுமையாகப் பங்காற்றுகின்றனர். செய்தி ஊடகங்களின் விவாத நிகழ்ச்சிகளில் பா.ஜ.க. பிரமுகர் இல்லாமல் ஒரு விவாதத்தை கூட நடத்த முடியாது என்பது இங்கு எழுதப்படாத விதியாக மாற்றப்பட்டு இருக்கிறது. எப்படி உருவானது இந்த நிலை? இப்படித்தான் பார்ப்பனியம் தமிழகத்தில் இழந்த தனது இடத்தை மீட்டெடுக்க முயல்கிறது. ஆனால், அந்த ஆபத்தை தமிழகம் உணரவில்லை.

'நோட்டா'வுக்கு கீழ் ஓட்டு வாங்கியது என்பதை மட்டுமே பலரும் பெருமையாக சொல்லிக் கொண்டிருக்கின்றனர். ஆனால், தமிழகத்தில் கடந்த பத்தாண்டுகளில் அதிகரித்த கோயில்களின் எண்ணிக்கை யார் கண்களையும் உருத்தவில்லை. கிராமத்து கோயில்களை கூட இந்து முன்னணி போன்ற அமைப்புகள் உரிமை கொண்டாடுவது பற்றி யாருக்கும் கவலையில்லை. அத்தி வரதர் போன்ற ஒரு மாநிலத்தையே திணறடிக்கும் மத நிகழ்வுகள் இங்கே எந்த கேள்வியும் இல்லாமல் அரங்கேற்றப்படுகின்றன. ஆர்.எஸ்.எஸ் நடத்தும் ஷாகா வகுப்பு தமிழகத்தின் எல்லா மாவட்டங்களிலும் பள்ளி மாணவர்களிடையே நடத்தப்படுகிறது. இந்துமத பரப்புரை இதன் வழியே அடுத்த தலைமுறைக்கு எந்தத் தடங்கலுமின்றி கடத்தப்படுகிறது.

பா.ஜ.க.விற்கு ஓட்டுப் போடாத மக்கள் ஆர்.எஸ்.எஸ். அமைப்பின் ஷாகா வகுப்புகளை எங்கேயும் எதிர்க்கவில்லை. அவர்களின் மதச் செயல்பாடுகளை எந்த கேள்வியும் கேட்கவில்லை. ஒரு சமூகத்தின் மூளையை முற்றிலுமாக சலவை செய்யக்கூடிய பண்பாடு எனும் பெருங்கதவைத் திறந்து வைத்து இந்து அமைப்புகளை உள்ளே அனுமதித்திருக்கும் தமிழகம், அரசியல் எனும் ஜன்னலின் குட்டிக் கதவுகளின் வழியே பா.ஜ.க. உள்ளே நுழைந்துவிடாதவாறு மூடி வைத்திருக்கிறோம்

என பெருமைப்பட்டுக் கொள்வது வேடிக்கையானது! திராவிட அரசியல் என்பது அரசியல் அதிகாரத்தை மட்டுமே பார்ப்பனர்களிடமிருந்து மீட்டெடுக்க முனைந்தது. அது நடந்தது. அது சாதியை ஒழிப்பதிலும் மக்களுக்கு பகுத்தறிவூட்டுவதிலும் கோட்டை விட்டது. அந்த வெற்றிடத்தை கைப்பற்ற பார்ப்பனியம் தனது சூழ்ச்சித் திட்டங்களை வகுக்கத் தொடங்கியிருக்கிறது. தமிழகத்திற்கு இது பெரும் எச்சரிக்கை!

சாதிகளாகப் பிரிந்திருக்கும் மக்களிடம், "நீ என்ன சாதி என்பதுதான் உனக்கான இடம். அதுவே உன்னுடைய அதிகாரம்" என பா.ஜ.க. பரப்புரை செய்கிறது. ஆதிக்க சாதிகள் முதல் தலித்துகள் வரை அனைவரும் இந்த பொய்யுரைக்கு பலியாகிறார்கள். "என் சாதி, என் அதிகாரம்" என எல்லோருமே தமது சாதிகளை உரிமை கொண்டாடக் கிளம்புகின்றனர். "பார்ப்பனர்களைத் தவிர சாதி வேறு யாருக்குமே முழு அதிகாரத்தையும் விடுதலையையும் கொடுத்துவிடாது. திராவிடர்களான பிற்படுத்தப்பட்ட மற்றும் தாழ்த்தப்பட்ட மக்களுக்கு அது எக்காலத்திலும் அடிமைத்தனமே" என்ற அரிச்சுவடியையே தமிழகம் மறக்குமானால் அது பெரியார் மண் என உரிமை கொண்டாடும் தகுதியை இழந்துவிடும்.

இந்து மதத்தின் வடிவிலும் பா.ஜ.க. வழியிலும் பார்ப்பனியம் தமிழகத்திற்குள் கால் பதித்துவிட்டது. சாதி ஒழிப்பை ஒற்றைச் செயல்திட்டமாக்கி - சாதியாக பிரிந்து கிடக்கும் தமிழர்களை திராவிடர்களாக ஒருங்கிணைக்கும் பெரியாரின் லட்சியத்தையே இலக்காக்கி - திராவிட இயக்கங்களும் கட்சிகளும் செயல்படவில்லையெனில் பார்ப்பனர்களின் திராவிட நாடு ஆபரேஷனில் தமிழகம் வீழ்வதை யாராலும் தடுக்க முடியாது. ●

21.07.2018
ஆங்கிலம்: நேஷனல் ஹெரால்ட்
தமிழ்: சிந்தனையாளன்

வாழ்ந்து கொண்டே
மரணியுங்கள்;
செத்தபடியே
சற்றுப்
பிழைத்திருங்கள்!

"

ஆயுள் தண்டனைக்கு எது அளவு என்பது தொடர்ச்சியான விவாதமாகவே இருந்து வருகிறது. ஏழு ஆண்டுகளில் விடுவிக்கப்படுவோரும் உண்டு; கால் நூற்றாண்டுக் காலம் கடந்து வதைபடுவோரும் உண்டு. ஆனால் விடுவிக்கப்படுவோர் யார், வதைக்கப்படுவோர் யார் என்பதில் தான் பிரச்சனை எழுகிறது

"

08

தமிழக உள்துறையின் சார்பாக 01-02-2018 அன்று அரசாணை எண்:64 வெளியிடப்பட்டது. பத்தாண்டுகளுக்கு மேல் சிறை தண்டனையை அனுபவித்த ஆயுள் சிறைவாசிகளை எம்.ஜி.ஆர் நூற்றாண்டை முன்னிட்டு விடுவிப்பதற்கான விதிமுறை கொண்ட வரைவு அது. முன் விடுதலைக்குத் தகுதியான ஆயுள் கைதிகள் குறித்த தகவல்களைத் திரட்டித் தருமாறு மாநிலம் முழுவதும் உள்ள சிறைக் கண்காணிப்பாளர்கள் கேட்டுக் கொள்ளப்பட்டனர். அதைத் தொடர்ந்து அரசாணையின் அடிப்படையில் சுமார் 1,500 கைதிகள் விடுவிக்கப்படுவார்கள் என தமிழக அரசு அறிவித்தது. அதைத் தொடர்ந்து அண்மையில் தருமபுரி பேருந்து எரிப்பில் மூன்று மாணவிகள் கொல்லப்பட்ட வழக்கில் ஆயுள் தண்டனை வழங்கப்பட்ட முனியப்பன், நெடுஞ்செழியன் மாது என்ற ரவீந்திரன் ஆகியோர் விடுவிக்கப்பட்டனர்.

ஆயுள் சிறைவாசிகள் பொது மன்னிப்பில் விடுதலை செய்யப்படுவதென்பது பொதுச் சமூகத்திற்கு சாதாரண செய்திதான். ஆனால், எப்போது விடுதலை கிடைக்கும் என்று தெரியாமல் கடும் மன உளைச்சலோடும், தீவிர உடல் உபாதைகளோடும் ஏறக்குறைய 20 ஆண்டுகளாக சிறைக் கொட்டடியில் உழலும் முஸ்லிம் சிறைவாசிகளின் குடும்பங்களுக்கும் அவர்களுக்காகப் போராடும் மனித உரிமையாளர்களுக்கும் - அது அநீதியின் மய்யிருட்டில் தென்படும் நீதியின் ஒளிக்கீற்று. பொது மன்னிப்புப் பட்டியலில் தன் கணவரின், சகோதரனின், தந்தையின், மகனின் பெயர்

இருக்காதா என இந்த அறிவிப்பு முஸ்லிம் கைதிகளின் குடும்பத்தினரைப் பரிதவிப்பில் தள்ளியுள்ளது.

கடந்த ஜூன் மாதம் தொடங்கி இதுவரை சுமார் இருநூறு பேர் தவணை முறையில் விடுவிக்கப்பட்டுள்ளனர். அதில் மூவர் மட்டுமே முஸ்லிம்கள். அரசாணைப்படி 10 ஆண்டுகள் காலவரையறையைக் கணக்கில் கொண்டால், சிறையில் வாடும் சுமார் 50 முஸ்லிம் ஆயுள் கைதிகளில் அத்தனை பேரும் முன் விடுதலைக்குத் தகுதியானவர்களே! இவர்களில் பலரும் ஏறக்குறைய 20 ஆண்டு காலமாக சிறையில் தவிக்கின்றனர். ஆனால், பிற கைதிகளுக்கு கிடைக்கும் பொது மன்னிப்பு எனும் அரச கருணை முஸ்லிம்களுக்கு மட்டும் கிடைப்பதில்லை.

ராஜிவ் கொலை வழக்கில் தண்டனை பெற்றவர்களுக்கு அடுத்தபடியாக தமிழகத்திலேயே அதிக ஆண்டு காலம் சிறையில் இருக்கும் ஆயுள் தண்டனைவாசி பாபு (எ) ஊம்பாபு. 24 ஆண்டுகளாக சிறையில் அடைந்து கிடக்கும் இவர், இந்த 'பரோல்' வருகையில் தான் 21.07.2018 இல் இருந்து 10 நாட்களுக்கு - முதன் முறையாக கோவை உக்கடம் பகுதியில் உள்ள தனது வீட்டில் இரவில் தங்க அனுமதிக்கப்பட்டிருக்கிறார். கடந்த கால் நூற்றாண்டுக் காலத்தில் பாபு அனுபவிக்காத நிம்மதியான இரவுத் தூக்கம் அவருக்கு இப்போதுதான் கிடைத்திருக்கிறது. அது தன் நான்கு வயது மகளுடன் கதை பேசிக் கொண்டு எப்போது தூங்கினோம் என்றே தெரியாமல் அவளை அரவணைத்தபடியே உறங்கிப் போவது. பாபுவின் மனைவி ஜாஸ்மின், அந்த வீட்டைத் தனது ஆழ்ந்த அமைதியால் நிரப்பியிருக்கிறார். அவரது பார்வை முன்னறையில் விளையாடும் மகளையும் கணவரையும் தொட்டுத் தொட்டு விலகுகிறது.

"பேச இனி என்ன இருக்கு? பேசித்தான் என்னவாகப் போகிறது? நாங்கள் வாழ்வின் விளிம்பிற்குத் தள்ளப்பட்டவர்கள். நீதி என்றென்றைக்குமாக மறுக்கப்பட்டவர்கள். தவறுக்கு தண்டனைதான் நீதி. அந்த தண்டனைக்கு முடிவே இல்லை எனில் அதுவே அநீதியாகாதா? இத்தனை வருஷம் சிறையில் இருந்ததுல அவரோட உடம்பும் மனசும் கடுமையா பாதிக்கப்பட்டிருக்கு. சட்டமும் தண்டனையும் ஒரு மனுஷனுக்கு திருந்தி வாழுற வாய்ப்பைத் தரணும். மறுபடியும் வாழ வாய்ப்பே தரலைன்னா ஒரு மனிதன் எதுக்கு திருந்தணும்? அவர் ஒவ்வொரு நொடியும் அணுஅணுவா செத்துட்டிருக்கார். நாங்க எல்லா கதவுகளையும் தட்டிட்டோம். இனி, மனிதர்களிடம் கேட்க எங்களுக்கு

எதுவுமில்லை." - விரக்திக்கென ஒரு குரல் இருக்குமென்றால் அது இந்தப் பெண்ணினுடையதுதான்.

1997ஆம் ஆண்டு முஸ்லிம்கள் மீது கட்டவிழ்க்கப்பட்ட கோயம்புத்தூர் கலவரத்தில் 19 முஸ்லிம்கள் கொல்லப்பட்டிருந்த சூழலில், அந்நகரில் தொடர் குண்டு வெடிப்புகள் நிகழ்ந்தன. இந்த வழக்கு விசாரணைக்காக கேரளா, ஆந்திரா உட்பட தமிழகத்தைச் சேர்ந்த முஸ்லிம்கள் போலிஸால் இழுத்துச் செல்லப்பட்டனர். குறிப்பாக இயக்கவாதிகள், போராட்டக்காரர்கள், ஒடுக்குமுறைக்கு எதிராகக் குரல் கொடுத்தவர்கள் குறி வைக்கப்பட்டனர். ஒன்பது மாத திருமண வாழ்க்கையில் மனைவி 8 மாத கர்ப்பமாக இருந்த சூழலில் தேசிய பாதுகாப்புச் சட்டத்தில் 1998 இல் கைதானார் பாபு.

அதற்கு முன்னரே அவர் 'தடா'வில் கைது செய்யப்பட்டு மூன்றரை ஆண்டுகள் சிறை தண்டனையை அனுபவித்திருந்தார். பிணையில் வந்திருந்தவர் குண்டு வெடிப்பு வழக்கில் மீண்டும் கைதானார். 2007 ஆம் ஆண்டு இவ்வழக்கில் தீர்ப்பு வழங்கப்பட்ட போது பாபு மீதான பயங்கரவாத வழக்குகளில் இருந்து சென்னை உயர் நீதிமன்றம் அவரை விடுவித்தது. ஆனால் ஏற்கனவே பழைய கொலை வழக்கு ஒன்றில் 302 ஆவது பிரிவில் வழங்கப்பட்ட ஆயுள் தண்டனை மிச்சமிருந்தது. இப்போது வரை அதுதான் அவரது ஆயுளை வதைத்துக் கொண்டிருக்கிறது.

"நான் எப்போதோ தற்கொலை செய்து கொண்டிருக்க வேண்டியவன். ஆனால் இஸ்லாத்தில் தற்கொலை தவறு என்பதால் உயிரோடு இருக்கிறேன். ஒரு கணவனா, தந்தையா, மகனா நான் என் குடும்பத்திற்கு எதுவுமே செய்யல. ஏழு வருஷம் முடிச்ச ஆயுள் சிறைவாசிகளுக்கு பொது மன்னிப்பில் விடுதலை கிடைச்சிருக்கு. நான் முஸ்லிம். அதனாலேயே பொது மன்னிப்பிற்குத் தகுதியற்றவன். என் மீது போடப்பட்ட வழக்குகள் தள்ளுபடி செய்யப்பட்டாலும் நான் பயங்கரவாதி. என்னோடு கைது செய்யப்பட்ட என் தங்கையின் கணவர் சபூர் ரஹ்மான் 2008 ஆம் ஆண்டு சிறையிலேயே மாரடைப்புல இறந்துட்டார். அவருடைய இரண்டு பெண் குழந்தைகளோடு வாழும் வாய்ப்பு அவருக்கு கிடைக்கவே இல்லை. நான் சாகுறதுக்குள்ள குழந்தைகளோடு கொஞ்ச காலம் வாழ ஆசைப்படுறேன்." பாபுவின் குரல் உடைகிறது. மகள் தன் கண்ணீரை பார்த்துவிடாதவாறு முகத்தைத் திருப்பித் துடைக்கிறார்.

அரசியல் சட்டப் பிரிவு 161-இன் படி மாநில அமைச்சரவை தூக்கு தண்டனை அல்லது ஆயுள் தண்டனைக் கைதிகளை

விடுதலை செய்ய முடிவெடுத்து, அதை ஆளுநருக்குப் பரிந்துரை செய்தால் அதை ஏற்று அவர் கைதிகளின் விடுதலைக்கு உத்தரவிடுவார். இது மாநில அரசுக்கு அரசமைப்புச் சட்டம் வழங்கியிருக்கும் உரிமை. உச்ச நீதிமன்றமோ, மத்திய அரசோ இதில் தலையிட முடியாது. இந்த 161 சட்டப் பிரிவின் கீழ்தான் கருணாநிதி, தமிழக முதல்வராக இருந்த போது திமுக ஆட்சிக் காலங்களில் அதாவது 1996 ஆம் ஆண்டு முதல் அண்ணா பிறந்த நாளை முன்னிட்டு ஆயுள் கைதிகளை விடுதலை செய்யத் தொடங்கினார்.

அதற்கு முன்னர், ஜெயலலிதா தனது ஆட்சி நடந்த 1992-1994 வரை மூன்று ஆண்டுகள் தன்னுடைய பிறந்த நாளான பிப்ரவரி 24 அன்று ஆயுள் கைதிகளை விடுவித்தார். 2008 ஆம் ஆண்டில் அண்ணா நூற்றாண்டு நிகழ்வை முன்னிட்டு சிறைக் கைதிகள் விடுதலையில் சிறப்பு செய்ய நினைத்த கருணாநிதி, அந்த ஆண்டில் மட்டும் மூன்று தவணைகளில் 1,405 பேரை விடுதலை செய்தார்.

ஏழரை ஆண்டுகள் சிறைத் தண்டனையை அனுபவித்தவர்கள் என்பது - முன் விடுதலைக்கான - காலத் தகுதியாக நிர்ணயிக்கப்பட்டது. அத்தருணத்தில் 71 முஸ்லிம்கள் பத்து ஆண்டு சிறைத் தண்டனையை முடித்து விடுதலைக்கு தகுதியானவர்களாக இருந்தனர். 1987இல் உருவாக்கப்பட்ட மத்திய அரசின் சிறை விதிகள் - வன்புணர்ச்சி, கொள்ளை, பயங்கரவாதம், பொருளாதாரக் குற்றங்கள், ஊழல், வெடிமருந்து, கடத்தல், கள்ளச்சாராயம் காய்ச்சுவது உள்ளிட்ட குற்றங்களுக்கான சட்டப் பிரிவுகளில் தண்டிக்கப்பட்டோருக்கு பொது மன்னிப்பை மறுக்கிறது. முஸ்லிம்கள் பெரும்பாலும் மதக் கலவர வழக்குகள், வெடி பொருள் தடைச் சட்டம் போன்ற வழக்குப் பிரிவுகளில் தான் தண்டிக்கப்படுகின்றனர். முஸ்லிம்கள் மீது பொதுவாகவே இப்பிரிவுகளில் வழக்குப் பதிவு செய்யப்படுவதற்கு உள்நோக்கம் இருப்பதை பல உண்மை அறியும் குழு அறிக்கைகள் அம்பலப்படுத்துகின்றன. வெடிகுண்டு எங்கே வைக்கப்பட்டாலும் காவல் துறை உடனடியாக முஸ்லிம் பகுதிக்குள் பாய்கிறது. வெடிகுண்டு உயிர்களை காவு வாங்கும் அளவிற்கு வீரியமற்றதாக இருந்தாலும், குற்றவாளிகளாக்கப்படும் முஸ்லிம்கள் மீதான தாக்குதலில் துளியளவும் வீரியம் குறைவதில்லை.

பேராசிரியர் அ. மார்க்ஸ் உள்ளிட்ட மனித உரிமைக் குழு 2016 ஆம் ஆண்டு, மதுரை குண்டு வெடிப்பு வழக்குகளும் காவல் துறையும் என்ற தலைப்பில் உண்மை அறியும் குழு அறிக்கையை

அளித்தது. இந்த குழு 2011 -2016 வரை மதுரை மாவட்டம் மற்றும் சுற்று வட்டாரங்களில் மட்டும் காவல் துறையினர் பதிவு செய்த 17 வெடிகுண்டு வழக்குகளை ஆய்வு செய்தது. டாஸ்மாக் கடைகள், பேருந்துகள், பொதுக்கூட்ட மேடைகள் முதலான மக்கள் கூடும் இடங்களில் வைக்கப்பட்ட வெடித்த மற்றும் வெடிக்காத குண்டுகள் பற்றின ஆய்வில் அதிர்ச்சிகரமான பல உண்மைகளை அது கண்டறிந்தது.

"முஸ்லிம்கள் மீது தீவிரவாதிகள், பயங்கரவாதிகள் என்ற முத்திரை குத்துவதே இது போன்ற வழக்குகளின் நோக்கம். குண்டுவெடிப்பு நடந்தவுடனேயே முஸ்லிம் குடியிருப்புப் பகுதிகளுக்குள் புகுந்து காவல் துறை தாக்குதல் நடத்தி, பலரையும் கைது செய்து விசாரணை என்ற பெயரில் சித்ரவதை செய்ததை மதுரை ஆய்வில் கண்டறிந்தோம். வெடிகுண்டு என்ற சொல் பொதுச் சமூகத்திற்கு அச்சத்தை ஏற்படுத்தக் கூடியது. நாங்கள் ஆய்வு செய்த வழக்குகளில் பயன்படுத்தப்பட்டவை வெறும் பட்டாசு வெடிகுண்டுகளே! இதை காவல் துறையினரே எங்களுக்கு வாக்குமூலம் அளித்துள்ளனர். இந்த பட்டாசு வெடிகுண்டுகள் அதிகபட்சம் காகிதம் அல்லது துணியைத் தீப்பிடித்து எரிய வைக்கும். அவ்வளவுதான். ஆனால், அவற்றை கொடூரமான பயங்கரவாதத் தாக்குதல்களாக காவல் துறை சித்தரித்தது. தீவிரவாதிகளின் ஹிட்லிஸ்ட்டில் மதுரை சிக்கியிருப்பதாகவும் ஊடகங்களில் செய்தியை பரப்பியது. சில காவலர்கள் பதவி உயர்வு மற்றும் பரிசுகள் பெறுவதற்காக இப்படியான வழக்குகளைப் புனையும் கொடுமையும் நடக்கிறது" என்கிறார் அ. மார்க்ஸ்.

நிலைமை இப்படி இருக்கையில், இந்த சட்டப் பிரிவுகளையே காரணமாக்கி முஸ்லிம் ஆயுள் சிறைக் கைதிகளுக்கு பொது மன்னிப்பு ஒவ்வொரு முறையும் மறுக்கப்பட்டு வருகிறது.

ஆயுள் தண்டனை பெற்றவர்களுக்கு பொது மன்னிப்பில் பாரபட்சம் காட்டக் கூடாது என 2005 ஆம் ஆண்டு உச்ச நீதிமன்றம் ஒரு வழக்கில் தீர்ப்பளித்துள்ளதை மனித உரிமையாளர்கள் சுட்டிக் காட்டுகின்றனர். மஹேந்தர் சிங் எதிர் ஹரியானா மாநிலம் என்ற வழக்கில் உச்ச நீதிமன்ற நீதிபதிகள் எஸ்.பி.சின்ஹா மற்றும் எச்.எஸ்.பேடி ஆகியோர், "கைதிகள் தண்டனைக் குறைப்பு விஷயத்தில் மாநில அரசுகள் இந்திய அரசமைப்புச் சட்டத்தில் கொடுக்கப்பட்ட அதிகாரத்தை சட்ட ரீதியான அதிகாரமாகத்தான் எடுத்துக் கொள்ள வேண்டும். தண்டனை குறைப்பு, முன் விடுதலை தொடர்பாக, இந்திய

அரசமைப்புச் சட்டப் பிரிவு 161 இன் படி, விதிமுறைகளை வகுக்க மாநிலங்களுக்கு உரிமை உள்ளது. ஆனால் அதே சமயம் அந்த விதிமுறைகள் பாரபட்சம் மற்றும் பாகுபாடுகள் கொண்டதாக இருக்கக் கூடாது என தீர்ப்பளித்துள்ளனர்.

பயங்கரவாதம் மற்றும் வெடிமருந்து மட்டுமல்ல, சாதாரண சட்டப்பிரிவுகளில் தண்டனை பெற்ற முஸ்லிம்களையும் கூட நிரந்தர கைதிகளாக வைத்திருக்கும் வகையிலேயே நமது நீதி அமைப்பு இயங்குகிறது. கோவை கணேசன் கொலை வழக்குக் கைதி மற்றும் மதுரை ஜெயப்பிரகாஷ் கொலை வழக்கில் தண்டிக்கப்பட்ட அபுதாஹீர் உட்பட சுமார் 30 பேர் சாதாரண 302 பிரிவில் ஆயுள் தண்டனை பெற்றவர்கள். முஸ்லிம் என்பதனால் மட்டுமே அவர்களுக்கு முன் விடுதலையும் பொது மன்னிப்பும் மறுக்கப்படுகிறது.

2008 ஆம் ஆண்டு முஸ்லிம் அமைப்புகள், முற்போக்காளர்கள் மற்றும் மனித உரிமைப் போராளிகள் என பல தரப்பிலிருந்தும் தி.மு.க. அரசுக்கு அழுத்தம் கொடுக்கப்பட்டதன் விளைவாக - கடைசி நேரத்தில் - சில நாட்களிலோ, மாதங்களிலோ விடுதலையாகப் போகிற கைதிகள் பட்டியலில் சேர்க்கப்பட்டனர். ஆனால், தமிழகத்தை உலுக்கிய மதுரை கவுன்சிலர் லீலாவதி கொலைக் குற்றவாளிகள் இச்சமயத்தில் விடுவிக்கப்பட்டனர். அக்குற்றவாளிகள் தி.மு.க.வை சேர்ந்தவர்கள் என்பதாலேயே பொது மன்னிப்பில் விடுதலையாக பத்து ஆண்டு சிறைவாசத்தை முடித்திருக்க வேண்டும் என்ற கால வரையறை எட்டாண்டுகளாக குறைக்கப்பட்டதாக அப்போது கடும் விமர்சனம் எழுந்தது. இக்குற்றத்தில் தண்டனை பெற்ற மு.க.அழகிரியின் ஆதரவாளரான மன்னன் எட்டாண்டுகால தண்டனை காலத்தில் பெரும்பாலும் பரோலில் வெளியிலேயே இருந்தார். அதோடு அவருக்கு பொது மன்னிப்பும் வழங்கப்பட்டு விடுதலையானார்.

சிறுபான்மையினருக்கு ஆதரவானதாகக் கருதப்படும் தி.மு.க.விற்கே முஸ்லிம் கைதிகளை விடுதலை செய்வதில் தயக்கமும் குழப்பமும் பாகுபாடும் இருக்கும் போது அ.தி. மு.க.விடம் எதிர்பார்க்க எதுவுமில்லை. ஜெயலலிதா ஆட்சியில் இருந்தபோது, அவர் ஆயுள் சிறைவாசிகளின் முன் விடுதலையில் துளி ஈடுபாடும் காட்டவில்லை. கோவை குண்டு வெடிப்பு வழக்கில், செய்யாத குற்றத்திற்காக கைது செய்யப்பட்டு சுமார் ஒன்பதரை ஆண்டுகள் சிறையில் அடைக்கப்பட்ட கேரள மக்கள் ஜனநாயக் கட்சியைச் சேர்ந்த அப்துல் நாசர் மதானியின் உடல் நலம் மிகவும் பாதிக்கப்பட்டபோது, "மனிதாபிமான

அடிப்படையில் மதானிக்கு மருத்துவ உதவிகள் செய்ய தமிழக அரசுக்கு ஆட்சேபனையில்லை" என்று அப்போதைய உள்துறைச் செயலாளர் முனீர் ஹோதா உத்தரவு பிறப்பித்தார். கடும் கோபமுற்ற ஜெயலலிதா, முனீர் ஹோதாவை பதவி நீக்கம் செய்ததோடு, சிறுபான்மைச் சமூகத்தைச் சேர்ந்தவர் என்பதற்காக 'தேசத் துரோகி' என்று வசைபாடினார். ஜெயலலிதா இல்லாத நிலையில் அவர் பெயரைச் சொல்லி, அவர் வழியில் ஆட்சி செய்யும் இன்றைய அ.தி.மு.க. இப்பிரச்சனையில் சற்றேனும் மாற்றி செயல்படுமா என்பது கேள்விக்குறியே!

"கோவை குண்டு வெடிப்பு வழக்கில் தண்டனை பெற்ற 13 பேருக்கு முன் விடுதலை அளித்த 2009 தமிழக அரசாணை இருக்கிறது. சில நாட்களிலோ மாதங்களிலோ தண்டனைக் காலம் முடிந்து வெளியே வரப் போகிற முஸ்லிம் கைதிகளை தி.மு.க. முன் விடுதலை செய்ததில் எங்களுக்கு விமர்சனம் இருக்கிறது. ஆனால், 30 நாட்களாக இருந்தாலும் மூன்றே நாட்கள் தான் எனினும் அதுவும் முன் விடுதலையே! மதப் பிரச்சனை சார்ந்த வழக்குகளில் தண்டிக்கப்பட்டோரை விடுவிக்கலாம் என்பதற்கு இன்று அதுவொரு சிறந்த எடுத்துக்காட்டு. அ.தி.மு.க அரசு தயங்க வேண்டியத் தேவையே இல்லை. முன் விடுதலை என்பது மாநில அரசின் உரிமை. தமிழக அரசு தொடர்ச்சியாக அந்த உரிமையை நிலைநாட்டியே வருகிறது. பயங்கரக் குற்றங்களில் தண்டிக்கப்பட்ட - அரசியல் கட்சியையும் மத அமைப்புகளையும் சேர்ந்த - பலரை தி.மு.க., அ.தி.மு.க., ஆகிய இரு கட்சிகளுமே தமது அதிகாரத்தைப் பயன்படுத்தி முன் விடுதலை செய்துள்ளன. யாரையாவது சாதி, மத ரீதியாக வடிகட்ட வேண்டியிருந்தால் மட்டும்தான் குற்றவியல் தண்டனைச் சட்டமா, அரசமைப்புச் சட்டமா எனத் தமிழக அரசு தெளிவாகக் குழம்பத் தொடங்குகிறது. சிறுபான்மையினரைப் போலவே தலித் சமூகத்தைச் சேர்ந்த ஆயுள் சிறைவாசிகளும் இந்தப் பாகுபாட்டை எதிர்கொள்கின்றனர்" என்கிறார் ஆயுள் சிறைவாசிகளின் விடுதலைக்காகத் தொடர்ந்து போராடி வரும் அப்துல் கய்யூம். இவர் தமிழ்நாடு முஸ்லிம் முன்னேற்றக் கழகத்தின் திருப்பூர் மாவட்டச் செயலாளராகவும் இருக்கிறார்.

அண்ணா நூற்றாண்டில் செய்ததைப் போல எம்.ஜி.ஆர். நூற்றாண்டிலும் 10 ஆண்டுகளுக்கு மேல் சிறையில் உள்ள ஆயுள் கைதிகளை விடுவிக்க வேண்டும் என்ற கோரிக்கையை - இரண்டு ஆண்டுகளுக்கு முன்பாகவே - மனித உரிமை மற்றும் முஸ்லிம் அமைப்புகள் வலியுறுத்தின. மனிதநேய மக்கள் கட்சித் தலைவர் ஜவாஹிருல்லா, சட்டமன்றத்தில் 2016 ஆம் ஆண்டு சட்டமன்ற

கூட்டத் தொடரில் பல முறை இதற்காகக் குரல் கொடுத்தார். பேரறிவாளன் உள்ளிட்ட ராஜிவ் கொலை வழக்கு கைதிகள், முஸ்லிம் கைதிகள் உள்ளிட்ட ஆயுள் சிறைவாசிகளை விடுவிக்க வேண்டுமென அவர் வலியுறுத்திய போது, தி.மு.க. அரசின் முன் விடுதலைக் கொள்கைக்கு எதிராக சுப்ரமணிய சுவாமி தொடுத்திருந்த வழக்கு நிலுவையில் இருப்பதைச் சுட்டிக் காட்டி அதிமுக அரசு மறுத்து வந்தது.

பின்னர் 2016 ஆம் ஆண்டு சுப்ரமணிய சுவாமியின் வழக்கு முடித்து வைக்கப்பட்டதைத் தொடர்ந்து ஆளும் அ.தி. மு.க. அரசு, 1,500 ஆயுள் கைதிகளை விடுவிக்கும் முடிவை அறிவித்தது. ஆனால், விடுதலையாகப் போகிறவர்கள் யார் என்பதற்கான முழுமையான பட்டியல் இதுவரையிலும் தயாராகவில்லை அல்லது வெளியிடப்படவில்லை. இது, ஆயுள் கைதிகளை கடும் மன உளைச்சலுக்கு ஆளாக்கி இருக்கிறது. குறிப்பாக, 20 ஆண்டுகளைக் கழித்துவிட்ட முஸ்லிம் கைதிகள் வெடித்துவிடும் நிலையில் இதயத்தை கையில் பிடித்துக் கொண்டு காத்திருக்கின்றனர்.

"சிறையின் நோக்கமே சீர்திருத்தம்தான். ஆனால் அதை வதைக் கூடங்களாக வைத்திருக்கிறோம். ஆயுள் சிறைவாசிகளுக்கு அரசமைப்புச் சட்டம் வழங்கியிருக்கும் உரிமை தான் முன் விடுதலை. எப்போதுமே உரிமையில் பாரபட்சம் காட்டக் கூடாது. சிறைவாசிகளின் குற்றப் பின்னணி, சமூகப் பின்னணி என எதையும் பார்க்காமல் - அவர்களது தண்டனை காலத்தின் அடிப்படையில் - விடுதலை செய்யப்பட வேண்டும். பேரறிவாளன் உள்ளிட்ட ஏழு தமிழர்கள் முதலில் விடுதலை ஆகட்டும். பின்னர் அந்த நீதி முஸ்லிம் கைதிகளுக்கும் கிடைக்கட்டும்" என்கிறார் பேராசிரியர் ஜவாஹிருல்லா.

முஸ்லிம்களுக்கு முன் விடுதலை மறுக்கப்பட விதிமுறைகளே காரணம் என்பது போல தோன்றினாலும் அதில் உண்மையில்லை. இந்திய நீதி அமைப்பு முஸ்லிம்களுக்கு நீதி வழங்குவதில் பாரபட்சம் காட்டுகிறது என்பதை 2005 ஆம் ஆண்டு முஸ்லிம்களின் நிலை குறித்து ஆய்வு செய்ய நியமிக்கப்பட்ட சச்சார் கமிட்டி அறிக்கை தெள்ளத் தெளிவாக எடுத்துரைத்தது. பொது மன்னிப்பு மட்டுமல்ல, பொதுவாக சிறைக் கைதிகள் பெறும் எந்த உரிமைகளையும் முஸ்லிம் கைதிகள் பெற முடிவதில்லை.

நடிகர் சஞ்சய் தத்தின் வழக்கு பெரும்பாலானவர்கள் அறிந்ததே. 257 மனித உயிர்களைப் பறித்த மும்பை தொடர் குண்டு வெடிப்பில் வீட்டில் ஆயுதம் வைத்திருந்த குற்றத்திற்காக

1993 ஆம் ஆண்டு 'தடா'வில் கைது செய்யப்பட்டு, ஆறு ஆண்டுகள் தண்டனை விதிக்கப்பட்டிருந்த நிலையில் அடிக்கடி பிணை மற்றும் பரோலில் வெளியே வந்து கொண்டிருந்தார். உச்ச நீதிமன்றம் அவரது தண்டனையை அய்ந்தாண்டுகளாகக் குறைத்தது. புனே ஏரவாடா சிறையில் அடைக்கப்பட்டிருந்த அவர், நன்னடத்தை காரணமாக எட்டு மாதங்களுக்கு முன்பாகவே விடுதலை செய்யப்பட்டார்.

நன்னடத்தையின் அடிப்படையில், முஸ்லிம் கைதிகள் இவ்வாறான சலுகைகளையோ உரிமைகளையோ ஒருபோதும் பெற்றதில்லை. "முஸ்லிம்களை பொருத்தவரை எத்தகைய நன்னடத்தையும் அரசிற்குப் போதாததாகவே இருக்கிறது. சிறையிலேயே செத்து மடியுமாறு அவர்கள் கைவிடப்படுகின்றனர். 1998 ஆம் ஆண்டு நாகூர் ஆலீம் ஜார்ஜ் கொலை வழக்கில் தண்டனை பெற்ற சர்புதீன் சிறையில் 17 பட்ட மற்றும் பட்டயப் படிப்புகளை முடித்திருக்கிறார். அவர் முன் விடுதலைக்கு 100 சதவிகிதம் தகுதியானவர் என்றாலும் அவர் விடுவிக்கப்படவில்லை" என்பதைச் சுட்டிக் காட்டுகிறார் வழக்குரைஞர் என்.எம். ஷாஜகான்.

முஸ்லிம்கள் குற்றங்களில் சிக்கினால் அதை பயங்கரவாதமாகவும் மதவெறியாகவும் பார்க்கும் காவல் மற்றும் நீதி அமைப்புகள், அதுவே முஸ்லிம்கள் மீது இந்துக்கள் தாக்குதல் நடத்தும் போது அதைச் சாதாரண குற்றமாகவே கருதுகின்றன. எடுத்துக்காட்டாக, கோவை குண்டு வெடிப்பு நிகழ்வுக்கு காரணமாக அமைந்ததாக - காவல் துறையாலேயே சொல்லப்படும் - கோவை கலவரத்தைச் சொல்லலாம். 1997 ஆம் ஆண்டு நவம்பர் 29 அன்று கோவையைச் சேர்ந்த போக்குவரத்துக் காவலர் செல்வராஜ் கொலை செய்யப்பட்டதைத் தொடர்ந்து கலவரம் உருவாக்கப்பட்டது. முஸ்லிம்களை குறி வைத்து இந்து அமைப்புகள் நடத்திய தாக்குதலில் 19 முஸ்லிமகள் காவல் துறையால் சுட்டுக் கொல்லப்பட்டனர். முஸ்லிம்களின் பல கோடி மதிப்பிலான சொத்துகள் சூறையாடப்பட்டன. தமிழகத்தில் இதுவரையிலும் நடந்த துப்பாக்கிச் சூடுகளில் அதிகளவிலான உயிர்கள் பலிகொள்ளப்பட்ட நிகழ்வும் இதுதான். மேலும் நால்வர் மருத்துவமனையில் வைத்து எரித்துக் கொல்லப்பட்டனர்.

இவ்வழக்கில் கைது செய்யப்பட்ட இந்து முன்னணி அமைப்பினர் விசாரணைக் கைதியாக விசாரணையைக் கூட சந்திக்கவில்லை. அவர்களுக்கு உடனடி பிணை வழங்கப்பட்டது. தண்டனை பெறாமலேயே அவர்கள் விடுதலை செய்யப்பட்டனர்.

அதே போல, முஸ்லிம் மற்றும் ஒடுக்கப்பட்டோர் உரிமைகளுக்காகக் குரல் கொடுத்த பழனிபாபா கொலையில் கைது செய்யப்பட்டவர்கள் குற்றம் நிரூபிக்கப்படவில்லை என்ற காரணத்தைக் கூறி நீதிமன்றத்தால் விடுதலை செய்யப்பட்டனர். இப்படித்தான் ஒரு முஸ்லிம் இந்துவை கொன்றால் அது பயங்கரவாதம் என்றும் அதுவே ஓர் இந்து, முஸ்லிமைக் கொன்றால் சாதாரண ஒன்றாகவும் ஆக்கப்படுகிறது. முஸ்லிம்களுக்கு எதிரான மதக் கலவரம், பயங்கரவாதம் போன்ற குற்றங்களுக்காக ஒரே ஒரு இந்து கூட தற்போது சிறை தண்டனையை அனுபவிக்கவில்லை.

பொது மன்னிப்பில் மட்டுமல்ல, இந்திய தண்டனைச் சட்டப் பிரிவின் கீழ் வரும் வழக்குகளில் தண்டனை பெற்ற கைதிகளுக்கு கிடைக்கக்கூடிய உரிமைகளும் விதிகளும் கூட - ஒருவர் முஸ்லிம் என்பதற்காக - கண்மூடித்தனமாக மீறப்பட்டு வருவதை மனித உரிமையாளர்கள் தொடர்ச்சியாக சுட்டிக் காட்டி வருகின்றனர்.

பொதுவாக ஆயுள் தண்டனை அல்லது பல ஆண்டுகள் தண்டனை பெற்றவர்கள் உயர் மற்றும் உச்ச நீதிமன்றங்களில் மேல் முறையீடு செய்து தண்டனை நிறுத்தம் பெற்று பிணையில் விடுதலையாகும் உரிமையை சட்டம் வழங்குகிறது. ஆனால், அந்த உரிமை இதுவரையிலும் முஸ்லிம்களுக்கு வழங்கப்படவில்லை. மூன்று மாணவிகள் கொல்லப்பட்ட தருமபுரி பேருந்து எரிப்பு வழக்கின் குற்றவாளிகளுக்கு மேல் முறையீட்டில் பிணை கிடைத்தது. பிணை உரிமை மறுக்கப்பட்டதால் முஸ்லிம் சிறைக் கைதிகளின் குடும்பங்கள் நிரந்தரமாக தமது நிம்மதியையும் நம்பிக்கையையும் இழந்தன. ஜாஸ்மினை போன்ற சாதாரண பெண்களைக் கொண்ட குடும்பங்கள் இவ்வழக்குகள், குற்றங்கள், காவல் நிலைய/நீதிமன்ற இயங்குமுறை, சட்டம், நாட்டு நடப்பு, மதப்பின்னணி, சமூக சூழ்ச்சி என எது குறித்த புரிதலுமின்றி பெருஞ்சுழலில் சிக்கிக் கொள்கின்றன. மிக மோசமான கையறு நிலை அவர்களுடையது.

“நான் அவரை கல்யாணம் செஞ்சப்ப எனக்கு 17 வயசு. ஒன்பது மாசக் கருவை நான் சுமந்திட்டிருக்கும்போது, ‘நான் இனிமேல் வர முடியுமானு தெரியல’னு சொல்லிட்டுப் போயிட்டார். அந்த வேதனையை வார்த்தையால விவரிக்க முடியாது. யாரும் என் கூட பேச மாட்டாங்க, பழக மாட்டாங்க. நான் வீட்டை விட்டு வெளில போனதே இல்லைங்க. கலெக்டர் ஆபிஸ், நீதிமன்றம், சில அமைப்புகள்னு கைகாட்டுற இடத்துக்கெல்லாம் உதவி கேட்டு ஓடினேன். அவரு எந்த சிறையில இருக்காருனு தெரிஞ்சுக்கவே ரொம்ப நாளாச்சு. மனசுக்குள்ள ஒரு பெரிய

எரிமலையைப் புதைச்சுக்கிட்டு என் பையனுக்காக வேலைக்குப் போக ஆரம்பிச்சேன். அப்பா பத்தி அவனுக்கு நான் சொன்னதே இல்லை. எட்டாவது படிக்குறப்போ ஒருநாள் 'அப்பா என்ன பண்ணினாருமான்னு கேட்டான். சொன்னேன். அப்போ இருந்து அப்பாவை பார்க்கணும்'னு ஏங்க ஆரம்பிச்சுட்டான். ஆனா அவர் பரோல்ல வரவே பத்து வருஷத்துக்கு மேல ஆகிருச்சு. மகன் பிறந்து 16 வருஷம் கழிச்சு 2014 இல் சுமைனா பிறந்தா. பிணை, விடுதலைக்கெல்லாம் நாங்க ஆசைப்படக் கூடாது. ஏன்னா நாங்க முஸ்லிம். இந்த சமூகத்துல ஒதுக்கப்பட்டவங்க" என்கிறார் ஜாஸ்மின்.

பிணை உரிமையைப் போலவே, தண்டனை விதிக்கப்பட்ட ஒன்றரை ஆண்டுகளில் பரோலில் சென்று குடும்பத்தினரைச் சந்திக்க ஆயுள் கைதிகளுக்கும் உரிமை உள்ளது. ஆனால் இதிலும் முஸ்லிம் கைதிகள் பாரபட்சத்தை எதிர்கொள்கின்றனர். பத்தாண்டுகள் கழித்தும் இவர்களுக்கு 'பரோல்' கிடைப்பதில்லை. ஆயுள் சிறைவாசிகளுக்கு பாதுகாப்பு காவலர்கள் இல்லாமல் மாதம் 3 நாட்கள், ஆண்டுக்கு ஒரு மாதம், குடும்ப உறுப்பினர் இறந்தால்/நோய்வாய்ப்பட்டால் உடனடி 'பரோல்' மற்றும் அமைச்சர் பரிந்துரையின் பேரில் ஒரு மாத 'பரோல்' வழங்கலாம்.

ஆனால் ஊம்பாபுவைப் போல பல ஆண்டு தவிப்பிற்கும் போராட்டத்திற்கும் பிறகு பரோல் கிடைக்கப் பெற்ற முஸ்லிம் கைதிகள் கூட 'எஸ்கார்ட்' பாதுகாப்புடன்தான் அனுமதிக்கப்படுகின்றனர். அவர்கள் எத்தனை நாட்கள் வீட்டில் இருந்தாலும் அத்தனை நாட்களும் துப்பாக்கி ஏந்திய காவலர்கள் உடனிருக்கின்றனர். இது அக்குடும்பத்தினரின் சமூக உறவை மேலும் பாதிப்பிற்குள்ளாக்குகிறது.

கடந்த மாதம் காவல் பரோலில் வந்திருந்தார் அல் உம்மா பாஷா. கோவை குண்டு வெடிப்பு வழக்கில் சதிக் குற்றச்சாட்டு அடிப்படையில் தண்டிக்கப்பட்டவர். பாஷாவின் நான்கு மகள்களின் குடும்பத்தினரும் அங்கே கூடியிருந்ததால் அவ்வீடு பெரு மகிழ்ச்சியில் காணப்பட்டது. அன்று மாலை 'பரோல்' முடிந்து அவர் சிறை திரும்பியாக வேண்டும். மாலை 6 மணி நெருங்கும் போது காவலர்கள் தயாராகின்றனர். "எந்த மனிதருக்கும் மறுவாழ்வு வாழ தகுதியிருக்கு. பொது மன்னிப்பு என்பது பொதுவானதா இருக்கணும். அதுல ஜாதி, மதம், கட்சி, குற்றப் பின்னணி போன்ற பாரபட்சமெல்லாம் பார்க்கக் கூடாது" என்று சொல்லிக் கொண்டே சிறைக்குக் கிளம்புகிறார் 78 வயது பாஷா. அவரது மகள்களும் பேரப் பிள்ளைகளும் காவல்

வாகனம் தெருவிலிருந்து மறைகிற வரை பார்த்துக் கொண்டே நிற்கின்றனர்.

பாஷாவின் நான்காவது மகள் முபினா. கோவை குண்டுவெடிப்பு வழக்கில் கணவர் முகமது அலி கைது செய்யப்பட்ட போது அவர் ஆறு மாத கர்ப்பிணியாக இருந்தார். கருவில் இருந்த அந்தக் குழந்தைக்கு இப்போது 18 வயது. "அப்பா சமுதாயத் தலைவரா இருந்ததால, அண்ணா, மாமாக்கள்னு எங்க குடும்பத்துல இருந்த எல்லா ஆண்களுமே கோவை குண்டு வெடிப்பு வழக்குல கைது செய்யப்பட்டாங்க. என் கணவர் அப்போ புது மாப்பிள்ளை. பாஷாவின் மருமகன் என்ற ஒரே காரணத்துனால அவரும் கைதானார். விசாரணைனு சொல்லித் தான் அவரை கூட்டிட்டுப் போனாங்க. ரெண்டு வருஷம் வரை அவரு மேல எந்த வழக்கும் போடல. ரொம்ப தாமதமா சதி வழக்கு போட்டு தண்டனை கொடுத்தாங்க. ஆறு வருஷம் கழிச்சுதான் அவருக்கு பரோல் கிடைச்சது. சதித் திட்டம் தீட்டினாங்கனு 120பி ல சாதாரண பிரிவுல தான் அப்பா, என் கணவர் ரெண்டு பேர் மேலயும் வழக்கு. எங்க அப்பா சமுதாயத்தை இழிவுபடுத்துறவங்களைத் தான் எதிர்த்தார். ஒரு சமுதாயத் தலைவரா அதுதான் அவரோட பணி. அதுக்காகவே அவர் தொடர்ந்து தண்டிக்கப்பட்டார். எனக்கு விவரம் தெரிஞ்ச வயசுல இருந்து அவரை சிறையில தான் பார்த்திருக்கேன். இப்போ அவருக்கு 78 வயசு. இந்த வயசுல கூட கருணை காட்ட மாட்டேங்குறாங்க. என் மகளோட கல்யாணத்துக்குள்ள அப்பாவும் என் கணவரும் விடுவிக்கப்படணும்னு பிரார்த்தனை பண்றேன்" என்கிறார் முபினா.

தமிழகத்தின் மத்திய சிறைகளில் சுமார் அய்யாயிரத்திற்கும் அதிகமான ஆயுள் கைதிகள் அடைக்கப்பட்டுள்ளனர். அவர்களில் நீண்ட கால சிறைவாசத்தை அனுபவிப்பது - ராஜிவ் கொலை வழக்குக் கைதிகளுக்கு அடுத்தபடியாக - முஸ்லிம்களே! இளவயதில் கைதாகி ஒட்டுமொத்த இளமையையும் வாழ்வையும் தொலைத்தவர்களாக முஸ்லிம் கைதிகள் அல்லலுறுகின்றனர். பிணையில் கூட வெளிவராமல் அவர்கள் சிறையிலேயே நோய்வாய்ப்பட்டு செத்து மடியும் கொடுமையும் நிகழ்கிறது. கடந்த மார்ச் மாதம் கோவை மத்திய சிறையில் இருந்த ரிஸ்வான் பாஷா 41 வயதில் மாரடைப்பால் மரணமடைந்தார். 20 ஆண்டுகால ஆயுள் தண்டனையில் மூன்று மாதங்களுக்கு முன்பு தான் பரோலில் வந்து அவர் திருமணம் முடித்திருந்தார் என்பது குறிப்பிடத்தக்கது.

ரிஸ்வானுக்கு முன்னர் முகமது ஒஜீர், சபூர் ரஹ்மான் உள்ளிட்ட சில முஸ்லிம் கைதிகள் சிறையிலேயே உயிரை விட்டுள்ளனர். நோய்வாய்ப்பட்ட ஆயுள் சிறைவாசிகளுக்கும் விசாரணைக் கைதிகளுக்கும் பிணையில் வெளிவர சட்டப்படி உரிமை உள்ளது. ஆனால் பெரும்பாலும் அது நடப்பதில்லை. இருதய நோய், முடக்கு வாதம், மனநல பாதிப்பு போன்ற கடுமையான பிரச்சனை உள்ளவர்களுக்கு கூட - முஸ்லிம் என்பதால் - கருணை கிடைக்கவில்லை.

முஸ்லிம் கைதிகள் விடுதலைக்காக குரல் கொடுப்போர் கோவை அபுதாஹீர் உடல்நிலை குறித்து மிகுந்த வேதனையோடு கவனிக்கின்றனர். உடல் உள்ளுறுப்புகள் சிதையும் நோயால் கடந்த 2006 ஆம் ஆண்டு பாதிக்கப்பட்ட அபுதாஹீருக்கு இப்போது 40 வயது. இருபதாண்டுகளுக்கு முன்னர் தேசியப் பாதுகாப்புச் சட்டத்தில் கைது செய்யப்பட்டவர் பயங்கரவாத வழக்கிலிருந்து விடுவிக்கப்பட்டு, தற்போது 302 ஆவது பிரிவில் ஒரு கொலைக் குற்றவாளியாக சிறையில் இருக்கிறார். உயிர்க்கொல்லி நோயால் அவரது இரண்டு சிறுநீரகங்களும் பழுதடைந்து விட்டன. இதயத் துடிப்பு சீராக இல்லை. கை கால்கள், முகம் மற்றும் வயிற்றுப் பகுதிகள் வீங்கிப் போயுள்ளன. மருத்துவ அறிக்கையின்படி அவர் கொஞ்சம் கொஞ்சமாக மரணித்துக் கொண்டிருக்கிறார்.

"உளவுத்துறையோ, காவல் துறையோ என் விடுதலைக்கு எதிர்ப்புத் தெரிவிக்கவில்லை" என்கிறார் அபுதாஹீர். சிறைக் கண்காணிப்பாளர் அவருக்குத் தடையாக வந்தார். நோயால் மரணம் ஏற்படும் சூழல் இருந்தும் அபுதாஹீரின் விடுதலைக்கு சிறை நிர்வாகம் எதிர்ப்புக் காட்டுகிறது. மருத்துவச் சான்றிதழ் இருந்தும், படுத்த படுக்கையாக இருக்கும் அபுதாஹீரால் சட்டம் ஒழுங்கு பிரச்சனை வரும் என அது நிராகரிக்கிறது!.

"எங்க அம்மாவும் அப்பாவும் அபு பரோலில் கூட வர முடியாத நிலையில இருந்தப்போ உயிரிழந்துவிட்டனர். அபுவைப் பற்றிய கவலை தான் அவர்களைக் கொன்றுவிட்டது. அபு கைதாவதற்கு முன்னாடி எங்க வீடு எப்பவும் கல்யாண வீடு மாதிரி கலகலப்பா இருக்கும். இந்த இருபது வருஷமா அது சாவு வீடுதான். அபு உயிரைக் காப்பாத்த முடியுமான்னு தெரியல. ஆனா, அவரை வீட்டுல வச்சு கஷ்டப்படாம பாத்துக்கணும்னு நினைக்கிறேன். அவரால நடக்க முடியாது. கண் பார்வை போயிருச்சு. இந்த சூழ்நிலைல அவரோட கடைசி காலத்துலயாவது எங்களோட வாழும் வாய்ப்பைத் தரணும். படுத்த படுக்கையா இருக்க ஒருத்தரால சட்டம் ஒழுங்கு பிரச்னை வரும்னு சொல்றது

நியாயமே இல்லை" என்கிறார், அபுதாஹீரின் சகோதரர் சிக்கந்தர். தி.மு.க.வின் முன் விடுதலைத் திட்டத்திலேயே வெளிவந்திருக்க வேண்டிய அபுதாஹீர் இன்றுவரை எவ்வளவு முயன்றும் தோற்றுத்தான் போனார்.

உடல்நல பாதிப்புகளை மய்யப்படுத்திய உரிமைகளிலும் முஸ்லிம் சிறைவாசிகளுக்கு பாரபட்சம் இருப்பதாகச் சொல்லும் மனித உரிமையாளர்கள், பல்வேறு வழக்குகளில் கைதாகும் பிரபலங்கள், அரசியல்வாதிள் 'திடீர்' உடல் பாதிப்பு ஏற்பட்டு மருத்துவமனையில் இருந்தபடியே பிணை வழங்கப்படுவதை சுட்டிக் காட்டுகின்றனர். ஆனால், உயிர் போகும் கடைசி காலத்தில் கூட முஸ்லிம் கைதிகளுக்கு அவ்வுரிமை மறுக்கப்படுகிறது.

ஆயுள் தண்டனைக்கு எது அளவு என்பது தொடர்ச்சியான விவாதமாகவே இருந்து வருகிறது. குற்றத்தின் தன்மையைப் பொருத்தோ அல்லது அவர்களது சமூக, அரசியல், பொருளாதாரப் பின்னணியின் அடிப்படையிலோ ஆயுள் தண்டனைக்கான கால வரையறை மாறுபடுகிறது. ஏழு ஆண்டுகளில் விடுவிக்கப்படுவோரும் உண்டு; கால் நூற்றாண்டுக் காலம் கடந்து வதைபடுவோரும் உண்டு. ஆனால் விடுவிக்கப்படுவோர் யார், வதைக்கப்படுவோர் யார் என்பதில் தான் பிரச்சனை எழுகிறது.

"நாங்கள் மரண தண்டனைக்கு எதிராகத் தொடர்ந்து குரல் கொடுத்து வருகிறோம். குற்றத்தின் தன்மை எத்தகையதாக இருந்தாலும் மரண தண்டனை மனிதரின் திருந்தி வாழும் அடிப்படை உரிமையைப் பறித்துவிடுகிறது என்பதாலேயே நாங்கள் அதைக் கடுமையாக எதிர்க்கிறோம். ஆனால், இங்கே ஆயுள் தண்டனை மரண தண்டனையை விடக் கொடுமையானதாக இருக்கிறது. ஆயுள் என்றால் சாகிற வரை சிறை என்பது ஜனநாயக சமூகத்திற்கான சட்டவிதியல்ல. அது பிரிட்டிஷ் காலத்தில் அடிமைகளுக்காக உருவாக்கப்பட்ட கொடுமை. ஆனால் அதை நாம் இன்றும் உயிர்ப்போடு வைத்திருக்கிறோம். குறிப்பாக ஒடுக்கப்பட்ட மற்றும் சிறுபான்மையினத்தைச் சேர்ந்தவர்கள்தான் நீதி கிடைக்காமல் இதில் வதைபடுகின்றனர். இரண்டு காரணங்களுக்காக மரண தண்டனை ஒழிப்பைப் போல ஆயுள் தண்டனையும் ஒழிக்கப்பட வேண்டுமென நாங்கள் கேட்கிறோம். ஒன்று அது, ஒரு மனிதர் திருந்தி வாழும் வாய்ப்பை முற்றாக மறுக்கிறது; இரண்டாவது அதில் நிலவும் பாகுபாடு. பொது மன்னிப்பில் அந்தப் பாகுபாட்டைத் தொடர்ந்து பார்க்க முடிகிறது" என்கிறார் பேராசிரியர் அ.மார்க்ஸ்.

தேசிய மனித உரிமைக் கூட்டமைப்பின் சந்திப்பு கடந்த ஜூலை மாதம் சென்னை பத்திரிகையாளர் மன்றத்தில் நடைபெற்றது. பல்வேறு அமைப்புகளின் சார்பில் பங்கேற்ற மனித உரிமையாளர்கள் பலரும் தமிழக சிறைகளில் பல்லாண்டு காலமாக அல்லலுறும் சிறைக் கைதிகளின் நிலை குறிப்பாக முஸ்லிம்கள் மீது காட்டப்படும் பாரபட்சம் குறித்து பேசினர். ஆயுள் சிறைவாசியாக இருந்தவரும், ஆயுள் கைதிகளின் விடுதலைக்காகத் தொடர்ந்து போராடி வருபவருமான தமிழ்த் தேசிய விடுதலை இயக்கத்தின் பொதுச் செயலாளர் தியாகு, "சாகிற வரை சிறைவாசம் என்பது சிறையின் நோக்கத்தையே சிதைக்கிறது. இன்றைய சூழலில் ஆயுள் தண்டனையை மிகக் கொடூரமான மரண தண்டனை என்றுதான் வகைப்படுத்த வேண்டும். அது அணுஅணுவாக ஒருவரைக் கொல்கிறது. ஆயுள் தண்டனை என்றாலே அது முன் விடுதலையை உள்ளடக்கியதுதான். கிருஷ்ணய்யர் போன்ற நீதியரசர்கள் ஏழாண்டு முடித்தவர்கள் விடுதலை செய்யப்பட வேண்டும் என்று வலியுறுத்தினார்கள். முல்லா ஆணையம் எட்டாண்டுகளுக்குப் பிறகு யாரையும் சிறையில் வைக்கக் கூடாது என பரிந்துரைத்தது. முன்பு 14 ஆண்டுகள் முடித்தவர்களை விடுவித்துவிடும் வழக்கம் இருந்தது. தண்டனை வழங்கும் போது குற்றத்தையும், முன் விடுதலைக்கு தண்டனை காலத்தையும் நன்னடத்தையையும் மட்டும் தான் பார்க்க வேண்டும். இரண்டிலுமே குற்றமிழைத்தவர்கள் யார், என்ன மதத்தை அல்லது சாதியைச் சேர்ந்தவர்கள் என பாரபட்சம் பார்க்கக் கூடாது" என்று பேசினார்.

ஒருவரின் தண்டனையை மரணம்தான் முடித்து வைக்குமெனில், அதையும் மரண தண்டனை என்றுதான் அழைக்க முடியும். நீண்ட கால சிறைக் கொட்டடியில் - நொடிக்கு நொடி - மரண தண்டனையை அனுபவிக்கின்றனர் முஸ்லிம் ஆயுள் கைதிகள். முன் விடுதலைக்குத் தகுதியானோர் பட்டியலில் உள்ள 1,500 பெயர்களில் மேலதிகமான ஆண்டுகள் சிறைவாசத்தை முடித்த முஸ்லிம் கைதிகளையும் இணைத்து, தமிழக அரசு இம்முறையாவது மதத்தால் ஒடுக்கப்பட்டவர்களுக்கு மறுக்கப்பட்ட நீதியை மீட்டுத் தர வேண்டும். ஏனெனில், நீதியின் அழகே அதில் நிலைநாட்டப்படும் சமத்துவத்தில் தான் அடங்கியிருக்கிறது. அதிலும் இந்தியா போன்றதொரு ஜனநாயக நாட்டில் நீதியில் பாரபட்சம் என்பது அதன் நிழலிலும் கூட இருக்கக் கூடாது. ●

01.02.2019
புதிய விடியல்

பாலியல் வன்முறைகளை ஊக்குவிக்கும் சாதிப் பண்பாடு!

“

இந்திய ஆண்கள் பாலியல் வெறியை விடவும் ஆதிக்க வெறியால் தான் பெரும்பாலும் பாலியல் குற்றங்களில் ஈடுபடுகின்றனர். காரணம், பெண்ணடிமைத்தனம் மற்றும் சாதியம் இரண்டும்தான் இந்து மதப் பண்பாட்டின் ஆணிவேர். பெண்கள் மீது இவ்வளவு கட்டுப்பாடுகள் விதிக்கப்பட்டதற்கும் இவ்வளவு வன்முறைகள் நிகழ்த்தப்படுவதற்கும் காரணம் இந்து மதத்தின் சாதியைக் காப்பாற்றும் சூழ்ச்சியே!

”

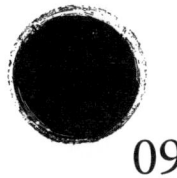

09

அய்தராபாத் மருத்துவர் பிரியாங்காவின் வன்புணர்வுக் கொலைக்கு குற்றம் சாட்டப்பட்ட நால்வரையும் போலி மோதலில் *(Encounter)* கொன்றிருக்கிறது காவல்துறை. பெண்ணை பண்பாட்டின் குறியீடாகக் கருதுவதால் வன்புணர்வை அப்பண்பாட்டிற்கு உண்டாக்கப்பட்ட களங்கமாக மட்டுமே இச்சமூகம் கருதுகிறது. ஆனால் வன்புணர்வு என்பது பண்பாட்டு களங்கமல்ல, அதுவும் வன்முறைதான். போலி மோதல் என்பது நீதியல்ல, அதுவும் வன்முறைதான். ஏதோவொரு வகையில் எல்லோருமே வன்முறையின் ஆதரவாளர்களாக இருக்கும் நிலையில், அதில் ஒருசிலரை மட்டும் எப்படி குற்றவாளியாக்க முடியும்? ஒரு வன்முறைக்கு மற்றொரு வன்முறையையே தீர்வாக்கி, அப்படியானத் தீர்வுகளைக் கொண்டாடித் தீர்க்கும், நாம் எப்படி பண்பட்ட மனிதச் சமூகமாக இருக்க முடியும்?

கொலை என்பது குற்றமெனில் அதை யார் நிகழ்த்தினாலும் குற்றமே. வன்புணர்ச்சி கொடூரமெனில் அதை யார் யாருக்கு இழைத்தாலும் கொடூரமே என்ற சமநீதி சாத்தியமற்ற சமூகத்தில் நாம் வாழ்கிறோம். குற்றவாளி யார், பாதிக்கப்படுகிறவர் யார் என்பதைப் பொருத்தே பொதுச் சமூகத்தின் ஆதரவும் தண்டனையும் அமைகிறது. பிரியங்கா உயர் வகுப்பைச் சேர்ந்தவர், மருத்துவர்; குற்றவாளிகள், பின் தங்கிய வகுப்பைச் சேர்ந்தவர்கள், லாரி தொழிலாளர்கள். 'இவர்கள்தான் குற்றமிழைத்தவர்கள்' என்று நீதிமன்றம் முடிவு செய்யும் முன்னரே சுட்டுத் தள்ளும் துணிச்சல் காவல் துறைக்கு அதனால் தான் வருகிறது.

ஒருவேளை சர்வாதிகார நாட்டைப் போல இப்படித்தான் நீதி வழங்கப்படுமெனில் தலித் பெண்கள் ரோஜா, நந்தினி ஆகியோரை வன்புணர்ந்து கொடூரமாகக் கொலை செய்த ஆதிக்க சாதியினருக்கு அதே தண்டனையை காவல் துறை ஏன் வழங்கவில்லை? நாடெங்கும் நாள்தோறும் நடக்கும் பாலியல் வன்கொடுமைகளைக் கண்டு கொந்தளித்துக் கிடக்கும் பொதுச் சமூகத்தின் கூட்டு மனசாட்சியை ஆற்றுப்படுத்த ஒடுக்கப்பட்ட மக்களை வைத்துக் கொடுக்கப்படும் நரபலி இது. அவ்வளவே! ஆனால் அதே கூட்டு மனசாட்சி நம்புவதைப் போல, பாலியல் குற்றங்களைக் கட்டுப்படுத்த இப்படியான நரபலிகள் துரும்பளவு கூட உதவாது.

பாலியல் வன்கொடுமை என்பது ஒரு சமூகக் குற்றம். எந்த சமூகக் குற்றத்தையும் தண்டனைகளால் மட்டும் தடுத்து நிறுத்திவிட விட முடியாது. 'உங்களில் பாவம் செய்யாதவர்கள் அப்பெண்ணின் மீது கல்லெறியுங்கள்' என்று ஏசு சொல்வதைப் போல சமூகத்தின் எல்லா மட்டத்திலும் பரவி நிற்கும் குற்றம் இது. லாரி க்ளீனரானாலும் ஒரு பெண்ணைத் தாக்கி வன்புணர முடிகிறது; மத்திய அமைச்சரானாலும் பெண்ணை வீழ்த்தி சீரழிக்க முடிகிறது; பெற்ற தந்தையாலும் தன் மகளை சிதைத்து கொலை செய்ய முடிகிறது; சமூகப் போராளியும் நீதிபதியும் கூட அதே குற்றத்தில் ஈடுபட முடிகிறது. படித்தவர்கள் படிக்காதவர்கள், ஏழைகள் பணக்காரர்கள், ஆட்சியாளர்கள் பொதுமக்கள், ஆசிரியர்கள் மாணவர்கள் நீதிபதிகள் வழக்கறிஞர்கள், விவசாயிகள் கூலித் தொழிலாளர்கள், அப்பாக்கள், கணவர்கள், தாத்தாக்கள், மாமாக்கள் மகன்கள், நண்பர்கள் என ஒட்டுமொத்த ஆண் சமூகமே எத்தருணத்தில் வேண்டுமானாலும் வன்புணர்ச்சியில் ஈடுபடும் தகுதியுடைதாகவே (Potential Rapists) இருக்கிறது. 'பெண்கள் வாழத் தகுதியற்றது' என பெயர் பெற்ற ஒரு நாடு குறித்து இப்படியான கருத்தை சொல்ல தயங்க வேண்டியதில்லை என்றே கருதுகிறேன்.

கடந்த ஆண்டு, 'தாமஸ் ராய்ட்டர்ஸ் பவுண்டேஷன்' என்ற அமைப்பு 193 நாடுகளில் செய்த ஆய்வுகளின் அடிப்படையில் பெண்கள் வாழத் தகுதியே இல்லாத நாடாக இந்தியாவிற்கு முதலிடம் வழங்கியது. போர் நடக்கும் சிரியா, ஆப்கானிஸ்தான் போன்ற நாடுகள் கூட இந்தியாவிற்கு பின்னால் தான் இடம் பிடித்தன. அப்படியெனில் போர்ச் சூழலை விடவும் பெண்களுக்கு எதிரான மோசமான ஒரு பண்பாட்டுச் சூழல் இங்கே நிலவுகிறது என்றே அர்த்தம். இந்தியாவின் பாலியல் வன்கொடுமைகள்,

கொடூரமான பண்பாட்டு பழக்கவழக்கங்கள், பாலியல் அடிமைத்தனம், சுரண்டல் போன்ற வலுவான காரணங்களை இந்த ஆய்வு முன் வைத்தது. ஆனால் இந்திய அரசு அதை மறுத்து அறிக்கை வெளியிட்டதே தவிர, பிரச்சனையை அங்கீகரித்து தீர்வைத் தேட முன் வரவில்லை. காரணம், இந்தியாவின் பண்பாடு என்பது இந்து மதப் பண்பாடு என்பதால்.

இந்நாட்டில் எந்த ஆணும் எந்த பெண்ணையும் பாலியல் பண்டமாக கருதும் வகையிலேயே வளர்த்தெடுக்கப்படுகிறான். பெண்ணை மய்யப்படுத்தியே இங்கு பாலுறவு, பாலியல், பாலினம் குறித்து மிகவும் பிற்போக்கானக் கருத்தியல்கள் கட்டமைக்கப்பட்டு இருக்கின்றன. இந்திய பொதுப் புத்தி இரண்டு காரணங்களுக்காக வன்புணர்ச்சியை அங்கீகரிக்கிறது.

முதலாவது கட்டுப்படுத்த முடியாத பாலுணர்வு.

ஓர் ஆணுக்கு ஒரு பெண்ணைக் கண்டு கட்டுக்கடங்காத பாலியல் வெறி தோன்றிவிட்டால் அதற்கு அந்த பெண்ணே பொறுப்பு என்பதோடு பாலுணர்வுக்காக நிகழும் வன்புணர்ச்சிகளை புணர்ச்சியாக கணக்கில் எடுத்துக் கொள்ள வேண்டும் என்றே கருதுகிறது. அவள் சிரித்தாள், பார்த்தாள், பேசினாள், அழகாக இருந்தாள், முறைத்தாள், கோபப்பட்டாள், இவ்வாறு உடை அணிந்திருந்தாள் அல்லது ஆண் குடித்திருந்தான் என வன்புணர்ச்சிக்கு எந்த காரணத்தையும் ஆண்கள் கூறலாம். இதில், பெண்ணின் விருப்பம் முக்கியமல்ல. ஆணுக்குப் பிடித்துவிட்டால் வன்புணர்ச்சி கலவி ஆகிவிடும். கிராமப்புறக் கட்டப் பஞ்சாயத்துகள் வன்புணர்ச்சியை புணர்ச்சியாகக் கருதி கெடுத்தவனையே 'பெருந்தன்மையோடு' பெண்ணைக் கட்டிக் கொள்ளச் சொல்லி தீர்ப்பு சொல்வது, அதனால்தான். சென்னை உயர்நீதிமன்ற நீதிபதி ஒருவர், பாதிக்கப்பட்டப் பெண் தன்னை சீரழித்தவனோடு சமரசம் செய்து கொண்டு புதிய வாழ்க்கையைத் தொடங்க அறிவுறுத்தி வன்புணர்ந்தவனை பிணையில் விட்டதற்கு இந்த உளவியலே காரணம். பெற்றோரும் பெரும்பாலும் குற்றவாளி சொந்த சாதியை சேர்ந்தவனாக இருக்கும் போது வன்புணர்ந்தவனே திருமணம் முடித்து களங்கப்பட்டப் பெண்ணுக்கு வாழ்க்கை அளிக்க வேண்டும் என்று நினைக்கின்றனர். ஆக, ஆணின் பாலியல் வெறிக்கான வன்புணர்ச்சியை சரியென இச்சமூகம் எல்லா நிலைகளிலும் அங்கீகரிக்கிறது என்பதே உண்மை.

இந்திய ஆண்கள் வன்புணர்ச்சியை ஆபாசப் படக் காட்சிகளில் வருவதைப் போன்ற வன்கலவியாகவே (*wild sex*) கற்பனை செய்து கொள்கின்றனர். கூட்டு வன்புணர்ச்சி (*Gang Rape*) என்பதை கூட்டுக் கலவி (*Group Sex*) என்பதாகப் புரிந்து கொள்கின்றனர். வன்புணர்வு பற்றி ஆண்கள் அடிக்கும் கமெண்ட்டுகள், ஜோக்குகளில் இது சர்வ சாதாரணமாக வெளிப்படும். "ஆணின் பாலியல் ரீதியான எத்தகைய அத்துமீறலும் பெண்ணுக்கு இன்பத்தையே அளிக்கும், அதை ஆண்மை எனக் கருதி பெண் அனுபவிக்கவே செய்வாள்" என்றே சராசரி இந்திய ஆண்களின் கோட்பாடு. "அரசாங்கம் வன்முறையற்ற வன்புணர்ச்சியை சட்டப்பூர்வமாக்க வேண்டும். ஆணின் பாலியல் கிளர்ச்சிகளை பெண்கள் நிராகரிக்கக் கூடாது. வன்புணர்ச்சிகளை எதிர்கொள்ள பெண்கள் ஆணுறையை கையிலெடுத்துச் செல்ல வேண்டும்" என திரைப்பட இயக்குநர் டேனியல் ஷ்ரவானால் பொது வெளியில் துளி கூச்சமுமின்றி கருத்து சொல்ல முடிகிறதெனில் அது இழிவான இப்பண்பாட்டின் வெளிப்பாடுதான். "தாக்குவது, கொலை செய்வது போன்ற செயல்கள் மட்டுமே வன்முறை. அது இல்லாத வன்புணர்ச்சிகள் இருதரப்புக்குமே சுகத்தையே அளிக்கும்" என்றே ஆண்கள் நம்புகின்றனர்.

வன்புணர்ச்சிகளுக்கான இரண்டாவது காரணம் கட்டவிழ்ந்த ஆதிக்க உணர்வு.

முன்னதை விடவும் கொடூரமானது இது. பாலுணர்விற்காக நிகழ்த்தப்படும் வன்புணர்ச்சிகளில் அதை வெறும் உடலுறவு என்பதாக சுருக்கும் அதே கூட்டம் ஆதிக்கத்தை நிலைநாட்ட வன்புணர்ச்சியை கொடூர ஆயுதமாகப் பயன்படுத்துவதையும் ஆதரிக்கிறது. அதாவது ஆதிக்க சாதி எனில் இந்நாடு பெண்களுக்கு வழங்கியிருக்கும் இடத்தை நினைவூட்டவோ, தாழ்த்தப்பட்ட சாதி எனில் சாதி அமைப்பின் விதிமுறைகளை நிலைநாட்டவோ ஆண் வன்புணர்ச்சியை கையிலெடுக்கலாம். எடுத்துக்காட்டுகள் வேண்டுமா?

நிர்பயாவை வல்லுறவு செய்து கொன்றவர்கள் இத்தேசத்துக்கு விடுத்த எச்சரிக்கைகள் நினைவிருக்கிறதா? "இரவு நேரத்தில் ஒரு பெண் தனியாக ஓர் ஆணுடன் வெளியில் சுற்றக் கூடாது" என்பதுவே. ஓர் ஒழுக்கமான பெண் இரவு ஒன்பது மணிக்கு ஊர் சுற்ற மாட்டாள்." "ஆணை விட பெண்ணே வன்புணர்ச்சி நடக்க காரணமாகிறாள்!" "வீட்டைப் பராமரித்தலும் வீட்டு வேலையும்தான் பெண்களுக்கானது. டிஸ்கோக்களிலும் பார்களிலும் இரவில் சுற்றி தீய செயல்களை செய்வதும் தவறான

உடைகளை அணிவதும் தகாத செயல்." "20% பெண்கள் தான் நல்லவர்களாக இருக்கிறார்கள்" "பெண்களுக்கு பாடம் புகட்ட ஆண்களுக்கு உரிமை இருக்கிறது" - நிர்பயாவை சிதைத்துக் கொன்றவர்களின் வார்த்தைகள் இவை.

கயர்லாஞ்சியில் தலித் பெண்கள் பிரியங்கா மற்றும் சுரேகாவை கூட்டு வன்புணர்வு செய்து கொன்றவர்கள் விடுத்த எச்சரிக்கை பொதுச் சமூகம் அறிந்திருக்க வாய்ப்பில்லை - "சாதி விதிமுறையை மீறி தலித்துகள் சுய மரியாதையுடன் நல்வாழ்க்கை வாழக் கூடாது" என்பதே அது.

இந்திய ஆண்கள் பாலியல் வெறியை விடவும் ஆதிக்க வெறியால் தான் பெரும்பாலும் பாலியல் குற்றங்களில் ஈடுபடுகின்றனர். காரணம், பெண்ணடிமைத்தனம் மற்றும் சாதியம் இரண்டும்தான் இந்து மதப் பண்பாட்டின் ஆணிவேர். பெண்கள் தான் அதன் பாதுகாவலர்கள். பெண்கள் மீது இவ்வளவு கட்டுப்பாடுகள் விதிக்கப்பட்டதற்கும் இவ்வளவு வன்முறைகள் நிகழ்த்தப் படுவதற்கும் காரணம் இந்து மதத்தின் சாதியைக் காப்பாற்றும் சூழ்ச்சியே! ஆதிக்க வெறிக்கான வன்புணர்ச்சிகளில் பிறப்புறுப்பில் மரக் கழிகளையும் இரும்புக் கம்பிகளையும் இறக்குவதைப் போன்ற விவரிக்க முடியா கொடூரங்களில் ஆண்கள் ஈடுபடுகின்றனர். நிர்பயாவும் கயர்லாஞ்சிப் பெண்களும் எப்படியெல்லாம் சிதைக்கப்பட்டார்கள் என்ற முழுமையான தகவல்களைத் தேடி பாருங்கள் - அது வெறும் பாலியல் வெறியின் வெளிப்பாடு அல்ல. மனித வெறுப்பு மற்றும் வக்கிரத்தின் உச்சம்.

இப்படியான ஒரு பண்பாட்டுக் குற்றத்தை தனிநபர் குற்றமாக கருதி கொடூர தண்டனைகளால் சரி செய்துவிட முடியுமா, என்பதுதான் நம்மை நாம் கேட்டுக் கொள்ள வேண்டிய கேள்வி. கொடூர தண்டனைகளை புறந்தள்ளி இவர்கள் முளைத்து வருவார்கள். ஏனெனில் இச்சமூகம் ஒவ்வொரு ஆணையும் அவ்வாறே உற்பத்தி செய்கிறது. நவீன உடைகளை அணிவது, தனியாக இருப்பது, இரவில் பயணிப்பது, இயல்பாகப் பழகுவது, சிரித்துப் பேசுவது, மது அருந்துவது, வேலைக்குப் போவது, காதலிப்பது, மனைவியாக இருப்பது, எதிர்க்க முடியாமல் இருப்பது, ஒப்பனை செய்து கொள்வது என ஒரு பெண்ணின் எல்லா சூழல்களையும் ஆண் வன்புணர்ச்சிக்கான வாய்ப்பாகவே கருதும் வகையிலேயே அவன் வளர்த்தெடுக்கப்படுகிறான்.

வன்புணர்ச்சி சார்ந்து இங்கே பல வகையான மூட நம்பிக்கைகள் நிலவுகின்றன. இச்சமூகம் ஆணுக்கான சாதகங்களை

எப்படியெல்லாம் உருவாக்கி வைத்திருக்கிறது என்பதற்கு இவையே சான்று: "ஒரு பெண்ணின் சம்மதமில்லாமல் அவளை வன்புணர முடியாது; தன் மீதான வன்புணர்ச்சியை ஒரு பெண் நினைத்தால் தடுத்துக் கொள்ள முடியும்; கோபப்படும், துணிவான அல்லது சுதந்திரமான பெண்களை வன்புணர்ச்சியால் தான் அடக்க முடியும்; வன்புணர்ச்சிக்குப் பின்னர் ஒரு பெண்ணின் ஆசை அடங்கிவிடுகிறது; பெரும்பாலான பெண்கள் தாம் வன்புணரப்பட வேண்டுமென ரகசியமாக விரும்புகின்றனர்; வன்புணர்ச்சியின் போது ஒரு பெண் கடைசி நிமிடம் வரை போராட வேண்டும், இல்லையெனில் அதை அவள் விரும்பியதாக ஆகும்; புணர்ச்சி இன்பத்திற்காகவே ஆண்கள் வன்புணர்ச்சியில் ஈடுபடுகின்றனர்; வன்புணர்ச்சிக்கு ஆளாக்கப்பட்டவர் குற்றவுணர்ச்சி கொள்ள வேண்டும்; தான் பழகிய அல்லது ஏற்கனவே உடலுறவு வைத்துக் கொண்ட ஒருவரால் பெண் வன்புணர்ச்சிக்கு ஆளாக்கப்பட்டால் அது தவறில்லை; கணவனின் கட்டாய உறவு வன்புணர்ச்சியல்ல; ஒரு பெண் வேண்டாம் என மறுப்பது 'வேண்டும்' என்றே பொருள்படும்; வன்புணர்ச்சி அந்நியர்களால் மட்டுமே நடக்கிறது. குடும்பத்தினர் அப்படியான செயல்களில் ஈடுபடுவதில்லை; வன்புணரப்பட்டது தெரிந்தால் பெண்ணின்/ குடும்ப கவுரவம் பாதிக்கப்படும்".

இப்படியாக, வன்புணர்ச்சியை முழுவதுமாக நியாயப்படுத்தும் ஒரு சமூக அமைப்பை நாம் கொண்டிருக்கிறோம். இந்த இந்து மத சாதிய சமூக அமைப்பை சரி செய்யாமல் குற்றவாளிகளை கல்லால் அடித்துக் கொன்றாலும், மாறுகால் மாறுகை வாங்கினாலும், என்கவுண்ட்டரில் கொன்றாலும் நம்மால் பாலியல் குற்றங்களைத் தடுக்கவே முடியாது. நிர்பயா, பிரியங்காவைப் போல யாரென்றே தெரியாதவர்களால் நிகழும் குற்றங்கள் மிகக் குறைவு. அதாவது 93% பாலியல் குற்றங்கள் குடும்ப உறுப்பினர், குடும்ப நண்பர்கள், முதலாளி, பக்கத்து வீட்டுக்காரர், பிரிந்து சென்ற கணவர் போன்ற தெரிந்தவர்களாலேயே நடக்கிறது. அவர்கள் எல்லோரையும் சுட்டுத் தள்ளிவிட முடியுமா?

குற்றவாளி என்பவன் நம்மில் ஒருவனாக, நம்மைப் போன்றவனாக இருக்கும் போது குறிப்பாக சொந்தக்காரனாகவும் சொந்த சாதிக்காரனாகவும் இருந்தால் நம்முடைய கோபம் மென்மையாகி விடுகிறது. குற்றவாளிகள் அந்நியர்களாகவும் எளியவர்களாகவும் இருந்து பாதிக்கப்படும் பெண் படித்தவராகவும் குறிப்பாக ஆதிக்க சாதியை சேர்ந்தவராகவும் இருக்கும் போதுதான் வன்புணர்ச்சி ஒரு கொடூரமான குற்றமாக

பொது புத்திக்கு எட்டுகிறது. இவ்வகையான குற்றங்கள் தான் பரபரப்பான செய்தியாகவும் மாறுகின்றன. மற்றபடி நாள்தோறும் நடக்கும் பாலியல் வன்கொடுமைகள் இங்கு யாருக்குமே ஒரு பொருட்டல்ல.

பெண்களுக்கெதிரான வன்முறைகளைத் தடுத்து நிறுத்த வேண்டுமெனில் ஆணே உயர்ந்தவன் என்ற கருத்தாக்கத்தை நாம் உடைத்தாக வேண்டும். பெண் கருக்கொலை தொடங்கி பாலியல் வன்கொடுமைகள் வரை பெண்களுக்கெதிரான அத்தனை வன்முறைகளையும் முடிவுக்குக் கொண்டு வர தண்டனைகள் உதவாது. ஆனால் அதை எப்படி சாத்தியப்படுத்துவது?

பெண்களுக்கு சுதந்திரத்தை கற்பித்த வீடுகள் ஆண்களுக்கு சமத்துவத்தை கற்பிக்கவில்லை என்பதே நம் தோல்வி. ஆண்களைப் பண்படுத்தும் வகையில் வீடுகளை நாம் தயார்படுத்தவில்லை. நமது சமத்துவ நடவடிக்கைகள் பெண்களோடும் தெருக்களோடும் நின்றுவிட்டன. உண்மையில் பண்படுத்தப்பட வேண்டியது ஆண்களும் ஆண் மய்ய குடும்பங்களும்! இங்கே சாமானியர்களுக்கென ஏதேனும் சமூக பங்களிப்பு இருக்குமெனில் அது நல்ல மனிதர்களை குடும்பங்கள் வழியாக உருவாக்கி நல்ல குடிமக்களாக சமூகத்திற்கு அளிப்பதே. ஆனால் கெடுவாய்ப்பாக ஆண் மகன் என்ற பெயரில் குற்றவாளிகளையே நமது வீடுகள் உற்பத்தி செய்கின்றன.

கருக் கொலை, பாலியல் சீண்டல், குடும்ப வன்முறை, வரதட்சணைக் கொடுமை, மனைவியை அடித்தல், ஏமாற்றுதல், பாலியல் வன்கொடுமை என பெரும்பாலான இந்திய ஆண்கள் பெண்ணுக்கெதிரான ஏதேனும் ஒரு குற்றத்திலாவது அங்கமாக இருக்கின்றனர் என நிச்சயமாக சொல்ல முடியும். ஆண்களை அப்படியானவர்களாக குடும்பங்களே தயார் செய்கின்றன. இங்கே இவ்வளவு வன்புணர்ச்சிகள் அரங்கேறுகின்றன. எந்த பெற்றோராவது தன் மகன்களிடம் அது குறித்து விவாதித்திருப்பார்களா? "அவ ஒழுக்கமா இருந்திருக்க மாட்டா. எதுக்கு அந்நேரத்துக்கு வெளில போகணும்?" என்று பாதிக்கப்பட்ட பெண்கள் மீது பழியைப் போட்டு பேசுகிறவர்களே இங்கே அதிகம். பாலியல் குற்றம் என்றதும் எல்லோரும் பாதிக்கப்பட்ட பெண்ணாகவே தன்னை கற்பனை செய்து கொள்கின்றனர். 'நம் வீட்டுப் பெண்ணுக்கு நேர்ந்துவிட்டால்...' என அச்சப்பட்டு கொடூர தண்டனைக்கு ஆதரவு தெரிவிக்கின்றனர். அதே நேரத்தில், 'நம் வீட்டுப் பையன் பாலியல் குற்றத்தில் ஈடுபட்டுவிட்டால்...' என்ற சிந்தனை

அவர்களுக்கு வருவதே இல்லை. கொல்லப்படுபவர்கள் நம் மகள்கள் எனில், கொலையைச் செய்பவர்கள் நம் மகன்களாகத் தானே இருக்க முடியும்?

பெண்கள் மீது நிகழ்த்தப்படும் சமூகப் பண்பாட்டு குற்றங்களை பெரும்பாலும் குடும்பங்களே நிகழ்த்துகின்றன என்பதை நாம் மறந்து விடக்கூடாது. ஆணாதிக்க குடும்ப அமைப்பில் பாலியல்(*Sexuality*), பாலினம்(*Gender*) பாலுறவு(*Sex*) குறித்த அறிவெல்லாம் குழந்தைகளுக்கு குறிப்பாக ஆண் குழந்தைகளுக்கு எப்படி கிடைக்கும்? வழிவழியாகக் கடத்தப்படும் மூடநம்பிக்கைகள் மற்றும் ஆபாசப்படங்கள் மூலம் தவறான பாலியல் அறிவே இச்சமூகத்தில் கரைபுரண்டு ஓடுகிறது. செல்போன், லேப்டாப், பைக், கார் என பிள்ளைகள் எது கேட்டாலும் வாங்கித் தரும் பெற்றோர் குழந்தைகள் குற்றவாளியாகவோ பாதிக்கப்பட்டவராகவோ ஆகிவிடாமல் தடுக்கும் பாலின மற்றும் பாலியல் அறிவை வளர்த்தெடுப்பது பற்றி எவ்விதக் கவலையும் கொள்வதில்லை.

இருபதாண்டுகளுக்கு முன்னர் பள்ளிப் பாடத்திட்டத்தில் பாலியல் கல்வியைச் சேர்க்க எடுக்கப்பட்ட தீவிரமான முன்னெடுப்புகளைத் தடுத்து நிறுத்தியதில் பெற்றோருக்கு பெரும் பங்கு உண்டு. "செக்ஸ் எப்படி வச்சுக்கணும்னு சொல்லித் தருவாங்களாம்" என்ற வதந்தியால் அந்த முயற்சியில் மண்ணைப் போட்டு மூடினார்கள். டேனியல் போன்றவர்களுக்கு பாலியல் அறிவு கிடைக்குமானால் கலவிக்கும் வன்புணர்ச்சிக்குமான வேறுபாடு புரிந்திருக்கும் என நிச்சயமாகச் சொல்லலாம். உண்மையில், தம் பிள்ளைகளின் பாதுகாப்பிலும் வன்முறையற்ற எதிர்காலத் தலைமுறையிலும் அக்கறை கொண்ட பெற்றோர் பாலியல் கல்வியைப் போராடி பாடத் திட்டத்தில் சேர்த்திருக்க வேண்டும். பாலியல் கல்வி என்ற வார்த்தையில் பிரச்னை என்றால் வாழ்க்கைக் கல்வி என மாற்றிக் கொள்ளலாம். பாலியல் அறிவு, உடல் பற்றின புரிதல், பாலினச் சமத்துவம், பாலுணர்வைக் கையாளுதல், ஆரோக்கியமானப் பாலுறவு என உண்மையாகவே குழந்தைகளுக்கு இதுவொரு வாழ்க்கைக் கல்விதான். இந்திய பெற்றோரால் இந்த கருத்துகளை குழந்தைகளிடம் பேச முடியாது. காரணம் பண்பாடு. அதனால் உண்டான மனத்தடை, அறியாமை மற்றும் போதாமை. ஆக, பள்ளிகளைத் தவிர நமக்கு வேறு களம் இல்லை. மனிதரைப் பண்படுத்தும் சரியான பருவமும் அதுவே. பள்ளியில் கல்வியாக கற்கும் போது குழந்தையின் சிந்தனையை மட்டுமல்ல; வீடுகளையும் அதன் வழியே சமூகத்தையும்

அது பண்படுத்தும். பாலியல் கல்வியை அர்ப்பணிப்போடு செயல்படுத்திய பல நாடுகளில் அது நல்ல பலன்களை அளித்திருக்கிறது என்பதே இதற்கான ஆதாரம்.

பண்பாட்டுக் குற்றமாக வேரூன்றியிருக்கும் பாலியல் தாக்குதல்களையும் பெண்களுக்கு எதிரான வன்முறைகளையும் தடுத்து நிறுத்த வேண்டுமானால் - தொலைநோக்குப் பார்வையோடு - நாம் செயல்திட்டங்களை வகுக்க வேண்டும். அதில் முக்கியமானது, இனியும் தாமதப்படுத்தாமல் பாலியல் கல்வியை பாடத் திட்டத்தில் கட்டாயமாக்குவது. தெருவில் கிடக்கும் சமத்துவக் கருத்தியலை வீடுகளுக்குள் சேர்க்க அதுவொன்றுதான் வழி. பாலினச் சமத்துவம் பற்றி கற்றறிந்தத் தலைமுறையை உருவாக்கும் போது நாம் விரும்பும் பண்பாட்டு மாற்றம் பின்னர், தானே நடந்தேறும். ●

12.12.2019
தமிழ்: இந்து தமிழ் திசை
ஆங்கிலம்: butitis.com

குடிசைகளோடு பறிக்கப்பட்ட வாழ்வும் கனவும்

> நகரத்தை உழைக்கும் வர்க்கத்தினர் சார்ந்திருப்பது போலவே நகரமும் அவர்களை சார்ந்திருக்கிறது. உடலுழைப்பு சார்ந்த அத்தனை வேலைகளுக்கும் அடித்தட்டு மக்கள் இச்சமூகத்திற்கு தேவை. சமூகக் கலப்பில் இருந்து ஒரு வர்க்கத்தையே அப்புறப்படுத்துதல் என்பது சமூகச் சமநிலையில் கடுமையான பாதிப்பை ஏற்படுத்திவிடும்

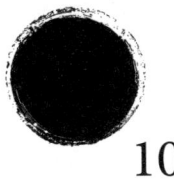

10

வானம் எங்கேயும் இருக்கிறது. ஆனால், சில இடங்களில் எதுவுமற்ற வாழ்வின் வெறுமையை உணர்த்தும் வகையில் அது நிராதரவாய் விரிந்திருக்கிறது. சென்னையின் சேரிகளில் ஒன்றான பெரும்பாக்கத்தில் சாரை சாரையாக உயர்ந்து நிற்கும் செங்குத்தான குடியிருப்புகளைத் தவிர குறிப்பிடும்படியாக ஏதேனும் ஒன்றைச் சொல்ல வேண்டுமெனில் அது தட்டையான உணர்வற்ற அந்த வானம்தான். இரண்டாம் உலகப் போரின் போது ஜெர்மனியில் யூதர்களை அடைத்து வைக்கப் பயன்படுத்தப்பட்ட சிறைக் கொட்டடிகளை அக்குடியிருப்புகள் நினைவுபடுத்துகின்றன. அதிகாரிகளைப் போன்றோ, சமூக சேவகர்களைப் போன்றோ, நிருபர்களைப் போலவோ யாரேனும் அங்கே போனால் அத்தனை பெண்களும் ஓடி வந்து மொய்த்துக் கொள்கிறார்கள். தம் பாடுகளை யாரிடமாவது முறையிட்டாக வேண்டும் அவர்களுக்கு. "தண்ணி வரல சார், ரேஷன் கார்டு கிடைக்கல மேடம், புள்ளங்க படிக்க ஸ்கூல் இல்ல, ஒரு அவசரம்னா போக ஆஸ்பத்திரி இல்ல, விதவை பென்ஷன் கிடைக்க ஏதாவது ஏற்பாடு பண்ணுங்க" என கோரிக்கைகளை பெருமழையைப் போல கொட்டித் தீர்க்கின்றனர்.

அமிர்தம் ஏழு மாதங்களுக்கு முன் கிரீம்ஸ் சாலையில் உள்ள மக்கீஸ் கார்டன் பகுதியிலிருந்து பெரும்பாக்கத்திற்கு குடும்பத்தோடும் தன் சக குடிசைவாசிகளோடும் இக்குடியிருப்பிற்கு இழுத்து வரப்பட்டார். இந்த சொற்ப மாதங்களில் அவர் ஒரு கடன்காரராக அவதிப்படுகிறார். காரணம் கணவர் மற்றும் அவருடைய வேலை இழப்பு.

“என் கணவர் அமல்ராஜ் ஒரு பட்டறையில வெல்டிங் வேலை பார்த்திட்டிருந்தார். ஒரு நாளைக்கு 400 ரூபாய் கூலி. நானும் ஒரு கம்பெனியில ஹவுஸ் கீப்பிங் வேலை பார்த்தேன். 6500 ரூபாய் சம்பளம். ரெண்டு பேருமா சம்பாதிச்சு வாழ்க்கையை ஒரு பைசா கடன் இல்லாம கொண்டு போனோம். ஆனா இப்போ தண்டல்காரங்ககிட்ட எங்களோட நிம்மதியை மொத்தமா அடமானம் வச்சாச்சு. வாழ்றதுக்கு வழியே இல்லாம பண்ணிட்டாங்க. சிமெண்ட்டு வீடுங்கறதுக்கு பாலைவனத்துக்கு கூடி போக முடியுமா?” என்கிறார் ஆதங்கத்தோடு.

அமிர்தத்தின் குரல் தனித்ததல்ல. அதுவொரு வஞ்சிக்கப்பட்ட அடித்தட்டுச் சமூகத்தின் கூட்டுக் குரல். கண்ணகி நகர், செம்மஞ்சேரிக்கு அடுத்தபடியாக சென்னையின் குடிசைப் பகுதியினர் பெருமளவில் குடியமர்த்தப்பட்டிருக்கும் பெரும்பாக்கம் சென்னையின் மய்யப் பகுதியிலிருந்து சுமார் 40 கி.மீ தொலைவில் இருக்கிறது. அமிர்தத்தைப் போல அப்பகுதியில் சுமார் 40 ஆண்டு காலமாக வசித்து வந்த சுமார் 200 குடும்பங்கள் கடந்த ஆண்டு நவம்பர் மாதம் பெரும்பாக்கக் குடியிருப்புகளுக்கு மாற்றப்பட்டனர். 2015 ஆண்டு டிசம்பர் மாதம் ஏற்பட்ட அடைமழையில் அடையாறு ஆறு பெருக்கெடுத்து ஓடி வெள்ளத்தால் நகரை மூழ்கடித்தது. அடையாற்றின் கரையோரம் வாழ்ந்த குடிசைப் பகுதி மக்கள் கடுமையான பாதிப்பிற்கு உள்ளானார்கள். சென்னையின் வளர்ச்சித் திட்டங்களுக்காக இம்மக்களை ஏற்கனவே அவர்களின் வாழ்விடங்களில் இருந்து அப்புறப்படுத்த வேண்டுமென்ற பழைய ‘கடமை’ அரசிற்கு மிச்சமிருந்த நிலையில், வெள்ளம் ஒரு வலுவான காரணத்தை ஏற்படுத்திக் கொடுத்தது. அடையாறு ஆற்றங்கரையில் வசிக்கும் மக்களுக்காகவே பெரும்பாக்கம் குடியிருப்புகள் ஒதுக்கப்பட்டன. சுமார் 10 ஆயிரம் குடும்பங்களில் 3,464 பேர் 2016 ஆம் ஆண்டிலும் 2519 குடும்பங்கள் 2017 ஆம் ஆண்டிலும் இடப்பெயர்ச்சிக்கு ஆளாக்கப்பட்டனர். இவர்களில் அத்தனை பேருமே வலுக்கட்டாயமாகவே அப்புறப்படுத்தப்பட்டுள்ளனர்.

வாழ்விடத்தை விட்டுப் போதல் வலி மிகுந்தது என்பதற்கு ஆயிரம் காரணங்கள் இருக்கும். அந்த நிலப்பரப்பு, சொந்த பந்தம், சூழலோடு வளர்ந்த அணுக்கம், சமூக உறவு, குழந்தைப் பருவ நினைவுகள் என இழப்பின் பட்டியல் நீண்டு கொண்டே போகும். அதிலும் சென்று சேர்கிற இடம் மிகக் கொடூரமானதாக அமைந்துவிட்டால் அந்த துக்கம் ஆற்ற முடியாததாக மாறிவிடும். பெரும்பாக்கத்திற்கு இடம் பெயர்ந்த பெண்களின் பெருந்துயரம் வேலை இழப்பு. “எங்களுக்கு நிலம் இல்ல, சேமிப்பு இல்ல, பூர்வீக

சொத்துகள் இல்ல, சமூகத்தோட/அரசாங்கத்தோட ஆதரவு இல்ல. உழைச்சா முன்னேற முடியுங்கற நம்பிக்கை மட்டும் தான் எங்களை வாழ வைக்குது. ஆனா உழைப்பதற்கான வாய்ப்பையும் பறிச்சு எங்களுக்கு இருந்த கடைசி ஆதாரத்தையும் அழிச்சுருச்சு அரசாங்கம்" என்கிறார் அனிதா.

ஒடுக்கப்பட்ட நகர்ப்புற சமூகங்களுக்கான தகவல் மற்றும் ஆதார மய்யத்தின் அறிக்கையின்படி, இடப்பெயர்ச்சியால் உடனடியாக 15% ஆண்களும் 19% பெண்களும் வேலையை இழந்தனர். படிப்படியாக பல பேர். இங்கே வருவதற்கு முன்னர் ஏறக்குறைய எல்லோருமே வீட்டு வேலை, ஹவுஸ் கீப்பிங், சமையல் வேலை, விற்பன்னர் போன்ற வேலைகளை செய்து வந்துள்ளனர். குடும்பத்தையும் பராமரித்து, சில கிலோ மீட்டர் தொலைவில் உள்ள பணியிடத்திற்கும் அவர்களால் சென்று வருமானம் ஈட்ட முடிந்தது. குடும்பத் தலைவர்களின் வருமானத்தோடு அல்லது வருமானம் இல்லாமலே கூட பெண்களால் வாழ்க்கையை ஓட்ட முடிந்தது. ஆனால் இப்போது எல்லா பெண்களுமே வீடுகளுக்குள் முடங்கிக் கிடக்கின்றனர்.

"நீங்க முதல்ல ஆம்பளங்க கதையை கேட்கணும். அப்போதான் உங்களுக்கு பொம்பளங்க நிலைமை புரியும்" என்கிறார் 55 வயது செல்வி. "என் வீட்டுக்காரர் பாணபாஸ் அங்கதான் வீட்டுப் பக்கத்துலயே ஒரு கம்பெனில செண்டிரிங் வேலை பார்த்தார். காலையில ஒன்பது மணிக்கு கிளம்பினா போதும். சாயந்திரம் அஞ்சாறு மணிக்குத் திரும்பிடுவார். ஒரு நாள் கூலியான அய்நூறு ரூபாயை அப்படியே வீட்டுக்கு கொடுத்துருவார். எனக்கு ஒரு பையன், பொண்ணு. ரெண்டு பேரையும் படிக்க வச்சு, கட்டிக் கொடுத்ததெல்லாம் அந்தப் பணத்தை வச்சுதான். ஆனா, இப்போ அந்த அய்நூறு ரூபாயில 150 ரூபா பஸ் சார்ஜுக்குப் போயிருது. அது மட்டுமில்ல காலையில 4 மணிக்கு எழுந்திருக்கணும். 3 பஸ் மாறி மூணு மணி நேரம் பயணிச்சு கம்பெனிக்கு போறார். ராத்திரி வீடு திரும்ப 9-10 ஆயிருது. மறுபடியும் 4 மணிக்கு எழுந்திருச்சு ஓடணும். ஓய்வு, தூக்கமில்லாம அவர் உடம்பு கெட்டுப் போச்சு. ஒரு ஆம்பளைக்கே இவ்ளோ கஷ்டம்னா, பொம்பளங்க நெலமைய யோசிச்சுக்கங்க. நாங்க இருட்டுல போய் இருட்டுல திரும்பி வர்றதுக்கு இங்க என்ன பாதுகாப்பு இருக்கு? அதனாலேயே நாங்க வேலைக்குப் போறத நிறுத்திட்டோம்" என்கிறார். செல்வி அங்கேயே ஒரு வீட்டில் பணிப்பெண்ணாக வேலை செய்தார். மூன்று மணி நேர வேலைக்கு மூவாயிரம் சம்பாதித்தார். இப்போது மூன்று மணி நேர வேலைக்கும் மூவாயிரம் ரூபாய் சம்பாத்தியத்திற்கும் 30 கி.மீ. தினமும் அல்லாட

அவருக்குத் தெம்பில்லை. இந்த இடப் பெயர்வு அவரை வீட்டில் முடங்க வைத்துவிட்டது.

மக்கள் புழக்கம் அதிகம் உள்ள நகரின் மய்யப்பகுதி என்பதால் சாக்கடையோரம் கொசுக்கடியில் வசித்தாலும் குடிசை மக்களுக்கு வாழ்வு அவ்வளவு கொடியதாக இல்லை. கைக்கெட்டும் தூரத்தில் அல்லது நடந்து கடக்கும் தொலைவில் எல்லாம் கிடைத்தது. மக்கீஸ் கார்டனை சுற்றி ராயப்பேட்டை அரசு மருத்துவமனை, எழும்பூர் குழந்தைகள் மருத்துவமனை, அரசு பள்ளியோடு, ஏழை குழந்தைகளுக்கான பிரதிநிதித்துவத்தை அளிக்கும் சர்ச் பார்க் போன்ற தனியார் பள்ளிகள், வேலை வாய்ப்பிற்கு கடைகள், வீடுகள் என சமூகப் புழக்கம் அவர்களது வறுமையை மறக்க வைத்தது. அதிலும் இந்தப் பெண்கள் அத்தனை துடிப்புடனும் முன்னேறும் ஆர்வத்துடனும் இருக்கிறார்கள். தாம் பட்ட துன்பத்தை தங்களது குழந்தைகள் அனுபவிக்கக் கூடாது என்பதில் உறுதி காட்டுகின்றனர். 27 வயதாகும் அனிதாவின் பெண் குழந்தை அண்ணா சாலையில் உள்ள சர்ச் பார்க் கான்வெண்ட்டில் படித்து வந்த நிலையில் அவரது குடும்பம் அப்பகுதியிலிருந்து அப்புறப்படுத்தப்பட்டது.

“என் குழந்தையை இங்கிலீஷ் மீடியம்ல படிக்க வைக்கணும்னு ஆசைப்பட்டுதான் சர்ச் பார்க்ல சேர்த்தோம். இங்க தனியார் பள்ளியில சேர்க்குறதுக்கு 18 ஆயிரம் பீஸ் கேக்குறாங்க. அவ்ளோ பணத்துக்கு நாங்க எங்க போறது? அதனால திரும்பவும் சர்ச் பார்க்குக்கே அனுப்புறேன். 10 வயது குழந்தை ரெண்டரை மணி நேரம் தூங்கிக்கிட்டே போய் தூக்கத்துலயே திரும்பி வருது. பல நாட்கள் பஸ்ஸூம் கிடைக்கறதில்ல. ஆயிரக்கணக்கான மக்களை ஒரு இடத்துல குடி வைக்கணும்னு நினைக்கிற அரசாங்கம் அங்க ஸ்கூல், மருத்துவமனை, ரேஷன் கடை வசதிலாம் செஞ்சு கொடுக்கணுமா இல்லையா? சும்மா அடுக்கடுக்கா வீட்டைக் கட்டி வச்சு கொண்டு வந்து அடைச்சிட்டாங்க” என்று கோபப்படுகிறார்.

அனிதாவின் குற்றச்சாட்டு உண்மையானது. அங்கே அவர் குறிப்பிடும் அடிப்படை வசதிகள் எதுவுமில்லை. நிறைய குடும்பங்களுக்கு ரேஷன் அட்டை கிடைக்கவில்லை. கணவரை இழந்த பெண்களுக்கு உதவித் தொகை, முதியோர் ஓய்வூதியம் கிடைக்காமல் தனித்து வாழும் பெண்கள் உணவிற்கே வழியில்லாத நிலைக்குத் தள்ளப்பட்டுள்ளனர். தண்டல்காரர்களிடம் கடன் வாங்கியும் தங்களது ஒரே சேமிப்பான நகைகளை விற்றும்தான் பல குடும்பங்கள் பிழைக்கின்றன. இங்கே பிழைக்க வழியில்லாததால்

தமது கணவன்மார்களை வெளி மாநிலங்களுக்கு வேலைக்கு அனுப்பி வைக்கும் நிலையும் ஏற்பட்டிருக்கிறது.

எட்டு லட்சம் கடன் வைத்திருக்கும் புஷ்பா தன் கணவரை ஒரு மாத காலத்திற்கு முன்பு தான் ஆந்திராவிற்கு வேலைக்கு அனுப்பினார். அங்கே அவர் ஓவர் டைம் பார்த்து எப்படியாவது கடனிலிருந்து குடும்பத்தை விடுவித்தாக வேண்டும். மாதம் பத்தாயிரம் சம்பாதித்துக் கொண்டிருந்த நிலையில், புஷ்பா வெறுங்கையோடு இங்கே அனுப்பி வைக்கப்பட்டார். நிலைகுலைந்த சூழலில் தட்டுத் தடுமாறி இப்போதுதான் தெருவோரம் ஒரு காய்கறி கடையை போட்டிருக்கிறார். "இதிலிருந்து வரும் சிறிதளவு வருமானத்தில் நான் வாயை கட்டி குடும்பத்தை நடத்திவிடுவேன். என் கணவரின் சம்பாத்தியத்தில் தான் கடனிலிருந்து விடுபட வேண்டும்" என்கிறார்.

நகரத்தை உழைக்கும் வர்க்கத்தினர் சார்ந்திருப்பது போலவே நகரமும் அவர்களை சார்ந்திருக்கிறது. பெயிண்டிங், கார்ப்பெண்டிங், துப்புரவு, சமையல், சுமைதூக்குதல், ஆட்டோ ஓட்டுதல், வீட்டு வேலைகள், கட்டட வேலை என உடலுழைப்பு சார்ந்த அத்தனை வேலைகளுக்கும் அடித்தட்டு மக்கள் இச்சமூகத்திற்கு தேவை. பல்வேறு சுரண்டல்களுக்கு நடுவே சொற்ப கூலிக்கு இவர்களால் மட்டுமே இவ்வளவு கடினமாக உழைக்க முடியும். சமூகக் கலப்பில் இருந்து ஒரு வர்க்கத்தையே அப்புறப்படுத்துதல் என்பது சமூகச் சமநிலையில் கடுமையான பாதிப்பை ஏற்படுத்திவிடும். இடப்பெயர்வினால் குடிசை பகுதி மக்களின் வாழ்க்கை அடி ஆழத்திற்குத் தள்ளப்பட்டிருக்கிறது.

"இந்த கட்டடத்துல இருக்குறதுக்கு மூச்சு முட்டுது" என்கிறார் மேரி. "இங்கயிருந்து எங்கயும் நகர முடியல. கை கால் நல்லாயிருக்கு. ஆனா வேலைக்குப் போக முடியல. இந்த பில்டிங்கையே சுத்தி சுத்தி வர்றேன். என் வீட்டுக்காரர் இறந்தப்புறம் கூட நான் இவ்ளோ கஷ்டப்படல. வீட்டு வேலை செஞ்சே என் பிள்ளைகள வளர்த்துட்டேன். வீட்டு வேலையே கஷ்டம் நிறைஞ்சதுதான். வேலைக்காரினு எளக்காரமா பார்ப்பாங்க. உழைப்புக்கு தக்க கூலி தர மாட்டாங்க. ஆனா அங்க இருந்தப்போ என்ன நல்ல விஷயம்னா, ஒரு வீட்டுல நமக்கு ஏதோ ஒத்து வரலன்னா அங்கயிருந்து நின்னுடலாம். அடுத்த நாளே வேற வீட்டுல வேலை கிடைக்கும். ஏன்னா சிட்டியோட மய்யப் பகுதியில பெரிய பணக்காரங்க தான் குடித்தனம் இருக்காங்க. அதனால வீட்டு வேலைக்கு டிமாண்ட் அதிகம். ஏதாவது பிரச்னைன்னா கூட தைரியமா வேலையை விடலாம். சில வீடுகள்ல நாங்களும் குடும்பத்துல ஒருத்தரா கலந்துருவோம்.

இப்படி ஒண்ணா மண்ணா கலந்து நாற்பது வருஷம் வாழ்ந்த இடத்துல இருந்து பிச்சுக் கொண்டாந்துட்டாங்க. தயவு செஞ்சு எங்களை மறுபடியும் எங்க இடத்துக்கே அனுப்பிடுங்க" என கண் கலங்குகிறார்.

நகர்ப்புற ஏழைகள் என வகைப்படுத்துதலின் கீழ் வரும் இந்தப் பெண்கள், சுமார் அரை நூற்றாண்டு காலத்திற்கு முன்னர் பிழைப்புத் தேடி சென்னை வந்த தலைமுறையின் தொடர்ச்சி. இவ்வாறாக வந்தவர்கள் பெரும்பாலும் சொந்த நிலமில்லாத, விவசாயக் கூலி வேலை மற்றும் பிற அடிமை வேலைகளை செய்த தாழ்த்தப்பட்ட சமூகத்தைச் சேர்ந்தவர்கள். வறுமை மற்றும் சாதிய ஒடுக்குமுறையின் கொடூரத்தைத் தாங்க முடியாமல் தப்பி வந்து சென்னையின் ஒதுக்குப்புறமானப் பகுதிகளில் தமக்கான வாழ்விடத்தை அமைத்துக் கொண்டனர். சென்னையின் வளர்ச்சிக்கு கடுமையான உடலுழைப்பைக் கொடுக்கும் இவர்களுக்கு சட்ட ரீதியான பாதுகாப்பை வழங்கவும் வாழ்விடத்தோடு அடிப்படை வசதிகள் மற்றும் உரிமைகளை உறுதி செய்து கொடுக்கவும் 1967 ஆம் ஆண்டு குடிசை மாற்று வாரியம் அமைக்கப்பட்டு பல நல்ல செயல்திட்டங்கள் வகுக்கப்பட்டன.

குடியிருக்கும் இடங்களிலேயே அவர்களுக்கு சிமெண்ட் வீடுகள் கட்டிக் கொடுப்பதோடு அதை அவர்களுக்கு சொந்தமாக்கியும் தர இச்சட்டம் வகை செய்தது. ஆனால் அடுத்தடுத்து நடைமுறைக்கு வந்த தேசிய மற்றும் சர்வதேச நகர்ப்புற வளர்ச்சித் திட்டங்கள், நகரின் அழகையும் ஆரோக்கியத்தையும் சூழலையும் கெடுப்பவர்களாக இம்மக்களை அடையாளப்படுத்தத் தொடங்கின. கூவம் மீட்புத் திட்டம், அடையாறு அகலப்படுத்தும் திட்டம், மெட்ரோ ரயில், எக்ஸ்பிரஸ் ஹைவே என பல வளர்ச்சித் திட்டங்களுக்காக ஒட்டுமொத்த குடிசைப் பகுதி மக்களை காவு கொடுக்க அரசு துணிந்தது. 1990 கள் தொடங்கி இன்று வரையில் அந்த வேட்டை முடியவில்லை.

நகருக்கு வெளியே பல கிலோ மீட்டர் தொலைவில் நவீன சேரிகளை உருவாக்கி அரசே நவீன தீண்டாமையை கடைபிடிப்பதாகக் குற்றம் சாட்டுகிறார் தோழமை அமைப்பைச் சேர்ந்த தேவநேயன்.

"எந்தவொரு சமூகக் கொடுமையிலும் ஆண்களை ஒப்பிடும்போது பெண்கள் எதிர்கொள்ளும் கொடுமை பன்மடங்கு அதிகமானது. போர்ச்சூழலில் கூட தாக்குதல் துன்புறுத்தல் போன்றவற்றோடு பாலியல் கொடுமைகளை பெண்கள் அனுபவிப்பதைப்

பார்க்கிறோம். அதே போலத் தான் இந்த கட்டாய இடப்பெயர்விலும் பெண்கள் கடுமையாக பாதிக்கப்பட்டுள்ளனர். ஒடுக்கப்பட்ட சமூகத்தைச் சேர்ந்த பெண்களுக்கு வீட்டுப் பராமரிப்பு, குழந்தை வளர்ப்பு இவற்றோடு பணமீட்ட வேண்டியதும் கட்டாயம். 50% பொருளாதாரச் சுமையை அவர்கள் தாங்குகின்றனர். கணவனுக்கு உடல் நிலை சரியில்லை என்றாலோ, குடிக்கு அடிமையானலோ குழந்தைகளை வளர்க்க வேண்டிய முழுப் பொறுப்பும் அவர்கள் தலையில் விழுகிறது. கூலி வேலை தான் என்றாலும் அவ்வேலை கிடைப்பதற்கான சூழல் தான் அவர்களுக்கான வாழ்வாதாரம் என்ற நிலையில் குடிசைப் பெண்களுக்கு அவர்களின் வாழ்வுரிமை முற்றிலுமாக இந்த இடப்பெயர்வில் நசுக்கப்பட்டுவிட்டது" என்கிறார் அவர்.

பெண் பிள்ளைகளை வெகு தொலைவிற்கு படிக்க அனுப்ப முடியாததால் பருவமெய்திய கையோடு மணம் முடித்து வைக்கின்றனர். குழந்தைத் திருமணங்கள் அதிகளவில் இப்பகுதிகளில் நடப்பது அரசிற்கும் நன்கு தெரியும். "சுற்றிலும் ஆள் நடமாட்டம் இல்லாத பொட்டல் காடு. ஒரு காவல் நிலையத்தையும் டாஸ்மாக் கடையையும் அரசு கருணையோடு திறந்து வைத்து மக்களுக்கு சேவை செய்கிறது. கஞ்சா விற்பவர்கள் தொடங்கி கூலிப்படையினர் வரை பலரும் இங்கே கலந்துள்ளனர். இதனால் தம் பெண் பிள்ளைகளுக்கு பாதுகாப்பு இல்லை என மக்கள் கருதுகின்றனர். சில தன்னார்வ அமைப்புகள் செய்த ஆய்வில் சிறுமிகள் கூட பாலியல் கொடுமைகளுக்கு ஆளாக்கப்படுவது கண்டறியப்பட்டுள்ளது. இப்படியொரு சூழலில் மக்களுக்கு வேறு வழியில்லை. பெண் குழந்தைகளுக்கு திருமணம் தீர்வாக்கப்படுகிறது. ஆண் பிள்ளைகள் இடை நிற்றல் பிரச்சனையால் தீயப் பழக்கங்களுக்கு ஆளாகின்றனர்" என்கிறார் குடிசைப் பகுதி மக்களின் உரிமைகளுக்காகப் போராடும் இசையரசு.

நசுக்கப்பட்ட தம் வாழ்வை விடவும் அழித்தொழிக்கப்பட்ட தம் பிள்ளைகளின் எதிர்காலம் தான் இப்பெண்களை மிகையாய் வதைக்கிறது. அந்த வேதனை இல்லாத கண்களை நகரின் நவீனச் சேரிகளில் பார்க்கவே முடியவில்லை. ●

26.08.2018
த நியூஸ் மினிட்
(thenewsminute.com)

துப்புரவுத் தொழிலை எப்போது ஒரு துறையாக அணுகப் போகிறோம்?

> "
> மனிதக் கழிவை மனிதரகற்றும் இழிவு குற்றமாக்கப்பட்டு கால் நூற்றாண்டாகிவிட்டது. துப்புரவுப் பணியாளர்கள் நாள்தோறும் அந்தக் குற்றத்திற்கு பலியாகிறார்கள் என்றாலும் இதுவரை குற்றமிழைத்த ஒரே ஒருவர் கூட இச்சட்டத்தின் கீழ் தண்டிக்கப்படவில்லை
> "

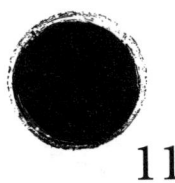

11

முந்தைய தலைமுறையில் ஒரு சிலருக்கானதாக மட்டுமிருந்த தொழில்நுட்பம் இன்று ஏழை பணக்காரர், படித்தவர் படிக்காதவர் பாகுபாடின்றி எல்லோருக்குமானதாக ஜனநாயகமானதில் இந்திய அறிவியல் மற்றும் தொழில்நுட்பத்தின் பாய்ச்சலை நாம் புரிந்து கொள்ளலாம். நவீன இந்தியாவின் பொருளாதார வளர்ச்சியானது அறிவியல் தொழில்நுட்பத்தை மய்யப்படுத்தியதாகவே திட்டமிடப்படுகிறது. உலகளவிலான தொழில்நுட்பப் பரிவர்த்தனைகளுக்கான முதலீட்டு இலக்குகளில் இந்தியா மூன்றாவது இடத்தில் இருப்பது இந்தியர்களுக்கு பெருமை. அறிவியல் ஆராய்ச்சியில் கொடிகட்டிப் பறக்கும் வளர்ந்த நாடுகளின் பட்டியலில் விண்வெளி ஆராய்ச்சியில் இந்தியா முதல் அய்ந்து இடங்களுக்குள் வந்திருக்கிறது.

கடந்த பத்தாண்டுகளில் சந்திரயான் தொடங்கி விக்ரம் லேண்டர் வரை பல வகையான ஏவுகணைகளை ஏவியுள்ள இந்தியா 'சார்க்' (தெற்காசிய நாடுகளின் பிராந்தியக் கூட்டமைப்பு-SAARC) நாடுகள் தங்கள் சாட்டிலைட்டுகளை ஏவுவதற்கான விண்வெளி வசதிகளை வழங்குவதில் முக்கியப் பங்காற்றுகிறது. தொழில் துறையிலும் தொழில்நுட்ப வளர்ச்சியிலும் தான் ஒரு வல்லரசாக மாற கடுமையாக முயலும் இந்நாடு அணுசக்தித் துறையை வளர்த்தெடுக்கப் போராடுகிறது. இன்னொரு பக்கம் தொழில்நுட்பம் சார்ந்த பசுமைப் புரட்சியை நிகழ்த்தி விவசாயத்திலும் எழுச்சி பெறுவோம் என கைகளை முறுக்குகிறது. விண்வெளிக்கு மனிதர்களை அனுப்பும் திட்டத்தை 2022 இல் செயல்படுத்த இஸ்ரோ திட்டமிட்டுள்ளது. இந்திய மருந்தியல்

துறையில் 'நானோ' தொழில்நுட்பம் புதிய வளர்ச்சியைக் காணவிருக்கிறது. இதெல்லாம் ஒளிரும் இந்தியா, ஈடற்ற இந்தியாவின் ஒரு பக்கம். ஒளி மிகுந்த இந்த ஒரு பக்கத்தை பெரிதுபடுத்திக் காட்டுவதால் இருள் கவிந்த அதன் இன்னொரு பக்கம் திட்டமிட்டு மறைக்கப்படுகிறது.

எல்லாமே எந்திரமயமாகிப் போன சமூகத்தில் எது இன்றியமையாதத் தேவையோ அதற்கு நாம் இன்னும் எந்திரங்களைக் கண்டுபிடிக்கவில்லை. எந்த துறையை முழுமையாக நவீனப்படுத்த வேண்டுமோ அதை இன்னும் மனிதக் கைகளால் செய்து முடிக்க வேண்டிய இழிவாகவே நாம் வைத்திருக்கிறோம். சுமார் 50 லட்சம் பணியாளர்களைக் கொண்டு இயங்கும் துப்புரவுத் தொழில் இன்னும் ஆதிகால நடைமுறைப்படியே இயங்குகிறது. கண்ணியமான, கவுரமான, பாதுகாப்பான பல துறைகளை வெகு முன்னரே நாம் நவீனப்படுத்திவிட்டோம். 1990களில் விவசாயத்துறையில் எந்திரங்கள் பயன்பாட்டுக்கு வந்த போது அது தொழிலாளர்களின் வேலைவாய்ப்பை அழிப்பதாகப் பெரும் போராட்டங்கள் நடத்தப்பட்டன. அவற்றைப் புறந்தள்ளி விதையை உற்பத்தி செய்வது, விதைப்பது தொடங்கி அறுவடை வரை அனைத்திற்கும் எந்திரங்களை இறக்கி எந்திரங்களின்றி விவசாயம் சாத்தியமில்லை என்ற நிலை உருவாக்கப்பட்டுவிட்டது. ஆனால், கழிவுகள், சாக்கடை, மலம், குப்பை, செத்த விலங்குகள் என புழங்கும் துப்புரவுப் பணியாளர்களை எவ்வித பாதுகாப்பு உபகரணங்களுமின்றி தமது கைகளாலேயே அப்புறப்படுத்த அறிவியல் இந்தியா கட்டாயப்படுத்துகிறது.

2011 ஆம் ஆண்டிற்கான ஆய்வின்படி சுமார் எட்டு லட்சம் பேர் மனிதக் கழிவகற்றும் பணியில் ஈடுபடுத்தப்படுவது கண்டறியப்பட்டுள்ளது. நிலவுக்கும் செவ்வாய்க்கும் பல கோடி ரூபாய் செலவில் ராக்கெட் அனுப்பும் இந்தியா, மனிதக் கழிவுகளை அப்புறப்படுத்த தனது குடிமக்களுக்கு அளித்த மிகப்பெரிய உபகரணங்கள் என்ன தெரியுமா? தகரத் தட்டி, அலுமினியக் கூடை மற்றும் துடைப்பம். 'உயிர் காக்கும் இந்தக் கருவிகளை வைத்துக் கொண்டுதான் நமது துப்புரவுப் பணியாளர்கள் திறந்தவெளி கழிப்பிடங்கள், உலர் கழிப்பிடங்கள், ரயில்வே தண்டவாளங்கள், பொதுக் கழிப்பிடங்கள், சாக்கடைகள், மலக்குழிகள், குப்பை மேடுகள் என இந்நாட்டின் ஒட்டுமொத்தக் கழிவுகளையும் சுத்தப்படுத்துகின்றனர். மலக்கழிவுத் தொட்டிக்குள் வெற்றுடம்புடன் மனிதர்கள் இறக்கிவிடப்பட்டு கொல்லப்படும் கொடுமை ஆண்டுதோறும் அதிகரித்து வருகிறது. "எரிவாயு

அறைகளுக்குள் மனிதர்களை அனுப்பும் வழக்கம் எந்த நாட்டிலுமே இல்லை” என அண்மையில் உச்ச நீதிமன்றம் கூட இது குறித்து வருத்தம் தெரிவித்தது.

மனிதர்களை மலக்குழிகளுக்குள் இறக்கி விட்டு, வெறும் கைகளாலேயே சுத்தம் செய்ய நிர்பந்திக்கும் அதே அரசு நோய்களிலிருந்து விடுபட கைகளை ஏழடுக்கு முறையில் சுத்தம் செய்யும் விழிப்புணர்வுப் பிரச்சாரத்தை பொதுச் சமூகத்திற்கு நடத்துவது வேதனையானது. துப்புரவுப் பணியாளர்கள் இந்நாட்டின் குடிமக்கள் இல்லையா? அவர்களுடைய உயிருக்கு மதிப்பில்லையா? பாதுகாப்பற்ற முறையில் கழிவுகளோடும் நச்சுவாயுக்களோடும் புழங்குவதால் துப்புரவுப் பணியாளர்கள் ரத்தசோகை, ஒவ்வாமை, மூச்சுப் பிரச்னை, காசநோய், நிமோனியா, கண் நோய் போன்ற பல வகையான நோய்களுக்கு ஆளாகி நாற்பத்தைந்து வயதிற்குள் மரணிக்கின்றனர். நச்சுவாயு நிறைந்த மலக்குழிக்குள் மூழ்கி எழும் ஒவ்வொரு முறையும் துப்புரவுப் பணியாளர் தனது ஆயுட்காலத்தில் சில நாட்களைப் பறிகொடுக்கிறார். ‘டெங்கு வந்துவிடும், டைபாய்டு பரவிவிடும் தண்ணீரைத் தேங்க விடாதீர்கள்’ என கதறும் அரசு நிர்வாகம் பாதுகாப்பாற்ற முறையில் பணி செய்யும் துப்புரவுப் பணியாளர்களின் ஆரோக்கியம் குறித்தும் அவர்களது மனித மாண்பு குறித்தும் துளியும் கவலைப்படுவதில்லையே ஏன்?

மனிதக் கழிவை மனிதரகற்றும் இழிவு குற்றமாக்கப்பட்டு கால் நூற்றாண்டாகிவிட்டது. துப்புரவுப் பணியாளர்கள் நாள்தோறும் அந்தக் குற்றத்திற்கு பலியாகிறார்கள் என்றாலும் இதுவரை குற்றமிழைத்த ஒரே ஒருவர் கூட இச்சட்டத்தின் கீழ் தண்டிக்கப்படவில்லை. அரசாங்கமே துப்புரவுப் பணியாளர்களை கையால் மலமள்ளும் கொடுமையில் ஈடுபடுத்தும் போது அது யாரை தண்டிக்க முடியும்? மலமள்ளும் கொடுமையை ஒழிப்பதென்பது அந்த பணியாளர்கள் அனைவருக்கும் மறு வாழ்வளிப்பதன் மூலம் முடிவுக்கு வந்துவிடுமென அரசாங்கம் போலியான ஒரு பரப்புரையைச் செய்கிறது. சுய தொழில் தொடங்க நாற்பதாயிரம் ரூபாயை வழங்கி அவர்களுக்கு மறுவாழ்வளித்துவிட்டதாக பொய் கணக்குக் காட்டுகிறது. மலமள்ளும் இழிவும் மலமள்ளுவதற்கென ஒரு ஜாதியும் அப்படியே இருக்கும் போது, மலமள்ளும் தொழிலாளரை மட்டும் எப்படி இல்லாமல் செய்ய முடியும்? இந்த அரசு மலமள்ளும் இழிவை ஒழிக்க எந்த முயற்சியும் எடுக்காமல் மலமள்ளுகிறவர்களை ஒழிக்க படாதபாடு படுகிறது. மலமள்ளும்

‘வேலை’யை ஒழிக்கிற வரை மலமள்ளும் ‘தொழிலாளர்கள்’ உருவாவதை அதனால் தடுக்க முடியாது என்பதை அது புரிந்து கொள்ள மறுக்கிறது.

மறுவாழ்வுக்கென ஒரு முறை அளிக்கப்படும் நாற்பதாயிரம் ரூபாயில் ஒருவர் புதிதாகத் தொழில் தொடங்கி பொருளாதார ரீதியாக முன்னேறிவிட முடியுமென்றால் நாம் எல்லோருமே தொழில் முனைவோர் ஆகியிருக்கலாம். இந்த மறுவாழ்வு திட்டத்தை ‘சபாய் கரம்சாரி அந்தோலனின்’ பெசவாடா வில்சன் தொடர்ந்து கடுமையாக எதிர்த்து வருகிறார். மலமள்ளும் தொழிலாளிக்கு மறுவாழ்வு அளிக்க விரும்பினால் கவுரமான அரசுப் பணியோ அதிகபட்சம் 15 லட்சம் ரூபாயோ நிவாரணமாக வழங்க வேண்டுமென அவர் வலியுறுத்துகிறார். மேலும் மலமள்ளும் இழிவை ஒழிப்பதென்பது துப்புரவுத் தொழிலை முழுவதுமாக நவீனப்படுத்துவதால் மட்டுமே சாத்தியப்படும், துப்புரவுத் தொழில் முற்றிலுமாக எந்திரமயமாகும் போது தானாகவே மலமள்ளும் இழிவு ஒழிந்துவிடும் என்று அவர் தொடர்ந்து வலியுறுத்துகிறார். ஆனால் அரசோ, நீதிமன்றமோ நவீனமயமாக்கல் குறித்து இதுவரையிலும் வாய் திறக்கவில்லை.

துப்புரவுத் தொழில் இன்றும் ஒரு குலத் தொழிலாகவும் அடிமை வேலையாகவும் கருதப்படும் மனப்போக்கே இதற்குக் காரணம். இதை ஒரு துறையாகக் கருதி அதற்கென அடிப்படைக் கட்டமைப்பை உருவாக்கவும் தொழில்நுட்பங்களை வளர்த்தெடுக்கவும் நிதி ஒதுக்கீடு செய்ய இந்திய அரசாங்கம் தொடர்ந்து மறுத்து வருகிறது. கடந்த ஆண்டு நீர் மற்றும் சுகாதாரத்திற்கான அமைச்சகத்தை ஜல்சக்தி அமைச்சகத்தோடு இணைத்தது பாரதிய ஜனதா அரசு. கங்கை நீரை சுத்தப்படுத்துவதுதான் இதன் முக்கியச் செயல்பாடு. 2020-21 ஆம் ஆண்டிற்கான மத்திய பட்ஜெட்டில் ரூ.800 கோடி ஒதுக்கப்பட்டது. கங்கையில் நடந்தேறுகிற இந்துமதச் சடங்குகளை நிறுத்துகிற வரை அந்நதியை தூய்மைப்படுத்த முடியாது என்ற உண்மை தெரிந்திருந்தும் ஆண்டுதோறும் பல கோடி ரூபாய் அதன் பேரில் அழிக்கப்படுகின்றன.

ஜல்சக்தி துறையின் கீழ் இயங்கும் குடிநீர் மற்றும் சுகாதாரத் துறைகள் தலைக்கு ஒன்றாக இரண்டு திட்டங்களையே இலக்காக்கி செயல்படுகின்றன. ஜல்ஜீவன் திட்டத்தின் கீழ் நாடு முழுக்க குறிப்பாக கிராமப்புறங்களில் எல்லா வீடுகளுக்கும் குடிநீர் குழாய்கள் அமைக்கப்பட வேண்டும். இத்திட்டத்திற்காக சுமார் 12 ஆயிரம் கோடிகள் விழுங்கப்பட்டிருக்கின்றன. சுகாதாரத் துறைக்கான ‘ஸ்வச் பாரத்’ திட்டத்தின் செயல்பாடு

என்னவென்றால் நாடு முழுவதும் எல்லா வீடுகளுக்கும் கழிவறைகளை அமைத்து அதன் வழியே திறந்தவெளி மலம் கழித்தலை தடுப்பது. அதைத் தவிர வேறு செயல்திட்டங்களே இல்லை. மத்திய அரசின் கணக்குப்படி இந்த ஆண்டு பிப்ரவரி மாதம் வரை 9 கோடி கழிப்பறைகள் கட்டப்பட்டுள்ளன. மலமள்ளும் இழிவை ஒழித்துக் கட்டுவது 'ஸ்வட்ச் பாரத்'தின் செயல்திட்டத்தில் இல்லை. ஜல்சக்தி அமைச்சக வலைதளத்தில் துப்புரவுத் துறையை எந்தியமயப்படுத்துவது, அதற்கான தொழில்நுட்பங்களை உருவாக்குவது, எந்திரங்களை வாங்குவதற்கு டெண்டர் விடுவது பற்றியெல்லாம் எந்தக் குறிப்பும் காணப்படவில்லை. கழிப்பறை, கழிப்பறை, கழிப்பறையைத் தாண்டி எதுவுமில்லை. நாள்தோறும் பெரும் மனித உரிமை மீறலாக தொடரும் ஒரு பேரிழிவைத் தடுத்து நிறுத்த மத்திய சுகாதாரத் துறைக்கு எந்த அக்கறையும் இல்லை என்பதையே இது அம்பலப்படுத்துகிறது. கழிவு நீக்கம் பற்றின எவ்வித ஓர்மையோ முன் தயாரிப்போ இன்றி கட்டப்பட்ட கோடிக்கணக்கானக் கழிவறைகள் துப்புரவுப் பணியாளர்களின் மலமள்ளும் துயரை பன்மடங்கு அரசு அதிகரித்துள்ளதாக ஆய்வுகள் குறிப்பிடுகின்றன.

மோடி புகழ் 'ஸ்வட்ச் பாரத்' திட்டம் துப்புரவுப் பணியாளர்களுக்கு எதிரானது என்பதை உரத்துச் சொல்ல எந்தத் தயக்கமும் தேவையில்லை. 'அரசாங்கம் திறந்தவெளி கழிப்பிடங்களை ஒழிக்க லட்சக்கணக்கான கழிப்பறைகளைக் கட்டும். அந்த கழிப்பறைகளையும் மலக்குழிகளையும் துப்புரவுப் பணியாளர்களே தமது வெறும் கைகளால் சுத்தப்படுத்த வேண்டும்' - இதுதான் 'ஸ்வட்ச் பாரத்' திட்டத்தில் மறைந்திருக்கும் சதி. இதுவரை 9 கோடி கழிப்பறைகளை கட்டியிருப்பதாக அரசு சொல்கிறது. கழிப்பறை என்பது வெறுமனே ஒரு கட்டடம் அல்ல; அதுவொரு கட்டமைப்பு. கழிவுநீர் கட்டமைப்பை உருவாக்காமல் வெறுமனே கட்டடங்களைக் கட்டி வைப்பது துப்புரவுப் பணியாளர்களை மென்மேலும் படுகுழியில் தள்ளும். முறையான கழிவுக் கால்வாய்கள் மற்றும் கழிவு நீக்க உபகரணங்கள் இல்லாமல் கட்டுக்கடங்காமல் கழிப்பறைகளைக் கட்டுவதால் மலக்குழியில் சேகரமாகும் கழிவுகளை தமது கைகளால் அள்ளி எடுக்கும் அவலத்திற்கு துப்புரவுப் பணியாளர்கள் மீண்டும் ஆளாக்கப்படுவார்கள். கிராமப்புறங்களில் நிலவும் சாதி ஆதிக்க மனப்பான்மை இந்த குலத் தொழில் அவலத்தை கூர்மைப்படுத்தி தலித் மக்களை மேலும் வதைக்கிறது.

இந்தியாவில் இன்றளவிலும் சுமார் 26 லட்சம் உலர் கழிப்பிடங்கள் இருக்கின்றன. அவற்றைக் கைகளால் அள்ளியெடுக்க நாள்தோறும் துப்புரவுப் பணியாளர்கள் நிர்பந்திக்கப்படுகின்றனர். ஆனால் இந்த மனிதத்தன்மையற்ற கொடூரத்தை ஒழிக்கவோ மாற்றவோ 'தூய்மை இந்தியா' திட்டத்தில் வழியில்லை. 2018-19 ஆம் ஆண்டுகளில் தூய்மை இந்தியா திட்டத்திற்காக ஒதுக்கப்பட்ட நிதி எவ்வளவு தெரியுமா? ரூ. 15 ஆயிரம் கோடி. அதற்கு முந்தைய ஆண்டுகளையும் சேர்த்தால் அய்ம்பதாயிரம் கோடிகளைத் தாண்டுகிறது. ஆனால் இவ்வளவு பணத்தையும் வைத்து கழிப்பறைகளை மட்டுமே கட்டி அதை வைத்து தம்பட்டம் அடித்துக் கொள்வதென்பது அறிவியல் செயல்பாடல்ல, அரசியல் சதி!

உலகம் முழுக்க துப்புரவுத் தொழிலானது பிற தொழில்களைப் போல கண்ணியமிக்க ஒன்றாகவே திகழ்கிறது. முறையான பாதுகாப்பு வசதி, ஊதியம், மரியாதை இருப்பதால் வேறெந்த வேலைகளையும் போல எல்லா தரப்பு மக்களும் துப்புரவு வேலையை செய்கின்றனர். ஆனால் இந்தியாவில் அது மலமள்ளும் இழிவாக, சாதித் தொழிலாக நீடிப்பதால், தலித் மக்களைக் கடந்து வேறு சாதிக்காரர்கள் துப்புரவு வேலையை செய்ய முன் வருவதில்லை. எண்பது சதவிகிதத்திற்கும் மேல் இவ்வேலையை தலித் மக்களே செய்கின்றனர். துப்புரவு வேலைக்கு ஆளெடுக்கும் போது அரசாங்கமே தலித் மக்களை அதிலும் குறிப்பாக அருந்ததியர்களை மட்டுமே தேர்ந்தெடுக்கிறதெனில் இந்த கொடுமையின் உக்கிரத்தை நாம் புரிந்து கொள்ளலாம். மிக மிகக் குறைவான கூலி, நீண்ட பணிநேரம், அதிக பணிச்சுமை என்பதோடு எந்த அரசு வேலையிலும் பதவி உயர்வு என ஒன்று இருக்கும் இருக்கும் கிராமப்புறங்களில் வாழும் சாதி இந்துக்களுக்கான கழிவகற்றும் வேலைகளை தலித் மக்கள்தான் செய்ய வேண்டுமென்ற ஆதிக்கக் கருத்தியலையே அரசாங்கமும் நவீனப் பொதுச் சமூகமும் எதிரொலிக்கின்றன. துப்புரவுத் துறையை நவீனப்படுத்தாமல் வைத்திருக்கும் சூழ்ச்சியின் பின்னணியில் இந்த சாதிய மனப்பான்மையே கோலோச்சுகிறது என்பதை சந்தேகமின்றி இதன் வழியே கண்டுணரலாம்.

உலகில் வளர்ச்சி பெறாத, சின்னஞ்சிறிய நாடுகள் கூட துப்புரவுத் துறையில் முழுவதுமாக எந்திரங்களையே பயன்படுத்துகின்றன. அய்ரோப்பிய, அமெரிக்க நாடுகளில் துப்புரவுப் பொறியியல் என்பது ஒரு படிப்பாக இருக்கிறது. பல நாடுகள் இத்துறையில் பட்ட மேற்படிப்பை வழங்குகின்றன. இத்துறையில் பல மட்டத்திலும்

ஆய்வுகளும் நடைபெறுகின்றன. கழிவு நீர் கால்வாய் அமைத்தல், பராமரித்தல், சுத்திகரித்தல், கழிவுகளை அகற்றுவதற்கான கருவிகளை கண்டுபிடித்தல் உள்ளிட்ட துப்புரவுத் தொடர்பான அனைத்து அறிவியல் வழிமுறைகளிலும் துப்புரவுப் பொறியியல் துறை கவனம் செலுத்துகிறது. அதனால் அந்தந்த நாடுகளில் துப்புரவுப் பொறியாளர்களுக்கான வேலைவாய்ப்பும் அதிகம். அனுபவமிக்க துப்புரவுப் பொறியாளர் ஆண்டுக்கு ரூ. 60 லட்சம் சம்பளமும் தொடக்க நிலைப் பொறியாளர் ஆண்டுக்கு ரூ. 25 லட்சம் வருமானமும் ஈட்டுகின்றனர். நெதர்லாந்தில் 'க்ளோபல் சானிட்டேஷன் ஸ்கூல்ஸ்' என்ற அமைப்பின் கீழ் துப்புரவுப் பொறியியலுக்கான கல்லூரிகள் மற்றும் நிறுவனங்கள் இயங்குகின்றன. அவை துப்புரவுக் கருவிகளுக்கான ஆய்விலும், கட்டமைப்புகளை, வசதிகளை உருவாக்குவதற்கான ஆய்விலும் தொடர்ந்து ஈடுபடுகின்றன. அய்ரோப்பிய, அமெரிக்க பல்கலைக்கழகங்களில் சுற்றுச்சூழல் பொறியியலில் துப்புரவு பொறியியல் ஒரு முக்கிய அங்கம் வகிக்கிறது. மேற்கத்திய நாடுகள் மட்டுமல்லாது ஜப்பான், சிங்கப்பூர், மலேசியா போன்ற வளர்ச்சியடைந்த ஆசிய நாடுகளில் கூட துப்புரவுப் பொறியியல் அறிவியலின் முக்கிய அங்கமாக இருக்கிறது.

ஆனால் நம் நாட்டில் புகழ்பெற்ற அய்.அய்.டி போன்ற தொழில்நுட்ப நிறுவனங்கள், பொறியியல் பல்கலைக்கழகங்கள், கல்லூரிகளில் துப்புரவுப் பொறியியல் ஒரு துறையாக அவ்வளவு ஏன் ஒரு பாடமாகக் கூட இன்னும் சேர்க்கப்படவில்லை. தகவல் தொழில்நுட்பத் துறை வளரத் தொடங்கி பன்னாட்டு நிறுவனங்கள் இந்தியாவில் பெரும் முதலீடுகளை செய்யத் தொடங்கிய 1990களில் அய்.டி பொறியியல் படிப்பும் உருவாக்கப்பட்டு வேலைவாய்ப்புகளை அளிக்கும் முக்கியத் துறையாக வளர வழி வகுத்தது. இவ்வளவு அறிஞர்கள் இந்நாட்டில் இருந்தும் அவர்கள் யாருக்கும் துப்புரவுத் தொழிலை ஒரு துறையாக அங்கீகரிப்பது, வளர்த்தெடுப்பது சார்ந்த அக்கறையே வரவில்லை என்பது வியப்பும், வேதனையுமானது. 'தூய்மை என்பது மற்றவரால் பராமரிக்கப்பட வேண்டியது' என்ற இந்தியர்களின் தவறான புரிதலை, சாதிய மனப்பான்மையை மாற்ற பள்ளிகளிலேயே துப்புரவியலை ஒரு பாடமாக சேர்க்கலாம். ஆனால் இதையெல்லாம் சிந்திக்கும் பொறுப்புணர்வு கொண்ட அறிஞர்களோ, அதிகாரிகளோ அரசியல்வாதிகளோ இங்கே யார் உள்ளனர்?

இந்தியாவின் பொது சுகாதாரம் என்பது கொள்ளை நோய்களில் இருந்து மக்களை காப்பாற்றும் மருத்துவத் துறையோடு தான் தொடர்புபடுத்தப்படுகிறது. உண்மையில், ஒரு நாட்டின் பொது சுகாதாரம் என்பது துப்புரவுத் துறையில் தான் தொடங்குகிறது. துப்புரவுப் பொறியியல் அதற்கான அடிப்படை. கெடுவாய்ப்பாக இந்தியாவில் இப்படியொரு துறையே உருவாக்கப்படவில்லை என்பதும் அத்துறையில் எவ்வித அறிவியல் ஆராய்ச்சிகளும் நடைபெறவில்லை என்பதும் இங்கே நிகழ்ந்திருக்கும் அத்தனை அறிவியல் வளர்ச்சிகளையும் கேலிக்குரியதாக்குகிறது.

மலமள்ளும் இழிவை ஒழிப்பதில் இதுவரை நடந்த ஆக்கப்பூர்வமான செயல்பாடுகள் அனைத்தும் குறிப்பிட்ட அத்தொழிலைச் செய்யும் மக்களால் நடந்ததேயன்றி, அரசு தானாக முன் வந்து எதுவுமே செய்யவில்லை. 1993ஆம் ஆண்டு மலமள்ளும் தடைச் சட்டத்தைக் கொண்டு வந்தது, 2013 ஆம் ஆண்டு அதில் வேண்டிய திருத்தங்களை செய்ய வைத்தது என இவ்விழிவை ஒழிக்க இந்நாட்டில் நடந்த அத்தனை முன்னெடுப்புகளும் சாத்தியப்பட்டது துப்புரவுப் பணியாளர்களின் தொடர்ச்சியானப் போராட்டங்களால் மட்டுமே! அடிமட்டத்தில் மக்கள் தம் உயிரைப் பணயம் வைத்து அவ்வேலையைச் செய்கிறார்கள்; உயிரை கொடுத்துப் போராட்டம் நடத்துகிறார்கள். ஆனால் மேல்மட்டத்திலிருந்து அதாவது அரசுகளிடமிருந்து தன்னிச்சையாக எந்த செயல்பாடும் இல்லை. துப்புரவுத் தொழிலை ஒரு துறையாகக் கருதவில்லை, அதற்கான படிப்பு, ஆராய்ச்சி, தொழில்நுட்பங்களை உருவாக்க எந்த முயற்சியும் எடுக்கவில்லை. மிக முக்கியமாக ஆதிகால அடிமைக் குலத் தொழிலாக இருக்கும் அத்தொழிலை நவீனப்படுத்தும் வகையில் முற்போக்கான துப்புரவுக் கொள்கை அதனிடம் இல்லவே இல்லை. அதுமட்டுமல்ல, குடிமைச் சமூகமும் அறிஜீவிகளும் ஊடகங்களும் இது குறித்து எவ்வித உணர்வும் அக்கறையும் பொறுப்புமின்றி செயல்படும் நிலையில் இங்கே மாற்றம் எப்படி சாத்தியமாகும்?

கையால் மலமள்ளும் இழிவை ஒழிக்க இந்த அரசுக்கு உண்மையிலேயே அக்கறையும் பொறுப்பும் இருக்குமானால் தூய்மை இந்தியா திட்டத்தையும் அதற்கு ஒதுக்கப்படும் நிதியையும் துப்புரவுத் துறையை எந்திரமயப்படுத்துவதற்கானதாக உடனே மாற்றட்டும். எந்திரங்கள் வந்தால் மலமள்ளும் இழிவு ஒழியத் தொடங்கும். எந்திரங்கள் வந்தால் இந்த இழிவு ஒரு கண்ணியமான, கவுரமிக்கத் தொழிலாக மாற்றப்படும்.

எந்திரங்கள் வந்தால் எல்லா சாதியினரும் அந்த வேலையை செய்ய முன் வருவார்கள். துப்புரவுத் தொழில் ஜனநாயகப்படும். துப்புரவுத் துறையை நவீனப்படுத்தும் எண்ணமே அரசுகளுக்கும் குடிமைச் சமூகத்திற்கும் வராததன் காரணங்கள் இவைதான். துப்புரவுப் பணியை ஒரு குலத் தொழிலாகவே வைத்து அதன் வழியே சாதியமைப்பைக் காப்பாற்றுவதுதான் அதன் நோக்கம். இழிவான இந்த நோக்கம் அதற்கு இல்லையென்றால் துப்புரவுத் துறை என்றோ நவீனப்பட்டு மலமள்ளும் இழிவு மறக்கப்பட்ட வரலாறாக மாறியிருக்கும். நிகழ்காலத் துயரமாக இப்படி நீடித்துக் கொண்டிருக்காது. ●

04.11.2019
இந்து தமிழ் திசை

இந்தியாவை அழிக்கும் அகமணம்

> "
> ஆணவக் கொலைகளைப் போல ஒரு வன்முறையாக மாறும் போது மட்டுமே நாம் சாதியை எதிர்க்கிறோம். அகமணமுறையைப் போல ஒரு விதிமுறையாக இருக்கிற வரை நமக்கு சாதியால் எந்தச் சிக்கலும் இல்லை. அவரவர் பண்பாடு, அவரவர் நம்பிக்கை, அவரவர் கட்டுப்பாடு என தள்ளி நிற்கிறோம். ஆனால், அகமணமுறை மீது கொண்ட வெறிதான் ஆணவக் கொலைகளுக்கு அடிப்படையாக மாறுகிறது
> "

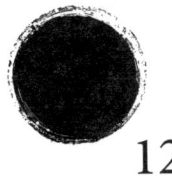

12

கூடி வாழும் தன்மையும் மனிதக் கலப்பும் அங்கீகரிக்கப் பட்டிருக்கும் பொழுதுதான் ஒரு மக்கள் கூட்டம் 'சமூகம்' என்ற தகுதியைப் பெறுகிறது. ஆனால் சுமார் 1500 ஆண்டுகளாக இந்தியாவில் மனிதக் கலப்பிற்குத் தடை விதிக்கப்பட்டுள்ளதால் அது நோயுற்ற, வளர்ச்சியற்ற மக்கள் கூட்டமாக அல்லலுறுகிறது. இந்தியர்கள் காலங்காலமாக தமது சொந்த சாதிக்குள் மட்டுமே திருமணம் முடித்து வருகின்றனர். 95% இந்திய திருமணங்கள் அகமணமுறையில்தான் நிகழ்கின்றன. சமூக ஆய்வு மட்டுமல்லாமல் மரபணு ரீதியாகவும் நிரூபிக்கப்பட்ட கொடூர உண்மை இது.

மரபணு ரீதியாகப் பார்த்தால் அய்ந்து வகையான இனக்குழுக்களாக இந்தியர்கள் வகைப்படுத்தப்படுத் தப்பட்டுள்ளனர். இந்திய அரசமைப்புச் சட்டம் அதன் குடிமக்களை சமூகப் பண்பாட்டு ரீதியாக நான்கு பிரிவுகளாக அடையாளப்படுத்துகிறது. ஆனால் இந்த அறிவியல் மற்றும அரசமைப்பு வகைப்படுத்தல்களை எல்லாம் புறந்தள்ளி வர்ண அடிப்படையிலான பிரிவினையின்படி அவர்கள் ஆறாயிரம் சாதிகளாக இன்றும் வாழ்ந்து வருகின்றனர். இதில் எந்த இரண்டு சாதியும் ஒன்றோடு ஒன்று சமமில்லை என்பதால் எந்த இரண்டு சாதிகளும் ஒன்றோடு ஒன்று கலப்பது தடை செய்யப்பட்டுள்ளது. அதனால் கலந்து வாழும் முறை என்ற சமத்துவப் பண்பாடே இங்கே இல்லாமல் போய்விட்டது.

சமூக பண்பாட்டு ரீதியாக எவ்வளவோ மாற்றங்களையும் வளர்ச்சிகளையும் இந்திய நாடு கண்டடைந்திருந்தாலும் சாதி மத ரீதியான சமூகக் கலப்பை மட்டும் அது ஏற்க மறுக்கிறது. சாதி

அடுக்கில் மேலே இருப்பவர்களும் கீழே நிறுத்தப்பட்டிருப்பவர்களும் எவ்வகையில் ஒன்று சேர்வதையும் அது வெறுக்கிறது. அவ்வாறு கலக்க முற்படுவோருக்கு மரணத்தையும் மரணத்திற்கு இணையான தண்டனைகளையும் வழங்கி அச்சுறுத்துகிறது. மனிதக் கலப்பு என்பது சமபந்தி விருந்துகளைப் போல மேம்போக்கானது அல்ல; அது ரத்தமும் சதையுமான மரபணுப் பிணைப்பை உறுதிபடுத்துவது. அப்பிணைப்பு வெவ்வேறு இனக்குழுக்கள் அல்லது பிரிவினர் புறமணமுறையின் வழியே ஒன்றிணைவதால் மட்டுமே சாத்தியமாகும் என்பதால் இந்திய சாதி அமைப்பு படிநிலைப்படுத்தப்பட்ட சமத்துவமின்மையை (Graded Inequality) சூழ்ச்சிகரமாக கட்டமைத்து இரண்டாயிரம் ஆண்டுகளாக காப்பாற்றி வருகிறது. அகமணமுறையை தனது பண்பாடாக்கி போற்றி மிக மூர்க்கமாக அதை பாதுகாக்கிறது.

வெவ்வேறு சாதியினர் திருமணம் செய்து கொள்வது சமூக பண்பாட்டு ரீதியாகக் குற்றமாக கருதப்படுவதாலும் அதற்கான தண்டனை மிகக் கொடூரமானதாக இருப்பதாலும் புறமணமுறை இன்று வரையிலும் இம்மண்ணில் தலையெடுக்கவில்லை. இந்திய குடும்பங்கள் தமது சொந்த சாதிக்குள் மணவுறவு கொள்ளவே வலியுறுத்தப்படுகின்றன. இந்திய மனித மேம்பாட்டு ஆய்வின் படி வெறும் 5% இந்தியர்கள் தான் சாதி மறுப்புத் திருமணம் செய்துள்ளனர். பன்னாட்டு வேலை வாய்ப்பும் நகரமயமாக்கலும் அதிகரித்து பொருளாதார ரீதியாக கலப்பு வாழ்வு சாத்தியப்பட்டிருந்தாலும் சாதி அமைப்பில் விகிதாச்சார அளவில் அது தாக்கத்தை உண்டாக்கவில்லை. பெருவாரியான இளைஞர்கள் தமது சாதிக்குள் திருமணம் முடிக்கவே விரும்புகின்றனர். மீறுவோர் ஆணவக் கொலைக்கு பலியாகின்றனர்.

சாதி மறுப்பு திருமணம் செய்வோர் கடுமையான அச்சுறுத்தலுக்கு ஆளாவதை இந்த தகவல் தொழில்நுட்ப காலத்தில் கண்கூடாக பார்க்கிறோம். பெற்றோர் தொடங்கி, குடும்பத்தினர், சொந்த சாதியினர், ஊர் பஞ்சாயத்து, காவல் துறை, நீதிமன்றம் என அனைத்துத் தரப்புமே சாதி மறுப்புத் திருமணம் செய்தவர்களை தண்டிக்கத் துடிக்கின்றன. முன்பு மறைமுகமாகவும் ரகசியமாகவும் நடந்து வந்த ஆணவக் கொலைகள் தற்போது நடுச் சாலையில் பெற்றோரால் தயக்கமின்றி நிகழ்த்தப்படுகின்றன. ஒரு பெண்ணோ பையனோ சாதியை மீறி காதலித்தாலோ மணம் செய்தாலோ தன் சாதிக்கு தீட்டு உண்டாவதாக ஆதிக்க சாதியினர் நம்புகின்றனர். அதனால் சாதி விதியை மீறிய மகளை தாலியறுப்பதன் மூலம் அல்லது அவளை கருவழிப்பதன் வழியே இழந்த தூய்மை அதாவது பறிபோன

கவுரவம் மீட்கப்படுவதாக நம்புகின்றனர். சிறைக்குச் செல்லவும் தண்டனையை அனுபவிக்கவும் அவர்கள் தயங்குவதில்லை. தன் சாதியினரிடையே தலை நிமிர்ந்து நடக்க தமக்கிருக்கும் ஒரே வழியாக அவர்கள் ஆணவக் கொலையையே நம்புகின்றனர்.

ஆதிக்க சாதியினருக்கு தன் பிள்ளை சாதியை மீறுவதுதான் கவுரவத்திற்கு இழுக்காகிறதே ஒழியே கொலை செய்வதோ, அநாகரிகமான பிற குற்றச் செயல்களில் ஈடுபடுவதோ அல்ல. தன் சாதிக் கூட்டத்தால் ஒதுக்கி வைக்கப்படுவதோடு இழிவான பழிச் சொல்லுக்கும் அவச் சொல்லுக்கும் ஆளாக நேரிடுவது குறித்து பெற்றோர் கடுமையான மன உளைச்சலுக்கு ஆளாகின்றனர். அதனால் ஊடகங்களில் செய்தியாக்கப்பட்டாலும் நாடே குற்றவாளி என தூற்றினாலும் அதை அவமானமாக நினைக்காமல் தொடர்ந்து ஆதிக்க சாதியினர் பெருமிதத்தோடு மிக வெளிப்படையான ஆணவக் கொலையில் ஈடுபடுகின்றனர். பொதுவாக எந்தவொரு குற்றமும் மறைமுகமாக நிகழ்த்தப்பட்டு குற்றவாளி தலைமறைவாவதே இயல்பு. ஆனால் ஆணவக் கொலையில் ஈடுபடும் பெற்றோர் அல்லது குடும்பத்தினர் தனது நிலைப்பாட்டை தனது சாதிக்கும் சமூகத்திற்கும் உரக்க அறிவிக்க விரும்புவதாலும் தங்களது குடும்பத்திற்கு உண்டான சாதிக் களங்கத்தைப் போக்கும் வகையிலும் மிக முக்கியமாக தன் சாதிக்காரர்களுக்கு பாடம் புகட்டும் வகையிலும் வெளிப்படையாக கொலைகளில் ஈடுபடுகின்றனர்.

இந்திய சாதியினரை (மக்கள் என இவர்களை அழைக்கவே முடியாது) பொருத்தவரை திருமணம் என்பது இருவருக்கிடையிலான வாழ்க்கை ஒப்பந்தம் அல்ல. தங்கள் சாதியில் நடக்கும் ஒரு புனிதச் சடங்கு. இருவருக்கு அல்லாமல் இரு குடும்பங்களுக்கிடையே நிகழ்ந்தேறும் சம்பிரதாயம். இந்த வழக்கத்தினால் தான் இங்கே 95% ஏற்பாட்டுத் திருமணங்கள் நடக்கின்றன. தமிழக குடும்ப அமைப்பில் தாய் மாமன் உறவு முக்கியத்துவம் பெற்றது, அகமணமுறையைப் பாதுகாக்கவே! ஒரு குழந்தை பிறக்கும் போதே இவர் தான் அதற்கு துணை என நிர்ணயிக்கப்படுகிறது. அதே உளவியலில் வளர்க்கப்பட்டு அக்குழந்தை மாற்றி சிந்திக்க வாய்ப்பே இல்லாமல் போய்விடுகிறது. தனது மகளை எவ்வளவு வயது வேறுபாடிருந்தாலும் தம்பிக்கு மணம் முடித்து வைக்க அம்மாக்கள் துடிப்பது "உறவு விட்டுப் போகக் கூடாது என்பதற்காக" என்பார்கள். உறவு என்ற வார்த்தைக்கு அர்த்தம் சாதி. "இவன் தான் உனக்கு புருஷன்" என ஒரு பெண் குழந்தை பிறந்ததிலிருந்து மூளைச் சலவை செய்யப்படுகிறது. மாமா என்ற உறவை பெண் குழந்தைகளின் 'தேவதூதனைப்' போல தமிழ்ச்சமூகம் தொடர்ந்து சித்தரிக்கிறது.

1980 களில் கோலோச்சத் தொடங்கிய கிராமியத் திரைப்படங்கள் தமிழ்ப் பண்பாடு என்ற பெயரில் இந்தக் கருத்தியலையே மீள்பதிவு செய்து வலுப்படுத்தின.

இந்நாட்டின் குழந்தைத் திருமணப் பண்பாட்டிற்கு சாதியே அடிப்படை. உலகளவில் நடக்கும் குழந்தைத் திருமணங்களில் அய்ந்தில் ஒன்று இந்தியாவில் நடப்பதாக யுனிசெப்பின் ஆய்வறிக்கை கூறுகிறது. அதாவது, உலகிலேயே குழந்தைத் திருமணங்கள் இந்தியாவில் தான் அதிகளவில் நடக்கின்றன. அதாவது ஆண்டுதோறும் ஏறக்குறைய 15 லட்சம் பேர் 18 வயதிற்குள்ளாகவே மணமுடித்து வைக்கப்படுகின்றனர். குழந்தை திருமண முறை இந்தியர்களின் பண்பாடாக காரணமாக இருந்தவர்கள் பார்ப்பனர்களே. அய்ந்து, ஆறு வயது குழந்தைக்கெல்லாம் மணமுடித்து வைக்கும் கொடுமை பார்ப்பனர்களின் பழக்கமாகவே இருந்தது. இனத்தூய்மையை பாதுகாக்கவும் பெண்ணடிமைத்தனத்தை வலுபடுத்தவுமே இந்து மத சாஸ்திரங்கள் வழியே பார்ப்பனர்கள் பால்ய விவாகத்தை வலியுறுத்தினர். குழந்தைத் திருமணமும், திணிக்கப்பட்ட விதவைக் கோலமும் உடன்கட்டை ஏறும் கொடுமையும் பெண்களை வதைத்துக் கொன்ற காலம் அது. ஆங்கிலேயர் ஆட்சிக் காலத்தில் பெண்களின் திருமண வயதை 12 ஆக உயர்த்தும் முயற்சிகள் நடந்த போது தேசியவாதிகளாக இருந்த பார்ப்பனர்கள் அதற்கு கடும் எதிர்ப்பு தெரிவித்தனர்.

பெரும் சர்ச்சைக்கிடையில்தான் 1891 ஆம் ஆண்டு 12 வயதிற்குட்பட்ட குழந்தைகளுடன் உடலுறவு கொள்வது, சம்மத வயதுச் சட்டம் (*Age of Consent*) என்ற பெயரில் சட்டப்படி குற்றமாக்கப்பட்டது. பின்னர் 1929 இல் குழந்தைத் திருமணத் தடைச் சட்டம் கொண்டு வரப்பட்ட போதும் பார்ப்பனர்கள் கடுமையாக கொந்தளித்தனர். பெண்களின் மண வயதை உயர்த்த முயன்ற ஒவ்வொரு முறையும் இன்று பெரும் தேசியவாதிகளாக, சுதந்திரப் போராட்டக்காரர்களாக முன்னிறுத்தப்படும் பல மநுவாதிகள் அதற்கு முட்டுக்கட்டையாக நின்று சிக்கல்களைத் தோற்றுவித்தனர். குழந்தைத் திருமண ஆதரவாளர்களை தொடர்ச்சியாக கண்டித்து பேசியும் எழுதியும் வந்தார் பெரியார். "ஒரு பெண் பருவ வயதை எட்டிவிட்டால் அவள் கற்புடன் இருக்க மாட்டாள். பெண்கள் பூப்பெய்துவதற்கு முன்னரே மணம் முடித்து வைக்கவில்லையெனில் பெற்றோர் நரகத்திற்கு போவார்கள்" என்ற மநுதர்மப் பூச்சாண்டிக் கதைகளைச் சொல்லி சிறுமிகளின் வாழ்வை பார்ப்பனர்கள் சிதைப்பதை அவர் கடுமையாக எதிர்த்தார்.

பெண்களின் ஒழுக்கத்தைக் காப்பாற்றுகிறேன் என்ற பெயரில் இவர்கள் காப்பாற்ற முனைந்தது சாதியமைப்பைத் தான். வயதிற்கு வந்த ஒரு பெண் காதல் வயப்படவும் சாதியை மீறவும் வாய்ப்புள்ளது என்பதால் அதைத் தடுத்து நிறுத்தத்தான் பால்ய விவாகம் என்ற முறையே உருவாக்கப்பட்டது. பார்ப்பனர்களிடையே வேரூன்றிய இந்த கொடூர பழக்கம் சாதி அமைப்பு வலுபட்ட போது பார்ப்பனரல்லாத பிற சாதிகளிடம் பரவி அகமணமுறைக்கு வலு சேர்த்தது. இந்து மதத்தையும் சாதியத்தையும் பெண்ணடிமைத்தனத்தையும் பாதுகாக்கும் வேலியாகவே அகமணமுறை காலங்காலமாக கைகொள்ளப்பட்டது.

தொடர்ச்சியான அகமணமுறையின் விளைவுதான் சாதியம் என 1916 ஆம் ஆண்டு கொலம்பியா பல்கலைக்கழகத்தின் மானுடவியல் கருத்தரங்கில் "இந்தியாவில் சாதிகள்: இயங்குமுறையும் தோற்றமும் வளர்ச்சியும்" என்ற தனது முதல் ஆய்வுக் கட்டுரையில் வலுவாக எடுத்துரைத்தார் பாபாசாகேப் டாக்டர் அம்பேத்கர். புறமணத் தடைக்கானக் கட்டுப்பாடுகளும், சமூகக் கலப்பிற்கு விதிக்கப்பட்ட தடைகளும் சாதியின் வேர்களை வலுபெறச் செய்கின்றன என அம்பேத்கர் இதில் விளக்குகிறார். குழந்தைத் திருமணம், உடன்கட்டை ஏறுதல், விதவைக் கொடுமைகளை பெண்ணடிமைத்தனமென எதிர்த்து ராஜா ராம் மோகன் ராய் போன்றவர்கள் போராடிய நிலையில், பெண்களை வதைத்த இச்சமூகக் கொடுமைகளின் ஆணிவேர் சாதியே என்றும் சாதியைக் காப்பாற்றுவதற்காகவே அகமணமுறைக்காக பெண் குழந்தைகள் திருமணம் என்ற பெயரில் பெருங்கொடூரங்களை அனுபவித்தனர் என்கிறார்.

அம்பேத்கரின் வாதப்படி, மூன்று கூறுகள் சாதியின் தோற்றத்திற்கும் வளர்ச்சிக்கும் காரணிகளாகின்றன. அவை, சாதிக்குள் இனப் பெருக்கத்திற்கான உட்குழு கட்டமைப்பு, பெண்ணின் பாலியல் மீது வன்முறையான கட்டுப்பாடு மற்றும் இந்த கட்டுப்பாடுகளை மதக் கருத்தியலின் வாயிலாக புனிதப்படுத்துதல் அல்லது நியாயப்படுத்துதல். "கட்டுப்பாடுகள் எப்பொழுதுமே மீறப்படும் ஆபத்தைத் தாங்கியிருக்கின்றன என்பதால் தான் அகமணமுறைக்கான கட்டுப்பாடுகளை மீறுகிறவர்களை சமூகத்தைவிட்டு தள்ளி வைப்பது போன்ற தண்டனைகள் வழங்கப்பட்டன. இது புதிய சாதிகள் தோன்ற காரணமாக அமைந்தது" என்கிறார் அம்பேத்கர்.

அகமணமுறையாலேயே சாதி பாதுகாக்கப்படுகிறது என்ற ஒரு நூற்றாண்டிற்கு முந்தைய அம்பேத்கரின் ஆய்வை மூன்றாண்டுகளுக்கு முந்தைய நவீன மரபணு ஆய்வும்

மெய்ப்பித்தது. சாதியும் அகமணமுறையும் கடவுளால் உருவாக்கப்பட்டது என வேத சாஸ்திரங்கள் கூறுகின்றன. அதனாலேயே அவை புனிதமானவை என்றும் மீறக் கூடாதவை என்றும் விதிக்கப்பட்டுள்ளது. ஆனால், மேற்கு வங்கத்தில் இருக்கும் தேசிய உயிரி மருத்துவ மரபியல் நிறுவனம் கடந்த 2016 ஆண்டு வெளியிட்ட ஆய்வு, கடந்த 70 தலைமுறைகளாகத் தான் அதாவது சுமார் 1500 ஆண்டுகளாகத் தான் ஆதிக்க சாதியினரிடையே அகமணமுறை உருவானது என மரபணு ரீதியாக குறிப்பிடுகிறது.

அமெரிக்க தேசிய அறிவியல் கழக நடவடிக்கைகள் என்ற இதழில் வெளியிடப்பட்ட அந்த ஆய்வறிக்கையில், பண்பாடு மற்றும் மொழியியல் அடிப்படையில் வேறுபட்ட சுமார் இருபது சாதிகளின் ரத்த மாதிரிகள் எடுக்கப்பட்டன. பல்வேறு நிலப்பகுதிகளில் வாழும் 18 சாதிகள் மற்றும் அந்தமான் தீவுகளில் வாழும் இரண்டு வகை பழங்குடியினர் இதில் அடங்குவர். ஒவ்வொரு சாதியிலும் தொடர்பற்ற 20 பேர் என்ற வீதத்தில் சுமார் 367 பேரின் ரத்த மாதிரிகளில் இருந்து மரபணுக்கள் பிரித்தெடுக்கப்பட்டு அவர்களின் மரபணுத் தொடர் வரிசை கணக்கிடப்பட்டது. இதற்கு முந்தைய ஆய்வுகள் தென்னிந்தியாவில் திராவிடர்கள், வட இந்தியாவில் ஆரியர்கள் என இந்தியர்களுக்கு இரண்டே வகையான மூதாதையர்கள் இருந்ததாக கூறி வந்த நிலையில், இந்த ஆய்வு அதை அய்ந்தாக உயர்த்தியது. கிழக்கு மற்றும் மத்திய இந்தியாவில் ஆஸ்திரிய ஆசியப் பிரிவினர், வட கிழக்கு இந்தியாவில் திபெத்திய பர்மியப் பிரிவினர், மற்றும் அந்தமான நிக்கோபார் தீவுகளில் ஜாரவா, ஓங்கே பழங்குடிகள் என அய்ந்து வகையான இனக்குழுக்களே இன்றைய இந்தியர்கள்.

இவர்கள் அனைவரும் 1575 ஆண்டுகளுக்கு முன்பு வரை புறமணமுறையில் இருந்துள்ளனர். அல்லது தமது இனக்குழுக்களுக்கு வெளியே கலந்து வாழ்ந்துள்ளனர். ஆனால் கடந்த 70 தலைமுறைகளாக, அதாவது 1500 ஆண்டுகளாக இன்னும் சரியாக சொல்ல வேண்டுமானால் குப்தர்களின் ஆட்சிக் காலத்தில் இருந்துதான் புறமணமுறைக்கு தடை உண்டானதாக இந்த ஆய்வு கண்டறிந்துள்ளது. வேதங்களின் காலம் எனவும் இந்தியாவின் பொற்காலம் எனவும் பார்ப்பனர்களால் தொடர்ந்து பொய்யுரைக்கப்படும் குப்தர்களின் ஆட்சிக் காலத்தில் தான் அகமணமுறை கட்டாயமாக்கப்பட்டது. இந்தியர்களின் சமூகக் கலப்பிற்கு முற்றுப்புள்ளி வைத்த கொடுங்காலம் அது. அந்த வரலாற்று உண்மையை மரபணு ஆய்வு இப்போது புதிதாக நிரூபித்துள்ளது.

தமிழகத்தின் அய்யர், கத்ரி மற்றும் மணிப்புரி பார்ப்பனர்கள் சரியாக 70 தலைமுறையாகத் தான் அகமணமுறைக்கு தாவினர் என்கிறது இவ்வாய்வு. மேலும் மராத்தா பார்ப்பனர்கள் சாளுக்கியர் மற்றும் ராஷ்டிரகுடா காலத்தில் அதாவது 1100 ஆண்டுகளுக்கு முன்னர் கலப்பு மணத்தைக் கைவிட்டனர். மேற்கு வங்க பார்ப்பனர்கள், பாலா வம்சத்தினரின் ஆட்சி காலத்தில் அதாவது 1200 ஆண்டுகளுக்கு முன்னர் புறமணமுறையை விட்டொழித்தனர். திராவிடர்கள் மற்றும் பழங்குடியினரிடையே இது தாக்கத்தை உண்டாக்கியதில் அவர்களிடையேயும் கலப்புத் தடை உண்டானதாக இந்த மரபணு ஆய்வில் தெரிய வந்தது. மேலும் ஆதிக்க சாதி ஆண்களின் மரபணுக்கள் ஒடுக்கப்பட்ட மற்றும் பழங்குடியினரிடையே காணக் கிடைக்கும் நிலையில் ஒடுக்கப்பட்டோரின் தந்தைமை மரபணுக்கள் ஆதிக்க சாதியினரிடையே காண முடியவில்லை. இதன் மூலம் ஆதிக்க சாதி ஆண்கள் ஒடுக்கப்பட்ட மற்றும் பழங்குடி பெண்களோடு கலந்ததும் ஒடுக்கப்பட்ட ஆண்களுக்கு அது தடை செய்யப்பட்டிருந்ததும் கண்டறியப்பட்டுள்ளது. பார்ப்பனர்களின் இனத் தூய்மை இத்தனை ஆண்டுகளில் இவ்வளவு தலைமுறைகளில் மாறுபடவே இல்லை என்பதையும் அகமணமுறையோடு தான் சாதிக் கட்டமைப்பு வலுபெறத் தொடங்கியது என்பதையும் இந்த ஆய்வு ஆணித்தரமாக நிரூபிக்கிறது.

இந்த ஆய்வின் படி பார்த்தால் எந்த இனமுமே கலப்பில்லாமல் தூய்மையானது இல்லை. 1575 ஆண்டுகளுக்கு முன்னர் வெகு காலமாக எல்லா இனக்குழுக்களும் சுதந்திரமாக கலந்திருந்த காலம் இருந்துள்ளது. சாதிப் பெருமை பேசும் பார்ப்பனர் தொடங்கி பிற்படுத்தப்பட்டோர், தாழ்த்தப்பட்டோர் வரை யாருடைய மரபணுவும் ‘தூய்மை’யானதில்லை. என் ரத்தம், என் சாதி, என் கவுரவம் போன்ற வெற்று பெருமிதங்கள் அனைத்தும் இந்த 1500 ஆண்டு காலக் கட்டுக்கதை தான். சாதி இந்துக்களின் இனத் தூய்மை என்பது கட்டமைக்கப்பட்ட பொய். பிறப்பின் அடிப்படையிலான படிநிலைப்படுத்த சாதி அமைப்பானது - மனிதகுல தோற்றத்தின் வரலாற்றின்படி கணக்கிட்டால் - வெகு அண்மையில் தோற்றுவிக்கப்பட்டு பார்ப்பன ஆதிக்கத்தால் நிலைநிறுத்தப்பட்ட ஒன்றாகவே இருக்கிறது. குப்தர்களின் ஆட்சி காலத்தில் தான் இப்படியானதொரு செங்குத்துக் கட்டமைப்பு உறுதியானதாக நிலைநிறுத்தப்பட்டது. மக்களை ஒடுக்கவும் மேலாதிக்கம் செய்யவும் பார்ப்பன அரசாட்சியாலும் சூழ்ச்சியாலும் வடிவமைக்கப்பட்ட சாதிய சதித் திட்டத்தை கடவுள் கதைகளாக அவர்களும் சொல்லிக் கொண்டே இருக்கின்றனர். நாமும் நம்பிக் கொண்டே இருக்கிறோம்.

மனிதக் கலப்பு என்பது இயற்கையின் விதி. பாலியல் அடிப்படையில் ஒன்றை ஈர்க்கும் தகுதியுடைய உயிர்கள் கலக்கவே செய்யும். இதை இனப்பெருக்கவியல் கோட்பாடு (Interbreeding Theory) என அறிவியல் அழைக்கிறது. இன்று உலகில் ஹோமோ சேப்பியன்ஸ் என்ற ஒரே மனித இனம் தான் இருக்கிறது. ஆனால், சுமார் இருபது லட்சம் ஆண்டுகளுக்கு முன்னர், இப்பூமியில் மேலும் ஆறு மனித இனங்களாவது இருந்தனர். ஹோமோ சேப்பியன்ஸ் என்றழைக்கப்படும் நாம் பரிணாம வளர்ச்சிக் கோட்பாட்டின்படி எல்லா இனங்களையும் அழித்தோம். ஆனாலும் பிற மனித இனங்களான நியேந்தர்தால்ஸ், டெனிசோவா, ஹோமோ எரக்ட்டஸ் போன்றவற்றோடு நாம் இனப்பெருக்க ரீதியாக கலந்திருந்ததை அண்மைக் கால மரபணு ஆய்வுகள் நிரூபித்துள்ளன.

2010 ஆம் ஆண்டு நியேந்தர்தால்ஸ் பதை படிவத்திலிருந்து (Fossils) எடுக்கப்பட்ட மரபணுக்களை வைத்து ஆய்வு செய்தபோது மரபியல் ஆய்வாளர்கள் அதிர்ச்சியடைந்தனர். இன்றைய மத்திய கிழக்கு நாட்டவர் மற்றும் ஐரோப்பியர்களின் மரபணுக்களில் 1-4 சதவிகிதம் நியேந்தர்தால்ஸ் மனித இனத்தின் மரபணுக்கள் கலந்திருப்பது கண்டுபிடிக்கப்பட்டது. இவ்வாய்வு முடிவுகளிலிருந்து ஆய்வாளர்கள் மீளாதிருந்த அடுத்த சில மாதங்களில் டெனிசோவா மனித இனத்தவரின் மரபணுக்கள் மெலனீசியர்கள் மற்றும் தொல்குடி ஆஸ்திரேயர்களிடம் 6% அளவில் கலந்துள்ளது நிரூபிக்கப்பட்டது. வேறொரு இனத்தை எதிர்கொள்ளும் அல்லது சேர்ந்திருக்கும் வாய்ப்பு கிடைத்த இடங்களிலெல்லாம் சேப்பியன்கள் அவ்வினத்தோடு இனப்பெருக்க ரீதியாக கலப்பில் ஈடுபட்டுள்ளனர். தற்கால யூரேசியர்கள் தூய்மையான சேப்பியன்கள் இல்லையாம். அவர்கள் பாதி நியாந்தர்தால்ஸ் மீதி சேப்பியன்கள். அதே போல சேப்பியன்கள் கிழக்கு ஆசியாவிற்கு பரவிய போது அவர்கள் ஹோமோ எரக்ட்டஸ் இனத்தவரோடு கலந்தனர். அதனடிப்படையில் பார்த்தால் இன்றைய சீனர்கள் மற்றும் கொரியன்கள் எரக்ட்டஸ் பாதி சேப்பியன்ஸ் மீதி என மரபணு ஆய்வாளர்கள் குறிப்பிடுகின்றனர்.

வரலாற்று ஆய்வாளர் யுவால் நோவா ஹராரியின் ‘சேப்பியன்ஸ்’ நூலில் மனித இனக் கலப்பு குறித்த இந்த தகவல்களை படிக்கும் போது சுமார் 1500 ஆண்டுகளாக பிற இனக்குழுக்களோடு கலக்காமல் அகமணமுறையில் கெட்டித்தட்டிப் போயிருக்கும் பார்ப்பனர்களின் ‘தூய்மை’ வெறி உண்மையாகவே வியப்பளிக்கிறது. ஏனெனில் விலங்கு நிலையிலிருந்து சற்றே மேம்பட்ட தன்மையிலிருந்த, இனவியல்

அடிப்படையில் பெரும் வேறுபாடுகளைக் கொண்டிருந்த பிற மனித இனங்களோடு ஹோமோ சேப்பியன்கள் சேர்ந்தது ஈர்ப்பு, கலவி மற்றும் ஒன்று கலத்தலின் அடிப்படையில்தான். வெவ்வேறு புவியியல், மொழி, நிறம், இன, மதப் பின்னணிகளைச் சேர்ந்தவர்கள் ஒரு சமூகமாக சேர்ந்து வாழும் போது அங்கே இதனடிப்படையிலான கலப்பு நிகழுமென்பதுதான் இயற்கையின் நியதி. ஆனால் பார்ப்பனர்கள் இயற்கைக்கே சவால்விட்டு தனித்து வாழ்வது அவர்களின் இனத்தூய்மை வெறியை அம்பலப்படுத்துகிறது.

சொந்தத்தில் திருமணம் முடிப்பதால் அல்லது ஏற்பாட்டுத் திருமணத்தால் என்ன தீங்கு வந்துவிடப் போகிறது என படித்த இந்தியர்கள் நினைக்கின்றனர். உறவுக்குள் திருமணம் அல்லது ஏற்பாட்டுத் திருமணம் இந்தியாவின் பண்பாடு என அதை அவர்கள் ஆதரிக்கின்றனர். ஆனால் இவ்விரண்டுமே சாதிக்குள் திருமணம் என்ற அகமணமுறையை வலுப்படுத்தி இச்சமூகத்தை மென்மேலும் பிளவுபடுத்துகின்றன என்பதை அவர்கள் உணரத் தவறுகின்றனர். இந்தியாவில் ஏற்பாட்டுத் திருமணம் என்பது சாதியைக் காப்பாற்றும் பெருமுயற்சி. வளர்ச்சி வல்லரசு போன்ற உலகமயக் கொள்கைகளைக் கொண்டாடும் நாடு அகமணமுறை எனும் பிற்போக்கு - ஆதிக்க - மூடக் கருத்தியலை 70 தலைமுறைகளாக விட்டொழிக்கவில்லை என்பது வெட்கக்கேடில்லையா? மன்னராட்சி காலத்தின் கட்டுப்பாடுகளும் கொடுங்கோன்மையும் இன்றில்லை. மக்களாட்சி வேரூன்றிய சுதந்திர இந்தியாவில் நாம் வாழ்கிறோம். அடிப்படை உரிமைகள், கல்வி உரிமை, பொருளாதார சுதந்திரம், சொத்துரிமை என எல்லாமே நமக்கு அரசமைப்புச் சட்டத்தால் வழங்கப்பட்டுள்ளது. ஆனால், ஜனநாயகத்தின் அனைத்து உரிமைகளையும் நவீனங்களையும் வரித்துக் கொள்ளும் ஒவ்வொரு தலைமுறையும் சாதி என்று வரும் போது - பாட்டன் காலத்து பண்பாடு புனிதமானது என - பிற்போக்குத்தனத்தில் ஒளிந்து கொள்வது கேவலமானது.

சாதி மறுப்புத் திருமணங்களையும் காதலையும் கண்டு ஆதிக்கச் சாதியினரும் மதவாதிகளும் இந்தளவிற்கு பதறுவதன் காரணம் அது இந்து மதத்தின் அடிப்படையான சாதித் தூய்மைவாதத்தை சிதைக்கிறது என்பதே! உத்திரப் பிரதேச பா.ஜ.க. அரசு ரோமியோ எதிர்ப்புப் படைகளை உருவாக்கியது. இதிலுள்ள மத வெறியூட்டப் பட்ட ஆண்கள், இளஞ்சோடிகளை தேடித் தேடி தாக்குகின்றனர். ஓர் அரசே அரசியல் ரீதியாக குண்டர்களைத் தயார் செய்து இத்தகைய இழிவான செயலில் ஈடுபடுவது புதியது. ஆனால் இந்தியர்களுக்கு இது புதிதல்ல. இந்தியாவின் ஆறு

லட்சம் கிராமங்களிலும் இந்த கட்டுப்பாடும் கலப்புத் தடையும் மீறினால் ஆணவத் தாக்குதல் மற்றும் கொலைகள் என்பவை மிகவும் இயல்பானவை. இந்த வன்கொடுமைகளை பண்பாட்டு நடவடிக்கையாகவே இந்தியர்கள் நிகழ்த்துகின்றனர்.

எந்த ஒரு கிராமத்தை வேண்டுமானாலும் எடுத்துக் கொள்ளுங்கள். ஊர் - சேரி கட்டமைப்பைக் கடந்து எந்தப் பெண்ணும் எந்தப் பையனும் சந்தித்துவிட முடியாது. மீறி காதலித்துவிட்டால் சாதிப் பஞ்சாயத்துகள் கடுமையான தண்டனையை காதலித்தவர்களுக்கு வழங்குகின்றன. பெற்ற மகளின் காதில் விஷம் ஊற்றிக் கொன்ற தந்தை, சாதி மாறி காதலித்த மகளை நாய் சங்கிலியில் கட்டி வைத்துத் துன்புறுத்திக் கொன்ற குடும்பம், மகளின் காதல் கணவனை கூலிப் படையை ஏவி நடுச்சாலையில் வெட்டிக் கொன்றத் தாய் என இந்தியாவின் ஆணவக் கொலைக்கான சான்றுகளை அடுக்கிக் கொண்டே போகலாம். இளவரசன், கோகுல்ராஜ், சங்கர் எல்லாம் அதற்கு முன்னர் அதாவது 70 தலைமுறைகளாகக் கொல்லப்பட்டவர்களின் சமகால எச்சங்கள். அகமணமுறைக்கு எதிரான அச்சுறுத்தலாகவே சாதி மறுப்புத் திருமணங்கள் சித்தரிக்கப்படுகின்றன. காதலுக்கு எதிரான தமது கொடூர எதிர்வினைகளின் மூலம் ஆதிக்க சாதியினர் சமூகக் கலப்பிற்கு பேராபத்தாகத் திரண்டு நிற்கின்றனர்.

சாதி மறுப்புத் திருமணம் செய்பவர்களின் மொத்த எண்ணிக்கை மக்கள் தொகையில் வெறும் அய்ந்து சதவிகிதம் தான். ஆனால், உலகம் முழுக்கவே கலப்பு மணங்கள் கடந்த அரை நூற்றாண்டுக் காலத்தில் வெகுவாக அங்கீகரிக்கப்பட்டு பெருமளவு நடந்தேறியிருக்கின்றன. குறிப்பாக, இனப்பாகுபாட்டிற்கு பெயர் போன அமெரிக்காவில் 1967 ஆண்டு இனக் கலப்புத் திருமணங்கள் (Inter Racial Marriages) மீதிருந்த தடை நீக்கப்பட்டு, அவை சட்டப்பூர்வமாக்கப்பட்டன. 2010 கணக்கெடுப்பின்படி அமெரிக்க மக்கள் தொகையில் 15.1% பேர் கலப்புத் திருமணம் செய்தவர்கள். கலப்புத் திருமணங்களுக்கு 1950 களில் வெறும் 5 சதவிகிதம் இருந்த சமூக அங்கீகாரம் தற்போது 80 சதவிகிதமாக உயர்ந்திருக்கிறது. ஆனால், இந்தியாவின் நிலையையும் இந்தியர்களின் மனநிலையையும் இதனோடு ஒப்பிட்டுப் பார்த்தால் நாம் அமெரிக்கர்களை விட 50 ஆண்டுகள் பின் தங்கியிருக்கிறோம். இந்தியப் பொதுச் சமூகம் சாதி மறுப்புத் திருமணங்களை வெறுப்பதன் அடையாளமே இது.

“இந்துக்கள் ஒன்றிணைவதற்கு தடையாக இருப்பது ஒரு சுவர் அல்லது வேலியைப் போன்ற கண்ணுக்குத் தெரிகிற பொருள் அல்ல. அதனால் அதை தகர்த்துவிட்டால் போதும் என்பதல்ல.

சாதி என்பது ஒரு கருத்தாக்கம். அதுவொரு மனநிலை. கண்ணுக்குத் தெரிந்த ஒரு பொருளைத் தகர்ப்பதைப் போல சாதியைத் தகர்க்க முடியாது. அதுவொரு மனமாற்றம்." என்கிறார் அம்பேத்கர்.

ஆனால், அந்த மனமாற்றத்தை எப்படி சாத்தியப்படுத்துவது? எல்லோரும் ஒன்றே அல்லது சமமானவரே என்ற உணர்வை எப்படி வளர்த்தெடுப்பது? உயிரியல் ரீதியாக அது முடியும் என்கிறார் அம்பேத்கர். எந்த சாதியும் கலக்காததால் தான் என் ரத்தம் சுத்தமானது என்ற போலியான இனத்தூய்மைவாதத்தை உயர்த்திப் பிடிக்கின்றனர்.

"ரத்தக் கலப்பு மட்டுமே உறவையும் உறவினர் என்ற உணர்வையும் உருவாக்க முடியும். இந்த உறவு, உறவினர் உணர்வு உருவாக்கப்படவில்லை எனில் சாதியால் விளைவிக்கப்பட்ட பிரிவினைவாத உணர்வு மற்றும் வேற்றுகிரகவாசிகளைப் போன்ற உணர்வு ஆகியவை ஒழியாது. இந்து அல்லாதவர்களை விடவும் இந்துக்களுக்கே அவர்களின் சமூக வாழ்விற்கான மிகப் பெரிய சக்தியாக கலப்பு மணமுறை இருக்க வேண்டும். ஏற்கனவே மிக அணுக்கமாக கலந்து வாழும் சமூகத்தில் திருமணம் என்பது ஒரு சாதாரண நிகழ்வு. ஆனால் பிளவுபட்ட சமூகத்திற்கு ஒரு பிணைப்பு சக்தியாக திருமணம் ஓர் அவசரத் தேவையாகிறது. சாதியை தகர்ப்பதற்கான உண்மையானத் தீர்வெனில் அது கலப்பு மணமே. வேறெதுவுமே சாதியை கரைக்க முடியாது" என சமூக மாற்றத்திற்கான ஓர் ஆயுதமாக கலப்பு மணத்தை கையிலெடுக்கச் சொல்கிறார்.

ஆனால், தனிநபர்களின் காதல் முயற்சிகளைக் கடந்து, சாதியைக் காக்கும் அகமணமுறையை ஒழிக்க நம்மிடையே தனித்துவமான செயல் திட்டங்கள் எதுவுமில்லை. அகமணமுறையின் வழியே தான் சாதிப் பாகுபாடு இங்கே நிலைநிறுத்தப்படுகிறது என்ற நிலையில் அதற்கெதிரான ஒரு கொள்கையோ சமூக கோட்பாடோ சட்டமோ இங்கே உருவாக்கப்படவில்லை என்பது ஜனநாயகத்தின் தோல்வியன்றி வேறில்லை. இந்தியாவில் பல தரப்பட்ட முற்போக்கு இயக்கங்கள் வலுவாக வேரூன்றியுள்ளன. ஆனால், முற்போக்காளர்கள் பலரும் சத்தமின்றி அகமணமுறையின் ஆதரவாளர்களாகவே இருக்கின்றனர். இத்தகைய அமைப்புகளில் சாதி மறுப்புத் திருமணம் செய்வோரின் எண்ணிக்கை மிகக் குறைவாகவே உள்ளதை நிரூபிக்க தனி ஆய்வெதுவும் தேவையில்லை. சாதி மறுப்புத் திருமணங்களுக்கு ஆதரவாக இருக்கும் முற்போக்கு அமைப்புகள் அகமணமுறைக்கு எதிராக இயங்கவில்லை. அது குறித்த விழிப்புணர்வுப் பிரச்சாரத்தை மக்களிடம்

முன்னெடுக்கவில்லை. முற்போக்குவாதிகளுக்கே இந்த சிக்கல் இருக்கும் போது சாமானியர்களை எப்படி குறை சொல்வது?

ஆணவக் கொலைகளைப் போல ஒரு வன்முறையாக மாறும் போது மட்டுமே நாம் சாதியை எதிர்க்கிறோம். அகமணமுறையைப் போல ஒரு விதிமுறையாக இருக்கிற வரை நமக்கு சாதியால் எந்தச் சிக்கலும் இல்லை. அவரவர் பண்பாடு, அவரவர் நம்பிக்கை, அவரவர் கட்டுப்பாடு என தள்ளி நிற்கிறோம். ஆணவக் கொலைக்கு எதிராக குரல் கொடுப்போர் அகமணமுறைக்கு ஒரு நெருக்கடியை இதுவரையிலும் உருவாக்கவில்லை. அதனால் தான் அமெரிக்காவின் மிகப் பெரிய நிறுவனத்தில் லட்சங்களில் சம்பாதித்தாலும் பண்பாடு என்ற பெயரில் மணம் முடிக்க ஆதிக்க சாதியினர் இந்நாட்டிற்கு ஓடோடி வருகின்றனர். திருமண நிறுவனங்கள் அய்யர் மேட்ரிமோனி, வன்னியர் மேட்ரிமோனி, கள்ளர், கவுண்டர் மேட்ரிமோனி என சாதிப் பெயர் சொல்லி தொலைக்காட்சிகளில் துணிச்சலாக விளம்பரம் செய்கின்றன. ஆனால் இந்நிறுவனம் தாழ்த்தப்பட்டவர்களின் சாதிப் பெயர் சொல்லி பள்ளர், பறையர், அருந்ததியர் மேட்ரிமோனி என விளம்பரங்களை வெளியிடுவதில்லை. ஏனென்றால் அது தீட்டு, தூய்மை, அசிங்கம். இது போன்ற விளம்பரங்கள் யாருடைய சுரணையையும் கிளறவில்லை.

அகமணமுறை நவீன வழிகளில் இவ்வாறே அடுத்த தலைமுறையினரின் மூளையில் ஒரு நன்மை போல நிரப்பப்படுகிறது இவ்விளம்பரங்களைப் பார்க்கும் குழந்தைகள் என்ன கற்றுக் கொள்வார்கள்?! சாதிக்குள் தான் திருமணம் செய்ய வேண்டும் என குடும்பங்கள் சொல்லித் தரும் குலப் பாடம் அவர்கள் மனதில் ஆழமாக வேரூன்றும். ஒரு பக்கம் ஆணவக் கொலைகளை எதிர்ப்பது இன்னொரு புறம் அகமணமுறையை சத்தமின்றி ஆதரிப்பது என்பது போன்ற சாதியொழிப்பில் நாம் கடைப்பிடிக்கும் இரட்டை நிலைப்பாடும் நேர்மையின்மையும் சாதியை அழிய விடாமல் காத்துக் கொண்டே இருக்கின்றன.

இந்திய பண்பாட்டில் சாதி ஒரு குழப்பமான ஆனால் உறுதியான அமைப்பு. எந்த நம்பிக்கையில் கை வைத்தாலும் அது சாதி நம்பிக்கையாகவே இருப்பதால் இங்கே அரசியல் செய்யும் அமைப்புகள் மக்களின் நம்பிக்கைகளோடு முரண்பட விரும்பாமல் மண்ணுக்கேற்ற அரசியல் என அவை ஒதுங்கிக் கொள்கின்றன. சாதி எங்கே இருக்கிறது என யாரும் உணராததால் அதை அழிக்க முடியாமல் பலரும் தயங்குகின்றனர். பலரும் அது வெளியில், வீதியில், எங்கோ தூரத்தில், யாரிடமோ இருப்பதாக கற்பனை செய்து கொண்டு அதை ஒழிக்கப் போராடுவதாக சொல்லிக் கொள்கின்றனர். அம்பேத்கர் சொல்வதைப் போல

சாதி நம் ஒவ்வொருவரின் மூளைக்குள்ளும் தான் வசதியாக குடிகொண்டிருக்கிறது. மிக வசதியாக. அதுவும் உணர்வற்ற மூளையில் (*unconscious mind*). புறநிலையில் பார்த்தோமானால் நாம் சாதிக்கு எதிரானவர்களாக இருப்போம். ஆனால் மாட்டிறைச்சி உண்ணுதல், சாதி மறுப்புத் திருமணம் என தனிப்பட்ட நம்பிக்கைகளுடனோ, பழக்கவழக்கங்களுடனோ மோதல் வரும் போது "நான் உனக்குள் தான் இருக்கிறேன்" என சாதி வேகமாக கை தூக்கும்.

ஒவ்வொருக்குள்ளும் உறைந்திருக்கும் சாதியை எவ்வாறு வேரறுப்பது என்ற தனிநபர் நோக்கில் - பண்பாட்டு மாற்றமாக - நாம் இன்னும் சாதியத்தை அணுகவில்லை. வேறு யாருக்குள்ளோ இருக்கும் சாதிக்கு நாம் எதிரி. நமக்குள்ளிருக்கும் சாதிக்கு நாமே பாதுகாவலர். சாதி எதிர்ப்பை ஓர் அரசியல் நிலைப்பாடாக நாம் நூறு சதவிகிதம் ஏற்றுக் கொள்கிறோம். தெருவில் நின்று முழக்கம் போடலாம், போராடலாம், எழுதலாம், பேசலாம். ஆனால், அவ்வாறான ஒவ்வொரு போராளியும் புரட்சிக்காரரும் அரசியல்வாதியும் அறிவுஜீவிகளும் தத்தமவர் வீடுகளுக்குத் திரும்பும் போது சாதியே அவர்களை இருகை நீட்டி வரவேற்கும். ஆம், நாம் வீடுகளில் கடைப்பிடிக்கும் ஒவ்வொரு வழக்கமும் சாதி வழக்கமே; கொண்டிருக்கும் ஒவ்வொரு நம்பிக்கையும் சாதி நம்பிக்கையே; பின்பற்றும் ஒவ்வொரு நடைமுறையும் சாதி நடைமுறையே! பண்பாடு என்பது இதுதான். ஒவ்வொருவரின் தனிப்பட்ட இயக்கத்தையும் குணங்களையும் பண்பாடே வடிவமைக்கிறது. இந்தியர்களுக்கு சாதியே பண்பாடாக இருப்பதால் அதுவே அவர்களது வாழ்க்கையாக மாறுகிறது.

மனிதக் கலப்பென்பது கீழும் மேலுமாகப் பாய்ந்து, குறுக்கும் நெடுக்குமாக ஊடுறுவி கெட்டித்தட்டிப் போன மரபணுச் சரங்களை உருமாற்றும் போது, சாதி அமைப்பில் பெரும் அதிர்வு நிச்சயம் உண்டாகும். எழுபத்து மூன்று ஆண்டு சுதந்திரத்தில் இழிவு, ஆதிக்கம், புனிதம், அடிமை, உயர்வு, தாழ்வு போன்ற சட்டகங்களைத் தாண்டி மனிதர்களைப் பார்க்கப் பழகவே இல்லை என்பது மிகப் பெரிய கேடு! சமத்துவம் எனும் அடிப்படை நாகரிகத்தைக் கூட கற்காமல், கூடி வாழும் பண்பாட்டை வளர்த்தெடுக்காமல் நம்மால் எப்படி ஒரு சமூகத்தை உருவாக்க முடியும் அல்லது நம்மை நாம் எப்படி ஒரு சமூகமென அழைத்துக் கொள்ள முடியும்? ●

செப்., 2019

அணையா வெண்மணி

விவசாயம் எனும் சாதித் தொழில்!

> "விவசாயம் இங்கே மண்ணின் பண்பாட்டோடு இரண்டறக் கலந்திருக்கிறது என பெருமைப்படுவோர் அந்தப் பண்பாட்டிற்கு ஜாதியே அடித்தளமாக இருக்கும் கொடூர உண்மையை மறந்துவிடுகின்றனர். நிலமென்பது சாதி இந்துக்களின் அதிகாரத்திற்கும் ஆதிக்கத்திற்குமானது மட்டுமே என்ற அவலநிலையை 70 ஆண்டு கால சுதந்திர இந்தியாவில் நாம் திருத்தி எழுதவே இல்லை"

13

விவசாயத்தின் மீது நமக்கு எப்போதும் ஒற்றைப் பரிமாணப் பார்வைதான். அது பரிவு, பற்றுப் பாசம். சேறு, சோறு என்று எதுகை மோனையில் பேசி உணர்ச்சிவசப்படுவோம். 'கடவுளெனும் முதலாளி கண்டெடுத்த தொழிலாளி' என விவசாயிகளை புகழ்ந்துத் தள்ளுவோம். நிலத்தில் வேலை செய்யும் அடிமைகள், ஆண்டையின் கருணையாலும் பெருந்தன்மையாலும் மகிழ்ச்சியாக தம் அடிமை வாழ்வை அனுபவிப்பதாகத் திரைப்படங்களில் பொய்யாகக் கதையுரைப்போம். எதுவொன்றை கண்மூடித்தனமாக புனிதப்படுத்துகிறோமோ, நிபந்தனையற்று அங்கீகரிக்கிறோமோ அதுகுறித்த சிக்கல்கள் நம் கண்களுக்குப் புலப்படுவதில்லை. அதனாலேயே இந்தியாவின் பாரம்பரியத் தொழிலான விவசாயத்தில் நிலவும் சர்வாதிகாரப் போக்கையும் ஜனநாயகமற்றத் தன்மையையும் யானை கட்டி போரடித்தக் காலந்தொட்டு நம்மால் மாற்றவே முடியாமல் போய்விட்டது.

கொத்தடிமை முறை ஒழிக்கப்பட்டுவிட்ட நிலையிலும் விவசாயத் தொழில் பரவலாக ஆண்டை - அடிமை என இரு எல்லைகளுக்குள் ஒரு சாதித் தொழிலாகவே இயங்குகிறது. இந்தியாவை பொருத்தவரை விவசாயம் என்பது பயிரல்ல; நிலம். அதாவது அது வாழ்வாதாரமல்ல; சமூக அதிகாரம். ஆக, விவசாயம் பற்றின நமது பெருமையெல்லாம் நிலவுடைமைச் சமூகமான ஆண்டைகளை மய்யப்படுத்திதான் அமைந்திருக்கிறது. விவசாயத்தையும் விவசாயிகளையும் அரசாங்கமும் இயற்கையும் வஞ்சிப்பதென்பது ஓர் அண்மைக் காலப் பிரச்சனை.

ஆனால் ஆண்டை விவசாயிகள், நிலமற்றக் கூலிகளான தலித் மக்களை ஒடுக்குவது பன்னெடுங்காலத் துயரம். நிலங்களைப் பண்படுத்தியதில் தொடங்கி மன்னர்கள் அணைகளைக் கட்டியது, ஊரெங்கும் ஏரி, குளங்களை வெட்டியது வரை தலித்துகளின் ஊனையும் உயிரையும் பிழிந்தெடுத்துதான் விவசாயம் சார்ந்து எல்லாமே இங்கே உருவாக்கப்பட்டன. ஆனாலும் தலித்துகள் எக்காலத்திலும் நிலமற்றவர்களே! ஒடுக்கப்பட்ட மக்களின் உழைப்பைத் தின்று செரித்துப் பருத்துப் பெருகிய நிலவுடைமைச் சமூகம் எவ்வகையிலும் தலித்துகளுக்கு நிலவுரிமை கிடைத்துவிடக் கூடாது என்ற சதித் திட்டத்தோடு கொண்டு செயல்படுகிறது.

உலகத்தின் முக்கால்வாசி நாடுகள் விவசாயம் செய்கின்றன. ஆனால் உலகில் எங்குமே நிலம் என்பது சமூக ஆதிக்கத்தின் குறியீடாக இல்லை. வளர்ந்த மற்றும் வளரும் நாடுகள் பல வேளாண் தொழிலாளர்களுக்கு கவுரவமான ஊதியத்தை வழங்குகின்றன. ஆனால், ஊதியம் நிர்ணயிக்கப்பட்டிருந்தாலும் இங்கே அது இன்றும் கூலிக்கு மாரடிக்கும் அடிமை வேலைதான். விவசாயம் இங்கே மண்ணின் பண்பாட்டோடு இரண்டறக் கலந்திருக்கிறது என பெருமைப்படுவோர் அந்தப் பண்பாட்டிற்கு ஜாதியே அடித்தளமாக இருக்கும் கொடூர உண்மையை மறந்துவிடுகின்றனர். நிலமென்பது சாதி இந்துக்களின் அதிகாரத்திற்கும் ஆதிக்கத்திற்குமானது மட்டுமே என்ற அவலநிலையை 70 ஆண்டு கால சுதந்திர இந்தியாவில் நாம் திருத்தி எழுதவே இல்லை.

காலனிய இந்தியாவிலும் சரி சுதந்திர இந்தியாவிலும் சரி சமூகப் பொருளாதார ரீதியாக ஒடுக்கப்பட்டோரை மேம்படுத்தும் வகையிலான நிலச் சீர்திருத்தச் சட்டங்கள் உருவாக்கப்பட்டன. அதில் குறிப்பிடத்தக்கது பிரிட்டிஷ் ஆட்சி காலத்தில் ஒதுக்கப்பட்ட பஞ்சமி நிலங்கள். ஆனால் தலித்துகளை மிரட்டியும் ஏமாற்றியும் அந்நிலங்களை சாதி இந்துக்களே அபகரித்து வைத்திருக்கின்றனர். பஞ்சமி நிலச்சட்டப்படி இந்தியா முழுவதும், 2.5 இலட்சம் ஏக்கர் விளை நிலங்கள் தலித் மக்களுக்கு இலவசமாக அரசால் வழங்கப்பட்டன. அன்றைய சென்னை மாகாணத்தில் மட்டும் தலித் மக்களுக்கு 12 லட்சம் ஏக்கர் விளைநிலங்கள் இலவசமாக அரசால் வழங்கப்பட்டன. மொழிவாரி மாநிலங்கள் பிரிக்கப்பட்ட பிறகு தமிழகத்தில் சுமார் 9 லட்சம் ஏக்கர் பஞ்சமி நிலங்கள் இருந்தன. அவற்றில் தற்போது 10% நிலம் மட்டுமே தலித்துகளிடம் உள்ளன. சாதி இந்துக்களின் ஆக்கிரமிப்பு ஒரு பக்கமெனில் பல தனியார்

நிறுவனங்கள், தொழிற்சாலைகள், அடுக்குமாடி குடியிருப்புகள் அவ்வளவு ஏன் பல அரசு அலுவலகங்கள் கூட பஞ்சமி நிலத்தில் கட்டப்பட்டிருக்கின்றன.

அதிகாரமற்ற மக்களுக்கு வழங்கப்படும் நிலம் என்பதால், அதை யாரும் ஏமாற்றி அபகரித்துவிடக் கூடாது என்பதற்காகவே பஞ்சமி நில விற்பனைக்கு கடுமையான விதிமுறைகள் உருவாக்கப்பட்டன. முதல் பத்து ஆண்டுகளுக்கு அதை விற்கவோ, குத்தகைக்கு விடவோ, அடமானம் வைக்கவோ யாருக்கும் உரிமையில்லை. பத்து ஆண்டுகள் கழித்து விற்றாலும் அதை இன்னொரு தலித்துக்கு தான் விற்க முடியும். இந்த விதிமுறையை மீறும் விற்பனைகள் செல்லாதவை என்று அரசாணை குறிப்பிடுகிறது. ஆனால் தலித்துகளிடம் இருந்து பஞ்சமி நிலங்கள் பெருமளவில் அரசு அதிகாரிகளின் துணையுடன் சாதி இந்துக்களுக்கு கைமாற்றப்படுகின்றன. தலித் மக்கள் மீது பிரிட்டிஷ் அரசுக்கு இருந்த அக்கறையில் சிறிதளவேனும் இந்திய அரசுக்கு இருந்திருந்தால் பஞ்சமி நில மீட்பிற்கு இவ்வளவு காலம் போராடிக் கொண்டிருக்க வேண்டாம்.

சுதந்திர இந்தியாவில் இதுவரை முன்னெடுக்கப்பட்ட நிலச் சீர்திருத்த நடவடிக்கைகள் எதுவும் நிலமற்றவர்கள் என்ற பட்டத்தை தலித்துகளிடம் இருந்து அகற்றவில்லை. ஜமீன்தார் ஒழிப்புச் சட்டம் உருவாக்கப்பட்ட போது அதை நடைமுறைப்படுத்த வேண்டிய பொறுப்பு மாநில அரசுகளிடம் விடப்பட்டது. உத்தரப்பிரதேசம், கேரளா, மேற்கு வங்கம், தமிழ்நாடு, பீகார், மத்திய பிரதேசம் போன்ற மாநிலங்கள் ஜமீன்தார்களிடமிருந்து நிலங்களை பெருமளவில் கையகப்படுத்தின என்றாலும் அந்நிலங்கள் பரவலாக மக்களுக்கு மறுபகிர்ந்தளிக்கப்பட்ட போது குத்தகைதாரர்களான உயர் மற்றும் இடைநிலை சாதி இந்துக்கள் (இதர பிற்படுத்தப்பட்டோர்) பெருமளவு நிலங்களை அபகரித்துக் கொண்டனர். ஒரு பெரிய ஜமீனிடமிருந்து பறிக்கப்பட்ட நிலங்கள் ஆயிரக்கணக்கான குட்டி ஜமீன்களை உருவாக்கிய கொடுங்கதை அது. தாம் பெற்ற நில அதிகாரத்தைக் கொண்டு இடைநிலை சாதி இந்துக்கள் தலித்துகளை இன்னும் மூர்க்கமாக வதைத்தனர். ஒவ்வொரு வேளை உணவிற்கும் ஆண்டைகளிடம் கையேந்தி நிற்கும் கொடுஞ்சூழலுக்குள் தலித்துகள் வீழ்த்தப்பட்டனர். “ஒரு சட்டம் எவ்வளவு சிறந்ததாக இருந்தாலும் அதை நடைமுறைப்படுத்துகிறவர்கள் மோசமானவர்களாக இருந்தால் அதனால் சமூகத்திற்குப் பலன்

ஏதும் இல்லை” என்ற அம்பேத்கரின் வார்த்தைகள் இதற்குப் பொருந்தும்.

1961 இல் உருவாக்கப்பட்ட நில உச்சவரம்புச் சட்டமும் தலித்துகளுக்கான நீதியைப் பெற்றுத் தரவில்லை. நிர்ணயிக்கப்பட்ட தனிநபர் மற்றும் குடும்ப அளவிற்கு மேல் நிலம் வைத்திருப்பவர்களிடமிருந்து கைப்பற்றி அதை நிலமற்ற தலித்துகள் மற்றும் பழங்குடியினருக்கு வழங்க இந்த சட்டம் வழிவகை செய்கிறது. ஆனால் போலியான ஆவணங்கள், ஊழல், தவறான தகவல்கள், ஆள் மாறாட்டம், பினாமி என நில உச்சவரம்பு சட்டம் ஆதிக்க சாதியினரால் அணு அணுவாக சீரழிக்கப்பட்டது.

நிலமெனும் நிறைவேறா பெருங்கனவை ஒடுக்கப்பட்டவர்களுக்கு நனவாக்கித் தர அம்பேத்கர் பல வகைகளிலும் போராடினார், பல்வேறு திட்டங்களையும் முன்மொழிந்தார். 1946 இல் ‘அனைத்திந்திய பட்டியல் சாதியினர் கூட்டமைப்பு’ சார்பாக, அம்பேத்கர் நிலம் கல்வி, காப்பீடு மற்றும் தொழில்களை நாட்டுடைமையாக்கக் கோரி சட்டமன்றத்தில் ஓர் அறிக்கையை அளித்தார். விவசாயம் நாட்டுடைமையாக்கப்பட்டு ஒவ்வொரு கிராமத்திலும் உள்ள நிலங்கள் ஒரே அளவில் பிரிக்கப்பட்டு எல்லா குடும்பங்களுக்கும் சமமாகக் குத்தகைக்கு விட வேண்டும் என்பதே அவர் கண்ட கனவு.

‘நிலம் அரசுடைமையாகி சாதி, மத வேறுபாடு இல்லாமல் கிராம மக்களுக்கு விடப்படும் போது மேலும் நில உரிமையாளர், குத்தகைதாரர் மற்றும் நிலமற்ற தொழிலாளி என்ற முறை இருக்காது” என நிலப்பகிர்வின் வழியே ஒரு சமத்துவ சமூகத்தை உருவாக்க நினைத்தார். நிலம் தனியார் சொத்தாக மாறினால் அரசால் ஒரு போதும் அந்நிலங்களை கையகப்படுத்தவியலாது என அம்பேத்கர் எச்சரித்தார். நியாயப்படி பொதுவுடமைவாதிகள்தான் அம்பேத்கரின் இந்த நிலப்பகிர்வு திட்டத்தை முன்னெடுத்திருக்க வேண்டும். ஆனால் செய்யவில்லை. ஏனெனில் ஒடுக்கப்பட்டோருக்கு கூலி உயர்வு என்பதில் அவர்களுக்கு முழு உடன்பாடு உண்டு. ஆனால் நிலப்பகிர்வின் வழியேயான அதிகாரப்பகிர்வு சாதியமைப்பை ஆட்டங்காணச் செய்யும் என்பதால் அத்தகைய புரட்சிகரத் திட்டங்களை அவர்கள் ஆதரிப்பதில்லை.

சுதந்திரம் கிடைத்த கையோடு சாதியை ஒழிக்கவோ ஜனநாயகத்தை நடைமுறைப்படுத்தவோ அரசுக்கு அக்கறை

இருந்திருக்குமானால் நிலங்களை நாட்டுடைமையாக்கும் திட்டத்தை அன்றைய காங்கிரஸ் அரசு செயல்படுத்தியிருக்கும். சாதியா, சமத்துவமா என்ற இரு பாதைகளில் யாரும் ஆதரிக்காத சமத்துவத்தின் பாதையை சுதந்திர இந்தியா தேர்ந்தெடுத்திருக்குமானால் இந்நாட்டின் எதிர்காலத்தையே அது மாற்றியிருக்கும்! தலித்துகள் இந்நாட்டின் அடிமைகளாக இல்லாமல் குடிமக்களாக உரிமை பெற்றிருப்பார்கள். ஒடுக்கப்பட்டவர்களுக்கு நிலம் கிடைத்தால் அது சாதிய சமூக அமைப்பைப் தகர்க்கும் என்பதாலேயே இங்கே தலித்துகளுக்கு நிலமோ வீடோ அளிக்க உருவாக்கப்படும் அத்தனைச் சட்டங்களும் உதிரம் கொட்டக் கொட்ட கொல்லப்படுகின்றன.

1954 ஆம் ஆண்டு நிலங்களை வாங்க தலித்துகளுக்கு அரசு நிதியுதவி செய்ய வேண்டுமென அம்பேத்கர் கோரினார். அப்படியொரு திட்டத்தை இதுவரை எந்த அரசும் கொண்டு வரவில்லை. அரசுகள் தொடர்ந்து வஞ்சனை செய்ததால் 1944 இல் பொது நிலங்களை கையகப்படுத்த அம்பேத்கர் தலித்துகளை ஊக்கப்படுத்தினார். மேய்ச்சல் நிலங்களை கையகப்படுத்தும் கெய்ரான் என்றழைக்கப்படும் அந்த போராட்ட வடிவம் இன்றளவிலும் மகாராஷ்டிரா போன்ற மாநிலங்களில் உயிர்ப்போடு இருந்தாலும் ஆவண ரீதியாக அந்நிலங்களை தலித்துகளுக்கு சொந்தமாக்கித் தர அரசுக்கு மனமில்லை. அரசாணையின் படி 1971-1998 வரையிலான காலகட்டங்களில் மகாராஷ்டிராவில் மட்டும் ஒரு லட்சம் ஹெக்டேர் நிலங்களை சுமார் 85 ஆயிரம் தலித்துகள் கையகப்படுத்தினர். குடும்பத்திற்கு இரண்டு ஹெக்டேர் கூட தேறாது என்றாலும் அதை கூட அரசு முறையாகப் பதிவு செய்து தர மறுக்கிறது.

நிலம் வைத்திருந்தால் மட்டும் விவசாயம் செய்துவிட முடியுமா? தலித்துகளால் உழைக்க முடியும். ஆனால் பயிர் செய்ய ஆகும் செலவுகளுக்கு அவர்களிடம் பணமிருப்பதில்லை, ஆதிக்க சாதியினர் அதை அனுமதிப்பதில்லை. வறட்சியில் பயிர் செய்ய முடியாமல் போக நிலத்தை அப்படியே போட்டுவிட்டு பஞ்சம் பிழைக்க வெளியூர்களுக்கு இடம் பெயர்வதால் போராடிப் பெற்ற நிலத்தை தொலைத்துக் கொண்டே இருக்கின்றனர். ஒரு ஜனநாயக நாட்டின் சொந்தக் குடிமக்கள் இப்படி ஆக்கிரமிப்பு செய்து தான் நில உரிமையைப் பெற வேண்டுமென்பதை விட அந்நாட்டிற்கு பெரிய அவமானம் ஏதுமில்லை.

சாதி ஆளும் சமூகத்தில் தலித்துகளுக்கான நில அதிகாரம் ஒரு கனவுக் கருத்தாக்கமாகவே நீடிக்கிறது. தலித்துகளின் நில உரிமைக்கு எதிராக ஒட்டுமொத்த சமூகமும் கைகோர்த்து இயங்குவதே இதற்குக் காரணம். தலித் மக்கள் நிலமற்றவர்களாகத் துயருருவதில் அரசு, நீதிமன்றம், சாதி வயப்பட்ட சமூகம், அரசியல்வாதிகள், அதிகாரிகள் என எல்லோருக்குமே பங்கிருக்கிறது. 19 ஆம் நூற்றாண்டில் கறுப்பின மக்கள் நடத்திய சிவில் உரிமை மற்றும் நில உரிமைப் போராட்டங்களின் விளைவாக அரசு நிதி உதவியின் மூலம் பெருமளவிலான நிலங்கள் வழங்கப்பட்டன. அந்நூற்றாண்டின் இறுதியில் கறுப்பின மக்கள் அமெரிக்காவின் 14% விவசாய நிலங்களுக்குச் சொந்தக்காரர்களாக இருந்தனர். இங்கே தலித்துகள் வஞ்சிக்கப்பட்டதைப் போல வெள்ளையர்களின் அடக்குமுறை மற்றும் சூழ்ச்சியால் கறுப்பர்களின் நிலம் அபகரிக்கப்பட்டது. 'கறுப்பர்களின் நில இழப்பு' என வரலாறு இதை குறிப்பிடுகிறது. அமெரிக்க மக்கள் தொகையில் 13% இருக்கும் கறுப்பர்களிடம் தற்போது 1% கிராமப்புற நிலங்கள் தான் உள்ளன. 98% நிலத்துக்குச் சொந்தக்காரர்கள் வெள்ளை அமெரிக்கர்களே. இனவெறி ஒடுக்குமுறையில் அனுபவிப்பதைப் போன்ற துயரத்தில் தான் தலித்துகளும் அல்லலுற வேண்டுமென்றால் நாம் ஏன் சாதிய ஒடுக்குமுறையை இனவெறி என அழைக்கக் கூடாது?

இந்திய நிலம் மற்றும் கால்நடை வைத்திருப்போர் கணக்கெடுப்பு 2013 இன் படி 60% தலித் குடும்பங்களுக்கு சொந்த நிலமென எதுவுமில்லை. 2011 கணக்கெடுப்பின் படி 70% தலித் விவசாயிகள் சாதி இந்துக்களின் நிலங்களில் கூலி வேலை செய்பவர்களே! 2015-16 ஆம் ஆண்டு எடுக்கப்பட்ட வேளாண் கணக்கெடுப்பின் படி இந்தியாவில் 1571.4 லட்சம் ஹெக்டேர் அளவு நிலம் விவசாயத்திற்காக பயன்படுத்தப்படுகிறது. இந்த எண்ணிக்கையில் தலித் மக்களுக்கு சொந்தமாக இருப்பது வெறும் 9% நிலம் மட்டுமே. பழங்குடியினருக்கு 11% என்ற கணக்கு போக, மீதமுள்ள 80% விவசாய நிலங்களின் உரிமையாளர்கள் சாதி இந்துக்களும் (Forward Castes) இதர பிற்படுத்தப்பட்ட சாதிகளும் (OBCs) தான். நிலம் வைத்திருக்கும் தலித்துகளில் 61% பேரிடம் இருப்பது அதிகபட்சமாக வெறும் 1-2 ஹெக்டேர் அளவுதான். சிறு விவசாயிகள் என்ற பிரிவில் தான் இவர்கள் அடக்கம். பத்து எக்டேருக்குள் நிலம் வைத்திருக்கும் குறு விவசாயிகள் மூன்றில் ஒரு பகுதியினர். பிற சாதிகளில் இப்பிரிவினர் இது 44%.

எல்லாம் 'நன்றாக' இருந்து விவசாயம் செழித்தாலும் வறட்சி, இயற்கை சீற்றம் போன்ற காரணங்களால் விவசாயம் நாசமாய்ப் போனாலும் விவசாயக் கூலிகளான தலித் மக்கள் வாழ்வில் அது ஒரே விதமான விளைவைத் தான் உண்டாக்குகிறது. அது, சுரண்டல், அடிமைத்தனம், வறுமை. இத்தனை ஆண்டுகளில் தலித்துகள் மீதான விவசாய அடக்குமுறை மாறவே இல்லை. தன் நிலத்தில் வேலை செய்பவர்களுக்கு கூலியைத் தராமல் அலைக்கழிப்பதும் வேலை செய்ய மறுப்பவர்களை சாதி இந்து விவசாயிகள் வன்கொடுமைக்கு ஆளாக்குவதும் கொலை செய்வதும் இன்றும் நடந்தேறுகின்றன.

அண்மையில் 2016 ஆம் ஆண்டுக்கான விவசாயிகள் தற்கொலைக் கணக்கை தேசியக் குற்றப்பதிவு ஆணையம் வெளியிட்டது. மொத்தம் 11,379 பேரில் 5,109 பேர் விவசாயக் கூலிகள். "விவசாயம் பொய்த்துப் போனால் விவசாயிகளைப் போலவே விவசாயக் கூலிகளும் பாதிக்கப்படுவார்கள். அதுவே இந்த தற்கொலைக்குக் காரணம்" என தோன்றலாம். ஆனால், ஆய்வு வேறு உண்மையைச் சொல்கிறது. அரியானாவில் அவ்வாண்டு உயிரை மாய்த்துக் கொண்ட 250 பேரும் விவசாயக் கூலிகள். அவ்வாண்டு அரியானாவில் பயிர் உற்பத்தி சிறப்பாக இருந்த போதும் அதற்கானப் பலன் கூலித் தொழிலாளர்களைச் சென்றடையவில்லை. கூலியை சரிவரத் தராததால் உண்டான மன அழுத்தமே அவர்களின் தற்கொலைக்குக் காரணம் என்கிறது அறிக்கை. ஆதிக்க சாதி விவசாயிகள் பயிர் செழித்தாலும் செத்தாலும் கூலிகளான ஒடுக்கப்பட்ட சமூகத்தினரை வஞ்சிக்கின்றனர். விவசாயிகள் தற்கொலையை சாதி வாரியாகக் கணக்கிட வேண்டிய கட்டாயத்தை இது உணர்த்துகிறது. விவசாயி என ஒற்றை வார்த்தையில் ஒரே சமூகமாக அடையாளப்படுத்தப்பட்டாலும் வர்ணாசிரமப் படிநிலை அதில் இயங்கவில்லையா? பார்ப்பன விவசாயிகள், பிற்படுத்தப்பட்ட விவசாயிகள், தாழ்த்தப்பட்ட/ பழங்குடியின விவசாயிகள் என சாதி அமைப்பின் பிரதிபலிப்பு இன்னும் தீவிரமாக இருக்கும் குலத் தொழில்களில் விவசாயம் முக்கியமானது! விவசாயம் செழித்தாலும் பொய்த்தாலும் அதன் பாதிப்பு இம்மூன்று பிரிவினருக்கும் ஒரே மாதிரியான விளைவுகளை உண்டாக்குவதில்லை என்பதை நாம் மறந்துவிடக் கூடாது.

ஆக, இதுதான் எதார்த்தம். உழவுதான் தமிழரின் பாரம்பரியம் என பொங்கல் திருநாளை உயர்த்திப் பிடிக்கும் நாம் இனத்தூய்மைவாதமும் சாதிச் செருக்கும் நிறைந்த

குலத்தொழிலாக அது நீடிப்பதை உடைத்துப் பேசியே ஆக வேண்டும். உழவு பற்றி திருவள்ளுவர் புகழ்ந்து பாடியதெல்லாம் விவசாயம் அனைவருக்குமான வாழ்வாதாரமாக இருந்த காலத்தில்! இப்படி மனித வதைக் கூடமாக உழவுத் தொழில் இருப்பதைப் பார்த்திருந்தால் அவர் அந்த அதிகாரத்தையே நீக்கியிருப்பார். இந்த பாரம்பரிய ஒடுக்குமுறையை முடிவுக்குக் கொண்டு வராமல் விவசாயத்தின் மேல் புனிதத்தன்மையை ஏற்றி வைத்து அதை கண்மூடித்தனமாக ஆதரிக்கிறோம்.

விவசாயக் கடன் மற்றும் மின் கட்டணத் தள்ளுபடி, வறட்சி அல்லது பருவந்தப்பிய மழைப் பொழிவால் உண்டாகும் பயிர் சேதத்திற்கான இழப்பீடு, பயிர் கொள்முதல் விலை உயர்வு போன்ற விவசாயிகளின் அத்தனை கோரிக்கைகளுக்கும் செவிசாய்த்து அவையனைத்தையும் அரசு நிறைவேற்றுகிறது என்றே வைத்துக் கொள்வோம், இயற்கை கூட விவசாயிகள் எதிர்பார்க்கிற நாட்களில் எதிர்பார்க்கிற அளவே மழையைப் பொழிந்து பயிரைச் செழிக்க வைக்கிறது என்றே வைத்துக் கொள்வோம், அப்போது, விவசாயத் தொழிலில் உள்ள சாதி ரீதியான பாகுபாடுகள் ஒழிந்துவிடுமா? விவசாயம் என்பது நிலத்துக்கு உடைமையாளர்களான ஆதிக்கச் சாதியினருக்கு மட்டுமல்ல அதில் உழைக்கும் கூலிகளுக்கும் சொந்தமானது. ஆனால், விவசாயிகளின் பிரச்னை தேசிய அளவில் பேசப்படுகிற அளவுக்கு நிலமற்ற உழைக்கும் விவசாயிகளின் பாடுகள் பேசப்படுவதில்லை. ஏனெனில் அவர்கள் தலித் மக்கள்.

உலகிலேயே அதிகளவு விவசாயத் தொழிலாளர்களைக் கொண்ட நாடு இந்தியா. ஆனால், அவர்களுக்கான சமூக, பொருளாதாரப் பாதுகாப்பை இந்திய அரசு சாத்தியப்படுத்தவில்லை. விவசாயிகளுக்கும் தொழிலாளர்களுக்கும் பலனளிக்கும் வகையில் பல்வேறு சட்டங்கள் இயற்றப்பட்டும் அதன் பலன்களும் உழைக்கும் தலித் மக்களுக்கு சென்று சேர்வதில்லை. அதனால் அவர்கள் ஊர் விட்டு ஊர், மாநிலம் விட்டு மாநிலம் என பெருமளவில் புலம்பெயர்கின்றனர். ஒவ்வொரு பத்தாண்டுகளில் இந்த எண்ணிக்கை அதிகரிக்கிறது. சொந்த ஊரிலும் நிலமில்லை, வந்த ஊரிலும் நிலமில்லை என வதைபடும் தலித் மக்கள் பற்றி யாருக்கும் எந்த கவலையுமில்லை. நமது அக்கறையெல்லாம் நிலவுடைமையாளர்களின் போதாமைகளை சரி செய்வதில்தான். நிலங்கள் சாதியோடு பிணைந்திருக்கிற வரையில் விவசாயத்தை நாம் சாதியற்றத் தொழிலாக மாற்ற முடியாது. சாதியற்றதாக

ஆகிற வரை அதை பற்றி நாம் பெருமிதம் கொள்ள எதுவுமில்லை; அவமானப்படத் தான் வேண்டும்.

நில உரிமை ஒடுக்கப்பட்ட சமூகங்களை அதிகாரப்படுத்தும் என காலங்காலமாக சொல்லப்படுகிறது. அதிகாரப்படுத்த வேண்டியதில்லை. சமத்துவப்படுத்தினால் போதுமானது. அதற்கு அவர்களுக்கு சேர வேண்டிய நிலங்களை அவர்களிடம் ஒப்படைக்க வேண்டும். காகிதங்களில் அல்லாமல் ஜனநாயகத்தை மண்ணில் தழைக்க வைக்கும் சமூகம் தான் வரலாற்றுத் தவறுகளை நேர் செய்து ஒடுக்கப்பட்டோரின் வாழ்வுரிமைகளை மீட்டெடுக்க முன் வரும். ஆனால், சாதிய இந்தியாவில் அது சாத்தியமே இல்லை என்பதைத்தான் வரலாறும் சமகாலமும் உணர்த்துகின்றன. ●

07.01.2020
இந்து தமிழ் திசை

அறச் சிதைவின் உச்சத்தில் இந்திய ஊடகங்கள்!

"

இந்திய ஊடகங்கள் இந்நாட்டின் 75% மக்களுக்கான செய்திகளை வழங்காமல் சூதாட்டம் நடத்துகின்றன என்பதே உண்மை. உதாரணத்திற்கு சொல்ல வேண்டுமானால், கடந்த அய்ந்தாண்டுகளில் விவசாயம் பற்றி வெறும் 0.61% அளவே நாளிதழ்கள் செய்தியை வெளியிட்டிருக்கின்றன. சாதிய ஒடுக்குமுறைகள், மதக் கொடுமைகள், பெண்களுக்கெதிரான வன்முறைகள் பற்றிய செய்திளுக்கும் இதே நிலைமைதான்

"

14

பொதுவாகவே வேறெந்த வேலைக்கும் இல்லாத மரியாதை பத்திரிகைத் துறைக்கு இருக்கிறது. குரலற்ற சாமானிய மக்கள் முதல் ஆள்கிறவர்கள் வரை ஊடகங்களை ஏனோ அவ்வளவு நம்புகின்றனர். மருத்துவர், ஆசிரியர், காவலர், வழக்குரைஞர், மாவட்ட ஆட்சியர், நீதிபதி, சட்டமன்ற உறுப்பினர், நடிகர்கள், சமூகப் போராளி என யாரோடு ஒப்பிடும் போதும் மக்கள் பத்திரிகையாளர்கள் மீது மிகுந்த அன்பும் நம்பிக்கையும் மரியாதையும் கொண்டுள்ளனர். 'ஜர்னலிஸ்ட்' என்று சொன்னாலே உண்மைக்காக உயிரைப் பணயம் வைத்து வேலை செய்கிறவர்கள் என்ற விளக்கம் அவர்கள் மனதில் ஓடுவதை பல முறை நான் உணர்ந்திருக்கிறேன். கடைக்கோடி மனிதராக இருக்கும் தன் பிரச்சனையை இவர்கள் பேசுவார்கள்; தமக்கான உரிமைகளைப் போராடிப் பெற்றுத் தருவார்கள்; இருளில் கிடக்கும் உண்மைகளை வெளிச்சத்திற்குக் கொண்டு வருவார்கள்; அதிகாரத்திற்கு எதிராகத் துணிச்சலாக நிற்பார்கள், போர்க்களத்தில் வாள்முனை சாதிக்காததை இவர்களின் பேனாமுனை சாதிக்கும்; ஆட்சியையே கவிழ்க்கக்கூடிய ஆற்றல் ஊடகங்களுக்கு மட்டுமே இருக்கிறது என இப்படியெல்லாம் மக்கள் உறுதியாக நம்புகின்றனர்.

ஆனால் சாமானியர்களின் இந்த நம்பிக்கையில் தீ வைத்துவிட்டு ஜனநாயகத்தின் நான்காவது தூண் என்ற பெருமையைப் பெற்ற ஊடகத்துறை அறச்சிதைவில் வெந்து கொண்டிருக்கிறது என்பதே சமகால எதார்த்தம். அப்படியெனில் கடந்த காலங்களில் அவை மிகச் சிறப்பான ஊடக அறத்தோடு செயல்பட்டனவா

எனில் இல்லை என்பதே பதில். பொதுவாக மய்ய நீரோட்ட ஊடகங்கள் எப்போதுமே குரலற்றவர்களான இந்நாட்டின் ஒடுக்கப்பட்டோர் பக்கம் நின்றதில்லை. தலித்துகள், பழங்குடியினர், சிறுபான்மையினர், பெண்கள் மற்றும் தொழிலாளர்களின் பிரச்சனைகள் எப்போதுமே தலைப்புச் செய்தியாகும் தகுதியைப் பெற முடியவில்லை.

சாதி, மத, பாலினக் கொடுமைகளை தேசியப் பிரச்சனைகளாக ஊடகங்கள் அங்கீகரித்தில்லை.. பெரும்பான்மை மக்கள் படும் வதைகளுக்கு எதிராக அவை கொடூரமான கள்ள மவுனத்தையே (conspiracy of silence) அவை கடைபிடித்து வந்தன என்றாலும் அவை தேசிய பிரச்னைகள் என நம்பிய அரசியல் மற்றும் பொருளாதாரப் பிரச்சனைகளைக் குறித்து எழுதுவதிலேனும் அவை ஓரளவு அறத்தையும் வெளிப்படைத்தன்மையையும் கடைப்பிடித்து வந்தன. அதோடு தனிநபர்களின் அறிவு, கவுரவம் மற்றும் பொறுப்பு சார்ந்த சமூகச் செயல்பாடாக ஊடகத் தொழில் கருதப்பட்டதால் செய்திகளுக்கும் அரசியலதிகார மற்றும் வர்த்தக லாபங்களுக்கும் இடையில் தெளிவான கோடு கிழிக்கப்பட்டிருந்தது. ஆனால் சமகாலத்தில் அதுவும் சிதைவுக்குள்ளாகி இருக்கிறது.

கட்டணச் செய்தி (paid news), போலிச் செய்தி (fake news), வெறுப்புச் செய்தி, மிரட்டல், ஊழல், ஒடுக்குமுறை, பாகுபாடு என மய்ய நீரோட்ட ஊடகங்கள் மாபியா கும்பல்களாக இன்று உருவெடுத்துள்ளன என்றால் அது மிகையல்ல. இந்நாட்டு மக்கள் தெரிந்தோ தெரியாமலோ நம்பிக் கொண்டிருப்பதைப் போல ஊடகங்கள் இனிமேலும் ஜனநாயகத்தின் தூண்களில் ஒன்றல்ல. கட்டற்ற லாபத்தையும் அதிகாரத்தையும் குறிக்கோளாகக் கொண்ட, அந்த குறிக்கோளுக்காக எதையும் செய்யத் தயாராக இருக்கிற ஓர் ஆற்றல் வாய்ந்த அமைப்பாக அது உருவெடுத்திருக்கிறது. கார்ப்பரேட் கலாச்சாரம் என மேம்போக்காகக் குறிப்பிடுகிறோம். பொதுவான பெருநிறுவனங்களைப் போல அல்ல இது. தொழில் லாபத்தை மட்டுமே குறிக்கோளாகக் கொண்ட பெரு நிறுவனங்களால் நேரடியாக ஒரு கருத்தியலை உருவாக்கவோ சிதைக்கவோ முடியாது.

ஆனால், இன்றைய மய்ய நீரோட்ட ஊடகங்கள் அதையும் தாண்டி ஒரு மிகப்பெரிய சதி வேலையைச் செய்கின்றன. இந்நாட்டின் ஜனநாயகக் கொள்கைக்கு எதிராகவும் அரசமைப்பு நீதியைக் குலைக்கும் வகையிலும் கடந்த 73 ஆண்டுகளாக சிறிது சிறிதாகப் போராடி நாம் பெற்ற உரிமைகளைச் சிதைக்கும் வெறியுடனும் அவை செயல்படுகின்றன. என்னைப்

பொருத்தவரை பணத்தைப் பெற்றுக் கொண்டு யார் தலையில் வேண்டுமானாலும் குண்டுகளை வீசும் தீவிரவாத அமைப்புகளின் வெறித்தனமான வர்த்தக சித்தாந்த நிலையை இன்றைய ஊடகங்கள் எட்டிவிட்டன என்றே அழுத்தமாகக் குறிப்பிடுவேன்.

அரசமைப்புச் சட்டப்பிரிவு 370 நீக்கப்பட்ட கடந்த ஆகஸ்ட் 5 ஆம் தேதியிலிருந்து காஷ்மீரின் எதிர்வினையையும் நிலையையும் தெரிந்து கொள்ள தேசமும் சர்வதேசங்களும் கண்களை விரித்துப் பார்த்துக் கொண்டிருந்த போது, சுற்றுலா தளத்திற்குள் உலா வருவதைப் போல அர்னாப் கோஸ்வாமியின் 'ரிபப்ளிக்' செய்திச் சேனல் வலம் வந்தது. இது போன்ற அரசுக்கு ஊதுகுழல்களாக இருக்கும் ஊடகங்களுக்கு அரசிடமிருந்து எல்லாம் எளிமையாகக் கிடைத்துவிடும். அதனாலேயே இந்திய தேசிய ஊடகங்கள் - காஷ்மீர் அமைதியாக இருப்பதாகப் பச்சைப் பொய்யுரைத்தன. காஷ்மீர் பிரச்சனையில் இந்திய ஊடகங்களுக்கும் சர்வதேச ஊடகங்களுக்கும் செய்திப் போரே நிகழ்ந்தது எனலாம்.

சட்டப்பிரிவு 370 நீக்கத்திற்கு எதிராக ஆயிரக்கணக்கான காஷ்மீரிகள் வீதிகளில் போராடுவதையும் அதை ஒடுக்க காவல் துறை கண்ணீர் புகைக் குண்டுகள் வீசுவதையும் துப்பாக்கிச் சூடு நடத்துவதையும் பிபிசி தலைமையிலான வெளிநாட்டு ஊடகங்கள் காண்பித்துக் கொண்டிருந்த போது, இந்திய ஊடகங்கள் காஷ்மீர் மக்கள் மத்திய அரசின் முடிவை ஏற்றுக் கொண்டதாகவும் அவர்கள் இயல்பு வாழ்க்கை வாழ்வதாகவும், துளியளவு எதிர்ப்போ வன்முறையோ நிகழவில்லை என்றும் அவர்கள் மத்திய அரசை புகழ்கின்றனர் என்றும் பொய் பரப்புரை செய்தன. ஆளும் அரசின் கொள்கைப்பரப்பு நிறுவனங்களாகவே இந்த ஊடகங்கள் தம்மை முன்னிறுத்தின.

இந்திய ஊடகங்களின் இந்த 'ராஜாவை விட விசுவாசமான' போக்கிற்கு இன்னொரு எடுத்துக்காட்டு புல்வாமா தாக்குதல். கடந்த பிப்ரவரி மாதம் ஜம்மு ஸ்ரீநகரில் நடந்த தற்கொலைத் தாக்குதலில் மத்திய ரிசர்வ் போலிஸ் படையைச் சேர்ந்த 40 வீரர்கள் கொல்லப்பட்டனர். மய்ய நீரோட்ட தேசிய ஊடகங்கள் ஊடக அறத்தை பரண் மேல் வைத்துவிட்டு பொறுப்பற்ற முறையில் 'போர் வேண்டும், போர் வேண்டும்' என வெறியோடு கதறின. போர் என்பது வீடியோ கேம் விளையாட்டா என்ன? உண்மையான போரின் வலியும் இழப்பும் எப்பேர்ப்பட்டது என இவர்கள் அறியமாட்டார்கள். வீரர்கள் வீரர்களோடு மோதுவதோடு முடிவதல்ல அது. ஒவ்வொரு குடிமக்களின் அமைதியையும் ஒற்றுமையுணர்வையும் இருத்தலையும் அது துண்டாடுகிறது, வெறுப்புணர்வை

விதைக்கிறது, பொருளாதாரத்தை சிதைக்கிறது. ஒடுக்கப்பட்டோர், ஏழைகள், பெண்களின் பிரச்னைகளை பன்மடங்கு பெருக்குகிறது.

ஆனால், விளைவுகள் பற்றி எவ்விதக் கவலையுமின்றி இவர்கள் குளிரூட்டப்பட்ட அறைகளில் ஒப்பனைகளோடு அமர்ந்து கொண்டு, ஊடகப் போர் வீரர்களாக மாறி, "நாம் பழி தீர்க்க வேண்டும். எங்களுக்கு கண்டனம் வேண்டாம், எதிரியின் ரத்தம்தான் வேண்டும். இந்தியா மீண்டும் மீண்டும் தாக்கிக் கொண்டே இருக்க வேண்டும்" என்று அலறி சாமானியர்களின் வெறுப்புணர்வைக் கிளறினார்கள். மக்களைக் கட்டுக்குள் வைக்க நினைக்கும் சில மத போதகர்கள் உச்சஸ்தாயி குரலில் சொன்ன விஷயத்தையே திருப்பித் திருப்பிச் சொல்லி பிரசங்கம் செய்வது போலவே இவர்கள் 'போர் வேண்டும்' என்ற கருத்தை தேசத்தின் மூளைக்குள் வலுக்கட்டாயமாகத் திணித்தார்கள். கிராபிக் போர் அறைகளை உருவாக்கி தத்ரூபமாக வெறியூட்டினார்கள்.

தனது எல்லைக்குள் விழுந்த இந்திய வீரரை பாகிஸ்தான் பத்திரமாக அனுப்பி வைத்த போதும் இவர்கள் 'பாகிஸ்தான் அடிபணிந்தது' என்றே கொக்கரித்தனர். புல்வாமா தாக்குதலுக்கு பதிலடி கொடுத்ததாக இந்திய அரசு பொய்யுரைக்கும் பாலக்கோட் தாக்குதல் பற்றி இந்த ஊடகங்கள் பொய்யைத் தவிர வேறெதையும் சொல்லவில்லை எனலாம். இந்தியத் தாக்குதலில் நூற்றுக்கணக்கான பாகிஸ்தான் வீரர்கள் உயிரிழந்ததாக, இந்திய ராணுவ அதிகாரிகள் மறுத்த நிலையிலும் தமது ஆசைக்கு ஏற்ப ஆளாளுக்கு ஒரு கணக்கைக் கூறினார்கள். கொல்லப்பட்டவர்களின் படங்களை காண்பிக்காமல் பழைய சண்டைக்காட்சிகளை பயன்படுத்தினார்கள். களத்திலிருந்து காட்சிகளைக் விவரிக்காமல் இவர்களுக்கு சாதகமான 'நிபுணர்' குழுவை வைத்து விவாதங்களை நடத்தி வார்த்தைகள் வழியாகவே போரை அரங்கேறச் செய்தனர். கடைந்தெடுத்த வெறுப்பின் கடைசி ஆயுதமாகக் கூட போர் இருந்துவிடக் கூடாது என மனித சமூகம் பண்பட்டு தெளிந்திருக்கும் ஒரு நாகரிக காலத்தில் இந்த ஊடக நிறுவனங்களும் ஊடகவியலாளர்களும் போர் வேண்டும், போர் வேண்டுமென ரத்தவெறியோடு முழங்கியதை உலக ஊடகவியலாளர்கள் வியப்பும் அதிர்ச்சியுமாக வேடிக்கை பார்த்தனர் என்பதே உண்மை.

புல்வாமாவும் பாலகோட் தாக்குதலும் நாடாளுமன்றத் தேர்தலுக்காகத் திட்டமிட்டு அரங்கேற்றப்பட்ட நாடகம் என்பதை ஊடக உலகமும் அறிவுச் சமூகமும் நன்கறியும். பொருளாதாரச் சரிவு, வேலையிழப்பு, பண மதிப்பிழப்பு, ஒடுக்கப்பட்டோர் மற்றும் சிறுபான்மையினர் மீதான தாக்குதல்

என தேசத்தின் வெறுப்பைச் சம்பாதித்து வைத்திருந்த பா.ஜ.க. தேர்தல் நேரத்தில் மக்களின் சிந்தனையை திசை திருப்ப எடுக்கும் ஒற்றை ஆயுதம் பாகிஸ்தானுடனான போர். இங்கே கஞ்சிக்கில்லாமல் கிடந்தாலும் பாகிஸ்தானை ஜெயித்துவிட வேண்டுமெனவே சாமானிய இந்திய உளவியல் நினைக்கிறது. அந்த உளவியலை ஊக்குவிப்பதற்கான தீனிதான் புல்வாமாவும் பாலக்கோட் தாக்குதலும். பாலக்கோட் தாக்குதல் நடந்த மறுநாள் மோடி தேர்தல் பிரச்சாரத்திற்கு கிளம்பிவிட்டார். திட்டமிட்டபடியே தேர்தல் முடிவுகளும் அமைந்தன. இந்திய ஊடகங்களுக்கு நன்றி!

சாமானிய மக்கள் ஊடகங்களை முழுமையாக நம்புகின்றனர். ஆனால் ஊடகங்கள் மக்களுக்கு எதிரான தமது வெறுப்புணர்வு மனப்பான்மையை நாள்தோறும் கூர்தீட்டி வருகின்றன. கட்டணச் செய்தி (Paid News) - பற்றியெல்லாம் சாமானியர்கள் அறிந்திருக்க நியாயமில்லை. ஆனால், பெரு நிறுவனங்கள் மற்றும் அரசியல் கட்சிகளுக்கு நடுவே நின்று கொண்டு மய்ய நீரோட்ட ஊடகங்கள் தமது செய்தித் தாளின் ஒவ்வொரு சதுர செண்டிமீட்டருக்கும் காட்சி ஊடகங்கள் தமது ஒவ்வொரு நொடிப் பொழுதிற்கும் விலையை நிர்ணயித்து செய்திகளை விற்பனை செய்யும் அவலம் சாமானியர்களின் கவனத்திற்கு வருவதே இல்லை. அறிவுச் சமூகத்தின் என்றோ ஒரு நாளுக்கான விவாதமாக ஆவதோடு சரி. பி.சாய்நாத், ராவிஷ் குமார் போன்ற சில நேர்மையான பத்திரிகையாளர்கள் மட்டுமே தொடர்ந்து ஊடகங்களின் ஊழல் மற்றும் அறச்சிதைவு குறித்து பேசி வருகின்றனர். ஆங்கிலமறிந்த உலகத்தில் மட்டுமே விவாதிக்கப்படும் இந்தப் பிரச்சனை மொழிவாரி ஊடகங்களின் வாசகர்களையோ பார்வையாளர்களையோ வந்தடைவதில்லை. அதனால், அவர்கள் ஊடகங்களில் எது வந்தாலும் அது உண்மையே என்று நம்பும் விழிப்பற்ற நிலையிலேயே மயங்கிக் கிடக்கின்றனர்.

பா.ஜ.க. அரசு உண்டாக்கியிருக்கும் பொருளாதாரப் பேரிடரில் எல்லா தொழில் நிறுவனங்களுமே கடுமையான பாதிப்பில் வீழ்ந்திருக்கின்றன. இதனால் எல்லா துறையைச் சேர்ந்த நிறுவனங்களும் ஆட்குறைப்பிலும் சம்பளக் குறைப்பிலும் ஈடுபடுகின்றன. 'மார்க்கெட் டவுன்' என்ற காரணத்தைச் சொல்லி ஊடக நிறுவனங்களும் ஆட்குறைப்பில் ஈடுபடுகின்றன. தமிழகத்தின் பல செய்தித் தாள் நிறுவனங்களிலும் செய்தி சேனல்களிலும் ஆட்குறைப்பு சாதாரணமாக நடக்கிறது. போதுமான வருமானம் இல்லை என்பதெல்லாம் வெறும் கண் துடைப்புதான். உண்மையில் மய்ய நீரோட்ட ஊடக

நிறுவனங்கள் அப்படியான பொருளாதாரத் தள்ளாட்டத்தில் இல்லை என்பதை பெருகும் கட்டணச் செய்திக் கலாச்சாரம் உணர்த்துகிறது.

முன்பெல்லாம் செய்தி வேறு விளம்பரம் வேறு என்பதற்கான வரையறைகள் துல்லியமாக இருக்கும். ஒன்றை ஒன்று ஊடுருவிவிட முடியாதபடி விதிமுறைகள் வலுவாக இருந்தன. ஆசிரியர் குழுவும் வர்த்தகக் குழுவும் இரண்டும் இரண்டு எல்லைகள் என்பதாகக் கட்டுப்பாடுகள் விதிக்கப்பட்டிருந்தன. செய்திக்கேற்ற விளம்பரங்கள் அன்றிருந்தன. தற்போது விளம்பரங்களுக்கேற்ற வகையில்தான் செய்தி என நிலைமை அப்படியே தலைகீழ். மார்க்கெட்டிங் குழுவினரும் ஆசிரியர் குழுவும் ஒரே கூட்டத்தில் கலந்து கொண்டு எந்த மாதிரியான செய்தி விற்பனையாகும் அல்லது இவ்வளவு விலை நிர்ணயிக்கப்பட்ட செய்தியை எப்படி வெளியிடுவது என்றெல்லாம் விவாதிக்கின்றனர்.

1990களில் அறிமுகமாகிய இந்தப் போக்கு இப்போது ஊடக நிறுவனங்களை ஆட்டிப் படைக்கிறது. தமது பொருட்களை அல்லது பிராண்டை பிரபலப்படுத்த நினைக்கும் தொழில் நிறுவனங்களும் திரைப்பட நிறுவனங்களும் செய்தியாளர் சந்திப்புகளை வைத்து செய்தியாளர்களுக்கு பணம், அன்பளிப்பு மற்றும் விருந்துகளை அளித்து தமது செய்தியை வெளியிட வைப்பர். இந்த ‘கவர் ஜர்னலிஸம்’ தேசிய, ஆங்கில மற்றும் மொழிவாரி ஊடகங்களில் மிகப் பிரபலம். அதே போல சில தனிநபர்கள் தமது பெயரும் புகைப்படமும் பத்திரிகைகளில் வர வேண்டுமென்பதற்காகவும் நிருபர்களுக்கு கையூட்டு அளிப்பர். தனிநபர் ஊழல் என்பது எங்கு வேண்டுமானாலும் சாத்தியமானது, அதனால் உண்டாகும் பாதிப்புகள் மிகக் குறைவானது. அப்படித்தான் கையூட்டு பெற வேண்டுமா, வேண்டாமா என்ற முடிவு நிருபர்களின் கைகளில் இருந்ததால் இந்த ஊழல் பெரிய அளவில் பாதிப்பை உண்டாக்கவில்லை. ஆனால் இன்று, அதுவே கட்டணச் செய்தி என்பதாகி ஊடக நிறுவனங்களே கோடிகளில் பேரம் பேசும் ‘நிறுவனமயப்பட்ட குற்றமாக’ (Organized Crime) மாறிவிட்டது.

கட்டணச் செய்தி என்பதை ‘செய்தியைப் போல ஆடை அணிந்து வரும் விளம்பரங்கள்’ என விவரிக்கிறார் சாய்நாத். ஒவ்வொரு நாள் கண்விழிப்பது தொடங்கி உறங்கப் போகிற வரை நாம் எண்ணற்ற செய்திகளைப் பார்க்கிறோம். நமக்குத்தான் அவை செய்தி. ஆனால் ஊடக நிறுவனங்களுக்கு அவை பணம். ஒன்றுமே இல்லாத ஒன்று திடீரென பரபரப்பாகும், பரபரப்பாக இருக்கும் ஒன்று தடம் தெரியாமல் காணாமல்

போகும் - இவை எல்லாவற்றுக்குமே விலை உண்டு. யாரை நாம் நம்ப வேண்டும், திட்ட வேண்டும், யாருக்கு நாம் அஞ்ச வேண்டும், யாரை எதிர்க்க வேண்டும் என எல்லாமே 'மிகப் பெரிய லாபங்களுக்காக' ஊடகங்களால் தீர்மானிக்கப்படுகின்றன. இதற்காக அரசியல் கட்சிகளுடனும் பெரு நிறுவனங்களுடனும் பெரும் ஒப்பந்தங்களை ஊடக நிறுவனங்கள் செய்து கொள்கின்றன. குறிப்பாக தேர்தல் காலங்களில் இவற்றின் அறுவடை பலமாக இருக்கும். நாடாளுமன்றத் தேர்தலுக்கு ஒரு வேட்பாளர் ரூ.25 லட்சமும், சட்டமன்றத் தேர்தலுக்கு ஒரு வேட்பாளர் ரூ. 10 லட்சமும் விளம்பரத்துக்காக செலவழிக்கலாம் என தேர்தல் ஆணையம் நிர்ணயிக்கும் நிலையில், நமது அரசியல்வாதிகள் அந்த கணக்கையெல்லாம் கடந்து பல நூறு கோடிகளை ஊடக நிறுவனங்களுக்கு வாரியிறைக்கின்றனர்.

கட்டணச் செய்தி குறித்து தொடர்ந்து ஆய்வு செய்து வரும் பத்திரிகையாளர் சாய்நாத் பல்வேறு கருத்தரங்கங்களில் இது குறித்து பேசியும் எழுதியும் வருகிறார். 2009 நாடாளுமன்றத் தேர்தல் நேரத்தில் கம்பெனி லோகோ இல்லாத ரேட் கார்டுகள் ஊடக நிறுவனங்களில் வலம் வந்ததை குறிப்பிடும் அவர் ஒரு வேட்பாளரின் சுயக் குறிப்பை வெளியிட 4 லட்சம் ரூபாயும், காலை முதல் மாலை வரை வேட்பாளருடன் பயணம் செய்து வெளிவரும் அரை மணி நேர நிகழ்ச்சிக்கு ரூ.25 லட்சமும் நிர்ணயிக்கப்பட்டிருந்ததாக குறிப்பிடுகிறார். பொதுவாக தேர்தல் நேரங்களில் நிறைய விளம்பரங்களை கட்சிகள் அளிக்கும். ஆனால், தற்போது விளம்பரங்கள் குறைந்து கட்டணச் செய்திகள் பன்மடங்கு அதிகரித்துவிட்டன. 2008 ஆம் ஆண்டு மகாராஷ்டிரா சட்டமன்ற தேர்தலில் அம்மாநில முன்னாள் முதல்வர் அசோக் சவான் பற்றி 300 முழுப் பக்க செய்திகள் வெளிவந்ததையும் அதில் 156 செய்திகள் மராத்தி நாளிதழான 'லோக்மாத்'தில் (LOKMAT) வெளிவந்தது எனவும் இதற்கு கைமாறாக 'லோக்மாத்' நாளிதழின் உரிமையாளருக்கு அமைச்சர் பதவி கொடுக்கப்பட்டதையும் சாய்நாத் அம்பலப்படுத்தினார்.

தேர்தல் நேரத்தில் ஒவ்வொரு மாநிலமும் சுமார் ஆயிரம் கோடிகளை கட்டணச் செய்திக்காக செலவிடுகின்றன. வலுத்ததே ஜெயிக்கும் என்ற இந்த நிலை சிறிய கட்சிகளையும் சுயேச்சை வேட்பாளர்களையும் கலங்க வைக்கிறது. கோடிகளில் பணத்தைப் பெற்றுக் கொண்டு மக்கள் நலனில் துளியும் அக்கறையற்ற வேட்பாளர்களை 'அருமையானவர்கள்', 'வெற்றி வாய்ப்புள்ளவர்கள்' என்றெல்லாம் பரப்புரை செய்து இந்த ஊடகங்கள் மக்களின் மனநிலையைத் திரிக்கின்றன.

நாடாளுமன்றத்திலும் சட்டமன்றங்களிலும் குற்றவாளிகளும் ஊழல்வாதிகளும் நிறைந்திருக்க இதுவே காரணம். நேர்மையான செய்தி ஆசிரியர்கள் மற்றும் செய்தியாளர்களுக்கு கடும் சவாலான காலகட்டம் இது. அவர்கள் அனுமதியின்றி பி.ஆர் ஏஜென்ஸிகள் தயாரிக்கும் கட்டணச் செய்திகளில் தமது பெயரை பார்க்கும் கொடுமையையும் அவர்கள் அனுபவிக்கின்றனர். கட்டணச் செய்திகள் அதிகரிக்க அதிகரிக்க நேர்மையானவர்களும் அனுபவசாலிகளும் நிறுவனங்களுக்கு தேவைப்பட மாட்டார்கள். நேர்மையான மூத்த ஊடகவியலாளர்களின் வேலையிழப்பே இதற்கான ஆதாரம். பா.ஜ.க.வை விமர்சிக்கும் ஊடகவியலாளர்கள் கொல்லப்படுவதும் மிரட்டப்படுவதும் சமூக வலைதளங்களில் மிகக் கேவலமாக 'ட்ரோல்' செய்யப்படுவதும் தொடர்ச்சியாக நடக்கிறது.

கொள்ளையடிக்க வேண்டுமானால் ஆட்சியிலிருக்க வேண்டும். ஆட்சியிலிருக்க வேண்டுமானால் வாக்கு வேண்டும். வாக்கு வேண்டுமானால் மக்கள் தன்னை நல்லவர் என நம்ப வேண்டும். மக்களின் அபிமானம் வேண்டுமானால் ஊடகங்கள் வேண்டும். ஆக, ஊடகங்களுக்கு தயங்காமல் செலவு செய்யலாம் என கட்சிகள் எண்ணுகின்றன. தற்போது தேர்ந்தெடுக்கப்பட்டிருக்கும் மக்களவை உறுப்பினர்களில் 88% பேர் கோடீஸ்வரர்கள். பணம் செய்தியாகிறது, செய்தி அதிகாரமாகிறது. மாறி மாறி மீண்டும் மீண்டும் இந்த சுழற்சியே நடக்கிறது. கடந்த இரு மக்களவைத் தேர்தல்களிலும் பா.ஜ.க.வின் வெற்றியை ஊடகங்களே உறுதி செய்து கொடுத்தன. பல நூறு கோடிகளை அது 2018 தேர்தலுக்காக கொட்டிக் கொடுத்திருக்கிறது.

மத்திய பிரதேசம், தெலங்கானா, சத்தீஸ்கர், ராஜஸ்தான் மற்றும் மிசோராம் ஆகிய அய்ந்து மாநிலத் தேர்தலின் போது நெட்பிளிக்ஸ், டூத் பேஸ்ட், கூல் டிரிங்ஸ் போன்ற டாப் நிறுவனங்களின் விளம்பரங்களை எல்லாம் பின்னுக்குத் தள்ளி பா.ஜ.க. நம்பர் ஒன் விளம்பரதாரராக இடம் பிடித்தது. தொலைக்காட்சிப் பார்வையாளர்கள் ஆய்வுக் குழு'வின் (Broadcast Audience Research Council) கணக்குப்படி, பா.ஜ.க.வின் விளம்பரங்கள் சராசரியாக 22,099 முறை தொலைக்காட்சியில் ஒளிபரப்பப்பட்டன. தொலைக்காட்சிகளில் மட்டுமல்ல, கூகுள், முகநூல் மாதிரியான இணையதள விளம்பரங்களிலும் பா.ஜ.க. பணத்தை வாரி இரைக்கிறது.

கடந்த 2019 மக்களவைத் தேர்தலில் காங்கிரஸை விட 500 சதவீதம் அதிகமாக அது பணம் செலவழித்ததாக பேஸ்புக், கூகுள் போன்ற இணையதளங்களின் விளம்பர தகவலறை (Ads *library)* மூலம் தெரிய வந்தது. அண்மையில் தகவல் அறியும் உரிமைச் சட்டத்தில் பெறப்பட்ட தகவலின்படி பா.ஜ.க. தனது வெற்றிக்கான விளம்பரத்திற்காக சுமார் அய்யாயிரம் கோடிகளை செலவழித்திருக்கிறது. இப்படியாக அச்சு, காட்சி மற்றும் சமூக ஊடக நிறுவனங்கள் அனைத்துமே முழுவதுமாக விலைக்கு வாங்கப்பட்டு, நமது மூளையும் சிந்திக்கும் முறையும் கட்டுப்படுத்தப்படுகிறது. இத்தகைய சூழலில் நாம் நினைத்துக் கொள்கிறோம் நாம் ஓட்டுப் போட்டுத்தான் ஆட்சியாளர்களைத் தேர்ந்தெடுப்பதாக! ஒரு பக்கம் ஊடக அறத்தை வேரறுப்பது; இன்னொரு புறம் ஜனநாயக தேர்தல் முறையை சிதைப்பது என இரட்டைக் கொலையைச் செய்கிறது கட்டணச் செய்தி பண்பாடு.

விளம்பரங்களில் வரும் வருமானம் கணக்கிற்கு உட்பட்டது. ஆனால் கட்டணச் செய்தி என்பது கறுப்புப் பணம். எந்த நிறுவனமும் இதற்கான நேர்மையான கணக்கு வழக்கைப் பராமரிப்பதில்லை. போலியான ரசீதுகளை தயார் செய்கின்றன அல்லது வெறுமனே விழுங்கிவிடுகின்றன. கொடுத்ததும் தெரியாமல் வாங்கியதும் தெரியாமல் கோடிக்கணக்கான பணம் வெளிநாட்டு வங்கிகளில் பதுக்கப்படுகிறது. கறுப்புப் பண ஊழலில் இவ்வாறு ரத்தமும் சதையுமாக பங்கெடுக்கும் ஊடகங்கள் எப்படி அரசியல்வாதிகளின் ஊழலுக்கும் குற்றங்களுக்கும் எதிராக வாய் திறப்பார்கள்?

கடந்த ஆறாண்டுகளில் நடந்த மக்கள் விரோத செயல்பாடுகள் அத்தனையையும் ஒப்பிட்டுப் பாருங்கள். ஒன்று, இந்த ஊடகங்கள் கள்ள மவுனம் காத்திருக்கும் அல்லது தீவிர ஆதரவு வழங்கியிருக்கும் அல்லது வேறொரு செய்தியைப் பரபரப்பாக்கி திசை திருப்பியிருக்கும். நன்றாக யோசித்துப் பாருங்கள். நாள்தோறும் மதம் தொடர்பான, சாதி ரீதியான ஏதேனும் ஒரு செய்தியாவது பரபரப்பாகும். குறிப்பாக ஆளும் அரசுகளுக்கு நெருக்கடியை உண்டாக்கும் வகையில் சமூக, அரசியல் சூழல் உருவாகும் போது தொடர்பு சம்பந்தப்பட்ட கட்சிகளின் அய்.டி பிரிவினர் மக்கள் கவனத்தை திசை திருப்பும் பொறுப்பை எடுத்துக் கொள்கின்றனர்.

திடீரென திருவள்ளுவருக்கு காவி உடை அணிவித்தார்கள்! அய்.அய்.டி சென்னை மாணவி ‘தற்கொலை’க்கு நீதி கேட்டுப் போராட்டம் வலுத்த போது பா.ஜ.க உறுப்பினர் காயத்ரி ரகுராம் விடுதலைச் சிறுத்தைகள் கட்சித் தலைவர் திருமாவளவனைத் திட்டி ட்வீட் செய்து கவனத்தை மொத்தமாகத் திசை திருப்பினார். இவையெல்லாம் இயல்பாக நடப்பதாக மக்கள் நம்புகின்றனர்.

ஆனால் இப்படியான பரபரப்புகளுக்கு பெரும் விலையும் விளைவும் இருக்கிறது. அவை திட்டமிட்டு உருவாக்கப்படுகின்றன என்பதை சாமானியர்கள் மட்டுமல்ல, பல நேரங்களில் சமூகத் தளத்தில் செயல்படுவோர் கூட புரிந்து கொள்வதில்லை.

ஊடக நிறுவனங்களின் தேர்தல் கால வர்த்தகம் அதோடு நின்றுவிடுவதில்லை. ஆளுங்கட்சியின் ஆதரவாக அடுத்த அய்ந்தாண்டுகளுக்கும் தொடர்கிறது. பா.ஜ.க.வுக்கான ஊடக ஆதரவென்பது அரசியல் நிலைப்பாடுகளில் மட்டும் வெளிப்படுவதில்லை. அதன் மதக் கொள்கையை சமூகப் பண்பாட்டு ரீதியாக பரப்புரை செய்யவும் அவை துணிகின்றன. கடந்த ஆண்டு 'கோப்ரா போஸ்ட்' வலைத்தளம் செய்த புலனாய்வில் பெரிய ஊடக நிறுவனங்கள் பா.ஜ.க.வின் இந்துமதக் கொள்கையை பரப்புரை செய்வதற்கு கோடிக்கணக்கான ரூபாய்களை பேரம் பேசுவது வெளிச்சத்திற்கு வந்தது. கிருஷ்ணன் மற்றும் பகவத் கீதையைப் பற்றிய செய்திகளை வெளியிட அவை ஒப்புக் கொண்டு, ஒட்டுமொத்த தொகையையும் பணமாகக் கொடுக்க வேண்டுமென கோரின. டைம்ஸ் ஆப் இந்தியா, இந்தியா டுடே குழுமம், இந்துஸ்தான் டைம்ஸ், ஸீ நியூஸ், ஸ்டார் இந்தியா, நியூ இந்தியன் எக்ஸ்பிரஸ் உள்ளிட்ட 25 ஊடக நிறுவனங்கள் இந்த மத அரசியல் ஊழலுக்கு உற்சாகமாக ஒப்புதல் அளித்தன. கோயில்கள் பற்றி, இந்து மதம் சார்ந்த நிகழ்வுகள் பற்றி சராசரியாக மொழிவாரி நாளிதழ்களில் நாள்தோறும் எத்தனை செய்திகள் வெளி வருகின்றன என கணக்கிட்டுப் பார்த்தால் இதன் பின்னணி புரியும்.

கடந்த ஆண்டு காஞ்சிபுரத்தில் நடைபெற்ற 'அத்தி வரதர் நிகழ்ச்சி'க்கு ஊடகங்கள் செய்திகள் வடிவில் பெரும் விளம்பரத்தை அளித்தன. இதனால் அது சர்வதேச கவனத்தைப் பெற்றது. அத்தி வரதர் சிலை ஆண்டுக்கு ஒருமுறை குளத்திலிருந்து வெளியே எடுக்கப்பட்டு பக்தர்களின் வழிபாட்டிற்கு வைக்கப்படும், இந்நிகழ்ச்சி 1979 ஆம் ஆண்டு வரை ஓர் உள்ளூர் நிகழ்ச்சியாகவே இருந்தது. இம்முறை யாரும் எதிர்பாராத வகையில் அது தமிழகத்தையே திணறடித்தது. செய்திச் சேனல்களும் வலைத்தளங்களும் அச்சு ஊடகங்களும் தினமும் அத்தி வரதர் வரலாறு, அத்தி வரதரின் ஆற்றல், அத்தி வரதரின் அழகு என்று எண்ணற்ற செய்திகளையும் விளம்பரங்களையும் வெளியிட, 'பார்க்காமல் போனால் மோட்சம் கிடைக்காது' என்ற மனநிலையில் லட்சக்கணக்கானோர் காஞ்சிபுரத்தை நோக்கிக் குவிந்தனர். அத்தி வரதர் வெளியே இருந்த 48 நாட்களும் நாட்டில் பேசுவதற்கு வேறு பிரச்சனைகளே இல்லை

என்றாக்கப்பட்டது. ஒரு மத நிகழ்வை இவ்வளவு தூரம் ஊடகங்களில் பிரபலப்படுத்துவதற்கு பின் பா.ஜ.க.வின் பங்கு இல்லவே இல்லை என்று மறுத்துவிட முடியாது என்பதை கோப்ரா போஸ்ட் புலனாய்வை வைத்துப் புரிந்து கொள்ளலாம்.

அது மட்டுமல்ல, பொதுவாக அரசியல் கட்சிகளின் கொள்கை சார்ந்த செய்திகள், செய்தி சேனல்களில் மட்டுமே வெளி வரும் என்பதால் நம் கவனம் அவற்றின் மீதே இருக்கிறது.. திடீரென ஓர் ஊடகத்தில் சம்பந்தமேயில்லாமல் பா.ஜ.க.வுக்கு முக்கியத்துவம் அளித்து செய்திகள் வெளிவருமானால் அதைக் கண்டுணரும் நுண்ணறிவுடன் தமிழகம் விழிப்புடன் இருக்கிறது என்பது உண்மைதான். உடனே அதை சமூக வலைத்தளங்களில் அம்பலப்படுத்தி எழுதிவிடுவார்கள். ஆனால், அரசியல் தவிர்த்து பண்பாட்டு ரீதியாக அக்கட்சி செய்யும் திரிபு வேலைகளை மக்களால் புரிந்து கொள்ள முடிவதில்லை.

தமிழ் தொலைக்காட்சித் தொடர்களில் திடீரென கடவுள், மாந்திரீகம், பேய், பிசாசு போன்ற மூட நம்பிக்கை சார்ந்த காட்சிகள் அதிகம் இடம் பிடிக்கின்றன. அது மட்டுமல்ல இந்துமதக் கடவுள்களின் வீரதீர செயல்களைப் பேசும் நெடுந்தொடர்கள் ஏறக்குறைய எல்லா பொழுதுபோக்கு சேனல்களிலும் அடுத்தடுத்து தயாரிக்கப்படுகின்றன. சன் டி.வியில் விநாயகன், விஜய் டிவியில் தமிழ் கடவுள் முருகன், ஸீ தமிழில் மகமாயி மற்றும் ஸ்ரீவிஷ்ணு தசாவதாரம், கலர்ஸ் தமிழில் நாகினி என கடந்த இரண்டாண்டுகளில் இத்தனை கடவுள் சீரியல்கள் தயாரிக்கப்பட்டுள்ளன. அது மட்டுமின்றி மகாபாரதம் ராமாயணம் போன்ற இந்துப் புராணங்களும் மீட்டுருவாக்கம் செய்யப்பட்டு ஒளிபரப்பப்படுகின்றன. இது வெறுமனே தொழில் போட்டியாக மட்டும் இருக்க வாய்ப்பில்லை.

கோப்ரா போஸ்ட் தனது புலனாய்வின் எல்லையை விரிவுபடுத்தி பொழுதுபோக்குச் சேனல்களுக்கு செய்திருந்தால் அவையும் அம்பலப்பட்டிருக்கும் என்றே தோன்றுகிறது. செய்திச் சேனல்கள் மற்றும் செய்தித் தாள்களை விட பொழுதுபோக்கு சேனல்களும் பத்திரிகைகளுமே சாமானிய மக்களின் உளவியலில் பெரும் தாக்கத்தை உண்டாக்கக் கூடியவை, குறிப்பாக குடும்பங்களை, பெண்கள் மற்றும் குழந்தைகளை. மதக் கருத்தியல்கள் நிறைந்த நெடுந்தொடர்களைப் பார்க்கும் சாமானிய மக்களின் மனநிலையில் கண்டிப்பாக இந்துமதக் கருத்தியல் ஆழமாக விதைக்கப்படும். பின்னர், அதுவே வாக்காக மாறும். பா.ஜ.க.வின் நோக்கம் இந்துமத நம்பிக்கையை வலுப்படுத்துவது

எனில் கண்டிப்பாக இது போன்ற பொழுதுபோக்கு நிகழ்ச்சிகள் அவர்களுக்கு கை மேல் பலனை அளிக்கும்.

இன்னொரு அதிர்ச்சியான செய்தியும் இருக்கிறது. இந்நாட்டின் பெரும் பணக்காரர்களான பா.ஜ.க. ஆதரவு முகேஷ் அம்பானி, அபே ஓஸ்வால் மற்றும் மகேந்திர நகாடாவிடம் இந்தியாவின் மிக முக்கிய ஊடக நிறுவனங்களான என்.டி.டிவி, நியூஸ் நேஷன், இந்தியா டிவி, நியூஸ் 24, நெட்வொர்க் 18 போன்றவை நூற்றுக்கணக்கான கோடிகளில் கடன் பட்டிருக்கின்றன. அதற்கு பிரதிபலனாக இம்மூவரும் இந்நிறுவனங்களில் 20-70% பங்குகளுக்கு சொந்தக்காரர்களாக இருக்கின்றனர். நெட்வொர்க் 18 இன் 75% பங்குகளை ரிலையன்ஸ் நிறுவனம் நாலாயிரம் கோடிகளை கொடுத்து வாங்கியிருக்கிறது. பா.ஜ.க.வின் வளர்ச்சிக்கும் விளம்பரத்துக்கும் கோடிக் கணக்கில் பணத்தை வாரியிறைத்து அதற்கு கைமாறாக இந்தியாவையே சுருட்டி வாயில் போட்டுக் கொண்டிருக்கும் இந்த தொழிலதிபர்களின் கட்டுப்பாட்டில் ஊடக நிறுவனங்கள் இருக்கும்போது செய்திகள் விற்கப்படாமல் என்ன நடக்கும்? பணம் சேர்ப்பது ஒன்றே ஊடக நிறுவனங்களின் பச்சை நோக்கமென்றால் அவற்றை கார்ப்பரேட் என்று மட்டும் பிராண்ட் செய்து ஒதுக்கிவிடலாம். ஆனால் அவை அதை விடவும் பெரிய சதித்திட்டங்களுக்கு துணை போகின்றன. பா.ஜ.க.வின் வெறுப்பரசியலுக்கும் துணை நின்று இந்நாட்டின் ஜனநாயகக் கொள்கையை சிதைத்தழிக்கும் பெரும் சதிச் செயலில் அவை ஈடுபடுகின்றன. அதனாலேயே ஊழல் மலிந்த ஊடக நிறுவனங்களை ஒரு மதத் தீவிரவாத அமைப்புக்கு இணையானதென குறிப்பிடும்படி ஆகிறது.

ஊடகவியலாளர்கள் அரசியலையும் அரசியல்வாதிகள் ஊடகங்களையும் கட்டுப்படுத்திக் கொண்டிருக்கின்றனர். தீவிர தேசியவாதமும் (Ultra nationalism) அதி தீவிர வணிகமயமாக்கலுமே இவர்களின் இலக்கு. இதற்கிடையில் நசுங்கிச் சாவது நாம் தான். இதழியல் என்பது பெரும் வர்த்தகமாகவிட்டது என்பதை மக்கள் புரிந்து கொள்ள வேண்டும். இல்லையெனில் உண்மையை நாம் மீண்டும் மீண்டும் பலிகொடுக்க நேரிடும். கட்டணச் செய்திகள் எப்போதும் பொய்களையே நமது தேர்வுக்குத் தருகின்றன. இந்நாட்டின் பெரும்பான்மை மக்கள் படிப்பறிவற்றவர்கள்; ஏழைகள். ஒடுக்கப்பட்டவர்கள். அடிப்படை வசதிகளும் உரிமைகளும் மறுக்கப்படும் அவர்கள் தகவல் தொழில்நுட்பத்தின் உச்சபட்ச பலன்களை அனுபவித்துக் கொண்டிருக்கின்றனர்.

வறுமையைப் போக்க வழி செய்யாத அரசு இலவச இணையச் சேவையை வழங்குகிறது. காரணம் அவர்கள் பரப்ப

விரும்பும் பொய் செய்திகள் மிக எளிதாகச் சென்றடையும் என்பதால். மக்கள் இணையத்தில், ஊடகங்களில் எது வந்தாலும் அது உண்மையென நம்புகின்றனர். நாம் இப்போது பேசிக் கொண்டிருக்கும் இவ்வளவுப் பிரச்சனைகளில் துளியளவு கூட அவர்களுக்கு விழிப்புணர்வு இருக்காது. இந்நாட்டின் முக்கியமான பிரச்சனைகளான ஒடுக்குமுறைகள், வன்கொடுமைகள், வறுமை, அடிப்படைவாதம், பிரிவினைவாதம், வேலையிழப்பு, உரிமைகள் மறுப்பு, பொருளாதாரச் சிதைவு பற்றியெல்லாம் சிந்திக்கவே விடாமல் சிற்றின்பத்தை அளிக்கும் பொழுதுபோக்குச் செய்திகளில் அவர்கள் எந்நேரமும் மூழ்கடிக்கப்படுகின்றனர்.

இந்திய ஊடகங்கள் இந்நாட்டின் 75% மக்களுக்கான செய்திகளை வழங்காமல் சூதாட்டம் நடத்துகின்றன என்பதே உண்மை. உதாரணத்திற்கு சொல்ல வேண்டுமானால், கடந்த அய்ந்தாண்டுகளில் விவசாயம் பற்றி வெறும் 0.61% அளவே நாளிதழ்கள் செய்தியை வெளியிட்டிருக்கின்றன. சாதிய ஒடுக்குமுறைகள், மதக் கொடுமைகள், பெண்களுக்கெதிரான வன்முறைகள் பற்றிய செய்திளுக்கும் இதே நிலைமைதான். தன்னுடைய பிரச்சனைகள் எல்லாம் ஏன் செய்தியாவதில்லை என்ற கேள்வியே சிந்தனையில் எழுந்துவிடாதவாறு அரசியல், வர்த்தகம், சினிமா, போர் என்ற சதுரச் சிறைக்குள் இந்திய ஊடகங்கள் மக்களை பிடித்து வைத்திருக்கின்றன. இந்நாட்டின் பெரும்பான்மை மக்களுக்கு செய்திகளில் எப்படி இடமில்லையோ அதைப் போலவே ஊடக நிறுவனங்களிலும் இடமில்லை. தலித்துகள், பழங்குடியினர், பிற்படுத்தப்பட்டோர், சிறுபான்மையினர் மற்றும் பெண்கள் பற்றிய செய்திகள் ஏன் மிக மிகக் குறைவாக உள்ளன எனில் ஊடகங்களில் இப்பிரிவினரின் பங்கேற்பு மிக மிக குறைவு. 6000 சாதிகளும் 22 மொழிகளுமாக பரந்து விரிந்திருக்கும் நாட்டில் அதன் பன்முகத்தன்மை ஒவ்வொரு அங்குலத்திலும் பிரதிபலிக்க வேண்டும். ஆனால் ஊடகங்களில் முழுக்க முழுக்க ஏகபோக அதிகாரமே நிலவுகிறது. சுதந்திரம் பெற்று 75 ஆண்டுகளில் நாம் ஊடகங்களை ஜனநாயகப்படுத்தத் தவறியதன் விளைவுதான் அதில் நிலவும் பாகுபாடுகளும் ஊழல்களும்.

பன்முகத் தன்மையே ஜனநாயகத்தின் ஆணிவேர். எங்கே பன்முகத் தன்மை இல்லையோ அங்கே ஜனநாயகம் தழைக்காது. ‘ஆக்ஸ்பேம் இந்தியா’ மற்றும் ‘நியூஸ் லாண்டரி’ அமைப்புகள் இணைந்து இந்திய ஊடகங்களில் ஒடுக்கப்பட்ட சாதியினரின் பிரநிதித்துவம் என்ற தலைப்பில் செய்த ஆய்வில் 121 செய்தி நிறுவனங்களில் 106 நிறுவனங்களின் தலைமைப் பொறுப்புகளில்

ஆதிக்க சாதி இந்துக்களும், அய்ந்தில் பிற்படுத்தப்பட்டோரும், ஆறில் சிறுபான்மையினரும் பொறுப்பு வகிப்பது கண்டறியப்பட்டது. அதாவது 90% மேல் பார்ப்பனர்களே ஆதிக்கம் செலுத்துகின்றனர். தலித்துகள், பழங்குடியினர் மற்றும் பிற பின் தங்கிய பிரிவினருக்கு இடமில்லை. விவாதங்களை முன்னெடுக்கும் தொகுப்பாளர்களில் நால்வரில் மூவர் ஆதிக்கசாதி இந்துக்கள். இதிலும் தலித்துகளும் பழங்குடியினரும் புறக்கணிக்கப்பட்டுள்ளனர். விவாதங்களில் பங்கெடுக்கும் நிபுணர்களில் 70% பேர் ஆதிக்கசாதியினர். செய்தி வலைத்தளங்களில் பெயரிட்டு எழுதுவோரில் 72% பேர் ஆதிக்க சாதியினர். பிரபல செய்தி பத்திரிகைகளில் வெளி வந்த 972 அட்டைப்படக் கட்டுரைகளில் 10 மட்டுமே சாதி பற்றியது. ஒடுக்கப்பட்டவர்களின் பிரச்சனைகளை ஒடுக்குகிற பார்ப்பனர்களால் சாதிக் கொடுமைகளை எப்படி செய்தியாக்க முடியும்?

ஆக, பிரச்சனையின் அடிப்படை இதுதான். ஊடகங்கள் முழுக்க முழுக்க ஆதிக்கசாதி இந்துக்களின் கைகளில் சிக்குண்டு கிடக்கின்றன. இந்நாட்டின் பெரும்பான்மை மக்களைப் பற்றி துளி அக்கறையுமின்றி ஜனநாயகத்தின் நான்காவது தூணை தமது பணம் மற்றும் அதிகார வெறிக்கு காவு கொடுக்கும் துணிச்சலை அவர்களுக்கு சாதியே அளிக்கிறது. ஊடகத்துறையில் நிகழ்ந்துள்ள அத்தனை அறச்சிதைவிற்கும் ஆதிக்க சாதியினரே பொறுப்பாகின்றனர். இந்த ஊடகங்கள் ஏன் இப்படி சிதைவுற்று இருக்கின்றன எனில், சமூகம் அவ்வகையில் சிதைவுற்று இருக்கிறது என்பதே காரணம். கோஸ்வாமிகள், தத்துகள், சவுத்திரி, ஷர்மாக்களிடமிருந்து ஊடகங்களை விடுவிக்காமல், அந்த களத்தை ஜனநாயகப்படுத்தாமல் நாம் விவாதித்துக் கொண்டிருக்கும் எந்தப் பிரச்னையையும் நம்மால் துரும்பளவும் நேர் செய்ய முடியாது என்பதை நாம் ஒப்புக் கொள்ள வேண்டும்.

தனியார் துறைகளில் பிரதிநிதித்துவம் வேண்டுமென்பதற்கான காரணம் இதுதான். பெரும்பாலும் எல்லா இடங்களிலும் பார்ப்பன மேலாதிக்கமே நிலவுகிறது. ஒடுக்கப்பட்ட மக்கள் கடைநிலை ஊழியர்களாகக் கிடந்து தேய்கின்றனர். ஊடகவியலாளர் கனவுடன் இத்துறைக்குள் வருவோர் ஆதிக்க சாதியினர் கொடுக்கும் உளவியல் ரீதியான நெருக்கடிகளை சகிக்க முடியாமலோ தம் மக்களுக்கு எதிராகவே எழுத நேரும் அல்லது சாதகமாக எதையும் எழுத முடியாத காரணத்தாலோ கடுமையான மனப்புழுக்கத்துடன் துறையை விட்டே வெளியேறுகின்றனர். “ஒரு தலித் பத்திரிகையாளரைத் தேடி” என்ற தலைப்பில் பி.என். உன்னியால் எழுதி 23 ஆண்டுகள் ஆகின்றன. ஆனால்

நிலைமை இன்றும் ஒன்றும் பெரிதாக மாறிவிடவில்லை. ஊடகங்களில் தலித்துகளுக்கு பிரதிநிதித்துவமில்லை என பேசிக் கொண்டேயிருக்கிறோம். காலமும் ஓடிக் கொண்டே இருக்கிறது. பிரதிநிதித்துவத்தை உருவாக்குவதற்கான வழிகளில் யாரும் கவனம் செலுத்தவில்லை.

மிக முக்கியமாக நாம் புரிந்து கொள்ள வேண்டியது இந்த அறச்சிதைவும் ஆதிக்கவாதமும் ஊடகத்துறையின் தனிப்பட்ட பிரச்சனை அல்ல. இந்தியாவின் எல்லாத் துறைகளுமே இப்படித்தான் அல்லலுறுகின்றன. பா.ஜ.க. ஒடுக்கப்பட்டோரின் கல்வி உரிமையைப் பறிக்கிறது, உணவு உரிமையைப் பறிக்கிறது, இட ஒதுக்கீட்டில் கை வைக்கிறது, அடிப்படை உரிமைகளை நசுக்குகிறது என்றெல்லாம் நாம் கொதிக்கிறோம். அது, கல்வி உரிமையை சிதைக்கும் போது அதற்காகப் போராட்டம் நடத்துகிறோம். உணவு உரிமையைப் பறிக்கும் போது அதற்காகவும் போராட்டம் நடத்துகிறோம். இப்படியாக தனித்தனியாக எல்லா பிரச்சனைகளுக்கும் எதிர்வினையாற்றுகிறோம். ஆனால் இந்நாட்டின் பெரும்பான்மை மக்கள் எதிர்கொள்ளும் அத்தனைப் பிரச்சனைகளுக்கும் அடிப்படைக் காரணமான சாதியை ஒழிக்க நாம் எந்தப் போராட்டமும் நடத்துவதில்லை.

சாதியை அழித்தொழிக்கும் சிந்தனை சுதந்திர இந்தியர்களிடையே இன்னும் துளிர்விடக் கூட இல்லை என்பதுதான் வேதனையின் உச்சம். தலித் மக்கள் மீது எப்போதும் நடக்கும் வன்கொடுமைகளில் ஏதேனும் ஒன்று பரபரப்பாகும் போது அதற்கெதிராகப் போராட்டம் நடத்தி சாதிக்கு எதிராக பயங்கரமாக செயல்படுவதாக நம்மை நாமே தேற்றிக் கொள்கிறோம். ஆனால், இதுவும் கூட ஒருவகையான சமரசம் தான். சாதியை அழித்தொழிக்கும் செயல்திட்டம் அரசுகளிடமும் இல்லை, முற்போக்கு அமைப்புகளிடமும் இல்லை.

எனக்கு எப்போதும் இக்கேள்வி எழுவதுண்டு. சாதியை இப்படியான அணுகுமுறையில், இப்படியான தொடர்ச்சியான போராட்டங்களின் வழியே இத்தனை ஆண்டுகளுக்குள் ஒழிப்போம் என எந்த கட்சியும் அமைப்பும் அறிவியல்பூர்வமாக ஒரு செயல்திட்டத்தை முன்னெடுக்க ஏன் மறுக்கின்றன? இந்நாட்டின் முற்போக்கு இயக்கங்கள் சாதியை ஒழிக்கவே முடியாது என என்றோ முடிவு செய்துவிட்டன. உலகின் அடிமை முறைகள் எல்லாம் தேய்ந்தும் அழிந்தும் போய்விட்ட காலத்தில் சாதியெனும் அடிமை முறை மட்டும் ஏன் 2000 ஆண்டுகளுக்கும் மேலாக பாதுகாக்கப்பட்டு வருகிறது. இதைக் கண்டு நாம் வெட்கப்பட வேண்டாமா?

நான் ஊடகவியலாளராகப் பேச வந்திருக்கிறேன். என்னால் உறுதியாகச் சொல்ல முடியும் ஊடகத் துறையின் அறச் சிதைவுக்கு அதில் நிலவும் சாதி ஆதிக்கமே அடிப்படைக் காரணம் என. இதுதான் எல்லா துறைகளின் நிலையும். ஆனால் அதில் இருக்கிறதா? இதில் இருக்கிறதா? என நாம் சாதியைத் தேடித் தேடிப் போக்குக் காட்டிக் கொண்டிருக்கிறோம். ஊடகத்துறையில் ஊழல் என்றவுடன் நாம் அதை பண ஊழல் என புரிந்து கொள்கிறோம். அது பண ஊழல் மட்டும் அல்ல. அவர்கள் எவ்வளவு கோடிகளை சுருட்டுகிறார்கள் என்பது இரண்டாவது பிரச்சனை. முதன்மை பிரச்சனை எதுவெனில் அற ஊழல். செய்திகளிலும் ஊடகப் பொறுப்புகளிலும் இந்நாட்டின் பெரும்பான்மை மக்களுக்குப் போதிய பிரதிநிதித்துவமில்லை என்ற அற ஊழல் தான் பண ஊழலுக்கான அடிப்படை. அதுதான் எல்லா துறைகளையும் அரித்துத் தின்கிறது.

நம் நாட்டின் முதன்மைச் சிக்கல் இந்து - முஸ்லிம் என்ற இரு மதங்களுக்கிடையே ஆனதல்ல; பல லட்சம் குழுக்களாக மக்களைப் பிளவுபடுத்தி வைத்திருக்கும் ஒற்றை (இந்து) மதத்தினருக்குள் நிலவுவது. ஆனால் பண ஊழல் பற்றியும், மதப் பிரிவினைவாதம் பற்றியும் மட்டுமே கவலைப்படுகிற வகையில் நமது சிந்தனை காலங்காலமாக கட்டுப்படுத்தப்பட்டிருக்கிறது. சாதியை ஒரு சாதாரண பிரச்சனையாகக் கருதும் வகையிலேயே நாம் ஒவ்வொரு தலைமுறையையும் வளர்த்தெடுக்கிறோம்.

சாதி ஒழிப்பு மட்டுமே இந்நாட்டிற்கு ஜனநாயகத் தன்மையைப் பெற்றுத் தர முடியும். வேறெதுவுமல்ல. 'சாதியொழிப்பைச் சட்டமாக மாற்று' என ஒரு முழக்கத்தை யாரும் இதுவரையிலும் முன்னெடுக்கவில்லையே ஏன்? 75 ஆண்டு கால சுதந்திர இந்தியாவில் காகிதத்தில் கூட சாதியொழிப்பை சாத்தியப்படுத்த முடியவில்லை. சாதி குற்றமென அறிவிக்கப்படும் போது, அது சார்ந்த எல்லாமே - இப்படி ஒரே சாதியினர் ஊடக நிறுவனங்களில் அதிகாரத்திலிருப்பது உட்பட - எல்லாமே குற்றமாகிவிடும். சாதி எனும் வரலாற்று அநீதிக்கு நாம் அளித்திருக்கும் பண்பாட்டுத் தகுதியை அதுதான் நீக்கும்.

கல்வியாளர்கள் சமத்துவமான கல்வியைப் பற்றிக் கவலைப்படுகின்றனர். நேர்மையான ஊடகவியலாளர்கள் சமத்துவமான செய்தியைப் பற்றிக் கவலைப்படுகின்றனர். சமூகப் போராளிகள் சம உரிமைகளைப் பற்றிக் கவலைப்படுகின்றனர். மனித உரிமையாளர்கள் சம நீதியைப் பற்றிக் கவலைப்படுகின்றனர். இப்படி ஆளாளுக்கு துறைசார்ந்து கவலைப்படுவதால் பிரச்சனை உதிரி உதிரியாகப் பிரிந்து சிறியதாகத் தெரிகிறது. உண்மையில்

எல்லா நிலைகளிலும் துறைகளிலும் சமத்துவத்திற்கு எதிராக சாதியே இயங்குகிறது. பெரும்பான்மை இந்தியர்கள் பா.ஜ.க.வின் இந்துவெறி சரியென்றே கருதுகின்றனர். அவர்கள் அதை இந்துத்துவம் என்று கருதுவதில்லை. தமது மதம் என உரிமை கொண்டாடுகின்றனர். தலித்துகளை இழிபிறவிகள் என்றும் பெண்களை அடிமைகளென்றும் முஸ்லிம்களை தேசத் துரோகிகள் எதிரிகளென்றும் சித்தரிக்கும் இந்துமத தத்துவம் என்றே நம்புகின்றனர். இந்தியாவின் ஆறுலட்சம் கிராமங்களில் ஆறாயிரம் சாதிக் குழுக்களாக தீராத பகைமையுணர்வோடு இருக்கும் சாமானியர்களின் மூளைக்குள் நச்சுச் செடியைப் போல மண்டிக் கிடக்கும் இந்து சாதி வெறியை நாம் எப்படி அழித்தொழிக்கப் போகிறோம்?

"சாதியை ஒழித்தால் மட்டுமே சமூகம் சமத்துவப்பட்டு ஜனநாயகம் தழைத்தோங்கும்" என்கிறார் அம்பேத்கர். "சாதி ஒழிப்பு தான் இந்நாட்டில் நிகழ்ந்தாக வேண்டிய உண்மையான சமூகப் புரட்சி. ஆனால் அதை நாம் எவ்வாறு சாத்தியப்படுத்தப் போகிறோம்? மதமாற்றம் என்றால் முற்போக்காளர்களுக்கு கசப்பாக இருக்கிறது. ஆனால், சாதியை ஒழிக்க அறிவியல்பூர்வமான செயல்திட்டங்கள் எதையாவது நாம் ஆய்வு ரீதியாகக் கண்டுபிடித்திருக்கிறோமா? முற்போக்கு அமைப்புகள், இந்தியாவின் அறிவுச் சமூகம் இப்பிரச்சனைக்கு ஏதேனும் உருப்படியான தீர்வை முன்மொழிந்திருக்கிறதா? மனிதத்தன்மையற்ற சாதி அமைப்பை இன்றளவிலும் புனிதப்படுத்தி, பண்பாடு என்ற பெயரில் அதை காப்பாற்றியும் வருகிறோம். இந்து அரசால் உருவாக்கப்படும் ஒவ்வொரு மக்கள் விரோத நடவடிக்கைக்கும் எதிராக மக்களின் பேராதரவு இருக்கிறது. தன் மீதான வன்முறைகளை மக்கள் தாமே கொண்டாடும் கொடுமை உலகில் வேறெங்கும் இருக்க வாய்ப்பில்லை.

குடியுரிமைத் திருத்தச் சட்டம் அல்லது நீட் தேர்வு அல்லது 370 சட்டப்பிரிவை எதிர்ப்பவர்கள் யார்? 120 கோடி மக்கள் தொகையில் 10-20% கூட தேறாத கொள்கையாளர்கள். மீதமுள்ள பெரும்பான்மை இந்தியர்கள் அவை சரியென்றே ஆதரிக்கின்றனர். ஒவ்வொரு வீட்டிலும் வசிக்கும் சராசரி இந்துக்கள் ஒவ்வொருவரும் பண்பாட்டு ரீதியாக ஆர்.எஸ்.எஸ்.இன் கொள்கையை மூளையில் நிரப்பிக் கொண்டுள்ளனர் என்பதை நாம் வசதியாக மறந்து போகிறோம். பெண்கள், தலித்துகள் மற்றும் முஸ்லிம்கள் மீதான தாக்குதல்களை அவர்கள் பண்பாட்டை காக்கும் புனித நடவடிக்கை என்றே கருதுகின்றனர். நாம் கவலைப்பட வேண்டியது பிரிவினைவாதத்தைத் தூண்டும் அரசைப் பற்றியல்ல,

பிரிவினைவாதம் மற்றும் வெறுப்புணர்வால் காலங்காலமாகப் பிளவுபட்டுக் கிடக்கும் மக்களைப் பற்றியே! ஏனென்றால், ஜனநாயக நாட்டில் அரசென்பது மக்களே! இந்த தவறான மனிதக் கூட்டத்தில் இருந்து உருவாகி வரும் ஆட்சியாளர்கள் எவ்வாறு நேர்மையானவர்களாக, அனைவருக்குமானவர்களாக இருக்க முடியும்?

ஆனால், நாம் எப்போதும் அரசியல் மாற்றத்தையே கோருகிறோம். சுதந்திர இந்தியாவை கட்சிகள் மாறி மாறி ஆட்சி செய்கின்றன. மதச்சார்பற்ற காங்கிரஸ் பல பத்தாண்டுகளாக இந்நாட்டை ஆட்சி செய்திருக்கிறது. முற்போக்கு பொதுவுடைமை கட்சியும் சில மாநிலங்களில் பல ஆண்டுகாலம் ஆட்சியில் இருந்திருக்கிறது. தலித் தலைமையிலும் ஆட்சி நிகழ்ந்திருக்கிறது. ஆனால், இந்தியாவின் ஆளும் வகுப்பு தேர்தல் அரசியல் முடிவுகளால் மாறிவிடுவதல்ல என்ற உண்மை நமக்கு புரிவதில்லை. நம்மை எந்த கட்சி வேண்டுமானாலும் ஆளலாம். ஆனால், பல நூற்றாண்டுகளாக தலைமுறைகளுக்குக் கடத்தப்படும் சக மனிதர்கள் மீதான வெறுப்புணர்வு அப்படியே தான் நீடிக்கிறது. நம்மால் அதைத் தடுக்க முடியவில்லை. ஆளும் வகுப்பினராக இருக்கும் பார்ப்பனர்களின் மேலாதிக்கத்தை அது துளியளவும் மாற்ற முடியவில்லை.

சாதியை ஒழித்து சமத்துவமும் சகோதரத்துவமுமான ஒரு பண்பாட்டை வளர்த்தெடுக்க முடியாதது இங்கே நிலவும் அனைத்து முற்போக்குக் கொள்கைகளின் பெருந்தோல்வியே. இதை நாம் ஒப்புக் கொண்டுதான் ஆக வேண்டும். முற்போக்கு அமைப்புகளுக்கு சாதி குறித்து காந்தியப் பார்வை தான் மேலோங்கி இருக்கிறது. அவர்கள் தீண்டாமையைத் தான் பாவம் என்று கருதுகின்றனர். அதை மட்டும் ஒழித்துவிட்டால் சாதி ஒரு நல்ல உயரிய சமூகக் கட்டமைப்பாக இருக்கும் என்றும் நம்புகின்றனர். சாதி என்ற ஏற்றத்தாழ்வுமிக்க அமைப்பே சமூகக் கலப்பைத் தடுக்கும் படிநிலைக்குழுக்களாக மக்களைப் பிளவுபடுத்துகிறது. தீண்டாமைக்கும், வன்கொடுமைகளுக்கும் ஆணவக் கொலைகளுக்கும், அடிமை இழிதொழில்களுக்கும் அதுவே காரணம் எனினும் நாம் சாதியை அழித்தொழிக்க முனையாமல் விளைவுகளை சட்டங்களாலும் போராட்டங்களாலும் தடுத்து நிறுத்திவிடப் பார்க்கிறோம். இது அறியாமையன்றி வேறில்லை.

ஒரு சமூகத்தை வழிநடத்திச் செல்லும் கற்றறிந்த அறிவுச் சமூகம் சாதியை ஒழிக்க இங்கே எதுவுமே செய்யவில்லை என்பது வெட்கக்கேடானது.

இது, பெண்களுக்கான தேசிய மாநாடு. நூற்றுக்கணக்கான பெண்கள் இங்கே குவிந்திருக்கிறீர்கள். நாம் வெவ்வேறு மாநிலங்கள், ஊர்களிலிருந்து வந்துள்ளோம். நாம் வெவ்வேறு மொழிகளைப் பேசுகிறோம். அதோடு நிச்சயமாக நாம் வெவ்வேறு சாதிகளைச் சேர்ந்தவர்களாக இருப்போம். நாம் இவ்வாறு தெருக்களில் சாதிக்கு எதிராக முழக்கமிடுகிறோம். ஆனால் நமது கிராமங்களிலும் வீடுகளிலும் நாம் யார்? நாம் நேர்மையாக, உண்மையாக ஒரு நூறு சதவீதம் சாதியற்றவர்களா? இல்லை என்று என்னால் துணிச்சலாகச் சொல்ல முடியும். நாம் ஒவ்வொருவரும் நமது முற்போக்கு மூளையில் சாதியைச் சுமந்து கொண்டிருக்கும் போது பிற்போக்கானவர்களிடம் நாம் எவ்வாறு சாதி ஒழிப்பை வலியுறுத்த முடியும்? நாம் முற்போக்கானவர்கள் என்பதால் நாம் தலித்துகள் மீதான வெறுப்புசார் குற்றங்களில் நம்மை ஈடுபடுத்திக் கொள்ள மாட்டோம். ஆனால் சமூகப் பண்பாட்டு ரீதியாக தலித்துகளுடன் கலப்போமா? நமது குடும்பங்களில் கலப்பு மணத்திற்கு இருக்கும் ஆதரவு என்ன? தலித்துகள் வீட்டில் உணவு உண்ணவோ தலித்துகளை நமது வீடுகளுக்குள் அனுமதிக்கவோ நமக்கு இடமிருக்கிறதா? சிந்தித்துப் பாருங்கள்!

புத்தர், பாபாசாகேப் டாக்டர் அம்பேத்கர், தந்தை பெரியார், மகாத்மா ஜோதிராவ் புலே மற்றும் பல சமூகப் போராளிகளின் பெருமுயற்சியால் அடைந்த அத்தனை சமூக உரிமைகளையும் இழக்கும் இருண்ட காலத்தில் நாம் இருக்கிறோம். நம்முடைய உரிமைகள் மற்றும் கண்ணியத்தைக் காப்பாற்றிக் கொள்ள வேண்டுமெனில் ஒளி பொதிந்த அவர்களின் பாதையில் நாம் நடந்தாக வேண்டும். இந்தியாவிற்குத் தேவை சாதி ஒழிப்பு எனும் பண்பாட்டுப் புரட்சி. முற்போக்கு அமைப்புகளின் 'அரசியல் புரட்சி' என்ற இம்மண்ணுக்குப் பொருந்தாத முழக்கத்தை நிறுத்திவிட்டு பண்பாட்டுப் புரட்சிக்கு என்ன வழி என்று ஆராய வேண்டும். புத்தர், அம்பேத்கர் மற்றும் பெரியாரிடத்தில் அதற்கான தீர்வுகள் உள்ளன. அவர்களை ஆராய்ந்து சாதியொழிப்புக்கான புதிய செயல்திட்டத்தை வகுக்க பொதுவுடைமை இயக்கங்கள் இனியாவது முன்வர வேண்டும். ●

(ஜெய்ப்பூரில் 2019 டிசம்பரில் நடைபெற்ற இந்திய மாதர் தேசிய சம்மேளனத்தின் 21 ஆவது தேசிய மாநாட்டில் வாசிக்கப்பட்ட உரையின் முழு வடிவம்)

பிப்., 2020
அரும்பு மாத இதழ்

பா.ஜ.க. தலைவராக தலித் நியமனம்: இதற்குப் பெயர்தான் பார்ப்பனியம்!

"

மதவாதம் செல்லுபடியாகாத தமிழகத்தில் சாதியைக் கூர்மைப்படுத்தினால் செல்வாக்கைப் பெற முடியும் என்பது பா.ஜ.க.வின் நீண்ட நாள் கனவு. அதன் வெளிப்படையான நோக்கம் மாநிலக் கட்சிகள் வலுவாக இருக்கும் தென் மாநிலங்களை குறிப்பாக திராவிடக் கட்சிகளும் அமைப்புகளும் உயிர்ப்போடிருக்கும் தமிழகத்தில் சாதியை வைத்து சாதிக்க முடியுமா, என்பதே!

"

15

பட்டியல் சமூகத்தைச் சேர்ந்த வழக்குரைஞர் எல். முருகன், பா.ஜ.க.வின் தலைவராக அறிவிக்கப்பட்டதும் எதிர்பார்த்தபடியே சமூக ஊடகங்களில் பா.ஜ.க.வின் 'ஒப்பந்த ஊழியர்கள்' கணினியின் விசைப் பலகைகளை ஆவேசமாகத் தட்டத் தொடங்கினர். "சமூக நீதி பேசும் தி.மு.க. இதைச் செய்யுமா?" - இதுதான் அவர்களது ஒற்றை வரி புரட்சிக் கேள்வி. ஒரு தலித்தை தலைவராக்குவதால் பா.ஜ.க. சமூக நீதி காக்கும் கட்சியாகிவிடுமென்றால், அப்படி யாரேனும் நம்பினால் இந்த நூற்றாண்டின் மிகப் பெரிய கேலிக்கூத்து அதுவாகவே இருக்கும். பா.ஜ.க.வின் தலித் தலைமைக்காக பலரும் அக்கட்சியைப் பாராட்டுகின்றனர். பா.ஜ.க.வை பிடிக்காத தலித்துகளும் கூட இதையொரு நேர்மறை குறியீடாகக் கருதுகின்றனர். ஆனால் பா.ஜ.க.வின் உண்மையான நோக்கமும் செயல்திட்டமும் என்ன என்பதைப் புரிந்து கொள்ள நாம் சில புள்ளிகளை பின்னோக்கி இணைத்துப் பார்க்க வேண்டும்.

பா.ஜ.க.விற்கு தமிழகத்தில் இது இரண்டாவது தலித் தலைமை. இருபதாண்டு காலம் கட்சிக்காக உழைத்த கடலூரைச் சேர்ந்த டாக்டர். கிருபாநிதியை அது 2000ஆம் ஆண்டு தமிழகத் தலைவராக நியமித்தது. மூன்றாண்டுகள் பதவியில் இருந்த நிலையில், கட்சிக்குள் தாம் சாதி ரீதியாக ஒடுக்கப்படுவதாக வெளிப்படையாகக் குற்றம் சாட்டினார் கிருபாநிதி. கட்சிக்குள் சாதிப் பாகுபாடு பற்றியெல்லாம் வெளிப்படையாகப் பேச

முடியாத அக்காலகட்டத்தில் கிருபாநிதியின் இந்த அறிவிப்பு பெரும் அதிர்வலைகளை உண்டாக்கியது.

நிதி முறைகேடுகள் பற்றி கிருபாநிதி கேள்வி எழுப்பியதால் பா.ஜ.க.வின் அப்போதைய தேசியச் செயலாளராக இருந்த தமிழகத்தைச் சேர்ந்த இல. கணேசன் அவரை அவமானகரமாகப் பேசி மிரட்டியதோடு, கையை முறுக்கித் தாக்குதலிலும் ஈடுபட்டார். "தாழ்த்தப்பட்ட இனத்தைச் சேர்ந்த ஒருத்தர் பதவியில் இருக்கிறதை அவங்களால ஜீரணிக்க முடியல" என்று தாக்குதல் குறித்து பேட்டியளித்தார், கிருபாநிதி. தான் எப்படியெல்லாம் கட்சிக்குள் சாதி ரீதியாகப் புறக்கணிக்கப்பட்டேன் என்பதையும் அவர் அப்போது விரிவாக சொல்லியிருந்தார். அதன் பின்னர் 2011ஆம் ஆண்டு பொன். ராதாகிருஷ்ணனின் பதவிக் காலத்தில் பா.ஜ.க.வை விட்டு தி.மு.க.வில் இணைந்த கிருபாநிதி, மூன்றாண்டுகளுக்கு (2017) முன்னர் மறைந்துவிட்டார். ஒருவேளை அவர் தற்போது உயிரோடிருந்தால் பா.ஜ.க.வின் சமூக நீதி ஆர்வத்தின் உண்மைத் தன்மையை அனுபவப்பூர்வமாக விளக்கியிருப்பார்.

உண்மையில் சுதந்திர இந்தியாவின் எல்லா துறைகளைப் போலவும் அரசியலிலும் தலித் தலைமை சாத்தியமற்றதாகவே இருக்கிறது. தலித்துகள் தானே கட்சி தொடங்கி தலைமை வகித்துக் கொள்ள வேண்டிய நிலை தான். அனைத்து சாதியினருக்குமான மய்ய நீரோட்ட அல்லது பொதுக் கட்சிகளில் ஒடுக்கப்பட்ட சமூகத்தினர் முக்கியப் பொறுப்புகளுக்ககோ தலைமைப் பதவிக்கோ வருவது சவாலானது மற்றும் சாத்தியமற்றது. மதச்சார்பற்ற, ஜனநாயக கட்சிகளில் ஒன்றிரண்டு தலித்துகள் தலைமைப் பொறுப்புகளிலோ, முக்கியப் பதவிகளிலோ இருக்கிறார்கள் எனில் அது வெறும் பெயரளவுக்கானது (tokenism) மட்டுமே. இப்படியான பதவிகளை தலித் பிரதிநிதித்துவம் என ஒருபோதும் ஏற்றுக் கொள்ள முடியாது. ஒரேயொருவருக்கு பொறுப்பு என்பது ஒருபோதும் பிரதிநிதித்துவம் ஆகாது. ஆனால், பா.ஜ.க. இதிலிருந்து மாறுபடுகிறது. பெயரளவிற்கு என அது தலித்துகளுக்கு பொறுப்புகளை வழங்குவதில்லை. ஒடுக்கப்பட்ட சமூகத்திலிருந்து ஒருவரை பா.ஜ.க. தலைமைப் பொறுப்பிற்கு கொண்டு வருகிறதெனில் அதற்கு பிரதிபலனாக அது மிகப் பெரிய அரசியல் லாபங்களை எதிர்பார்க்கிறது என்று பொருள்.

பா.ஜ.க.வின் முதல் தலித் தேசியத் தலைவராக பங்காரு லட்சுமணனும் மாநிலத் தலைவராக கிருபாநிதியும் 2000ஆம்

ஆண்டு பொறுப்பளிக்கப்பட்டனர். பா.ஜ.க.விற்கு செல்வாக்கு உள்ள மாநிலங்களில் தலித்துகளை தலைவர்களாக நியமிப்பதில்லை என்பதிலிருந்து இதன் உண்மையான உள்நோக்கத்தை நாம் ஆராயத் தொடங்க வேண்டும். 1980 ஆம் ஆண்டு முதன் முதலாக ஆந்திரப் பிரதேசத்தில் பா.ஜ.க. தொடங்கப்பட்ட போது, அம்மாநிலத்தில் காலூன்ற அக்கட்சிக்கு ஒரு பிடிமானம் தேவைப்பட்டது. தெலுங்கு தேசம் மற்றும் காங்கிரஸ் கட்சிகள் வலுவாக இருந்த நிலையில், அக்கட்சிகளில் ஆதிக்க சாதியினர் கோலோச்சிய சூழலில், ஒடுக்கப்பட்ட சமூகத்தினரின் வாக்குகளை குறி வைத்து வேலை செய்யும் திட்டத்தோடு பா.ஜ.க. களமிறங்கியது. ஆர். எஸ்.எஸ் கொள்கையில் ஊறி வளர்ந்த பங்காரு லட்சுமணன் மாநிலத் தலைவராக நியமிக்கப்பட்டதன் காரணம் காங்கிரசுக்கு எதிராக அவர் நடத்திய போராட்டங்கள். எமர்ஜென்சி காலத்தில் மிசாவில் கைதாகி 16 மாதங்கள் சிறையிலிருந்தார். பல்வேறு அமைப்புகளின் தொழிற்சங்கத் தலைவராக இருந்த அவரால் ஒடுக்கப்பட்ட மக்களின் வாக்குகளைத் திரட்ட முடியும் என பா.ஜ.க. நம்பியது.

இந்நிலையில் பங்காரு லட்சுமணன் பின்னர் தேசியத் தலைவராக 2000 ஆம் ஆண்டு நியமிக்கப்பட்டார். ஆனால் அடுத்த ஆண்டே தெகல்கா டாட் காம் புலனாய்வில் லஞ்சப் புகாரில் சிக்கி பதவியை ராஜினாமா செய்தார். இதில் உள்ள சூழ்ச்சி என்னவென்றால், லஞ்சம் மட்டுமல்ல ஊழல் உட்பட பல வகையான கிரிமினல் வழக்குகளில் சிக்கியவர்களை எல்லாம் விட்டுக் கொடுக்காமல் காப்பாற்றும் பா.ஜ.க. பங்காரு லட்சுமணனை மட்டுமே அநாதரவாகக் கைவிட்டது. அமித் ஷா மீதான கொலைக் குற்றச்சாட்டு வழக்குகள், மோடி அமைச்சரவையின் ரபேல் விமான பேர ஊழல் இவற்றுக்கெல்லாம் ஆதாரங்கள் இருந்தும் அவை அம்பலமாகியும் சம்பந்தப்பட்டவர்களின் வளர்ச்சி கட்சிக்குள் பன்மடங்கு அதிகரித்ததே தவிர பங்காரு லட்சுமணனைப் போல முடங்கிவிடவில்லை. ஒரு லட்ச ரூபாய் லஞ்சம் வாங்கிய பங்காருவுக்கு நேர்ந்தது பல்லாயிரம் கோடிகளை சுருட்டிய சாதி இந்து தலைவர்களுக்கு நேரவில்லை. சி.பி.அய். கோர்ட்டில் லஞ்ச வழக்கு விசாரணை நடந்த போது பா.ஜ.க. சார்பாக லட்சுமணனுக்காக பேச முக்கியத் தலைவர்கள் யாருமே வரவில்லை. இப்போதைய குடியரசுத் தலைவரான தலித் சமூகத்தைச் சேர்ந்த ராம்நாத் கோவிந்த் மட்டுமே லட்சுமணனுக்கு

ஆதரவாக நீதிமன்றம் வந்தார். 'உட்கட்சி பூசலால் லட்சுமணன் கைவிடப்பட்டார்' என்பதாகவே அப்போது அது உணரப்பட்டது. உட்கட்சி என்பது சாதிய ஒடுக்குமுறையையே குறிக்கும் என்பதை தனியாக விளக்கத் தேவையில்லை. இதை மறைக்க 2004ஆம் ஆண்டு அவருடைய மனைவிக்கு தேர்தலில் வாய்ப்பளித்தது பா.ஜ.க.

தனது அரசியல் வாழ்வில் மிக மோசமாக தனிமைப்படுத்தப்பட்ட லட்சுமணன், சிறை தண்டனை பெற்று, சிறையிலிருந்து, பிணையில் வந்து, நீண்ட காலம் நோய்வாய்ப்பட்டு தண்டனைக் காலம் முடிவுறாமலேயே உயிரிழந்தார். நிச்சயமாக எவ்வளவு பெரிய குற்றச்சாட்டில் சிக்கினாலும் ஒரு சாதி இந்துவிற்கு அரசியலில் இப்படியொரு கையறு நிலை உருவாகி இருக்காது. ஊழல் மற்றும் கிரிமினல் குற்றங்களில் சிக்கிய சட்டமன்ற, நாடாளுமன்ற உறுப்பினர்கள், அமைச்சர்கள், கட்சித் தலைவர்களின் பட்டியலை எடுத்து ஆராய்ந்தால் தெரியும் பெரும்பாலும் இது போன்ற குற்ற வழக்குகளில் தண்டனை பெற்றோர் பிற்படுத்தப்பட்ட மற்றும் ஒடுக்கப்பட்ட சமூகத்தைச் சேர்ந்த அரசியல்வாதிகளே என்பது.

படுக்கைக்கு அடியில் கற்றை கற்றையாக பணம் கண்டெடுக்கப்பட்டும் காங்கிரஸ் கட்சியைச் சேர்ந்த பார்ப்பனரான, தகவல் தொடர்புத் துறை அமைச்சரான சுக் ராம் ஒரு நாள் கூட சிறைக்கு செல்லவில்லை. ஆனால், அதே துறையில் அமைச்சராக இருந்து ஊழல் குற்றச்சாட்டில் சிக்க வைக்கப்பட்ட ஆ. ராசா எந்த ஆதாரமுமின்றி எதிர்க்கட்சி மற்றும் ஊடகங்களின் வெற்று குற்றச்சாட்டுகளின் அடிப்படையில் 15 மாதங்கள் சிறை தண்டனையை அனுபவித்தார். 18 ஆண்டுகள் இழுத்தடிக்கப்பட்ட சொத்துக் குவிப்பு வழக்கில் தண்டனை பெற்ற பார்ப்பனரான ஜெயலலிதா 21 நாட்கள் மட்டுமே சிறையிலிருந்தார். பிறகு விடுதலையும் செய்யப்பட்டுவிட்டார். ஜெயலலிதாவின் மறைவிற்குப் பிறகு அதே வழக்கில் இரண்டாம் நிலை குற்றவாளியான பார்ப்பனர் அல்லாத சசிகலா மூன்றரை ஆண்டுகளுக்கும் மேலாக சிறையில் இருக்கிறார். இது போல பலரது பெயர்களை ஒப்பிட முடியும். ஊடகங்களும் சாதி பார்த்தே ஊழல்களை பெரிதுபடுத்துகின்றன. ஆ. ராசாவும் கனிமொழியும் தொடர்புடைய 2ஜி ஊழல், லாலு பிரசாத்தின் மாட்டுத்தீவன ஊழல் போன்றவற்றை ஊடகங்கள் செய்தித் திருவிழாவைப் போல நாள்தோறும் கொண்டாடித் தீர்த்தன. ஆனால், பார்ப்பனர்களின் ஊழல்கள் என்றால் அடக்கி

வாசிப்பது அவற்றின் வழக்கம். இப்படியான ஓர் அகன்ற சதியின் பலிகடா தான் பங்காரு லட்சுமணன்.

பா.ஜ.க.விற்கு மதிப்பே இல்லாத தமிழகத்தை விடுங்கள்....தன் கட்சி ஆட்சியிலிருக்கும் 14 மாநிலங்களில் எத்தனை தலித்துகளை தலைமைப் பொறுப்பில் பா.ஜ.க. நியமித்துள்ளது? ஒரேயொருவர் கூட இல்லை. தமிழகம் தவிர்த்த 27 மாநிலங்களில் தலைவர்கள் எந்த சாதியைச் சேர்ந்தவர்கள்? பா.ஜ.க. ஆளும் மாநிலங்களில் எத்தனை தலித்துகள் முதல் அமைச்சர்களாக்கப்பட்டுள்ளனர்? தனித் தொகுதிகளைக் கடந்து பொதுத் தொகுதிகளில் எத்தனை தலித்துகளை பா.ஜ.க. நிறுத்தியது? 58 கேபினட் அமைச்சர்களில் கட்சி சார்பில் தாழ்த்தப்பட்ட வகுப்பைச் சேர்ந்த மூன்று பேருக்குதான் அமைச்சர் பதவி வழங்கியிருக்கிறது. அதுவும் சமூக நீதி போன்ற வழக்கமாக தலித்துகளுக்கு ஒதுக்கப்படும் அதே துறைகள் தாம். நாட்டை ஆளும் ஒரு கட்சி உண்மையிலேயே சமூக நீதியில் அக்கறை கொண்டிருக்குமானால் மக்கள் தொகைக்கு இணையான பிரதிநிதித்துவத்தை அமைச்சரவையை உருவாக்குவதில் தான் செயல்படுத்தியிருக்க வேண்டும்.

இதையெல்லாம் பேசாமல், ஒப்பிடாமல் 'தலித்திடம் தலைமைப் பொறுப்பை ஒப்படைத்துவிட்டோம்' என ஓர் உள்நோக்கம் கொண்ட செயல்பாட்டை எடுத்துக்காட்டாகக் கொள்வது வேடிக்கையானது. இதே முருகனுக்கு தி.மு.க.வுடனோ அ.தி.மு.க.வுடனோ கூட்டணி அமைத்த காலங்களில் பா.ஜ.க. தேர்தலில் போட்டியிட வாய்ப்பளிக்கவில்லை. மாறாக, தேர்தல் வெற்றி சாத்தியமற்ற, தனித்துப் போட்டியிடும் காலங்களில் தான் அவருக்கு சட்டமன்றம் மற்றும் இடைத் தேர்தலில் போட்டியிட வாய்ப்பு வழங்கப்பட்டது என்பது குறிப்பிடத்தக்கது. இதை எல்லாவற்றையும் ஒதுக்கினாலும், ராம்நாத் கோவிந்த்தை குடியரசுத் தலைவராக்கினோம் என்பார்கள். ஆனால், ஒரு குடியரசுத் தலைவராக கே.ஆர்.நாராயணனின் தன்னிச்சையானப் பொறுப்புமிக்க அறிவார்ந்த செயல்பாட்டில் புள்ளி ஒரு சதவீதமேனும் தற்போதைய குடியரசுத் தலைவரால் சாதிக்க முடிந்தால், அவருக்கு அப்படியான சுதந்திரத்தை வழங்கினால் பா.ஜ.க. தன் சமூக நீதிக் கொள்கைக்கு பெருமைப்பட்டுக் கொள்ளலாம். ஆனால் என்ன நடந்தது? ராம்நாத் கோவிந்த் ஒடிசாவில் உள்ள ஜகந்நாதர் கோவிலுக்குள் அனுமதிக்கப்படாத போது பா.ஜ.க. அதை எதிர்க்கவில்லை, கண்டிக்கவில்லை

என்பதை வைத்து சாதி குறித்த அதன் நிலைப்பாட்டை உறுதி செய்து கொள்ளலாம்.

தமிழகத்தின் இரு பெரும் மாநிலக் கட்சிகளான அ.தி.மு.க. மற்றும் தி.மு.க. இரண்டிலுமே பிற்படுத்தப்பட்டவர்களின் ஆதிக்கமே மேலோங்கியுள்ளது என்பதை மறுப்பதற்கில்லை. பார்ப்பனர்களிடமிருந்து அதிகாரத்தை பறித்து பிற்படுத்தப்பட்டவர்கள் தன்வயப்படுத்திக் கொண்ட கொடுமை அது. சமூகநீதி பேசும் தமிழகத்திற்கு இது அவமானம் என்பதிலும் மாற்றுக் கருத்தில்லை. இவ்விரண்டில் ஒன்றுடன் கூட்டணி அமைத்தே தலித் கட்சிகள் சட்டமன்றத்திற்குள்ளும் நாடாளுமன்றத்திற்குள்ளும் நுழைகின்றன. கட்சிகளுக்குள் முக்கியப் பொறுப்புகள் தலித்துகளுக்கு வழங்கப்படுவதில்லை. தன்னெழுச்சிப் பெற்ற தலித்துகள் திராவிடக் கட்சிகளின் மேல் விமர்சனங்களை வைக்கின்றனர். 'ஆதி திராவிடர்களுக்கு நீதிமன்ற பதவி கிடைத்தது திராவிட இயக்கம் போட்ட பிச்சை' என்று தி.மு.க.வின் அமைப்புச் செயலாளர் மற்றும் நாடாளுமன்ற உறுப்பினரான ஆர்.எஸ்.பாரதி பேசியதும், பழங்குடி சிறுவனை செருப்பைக் கழட்ட வைத்த அ.தி.மு.க. அமைச்சர் திண்டுக்கல் சீனிவாசனின் செயலும் ஒடுக்கப்பட்ட சமூகத்தினரிடையே கடும் கொந்தளிப்பை உண்டாக்கின என்பது உண்மையே! திராவிடக் கட்சிகளை குறிப்பாக பெரியார் மற்றும் சமூக நீதி என்ற வார்த்தைகளை அடிக்கடி உச்சரிக்கும் தி.மு.க.வை விமர்சனம் செய்து தலித்துகள் சமூக ஊடகங்களில் காட்டமாக எதிர்வினையாற்றுகின்றனர். அது இக்காலகட்டத்திற்கு மிகவும் தேவையான எதிர்வினை, விமர்சனம் என்பதையும் மறுக்க முடியாது. ஆனால், அதற்காக தி.மு.க.வா, பா.ஜ.க.வா என இரண்டையும் ஒரே தராசில் வைக்க பார்ப்பது சிறுபிள்ளைத்தனம்.

தி.மு.க.வில் சாதியவாதம் இருக்கிறதா எனில் 'ஆமாம்' என்பதே நேர்மையான பதில். இதற்கு கடந்த காலங்களிலும் சம காலத்திலும் பல்வேறு ஆதாரங்களை எடுத்து வைக்க முடியும். சமூக நீதி தத்துவத்தால் மட்டுமே இனி மேல் திமுக தப்பிப் பிழைக்க முடியும் என்ற சூழலில் கட்சிக்குள் சாதிப் பாகுபாட்டை ஒழித்தாக வேண்டிய கடும் நெருக்கடி அக்கட்சிக்கு தற்காலத்தில் உருவாகி இருக்கிறது. தி.மு.க.வின் பொதுச் செயலாளராக பதவி வகித்த பேராசிரியர் அன்பழகன் அண்மையில் மரணமடைந்ததைத் தொடர்ந்து அடுத்து அந்த பதவிக்கு வரப் போவது யார் என்ற பரபரப்புக் கிளம்பியது.

துரை முருகன், எ.வ. வேலுவோடு ஆ.ராசாவின் ஆதரவாளர்கள் அவரையும் போட்டியில் முன்னிறுத்தினர். ஆனால், துரை முருகனுக்கு பொதுச் செயலாளர் பதவியும் எ.வ. வேலுவிற்கு பொருளாளர் பதவியும் ஏறக்குறைய முடிவாகிவிட்டதாகவே கூறப்படுகிறது.

தி.மு.க. என்ற கட்சி உருவாகி எழுபதாண்டு காலம் ஆகிவிட்ட நிலையிலும் சத்தியவாணி முத்து, அந்தியூர் செல்வராஜ், வி.பி.துரைசாமி, பரிதி இளம் வழுதி, ஆ.ராசா, தமிழரசி, மதிவண்ணன் போன்ற ஒரு சிலருக்குதான் அமைச்சர் பதவி வழங்கப்பட்டிருக்கிறது என்பது கசப்பான உண்மை. அதிலும் சமூக நலத்துறை, ஆதி திராவிடர் நலத்துறை மற்றும் கால்நடைப் பராமரிப்புப் போன்ற துறைகளே மாறி மாறி இவர்களுக்கு பெரும்பாலும் வழங்கப்பட்டுள்ளன. அதுமட்டுமல்ல அமைச்சர் பதவிக்கு இணையான அதிகாரங்களைக் கொண்ட மாவட்டச் செயலாளர் பொறுப்புகளில் தலித்துகளுக்கான பிரதிநிதித்துவத்தை தி.மு.க. வழங்குவதில்லை. அக்கட்சியில் 65 மாவட்டச் செயலாளர்களில் ஒரேயொரு தலித்துக்குதான் அப்பதவி வழங்கப்பட்டுள்ளது. பெரியாரின் பதாகையை உயர்த்திப் பிடிக்கும் தி.மு.க. தலித்துகளுக்கான பிரதிநிதித்துவத்தை என்றோ உறுதி செய்து தந்திருக்க வேண்டும். ஆனால், கட்சிக்குள்ளும் பதவிகளிலும் அது பாகுபாட்டை கடைபிடித்தது என்பதே உண்மை.

ஆனால், அருந்ததியர் சமூகத்தைச் சேர்ந்த எல். முருகனிடம் தலைமைப் பொறுப்பை ஒப்படைத்து நாங்கள் தி.மு.க.வை விட சமூக நீதியில் உயர்ந்தவர்கள் என பா.ஜ.க. சமத்துவம் பேசுவதெல்லாம் அநியாயத்தின் உச்சம். தி.மு.க.வில் ஆ. ராசா இருப்பதும் பா.ஜ.க.வில் முருகன் தலைவராக இருப்பதும் ஒரு போதும் ஒன்றாகிவிட முடியாது. ஆ. ராசாவுக்கு நிச்சயம் அவரது கட்சிக்குள் நெருக்கடிகள் இருக்கும் தான். 2ஜி வழக்கில் ஆ. ராசா சிக்க வைக்கப்பட்ட போது கட்சிக்கும் அதற்கும் தொடர்பில்லை என பங்காரு லட்சுமணனை சிக்க வைத்து பா.ஜ.க. ஒதுங்கிக் கொண்டதைப் போல கைவிட்டு விடாமல் கருணாநிதி அவருக்கு ஆதரவாக இருந்தார். அதனால் தான் அவ்வழக்கு போலியானது என நீதிமன்றத்தில் நிரூபித்து தற்போது ராசாவால் மக்களவை உறுப்பினராகத் தொடர முடிகிறது.

எவ்வளவு சச்சரவுகள் தோன்றினாலும் தி.மு.க.வோடு தலித்துகளுக்கு இருப்பது நட்பு முரண்; பா.ஜ.க.வுடனானது பகை முரண். முன்னது சகிப்பிற்குரியது, சரி செய்யக் கூடியது. பின்னது, எப்போதுமே சீர் செய்ய முடியாதது என்பதைப் புரிந்து கொள்ள வேண்டும். மதவாதம் செல்லுபடியாகாத தமிழகத்தில் சாதியைக் கூர்மைப்படுத்தினால் செல்வாக்கைப் பெற முடியும் என்பது பா.ஜ.க.வின் நீண்ட நாள் கனவு. அதன் தந்திரமான 'ஆபரேஷன் திராவிட நாடு' ரகசியத் திட்டத்தின் வெளிப்படையான நோக்கமே மாநிலக் கட்சிகள் வலுவாக இருக்கும் தென் மாநிலங்களை குறிப்பாக திராவிடக் கட்சிகளும் அமைப்புகளும் உயிர்ப்போடிருக்கும் தமிழகத்தில் சாதியை வைத்து சாதிக்க முடியுமா, என்பதே!

எல். முருகனுக்கு பதவி வழங்குவதை ஓர் அரசியல் தந்திரமாக நினைத்துக் கொண்டு பா.ஜ.க. செயல்படுத்தி இருக்கிறது. பட்டியல் சாதியினர் ஆணையத்தின் தேசிய துணைத் தலைவர் பொறுப்பு வகித்திருந்தாலும் ஆர்.எஸ்.எஸ். கொள்கையில் வளர்ந்த முருகன் தனக்கு தலித் ஓர்மை இருப்பதாக எத்தருணத்திலும் வெளிப்படுத்தவில்லை. பா.ஜ.க.வில் இருந்து கொண்டு, எஸ்.சி கமிஷன் தலைமைப் பொறுப்புக்கு அவர் எப்படி நேர்மையாக செயல்பட்டிருக்க முடியும்? டாக்டர் அம்பேத்கர் அரசு சட்டக் கல்லூரியில் பயின்று வழக்குரைஞராகப் பணிபுரிந்திருந்தாலும் அம்பேத்கரின் கொள்கை பற்றி அவர் எங்கேயும் பேசவில்லை. முருகன், 'தர்ம ரக்சன சமிதி' எனும் ஆர்.எஸ்.எஸ். இன் மதமாற்றத் தடை அமைப்பிலும் ஏ.பி.வி.பி.யிலும் இருந்தவர். ஆணவப் படுகொலைகளையும் தலித்துகள் மீதான வன்கொடுமைகளையும் கண்டிப்பதற்கு பதிலாக 'லவ் ஜிகாத்' அதிகரித்து வருவதாகவும் குடியுரிமைத் திருத்தச் சட்டத்திற்கு ஆதரவாகவும் பேட்டிகள் அளித்தார். முஸ்லிம்களுக்கு எதிரான நிலைப்பாட்டை தொடர்ந்து பதிவு செய்து வருகிறார்.

ஆக, இந்த தகுதிகள் இல்லையெனில் முருகனுக்கு இந்த பதவி வழங்கப்பட்டிருக்காது. இப்பதவிக்கு போட்டியிட்ட எச்.ராஜா, வானதி சீனிவாசன், நயினார் நாகேந்திரன், கே.டி. ராகவனுக்கெல்லாம் இந்த தகுதிகள் இல்லையா எனில் பன்மடங்கு அதிகமிருந்தாலும் இந்தத் (தேர்தல்) தருணத்தில் - ஒரு தலித் தலைமை - தி.மு.க. மீதான எதிர்ப்புணர்வை அதிகரித்து, தலித்துகளை தன் பக்கம் ஈர்த்து தனக்கான வாக்கு வங்கியை உருவாக்குவதோடு திராவிடக் கொள்கையைத் தீர்த்துக் கட்டும்

என பா.ஜ.க. கணிக்கிறது. திராவிட அரசியலின் முடிவில் தான் தமிழகத்தில் பா.ஜ.க.வின் எழுச்சி சாத்தியப்படும் என்ற அதன் நம்பிக்கையில் உண்மை இல்லாமல் இல்லை. ஏற்கனவே அ.தி.மு.க. சரணடைந்துவிட்ட நிலையில், தமிழகத்தைப் பொருத்தவரை தி.மு.க. தான் அதன் ஒற்றை எதிரி. சில ஆண்டுகளில் இல்லையென்றாலும் சில பத்தாண்டுகளிலேனும் நினைத்ததை சாதிக்க அது துடித்திருக்கிறது.

நாடு முழுக்கவே செல்வாக்கில்லாத பகுதிகளில் பா.ஜ.க. கைகொள்ளும் மரபான சூழ்ச்சி இது. தலித்துகள் எங்கே இருந்தாலும் தேசிய கட்சிகளிலும் மாநிலக் கட்சிகளிலும் அவர்கள் குரலற்றவர்களாகவும் முகமற்றவர்களாகவுமே உள்ளனர். புதிதாக தொண்டர் படையை உருவாக்குவதை விடவும் அதிருப்தியில் இருக்கும் ஒடுக்கப்பட்டோரை வளைத்துப் போட்டால் எளிதாக ஒரு வாக்கு வங்கியை உருவாக்கலாம் என்று அது எண்ணுகிறது. ராம் விலாஸ் பாஸ்வான், ராம்தாஸ் அத்வாலே போன்றவர்கள் இதற்கு உதாரணம்.

தேசிய அளவிலும் சரி மாநிலங்கள் அளவிலும் அரசியல் அதிகாரத்திற்காக மட்டுமே செயல்படும் உதிரியான தலித் தலைவர்களை கூட்டணிக்குள் இழுப்பதும் அரசியல் ஆசை உள்ள சாதி சங்கங்களை ஒருங்கிணைத்து ஓரணியாகத் திரட்டுவதும்தான் அதன் திட்டம். அதன் வழியே ஒடுக்கப்பட்டோரை 'தலித்' என்ற ஒற்றை அடையாளத்திற்குள் ஒருங்கிணைக்காமல் உட்சாதிகளாகப் பிரித்து தலித் அடையாளத்தை சிதைப்பதுதான் அதன் மறைமுக இலக்கு. தமிழகத்தில் தலித்துகள் பள்ளர், பறையர், அருந்ததியர் என உட்சாதிகளாகப் பிரிந்துள்ளனர். இவர்களை தலித் என்ற ஒரே குடையின் கீழ் ஒருங்கிணைக்க கடந்த கால் நூற்றாண்டு காலமாக தலித் இயக்கங்கள் பெரும் முயற்சிகள் எடுத்து வந்தன. இந்நிலையில் பா.ஜ.க.வின் நுழைவு உட்சாதிப் பிளவை கூர்மைப்படுத்தி இருக்கிறது. கிருஷ்ணசாமி, ஜான் பாண்டியன் போன்ற பள்ளர் சமூகத் தலைவர்கள் பா.ஜ.க.வோடு இரண்டறக் கலந்துவிட்டனர். பறையர் சமூகத்தைச் சேர்ந்த திருமாவளவன் கொள்கை ரீதியாக பிடிப்புள்ளவர் என்பதால் அவரை விட்டுவிட்டு அச்சமூகத்தின் பிரபலமற்ற பிற அமைப்பினரை வளைக்க பா.ஜ.க. முயற்சி எடுக்கிறது. அருந்ததியரான முருகனை வைத்து அச்சமூகத்தினரிடையே சிதைவை உண்டாக்க நினைக்கிறது. கடந்த நான்காண்டுகளில்

தலித் ஒருங்கிணைப்பிற்கான வாய்ப்புகளை அழித்தொழித்த வகையில் பா.ஜ.க.விற்கு வெற்றியே!

தென் தமிழகத்தில் தேவேந்திர குல வேளாளர் மாநாட்டில் அமித்ஷா கலந்து கொண்டார். வட தமிழகத்தில் எஸ்.சி. அணி மாநாட்டை பா.ஜ.க. நடத்தியது. பா.ம.க கூட்டணிக்கு வராத நிலையில் அக்கட்சியிலிருந்து வெளியேறிய தலைவர்கள் மற்றும் அரசியல் அங்கீகாரம் கிடைக்காத வன்னியர் சங்கங்களையும் ஒருங்கிணைத்தது. பா.ம.க. அதன் பின்னர் பா.ஜ.க. கூட்டணிக்குள் வந்துவிட்டது. சாதிகளாக மக்களைத் திரட்டி அதன் ஆதிகால பிரித்தாளும் சூழ்ச்சியில் வெல்ல முடியும் என்ற நம்பிக்கையில் அம்முயற்சியைத் தொடர்கிறது பா.ஜ.க.

அரசியல் ரீதியாக சாதி சங்கங்களுக்கு தீனி போட்டுவிட்டு, ஒடுக்கப்பட்ட மற்றும் பிற்படுத்தப்பட்ட சமூகங்களுக்கு எதிரான திட்டங்களை மூர்க்கமாக அரங்கேற்றுவதே பா.ஜ.க.வின் தந்திரம். நீட் தேர்வு, மாட்டிறைச்சிக்குத் தடை, பொருளாதார அடிப்படையிலான 10% இட ஒதுக்கீடு, நாடு முழுவதும் தலித்துகள் மீதான வன்கொடுமைகள், வன்புணர்ச்சி கொடூரங்கள், வன்முறைத் தாக்குதல்கள் என ஒடுக்கப்பட்ட சமூக எதிர்ப்பு மற்றும் சிறுபான்மையினர் வதையை மட்டுமே அரசியல் கொள்கையாக வைத்திருக்கும் பா.ஜ.க. - தம் மீதான ஒடுக்குமுறைகளை தலித்துகளே ஆதரிக்க வேண்டும் என்பதற்காகவே - இப்படியான பதவிகளையும் கூட்டணிகளையும் உருவாக்குகிறது. ஒரு தலித், சாதி இந்துக்களாலோ இந்துவெறியர்களாலோ எவ்வளவு கொடூரமாகத் தாக்கப்பட்டாலும் முருகனும் கிருஷ்ணசாமியும் அதற்கு ஆதரவளித்தே தீர வேண்டும் அல்லது அமைதியாக ஒப்புதல் அளிக்க வேண்டும். இட ஒதுக்கீட்டை ஒழித்தாலும் கல்வி உதவித் தொகையை நிறுத்தினாலும் தலித்துகளுக்கு எதிரான அத்தனை கொடூரங்களையும் கட்சியின் கொள்கையாக ஏற்று அங்கீகரிக்க வேண்டும். இப்படியொரு பதவியும் அரசியல் அதிகாரமும் இருந்தால் என்ன, இல்லையென்றால் தான் என்ன?

சாதிப் பாகுபாட்டையும் மத வெறுப்புணர்வையும் கொள்கைகளாக வைத்திருக்கும் பா.ஜ.க.வின் 'மண்ணுக்கேற்ற அரசியல்' என்பது, அந்தந்த மண்ணில் வேரூன்றியிருக்கும் ஜனநாயகக் கொள்கைகளையும் சாதி எதிர்ப்பு செயல்பாடுகளையும் மதச் சார்பற்ற தன்மையையும் குழிதோண்டிப் புதைப்பதாகும். இதற்கு கருவருக்கும் செயலுக்குப் பெயர்தான் பார்ப்பனியம். அதன் இந்த

இலக்கிற்கு தலித்துகள் பயன்படுவார்கள் எனில் அவர்களுக்கு பதவி வழங்க பார்ப்பனியமோ பா.ஜ.க.வோ யோசிக்காது. ஆனால், அந்த பதவி சுகம் மிகவும் தற்காலிகமானது என்பதையும் மிக மிக ஆபத்தானது என்பதையும் பார்ப்பனரல்லாதார் புரிந்து கொண்டு எச்சரிக்கையாக இருக்க வேண்டும். ●

02.04.2020
த வயர்
(thewire.com)

கொடிய கிருமி எது ~ ஜாதியா, கொரோனாவா?

> கண்ணுக்குத் தெரியாத கிருமியை விட கண்ணுக்குத் தெரியும் மனிதர்கள் தமது இதயங்களில் நிரப்பி வைத்திருக்கும் சாதிய வன்மமும் வறுமையும் தான் தலித் மக்களின் பெரும் பிரச்னை. வன்கொடுமையில் வதைபட்டு சாவதை விட, ஆணவக் கொலையில் கழுத்தறுபட்டு சாவதை விட, பாலியல் வன்புணர்வில் குதறப்பட்டு சாவதைவிட கொரோனா எந்த வகையில் கொடூரமாக இருந்துவிடப் போகிறது என்பதே அவர்கள் உங்களிடம் கேட்க விரும்பும் கேள்வி!

16

எல்லா தரப்பையும் பாதிக்கும் ஒரு பொதுப் பிரச்னையின் போது - அதில் நிலவும் - சாதிய ஒடுக்குமுறை பற்றி பேசினால் ஒட்டுமொத்த சமூகமுமே எரிச்சலடைகிறது. எதற்கெடுத்தாலும் சாதியைத் தூக்கிக் கொண்டு வருவதா என்கிறார்கள். இக்கேள்வியை கேட்பதற்கு ஒரு நேரம் காலம் வேண்டாமா என கோபப்படுகின்றனர். ஏதோ தலித் மக்கள் மட்டுமே எந்நேரமும் சாதியைப் பற்றி சிந்தித்துக் கொண்டிருப்பதாக இவர்களது கற்பனை! அன்றாட வாழ்வில் எப்போதும் தனிமைப்படுத்துதலையும் புறக்கணிப்பையும் எதிர்கொள்ளும் தலித் மக்கள், இந்நாட்டின் பொதுப் பிரச்சனைகளில் தம்மை பிற சமூகங்களைப் போல சமமாகக் கருதி நீரோட்டத்துடன் கலந்து ஒத்துழைக்க வேண்டுமென எல்லோருமே எதிர்பார்க்கின்றனர். இதோ, கொரோனாவிலும் அப்படியே! ஆனால், பொதுச் சமூகத்தை கொரோனாவிலிருந்து பாதுகாக்கும் என சொல்லப்படுகிற சமூகத் தனிமைப்படுத்துதல் (social distancing) தலித் மக்களைக் கொன்றொழிக்கும் ஆபத்தைக் கொண்டிருக்கையில் தங்களது சாவுக்கு ஒடுக்கப்பட்டோர் தாமே முன்வந்து எவ்வாறு ஆதரவளிக்க முடியும், சொல்லுங்கள்?

கொரோனா கொண்டு வந்திருக்கும் சமூகத் தனிமைப்படுத்துதல் இந்தியர்களுக்கு அதாவது இந்துக்களுக்கு மிகவும் பிடித்தமான, பழக்கமானதொரு கருத்தாக்கம். பார்ப்பனியம் இரண்டாயிரம் ஆண்டுகளாக தலித்துகளுக்கு எதிராகக் கட்டிக் காப்பாற்றி வரும் தீண்டாமை எனும் சமூக நடைமுறையை அது பிரதிபலிக்கிறது. கொரோனா தொற்றிலிருந்து தப்பிக்க ஒவ்வொருவரும் தம்மை

தனிமைப்படுத்திக் கொள்ள வேண்டுமென உலக சுகாதார நிறுவனம் குறிப்பிட்டதும் இந்தியாவின் ஆதிக்க சாதி இந்துக்கள் பெரும் உற்சாகம் அடைந்தனர். ஏனெனில் சமூகக் கலப்புதான் அவர்களுக்கு எப்போதுமே ஒவ்வாமையானது; தனிமைப்படுத்துதல் அல்ல. சுதந்திர இந்தியாவில் இன்றும் நிலவும் நூற்றுக்கணக்கானத் தீண்டாமை வடிவங்களும் 95% இந்தியர்கள் கடைப்பிடிக்கும் தீவிர அகமணமுறையுமே நூற்றாண்டுகளாக நிலவும் நிரந்தர சமூகத் தனிமைப்படுத்துதலுக்கான ஆதாரம்.

ஒவ்வொரு தனிநபருக்கு இடையிலான இடைவெளியை 'தனிமைப்படுத்துதல்' (Physical distancing) என உலக நாடுகள் அர்த்தம் கொள்கின்றன. ஆனால் இந்துக்களோ சக மனிதரை தொட்டுவிடக் கூடாது என்ற சவர்ணர்களின் 'தீண்டாமை'க் கலாச்சாரத்தை இன்று உலகமே அங்கீகரிப்பதாக திரித்து கொண்டாடித் தீர்க்கின்றனர். சமூக வலைத்தளங்களில் இது சார்ந்து அவர்கள் பரப்பும் கருத்துகள் சாதியப் பாகுபாட்டை ஆணித்தரமாக நிலைநிறுத்தும் வெறியைக் கொண்டிருக்கின்றன. ஏற்கனவே தூய்மைவாதக் கருத்தியலால் தமது தெருக்களுக்குள்ளும் வீடுகளுக்குள்ளும் யாரையும் அண்ட விடாதவர்களுக்கு தற்போது 'அறிவியல்' ரீதியான காரணம் கிடைத்திருக்கிறது. கொரோனாவிற்கு பிறகு உலக சமூகங்கள் பாகுபாடற்ற வாழ்க்கைக்குத் திரும்பி விடும். ஆனால் இந்தியாவிலோ சாதியோடு கிருமியும் சேர்ந்து - மனிதர்கள் ஒருவரோடு ஒருவர் சேர்ந்துவிடாதபடி - பாகுபாடு கூர்மைப்படுத்தப்படும்.

இத்தாலியைப் போல, ஸ்பெயினைப் போல, ஜெர்மனியைப் போல இந்தியா ஒற்றை தேசமல்ல. மிக வெளிப்படையாக இங்கே 'இரண்டு இந்தியா'க்கள் இயங்குகின்றன. தீண்டத்தகுந்த மற்றும் தீண்டத்தகாத இந்தியா. அதை நீங்கள் உங்கள் வசதிக்காக பணக்கார இந்தியா; ஏழை இந்தியா என்றும் அழைத்துக் கொள்ளலாம். அரசின் உதவிகளை சார்ந்திருக்காத அதனாலேயே அரசின் ஊரடங்கு உத்தரவுகளை கடைப்பிடிக்கவல்ல பணக்கார இந்தியர்கள் தனிமைப்படுத்துதலுக்கும் ஊரடங்கிற்கும் தலை வணங்குகின்றனர், மளிகைக் கடைகளில் இடைவெளியோடு போடப்பட்ட கட்டடங்களுக்குள் நின்று பொருட்களை வாங்குகின்றனர். முகக் கவசம் அணிந்து கொள்கின்றனர், கிருமிநாசினி கொண்டு கைகளை 20 நொடிக்கொரு முறை கழுவுகின்றனர். சளிக் காய்ச்சல், மூச்சுத் திணறல் இருந்தால் தாமே மருத்துவமனைக்குச் சென்று பரிசோதனை செய்து கொள்கின்றனர். இப்படி அரசு விதிமுறைகளுக்கு உட்பட்டு

நடப்பதாலேயே அவர்கள் நல்ல இந்தியர்கள். ஆனால், ஒடுக்கப்பட்டவர்களால் ஆன ஏழை இந்தியா இந்த விதிமுறைகளை கடைப்பிடிக்க முடியாததால் 'ஒழுக்கமற்றது' என தூற்றப்படுகிறது.

சமூகத் தனிமைப்படுத்துதலோடு கூடிய ஊரடங்கை அரசு அறிவித்தவுடன் பதறியடித்துக் கொண்டு வீதிக்கு வந்தவர்கள் ஒடுக்கப்பட்ட மக்களே. நகரங்களின் தினக்கூலிகள் சொந்த ஊருக்குச் செல்ல பேருந்து பேருந்து நிலையங்களில் முட்டி மோதியதைப் பார்த்து வீடுகளுக்குள் இருந்த பணக்கார இந்தியர்களுக்கு கோபம் வந்தது. இவர்களால் கொரோனா பரவி தமக்கும் ஆபத்து உண்டாகிவிடும் என பதற்றமடைந்து திட்டித் தீர்க்கின்றனர். ஒன்றை நாம் புரிந்து கொள்ளத் தவறுகிறோம். ஒரு விதிமுறையை அரசு எல்லோருக்கும் சமமானதாக அறிவிக்க வேண்டுமெனில் முதலில் அச்சமூகம் ஏற்றத் தாழ்வற்றதாக, சமத்துவமானதாக இருக்க வேண்டும். இல்லையெனில் அவ்விதிமுறை கட்டாயம் மீறப்படும் என்பதே எதார்த்தம்.

கொரோனாவில் பாதிக்கப்பட்ட மேற்கத்திய நாடுகள் சமூகத் தனிமைப்படுத்தலை நடைமுறைப்படுத்தியதைப் பார்த்து இந்தியாவும் அதன் பாதகங்களைப் பற்றி சற்றும் கவலைப்படாமல் இங்கே அறிவித்தது. குறைவான மக்கள் தொகையும் உயர்ந்த வாழ்க்கைத் தரமும் கொண்ட மேற்கத்தியர்களுக்கு ஊரடங்கு அவர்களின் இருத்தலை துளியளவும் பாதிக்காது. அந்நாடுகளின் தட்பவெப்ப சூழலும் மேற்கத்தியர்களை ஏற்கனவே அத்தகைய வாழ்க்கை முறைக்கு பழக்கியிருக்கிறது. டிசம்பர் தொடங்கி பிப்ரவரி வரையிலான மூன்று மாதங்கள் நீடிக்கும் கடுமையான பனிக் காலங்களில் அவர்கள் ஒவ்வொரு ஆண்டும் சமூகத் தனிமையில் தான் வாழ்கின்றனர். அந்த மூன்று மாதங்களுக்கும் தேவையான பொருட்களை வாங்கி வைப்பதில் தொடங்கி வீட்டிற்குள் இருந்து கொண்டே வேலை செய்வது, பொழுதைப் போக்குவது, தம்மை தாமே பிஸியாக வைத்துக் கொள்வது எல்லாமே அவர்களுக்கு மிகவும் பழக்கப்பட்டது.

அது மட்டுமல்ல, வேலையற்றவர்கள் மற்றும் வறுமையில் வாடும் குடிமக்களுக்கு அந்தந்த நாட்டின் அரசுகள் கணிசமான மாதாந்திர இழப்பீட்டுத் தொகையை அளிக்கின்றன. அதனால் வீட்டை விட்டு வெளியே போனால் தான் சம்பாதிக்க முடியும் என்ற நிலை அங்கே பெரும்பாலும் இல்லை. கொரோனாவுக்கான இந்த தனிமைப்படுத்துதலில் - நோய் குறித்த அச்சம் என்பதைத் தவிர்த்து - சமூக ரீதியாக எந்த பாதிப்பையும் அங்கே

ஏற்படுத்தாது. அதே நிலை தான் பணக்கார/ஆதிக்க/தீண்டத்தகுந்த இந்தியாவிற்கு. இது போன்ற ஓர் இடர்ப்பாடு அவர்கள் வாழ்வில் எந்தத் தாக்கத்தையும் சமூகப் பொருளாதார ரீதியாக உண்டாக்குவதில்லை.

130 கோடி மக்கள் தொகையில் மூன்றில் இரண்டு பங்கு ஏழைகளைக் கொண்ட இரண்டாவது இந்தியாவை ஏற்கனவே தீரா வறுமையில் தள்ளிய அதே தனிமைப்படுத்துதல் (தீண்டாமை) தற்போது வேறு பரிமாணத்தை எடுத்து, பொருளாதார ரீதியாக கூடுதல் தண்டனையாக மாறி உயிர் வாழ்வதற்கான கடைசி வாய்ப்பையும் அறுத்தெறிந்திருக்கிறது. "எங்கள் வீதிகளுக்கு வரக்கூடாது" என்ற சாதிய விதிமுறை விரிவடைந்து எந்த வீதியிலும் காலடி எடுத்து வைக்க முடியாத நிலையை அவர்கள் எதிர்கொண்டனர். இன அழிப்பிற்கு இணையான கட்டுப்பாடு இது என நிச்சயமாகச் சொல்லலாம். காரணம் இந்த ஏழை இந்தியா வீதிகளில் தான் வாழ்கிறது. வீடுகளில் எதுவுமில்லாத அல்லது வீடுகளே இல்லாத மக்களை வீதியிலிருந்து விரட்டினால் செத்துப் போவதைத் தவிர அவர்களுக்கு வேறு வழியில்லை. அவர்களைப் பொருத்தவரை வீடு என்பது வெயிலையும் மழையையும் மறைக்கும் ஒரு கூரை. அவ்வளவு தான். வீதி வீதியாக அலைந்து கடுமையாக உழைத்தால் மட்டுமே ஒரு வேளை உணவையும் பெற முடிகிறவர்களை, 'வீடுகளில் முடங்கியிரு' என்று சொல்வது கொலைக்கு இணையான குற்றம்!

ஆனால், எவ்விதக் குற்றவுணர்ச்சியுமின்றி இந்திய அரசு அக்குற்றத்தை நிகழ்த்தியதோடு அதை நியாயப்படுத்தவும் செய்கிறது. தான் எடுத்த கடுமையான நடவடிக்கைகளுக்காக பிரதமர் மோடி ஏழைகளிடம் மன்னிப்புக் கோரினார். பணமதிப்பிழப்பு எனும் அரசப் பேரிடரின் போதும் ஏழை இந்தியாவை ஒரு வேளை உணவுக்காக வீதிகளில் அலையவிட்டவராயிற்றே! தமது தினக்கூலியில் ஈட்டிய சொற்ப ரூபாய் நோட்டுகளை வங்கிகளில் மாற்றினால் தான் மதிப்பு என்ற நிலைக்குத் தள்ளி உழைக்கும் மக்களை வங்கிகளில் நீண்ட வரிசைகளில் நாட்கணக்கில் நிற்க வைத்தார். பலர் சுருண்டு விழுந்தும் பசிக் கொடுமையிலும் இறந்து போயினர். அந்த 'உதிரிச் சாவு'களுக்கெல்லாம் இந்நாட்டில் கணக்கே இல்லை. பணமதிப்பிழப்பிற்கான மன்னிப்பே நிலுவையில் இருக்கையில், மோடியின் இந்த மன்னிப்பு நாடகத்தனமானது. ஏனெனில் மன்னிப்பின் அர்த்தம் என்னவென்றால், 'அடுத்த முறை அத்தவறு நடக்காது' என்கிற உத்திரவாதம்! ஆனால் பணக்கார இந்தியா

நலமாக வாழ வேண்டுமென்பதற்காக ஒடுக்கப்பட்ட மக்களையே அடுத்தடுத்து நரபலி கொடுக்கும் மோடிக்கு அவர் கோரும் மன்னிப்பு எப்போதுமே கிடைக்காது. "ஆங்கிலேயருக்கு எதிராக காந்தி 21 நாள் பட்டினி கிடந்தார். பணக்கார இந்தியாவின் நல்வாழ்விற்காக ஏழை இந்தியா அதே 21 நாள் பட்டினி கிடக்கக் கூடாதா" என மோடி அடுத்து நிகழ்த்தப் போகிற ஏதேனும் ஓர் உரையில் குறிப்பிடலாம்.

அரசின் உத்தரவை மதித்து நடக்கும் பணக்கார இந்தியாவின் பிரதிநிதிகள் இந்த நரபலியை ஆதரிக்கவே செய்கின்றனர். மூன்று வேளையும் உணவு, இடையிடையே நொறுக்குத் தீனிகள், இவை அலுத்துப் போனால் ருசிக்காக ஸ்விகி, சொமாட்டோ செயலிகளில் ஆர்டர் செய்து உண்ண அனுமதி, பொருட்களை வாங்கிக் கொள்ள வங்கி சேமிப்பில் நிறைய பணம், பொழுதைப் போக்க ஸ்மார்ட் டிவி, ப்ரைம் வீடியோ, நெட்பிளிக்ஸ் செயலிகளில்களில் திரைப்படங்கள், ராமாயணம், மகாபாரதம் பிக் பாஸ் போன்ற போதை வஸ்துகள் என விடுமுறையைக் கழிப்பதைப் போல பணக்கார இந்தியா இந்த ஊரடங்கு காலத்தைக் கொண்டாடிக் கொண்டிருக்கிறது. இது, அவர்களுக்கான ஓய்வு காலம். ஆனால் ஏழைகளுக்கும் உழைக்கும் வர்க்கத்தினருக்கும் இது செயற்கையாக உருவாக்கப்பட்ட பஞ்சம். தாம் சுட்ட வடை பஜ்ஜிகளின் புகைப்படங்களையும் தாம் வரைந்த ஓவியங்களையும் தாம் பாடிய பாடல்களையும் பணக்கார இந்தியர்கள் பதிவிட்டுக் கொண்டிருக்கையில் டெல்லியின் பேருந்து நிலையத்தில் ஆயிரக்கணக்கான ஏழைகள் அடுத்த வேளை உணவிற்கு நிச்சயமற்ற பதற்றத்தோடு சொந்த ஊருக்குப் போக குழுமியிருந்தனர். அவ்வாறு குழுமியிருந்த மக்கள் மீது கொசு ஒழிப்பிற்கு செய்யப்படுவதைப் போல மருந்தை பீய்ச்சியடித்த கொடுமையும் அரங்கேறியது.

இந்நாடு வரலாறு முழுக்க ஒடுக்கப்பட்ட மக்களை இடப்பெயர்வு எனும் துயரத்திலேயே வைத்திருக்கிறது. அவர்கள் காலங்காலமாக ஆயிரமாயிரம் கிலோ மீட்டர்கள் நடையாய் நடக்கிறார்கள், சென்று சேர்தலுக்கான இடமின்றி. சாதிக் கொடுமை மற்றும் வறுமையின் பொருட்டு சொந்த ஊரைவிட்டும், மாநிலங்களை விட்டும் அவர்கள் வெளியேறிக் கொண்டேயிருக்கின்றனர். பிரிட்டிஷ் ஆட்சிக் காலத்தில் மலைகளை தேயிலைக் காடுகளாக மாற்றவும் நகரங்களை கட்டமைக்கவும் கொத்தடிமைகளாக அவர்கள் இடம் பெயர்ந்தனர். முன்னெப்போதையும் விட கடந்த பத்தாண்டுகளில் நகர்ப்புறங்களுக்கு இடம் பெயரும் தலித்துகளின்

எண்ணிக்கை பன்மடங்கு அதிகரித்திருப்பதாக குறிப்பிடுகிறது ஒரு புள்ளிவிபரம். ஒடுக்குமுறையும், உழைப்புக்கு கூலியைத் தராத நில உரிமையாளர்களின் பண்ணையார்த்தனமும் அவர்களை நகரங்களுக்கு விரட்டுகின்றன.

இந்தியாவின் வட பகுதியிலிருந்து தென் பகுதிக்கு பஞ்சம் பிழைக்க வந்திருந்தாலும் தெற்கிலிருந்து வடக்கிற்கு போயிருந்தாலும் அவர்களின் சமூகப் பின்னணியும் இடப் பெயர்விற்கான காரணமும் ஒன்றுதான். கிராமங்களில் 'தீண்டத்தகாதவர்' என்ற அடைமொழி நகரங்களில் 'புலம்பெயர் தொழிலாளர்கள்' என சற்றே கவுரமாக மாறியதும் உழைப்புக்கு கிடைத்த கூலியும் அவர்களுக்குப் போதுமானதாக இருந்தது. ஓரிடத்தில் எத்தனை ஆண்டுகள் குடியிருந்திருந்தாலும் புலம் பெயர் தொழிலாளர்கள் பிடுங்கியெறிவதற்கு வசதியான வேரற்ற மரங்களே என்பதற்கான நிகழ்காலச் சான்று டெல்லியிலிருந்து கிளம்பிய கூட்டம். ஊரடங்கை அறிவிப்பதற்கு முன்னரே ஒவ்வொரு மாநிலமும் தமது புலம் பெயர் தொழிலாளர்களுக்கான ஏற்பாடுகளைச் செய்திருக்க வேண்டும். ஆனால், அப்படியொரு சிந்தனையே எந்த மாநில அரசுக்கும் இருந்ததாகத் தெரியவில்லை. காரணம் அவர்கள் இரண்டாம் இந்தியாவின் குடிமக்கள்.

எவ்வகையிலும் மக்களை தயார்ப்படுத்தாமல் ஓர் இரவு உரையில், வெறும் நான்கு மணி நேர அவகாசத்தில் முழு ஊரடங்கை நடைமுறைப்படுத்தியதும் வாழ்வாதாரத்தைத் தொலைத்த புலம்பெயர்ந்த தொழிலாளர்கள் மூட்டை முடிச்சுகளை தலையில் சுமந்து கொண்டு, 'இனி வாழ முடியாது' என எங்கேயிருந்து கிளம்பி வந்தார்களோ அங்கேயே மீண்டும் செல்லும் கட்டாயத்திற்கு உள்ளாக்கப்பட்டனர். நகரங்களிலேயே வாழ வழியில்லை எனும் போது கிராமங்களில் எப்படி பசியாற்றுவார்கள்? 700 கிலோ மீட்டர் தூரம் நடந்தே சுமந்து வந்த மூட்டைகளை இறக்கி வைக்கும் போது 21 நாள் கெடு முடிந்திருக்கும். மீண்டும் அதே சுமைகளோடு பசியை ஆற்றிக் கொள்ள வேண்டிய பெருங்கடமையோடு அவர்கள் இதே நகரங்களுக்கு திரும்பி வர வேண்டும். என்ன கொடுமையான வாழ்க்கை இது! இங்கே யாருக்குமே ஒடுக்கப்பட்டோரின் இந்த பாடுகள் பற்றி துளியளவும் அக்கறையில்லை. ஜனவரி மாதமே உலக நாடுகள் கொரோனாவில் பாதிப்படைந்த நிலையில் இந்திய அரசுக்கு நகர்ப்புற மற்றும் கிராமப்புற ஏழைகளுக்கான முன்னேற்பாடுகளை செய்ய போதுமான அவகாசம் இருந்தது.

ஆனாலும் அலட்சியம்! அவர்கள் அல்லலுற்றால் என்ன, பசித்திருந்தால் என்ன, செத்து மடிந்தால் தான் என்ன?

வெளிநாட்டில் வாழும் இந்தியர்களை அழைத்து வர விமானங்களை இயக்கிய இந்திய அரசு, இந்த மக்களுக்காக ஒரு சில நாட்கள் ரயில்களை இயக்கியிருக்கலாம். ஆனால் பேருந்துகளைக் கூட போதுமான அளவு விடவில்லை. பல நூறு கிலோ மீட்டர்கள் தமது பச்சிளங் குழந்தைகளோடு நீரும் உணவுமின்றி நிராதரவாக சாரை சாரையாக ஏழை இந்தியர்கள் நடக்கத் தொடங்கிய போது மத்திய மாநில அரசுகள் சற்றும் பதறவில்லை! கள்ள மவுனத்தோடு அதை வேடிக்கை பார்த்தன. குழந்தைகள் இன்னொரு குழந்தையை இடுப்பிலும் பெருஞ்சுமையை தலையிலும் தூக்கிக் கொண்டு விறுவிறுவென நடந்து சென்றன. சுதந்திர இந்தியாவில் இக்காட்சி ஓர் அழிக்க முடியாத கறை. இந்நாடு இவ்வளவு முன்னேறிய காலத்திலும் அதன் ஒடுக்கப்பட்ட மக்களை எப்படி கைவிட்டது என்பதற்கான துயர சாட்சியம்!

ஊரடங்கு நடைமுறைக்கு வந்து எட்டாவது நாளில் கொரோனாவில் இறந்தவர்களின் எண்ணிக்கை 38 தான். செய்திச் சேனல்களில் அது பெரும் பரபரப்பு. ஆனால் சொந்த ஊருக்கு நடக்கத் தொடங்கிய இரண்டாவது நாளில் செத்து விழுந்தவர்களின் எண்ணிக்கை 22! ஆக, பிரச்சனை சாவு இல்லை. கொரோனா தான். கொரோனாவில் யாரும் செத்து விடக் கூடாது அல்லது செத்தால் கொரோனாவில் தான் சாக வேண்டும். அப்போதுதான் அது பரபரப்பான செய்தியாகும். ஊரடங்கின் பக்க விளைவான பசியில், வறுமையில், சத்துக் குறைபாட்டில், மன உளைச்சலில், அலைக்கழிப்பில், வன்முறையில் செத்துப் போகலாம். எப்போதும் போல அதற்கு மதிப்பில்லை.

24 மணி நேரமும் அரசின் ஊதுகுழல்களாக இருந்து கொரோனா நோய் தாக்கத்திற்கு ஆளானவர்களின் கணக்கையும் ஊரடங்கை மீறுபவர்களின் மீதான நடவடிக்கைகளையும் இறப்பு எண்ணிக்கையையும், உலக நாடுகளில் கொரோனா பரவலாக்கத்தையும் மட்டுமே பேசும் ஊடகங்கள் இந்த 'இரண்டாவது' இந்தியாவின் அல்லல்பாடுகளைப் பற்றி அரசை கேள்வி கேட்பதுமில்லை, களத்திற்குச் சென்று புலனாய்வு செய்வதும் இல்லை. இந்நாட்டில் ஆறு லட்சம் கிராமங்கள் இருக்கின்றன. அப்படியெனில் ஆறு லட்சம் சேரிகள் உள்ளன என்று பொருள். சாதிக் கொடுமை மற்றும் வறுமையால் ஒடுக்கப்பட்ட மக்களின் அன்றாட வாழ்க்கையே பேரிடர்

தான். தினமும் உழைத்தால் தான் உணவு என்றிருப்பவர்கள் இந்த 21 நாளை எப்படித் தாக்குப் பிடிப்பார்கள்? ரேஷன் கடைகளில் உணவுப் பொருட்கள் போதுமான அளவு இருக்கிறதா என்பதையும் அது ஆதிக்க சாதியினரை தாண்டி தலித் மக்களுக்கு கிடைக்கிறதா என்பதையும் எப்படி, யார் உறுதி செய்வது?

பேரிடர் காலங்களில் நிவாரணப் பணிகளில் ஈடுபட்டவர்களுக்குத் தெரியும், ரேஷன் கடைகளிலும் நிவாரண முகாம்களிலும் தலித்துகள் மற்றும் ஆதிவாசிகளுக்கு உதவிப் பொருட்கள் கிடைக்கவிடாமல் ஆதிக்கசாதியினர் எல்லா இடங்களிலும் தடுத்து நிறுத்திய அவலம். சுனாமி, நிலநடுக்கம், வெள்ளம், புயல் என இந்தியாவில் நடந்த அத்தனைப் பேரிடர்களின் போதும் நிவாரணப் பணிகளில் தலித் மக்கள் மிக மோசமாக கைவிடப்பட்டனர். அமைப்புகள், இயக்கத்தினர், தன்னார்வ தொண்டு நிறுவனத்தினர் துரிதமாக இயங்கிய அக்காலங்களிலேயே நிலைமை மோசமாக இருந்ததெனில் தற்போது எல்லோரும் வீடுகளுக்குள் முடங்கிக் கிடக்கும் நிலையில் ஏழைகளின் பசியை அறிவதும், ஆற்றுவதும் யார்? சமூக விலக்கலின் வன்முறையை அனுபவிக்கும் இம்மக்களுக்காக குரல் கொடுக்கப் போவது யார்?

"கொரோனா சாதி பார்த்தா தாக்குகிறது? வீட்டிற்குள் இருங்கள் என்று சொல்வது உங்களின் பாதுகாப்பிற்காகவும் தான்" என 'நல்லெண்ணத்தோடு' திட்டுகிறவர்கள் உண்டு. நீங்கள் இந்த உண்மையை இப்போதேனும் புரிந்து கொள்ள வேண்டும். உணவா, உயிரா என்றால் ஒடுக்கப்பட்ட மக்கள் உணவையே தேர்ந்தெடுப்பார்கள். அவர்கள் உயிரைப் பணயம் வைத்து மலக்குழிக்குள் இறங்குவதும் மனிதக் கழிவை அகற்றும் கொடுமையை வேலையாக செய்வதும் பசி என்ற கொடுமையை விரட்டத்தான். பிழைத்தால் உணவு இல்லையெனில் இந்த உயிர் போய்த் தொலையட்டும் என்று தான் நச்சு நிறைந்த, அருவருப்பான மலக்குழிகளுக்குள் அவர்கள் மூழ்கி எழுகின்றனர். இந்திய மக்கள் தொகையில் 68% பேர் வறுமையில் வாடுகின்றனர். அவர்களில் 30 சதவிகிதத்திற்கும் அதிகமானோர் வறுமை கோட்டுக்கு கீழே வாழ்கிறவர்கள். அதாவது ஒரு நாளைக்கு 70 ரூபாய்க்கும் குறைவாக ஈட்டுகிறவர்கள். இக்கொடிய வறுமையில் சிக்குண்டவர்களில் 90% பேர் தலித் மக்கள்.

சிலைகள் அமைக்கவும் கோயில்கள் கட்டவும் கார்ப்பரேட் நிறுவனங்கள் சூறையாடிச் செல்லவும் கோடிக்கணக்கான ரூபாய்களை வாரி இறைக்கும் மத்திய அரசு ஏழ்மையை ஒழிக்க

எதுவுமே செய்வதில்லை. மாறாக ஏழைகளை ஒழிக்கவே படாதபாடுபடுகிறது. அனைவருக்குமான பொது விநியோக முறையை ஒழித்தது, கல்வி உதவித் தொகையை குறைத்தது, நீட் தேர்வை கொண்டு வந்தது, நூறு நாள் வேலைத் திட்டத்தில் ஊழல் செய்தது, வன்கொடுமைத் தடுப்புச் சட்டத்தில் மாற்றம் கொண்டு வந்தது, மாட்டிறைச்சிக்குத் தடை விதித்தது, பிரதிநிதித்துவத்தின் அடிப்படை நோக்கத்தையே மாற்றி அமைத்து பொருளாதார ரீதியாக பின் தங்கியவர்களுக்கு 10% இட ஒதுக்கீட்டை வழங்கியது என எந்த வகையிலெல்லாம் ஒடுக்கப்பட்டோரை ஒழிக்க முடியுமோ அத்தனையையும் சனாதன வெறியோடு செயல்படுத்துகிறது.

கொரோனா முழு அடைப்பில் சொற்பப் பணமும் ஈட்ட முடியாத இந்த திணிக்கப்பட்ட பஞ்சம் பட்டினிச் சாவுகளை அதிகப்படுத்தும் ஆபத்தை உருவாக்கியிருக்கிறது. இன்னொரு பக்கம் நீண்ட நாட்கள் உணவில்லாததால் உண்டாகும் சத்துக் குறைபாட்டால் லட்சக்கணக்கானோர் நிரந்தரமான உடல் பாதிப்புகளை எதிர்கொள்வார்கள். ஆனால், பட்டினிச் சாவுகள் பணக்கார இந்தியாவை அச்சுறுத்தாது. ஏனெனில், பசி என்பது பரவும் நோயல்ல. பட்டினி சாவுகள் ஏழைகளை/ ஒடுக்கப்பட்டவர்களை கடந்து யாரையும் தாக்கப் போவதில்லை. அதனால் பயமில்லை. பணக்கார இந்தியாவை அச்சுறுத்தாத எது குறித்தும் அதற்கு கவலையில்லை. மளிகைக் கடைகள், இறைச்சிக் கடைகள், காய்கறி மார்க்கெட்டுகள், ஏ.டி.எம்.கள் எல்லாமே இயங்குகின்றன. தமிழகத்தில் ஸ்விகி, சொமாட்டோ, ஊபர் ஈட்ஸை திறக்க வேண்டும் என அனுமதி கேட்டார்கள். உடனே உணவகங்கள் திறக்கப்பட்டன. உணவுகள் பறக்கத் தொடங்கின. அவையும் பணக்காரர்கள் வசிக்கும் பகுதிகளில் மட்டுமே அனுமதிக்கப்பட்டன.

ஆனால் இதே ஆர்வத்தோடு ஏழைகளுக்கு, ஒடுக்கப்பட்ட மக்களுக்காக அரசுகள் எடுத்த சிறப்பு நடவடிக்கைகள் என்ன? மத்திய நிதி அமைச்சர் செருக்கோடு அறிவித்த 1.70 லட்சம் கோடியை பிரித்துப் போட்டால் 'ஜன் தன் யோஜனா' வங்கிக் கணக்கு வைத்திருக்கும் பெண்களுக்கு மாதம் 500 ரூபாய் என மூன்று மாதங்களுக்கு பணம், ஏற்கனவே வழங்கப்படும் அய்ந்து கிலோ அரிசி/கோதுமை மற்றும் ஒரு கிலோ பருப்புடன் கூடுதலாக அய்ந்து கிலோ அரிசி/கோதுமை மற்றும் ஒரு கிலோ பருப்பு, ஊரக வேலை வாய்ப்புத் திட்டத்தில் பதிவு செய்தவர்களுக்கு 20 ரூபாய் கூடுதல் தொகை, அப்புறம் இலவச எரிவாயு மற்றும்

சிறு விவசாயிகளுக்கு மூன்று மாதங்களுக்கு தலா இரண்டாயிரம் ரூபாய். பா.ஜ.க. ஆட்சியின் ஊழல் வரலாற்று அனுபவத்திலிருந்து நாம் கேட்க வேண்டிய கேள்வி என்னவென்றால் இந்தப் பணம் எந்த ஊழலும் இல்லாமல் ஏழை மக்களுக்கு போய் சேர்கிறது என்பதை எவ்வாறு உறுதி செய்வது? குறிப்பாக கிராமப்புற தலித்துகள், ஆதிவாசிகள் மற்றும் முஸ்லிம்களுக்கு! இதில் எந்தப் பாகுபாடும் ஊழலும் நடக்காது என்பதற்கு என்ன உத்திரவாதம்? ஒவ்வொரு மாநில அரசிற்கும் இந்தக் கேள்வி பொருந்தும்!

இவை தவிர, எங்கேயேனும் ஏழைகளின் பசியை கருத்தில் கொண்டு நிவாரண முகாம்கள் அமைக்கப்பட்டுள்ளனவா? தமிழக அரசு அம்மா உணவகங்களை கை காட்டும். ஆனால் தமிழகம் முழுக்க இயங்கும் 407 உணவகங்களில் 200 சென்னையில் அமைந்துள்ளன. எஞ்சிய 207 தமிழகத்தின் பிற மாநகராட்சிகளில் அமைந்துள்ளன. கிராமப்புறங்களில், உள்ளடங்கிய கிராமப்புறங்களில், சேரிகளில் வாழ்வோருக்கெல்லாம் வயிறுகள் இல்லையா? காவல் துறை, மருத்துவர்கள், செவிலியர்கள், மாநகராட்சி ஊழியர்கள், உணவகங்கள், வியாபாரிகள் என ஒரு பெருங்கூட்டம் பாதுகாப்புக் கவசங்களோடு பணிபுரியத் தான் செய்கிறது. அதே போல பாரபட்சமான இந்த சமூக அமைப்பைப் புரிந்து கொண்டு தலித் மக்களிடையே வேலை செய்யும் தொண்டு நிறுவனங்களை கொண்டு ஏழைகளின் உணவுத் தேவையை மத்திய, மாநில அரசுகள் அவர்கள் வாழுமிடத்திலேயே உறுதி செய்திருக்க வேண்டும். கொரோனா பீதியால் தேசத்தின் முற்போக்கு அமைப்புகள் முற்றிலுமாக முடங்கிப் போய்விட்டன. ஒடுக்கப்பட்டோருக்காக குரல் கொடுக்க ஆளே இல்லாததால் அவர்கள் படும் துயரங்கள் வெளியில் தெரியவில்லை. ஆங்காங்கே சின்னச் சின்னக் குழுக்கள் தமது பகுதிகளில் உள்ள கள நிலவரத்தை சமூக வலைதளங்களில் பகிர்ந்து கொள்வதை வைத்து பசிக் கொடுமை உண்டாக்கப் போகும் பேராபத்தை கணிக்க முடிகிறது.

நாம் கண்ணுக்குத் தெரிந்த இந்தியாவைப் பார்த்துவிட்டு எல்லாம் கட்டுக்குள் இருப்பதாக நிம்மதியடைகிறோம். ஆனால் கண்ணுக்குத் தெரியாத (தீண்டத்தகாத) இந்தியா மிகக் கொடூரமானது. அங்கே வன்மமும் வறுமையும் கூர் வாளாக இருந்து தலித்துகளை காவு வாங்குகின்றன. சமூகத் தனிமைப்படுத்துதல் காலத்திலும் தமிழகத்தில் வன்கொடுமைகளும் ஆணவக் கொலையும் நடந்திருக்கின்றன. ஊரைவிட்டுப் போன தலித்துகள் திரும்பி வரும் போது வன்மம் தீர்க்கக் காத்திருந்த

ஆதிக்க சாதியினர் அவர்களை வெட்டிச் சாய்க்கின்றனர். புலம் பெயர் தொழிலாளர்களை உத்திரப்பிரதேச அரசு வதைப்பதைப் போல ஒவ்வொரு கிராமத்திலும் அவர்கள் வதைபடுவது நிச்சயம். அவ்வாறான வன்கொடுமைகளை இத்தருணத்தில் காவல் துறையும் சொல்லாது, ஊடகங்களும் கேட்காது. ஊரடங்கோடு அத்தனை சாதிய அத்துமீறல்களும் கேட்க நாதியற்று அடங்கிப் போகும்!

கொரோனா மட்டுமல்ல எந்த கொள்ளை நோயோ பேரிடரோ - சாதியை விடவும் கொடிய வறுமையை விடவும் - தலித் மக்களை அச்சுறுத்திவிட முடியாது. கண்ணுக்குத் தெரியாத கிருமியை விட கண்ணுக்குத் தெரியும் மனிதர்கள் தமது இதயங்களில் நிரப்பி வைத்திருக்கும் சாதிய வன்மமும் வறுமையும் தான் அவர்களது பெரும் பிரச்னை. எந்த சட்டமும் 'முகக் கவச'மாகவோ 'கிருமிநாசினி'யாகவோ இருந்து அவர்களை இந்த பேராபத்துகளில் இருந்து காப்பாற்றிவிட முடியாது. வன்கொடுமையில் வதைபட்டு சாவதை விட, ஆணவக் கொலையில் கழுத்தறுபட்டு சாவதை விட, பாலியல் வன்புணர்வில் குதறப்பட்டு சாவதைவிட கொரோனா எந்த வகையில் கொடூரமாக இருந்துவிடப் போகிறது என்பதே அவர்கள் உங்களிடம் கேட்க விரும்பும் கேள்வி.

கொரோனாவை ஒழிக்க மக்கள் இதையெல்லாம் செய்ய வேண்டுமென அரசு சொல்லும் அனைத்தையும் பொதுச் சமூகம் பொறுப்போடு பின்பற்றுகிறது. கை தட்டச் சொன்னால் தட்டுகின்றனர்; விளக்கேற்றச் சொன்னால் ஏற்றுகின்றனர்; வெளியே வராதீர்கள் என்றால் கேட்கின்றனர். அரசு விதிமுறைகளை மதிக்கச் சொல்லி அவர்கள் ஏழைகளிடமும் ஒடுக்கப்பட்டோரிடமும் சட்டம் பேசுகின்றனர். ஏனெனில் இது அவர்களின் உயிர் போகும் பிரச்சனை. ஆனால், அதே நியாயவாதிகள்(!) சாதிப் பாகுபாடு குற்றமென உரைக்கும் அரசமைப்புச் சட்டத்தை மட்டும் பின்பற்றுவதில்லை. சமத்துவச் சட்டப் பிரிவுகள், தீண்டாமை ஒழிப்பு சட்டம், வன்கொடுமைத் தடுப்பு சட்டம், கையால் மலமள்ளும் இழிவுத் தடைச் சட்டம் என எல்லாமே இந்தியர்களாலும் இந்திய அரசாலும் கடுமையாக மீறப்படுகின்றன. ஒடுக்கப்பட்டோரின் வாழ்க்கை சாதியால் எப்போதும் ஆபத்திலிருக்கிறது, ஆனால் யார் கவலைப்படுகிறார்கள்?

கொரோனா சாவு எண்ணிக்கை இந்தியாவில் நூறைக் கூட தாண்டவில்லை. ஆனால், ஆண்டுதோறும் சாதியால் செத்து மடியும் தலித்துகளின் கணக்கு தெரியுமா உங்களுக்கு?

ஒவ்வொரு நாளும் இரண்டு பேரென்றால் ஓராண்டுக்கு எத்தனை பேர் சொல்லுங்கள்! தேசியக் குற்றப்பதிவு ஆணையத்தின் கணக்குப்படி ஒவ்வொரு 15 நிமிடத்திலும் தலித்துகள் மீது குற்றம் ஏவப்படுகிறது. ஒவ்வொரு நாளும் ஆறு தலித் பெண்கள் பாலியல் வல்லுறவு செய்யப்படுகின்றனர். ஆண்டுதோறும் இருபது லட்சம் சேரிக் குழந்தைகள் சத்துக் குறைபாடு மற்றும் அதன் விளைவுகளால் அய்ந்து வயதிற்குள் உயிரிழக்கின்றனர். வெளிநாட்டிலிருந்து பரவிய நோய் மக்களைக் கொன்றுவிடுமோ என பதறும் அரசாங்கம் ஆயிரமாண்டுகளாக நீடிக்கும் - சாதி எனும் உள்நாட்டு நோயை - ஒழிக்க இதே தீவிரத் தன்மையோடு என்றுமே செயல்பட்டதில்லை.

இரண்டாம் உலகப் போருக்கு பின்னர் ஜெர்மானியர்கள் தம்மை நாஜி நீக்கம் (ஜெர்மனியில் ஹிட்லரால் வளர்த்தெடுக்கப்பட்ட, நாஜிக்கள் என்ற இனவெறி உணர்வால் விளைந்த யூத இன வெறுப்பிற்காகவும் அதன் பெயரில் நிகழ்த்தப்பட்ட மனித வதைகள் மற்றும் படுகொலைகளுக்காகவும் ஜெர்மானியர்கள் குற்றவுணர்வுக்கு ஆளாகி தம்மை நாஜி நீக்கம் செய்து கொள்ளும் வரலாற்று நற்செயலை இரண்டாம் உலகப் போரின் முடிவில் தொடங்கினர். அந்த பொறுப்பான முன்னெடுப்பே நாஜி நீக்கம் - *denazification* என்றழைக்கப்படுகிறது) செய்து கொண்டதை போல சுதந்திரத்திற்கு பிறகு எப்போதேனும் இந்திய பொதுச் சமூகம் தம்மை சாதி நீக்கம் (*Decaste or Uncaste*) செய்து கொள்வது பற்றி சிந்தித்திருக்கிறதா? அரசமைப்புச் சட்டத்தில் தீண்டாமை மட்டுமே ஒழிக்கப்பட்டுள்ளது. எழுபது ஆண்டுகளில் சுதந்திர இந்தியா ஜாதி ஒழிப்பை ஏன் சட்டமாக்க ஒரு துளி முயற்சியும் எடுக்கவில்லை?

இந்த காரணத்திற்காக தானே பெரியார் சட்ட எரிப்புப் போராட்டத்தை நடத்தினார்! அவருக்குப் பின்னால் எந்த தலைவர்களாவது, எந்த இயக்கமாவது ஜாதி ஒழிப்பை சட்டமாக்கக் கோரி போராடினவா? ஊடகங்கள் தமது ஜனநாயகக் கடமையை சாதி ஒழிப்புக்காக என்றேனும் ஆற்றியிருக்கின்றனவா? சிகரெட் விளம்பரம் வெளியிடுவதில்லை என ஓர் அறவுணர்வோடு முடிவெடுத்திருக்கும் ஊடகங்கள் ‘ஜாதி மேட்ரிமோனி’ விளம்பரங்களை தைரியமாக வெளியிடுகின்றன. அவற்றுக்கு சாதி ஒழிப்பு குறித்து என்ன சுரணை இருக்கிறது? காவல்துறை, நீதிமன்றம் இவை சாதிய அத்துமீறல்களின் பொருட்டு நடவடிக்கை எடுத்துள்ளனவா? இல்லவே இல்லை. கல்வி மற்றும் விழிப்புணர்வின் வழியாக மட்டுமே ஜெர்மனி யூத

இன வெறுப்பை ஒரே தலைமுறையில் அழித்தொழித்தது. ஆனால் நமது கல்விக் கூடங்களும் பாடத் திட்டமும் சாதியமைப்பை நியாயப்படுத்துவதோடு சாதி ஒழிப்புக்கு எந்த பங்கும் ஆற்றவில்லை. கொரோனா ஒழிப்பு கூட பாடத் திட்டத்தில் வந்துவிடும். ஆனால் சாதி ஒழிப்பு ஒருபோதும் வர முடியாது.

சமூகத் தனிமைப்படுத்தலால் கொரோனா அழியும் என்று அவர்கள் சொல்கிறார்கள். ஒடுக்கப்பட்டோர் சொல்கின்றனர், சமூகக் கலப்பால் மட்டுமே சாதி ஒழியும். கொராானோவை ஒழிக்க சமூகத் தனிமைப்படுத்துதலை இவ்வளவு கட்டுப்பாட்டோடு கடைப்பிடிக்கும் இச்சமூகம் சாதியை ஒழிக்க என்றேனும் சமூகக் கலப்பை நடைமுறைப்படுத்துமா? இங்கே, இந்தியர்களின் சாதி வெறுப்பு ‘பண்பாடு’ என்ற பெயரில் தீவிரமாகக் காப்பாற்றப்படுவதோடு அடுத்தடுத்த தலைமுறைக்கு கடத்தவும் படுகிறது. தீண்டத்தகாத/ஏழை/அடிமை இந்தியர்களை கொல்லவும் ஒடுக்கவும் தீண்டத்தகுந்த/பணக்கார/ஆதிக்க இந்தியர்கள் விருப்பத்தோடு பரப்பும் கொடிய நோய் அது.

இதற்கு முன்னர் பரவிய கிருமிகளின் அனுபவத்திலிருந்து சொல்லலாம், சற்று தாமதமானாலும் கொரோனா எப்படியும் ஒழிந்து விடும். ஆனால், ஜாதி? அதனால் உண்டாக்கப்படும் வறுமை? இந்துக்களே, உங்கள் அணுக்களில் மண்டிக் கிடக்கும் சாதி வைரஸ் இத்தேசத்தின் இறையாண்மையை தொடர்ந்து சிதைக்கிறதே, அதை அழித்தொழிக்கும் வழி தான் என்ன? சொல்லுங்கள். இந்த நேரத்தில் இந்தக் கேள்வி உயிர்போகும் கொரோனா நேரத்தில் அவசியமா என்கிறீர்களா? நிச்சயமாக. சாதி ஒழிப்பிற்கு இந்தியப் குடிமைச் சமூகம் பொறுப்பெடுத்துக் கொள்கிற வரை இக்கேள்வி உங்களைத் துரத்தும்! ●

14.04.2020
த வயர்
(thewire.com

பேரறிவாளன் விடுதலை: அநீதியின் கொடூர ஆட்டம்!

“

பேரறிவாளன் விஷயத்தில் நடந்தது அப்பட்டமான நீதிமன்றப் பிழை. விசாரணை அதிகாரியின் வாக்குமூலத்தை ஆதாரமாக ஏற்றுக் கொண்டு தனது தண்டனையை ரத்து செய்ய வேண்டுமென்ற பேரறிவாளனின் கோரிக்கையை ஏற்று உச்ச நீதிமன்றம் அவரை விடுதலை செய்திருக்க வேண்டும். ஆனால் கெடு வாய்ப்பாக அது நிகழவில்லை

”

17

செய்யாத பாலியல் வன்புணர்ச்சி மற்றும் கொலை முயற்சிக் குற்றத்திற்காக 36 ஆண்டுகள் சிறை தண்டனையை அனுபவித்த அமெரிக்காவைச் சேர்ந்த ஆர்ச்சி வில்லியம்ஸ் 'இன்னொசன்ஸ் ப்ராஜக்ட்' என்ற (தவறாக தண்டிக்கப்பட்டவர்களுக்கு நீதியைப் பெற்றுத் தரும்) அமைப்பின் 20 ஆண்டு கால போராட்டத்தின் பலனாக கடந்த 2019 ஆண்டு விடுதலை பெற்றார். இந்த பிழைக்காக அரசின் பிரதிநிதியான மாவட்ட வழக்கறிஞர் நீதிமன்றத்தில் மன்னிப்பு கேட்டார். அது மட்டுமல்ல, லூசியானாவின் இழப்பீடு சட்டத்தின்படி வில்லியம்சுக்கு அதிகபட்சமாக 250,000 டாலர் (சுமார் இரண்டு கோடி ரூபாய்) இழப்பீடாக வழங்கப்படுகிறது. அண்மையில் 'அமெரிக்கா'ஸ் காட் டேலண்ட்' நிகழ்ச்சியில் போட்டியாளருக்கான தேர்வு நிகழ்வில் வில்லியம்ஸ் கலந்து கொள்ள அவரது துயரக் கதையை உலகமறிந்தது. நீதிமன்றத்தால் குற்றவாளிகள் என்று தண்டனை பெறும் எல்லோருமே குற்றவாளி அல்ல, நீதிமன்றத் தீர்ப்பும் பிழையானதாக மாறி ஒரு நிரபராதியின் வாழ்வையே அழித்துவிடக் கூடும் என்பதற்கான சமீபத்திய 'சிறந்த' எடுத்துக்காட்டு இது.

நீதிமன்றப் பிழை (Judicial Errors) குறித்து உலகின் எந்த மூலையில் விவாதம் நடந்தாலும் பேரறிவாளனை நினைக்காமல் இருக்க முடியாது. சிறையின் இருளிலேயே செத்து மடிந்திருக்க வேண்டிய ஆர்ச்சி வில்லியம்சுக்கு மீட்பராகக் கிடைத்த 'இன்னொசன்ஸ் ப்ராஜக்ட்' அமைப்பைப் போல பேரறிவாளனுக்கு ஒரு நீதி அமைப்பு இங்கே கிடைக்கவில்லை. அதனால் தான், எதற்கென்றே

தெரியாமல் வாங்கிக் கொடுத்த இரண்டு 9 வோல்ட் பேட்டரிகளும் திரித்து எழுதப்பட்ட அவரது வாக்குமூலமும் 29 ஆண்டுகளாக அவரை சிறையில் வதங்கச் செய்து கொண்டிருக்கின்றன. இந்தியாவைப் பொருத்தவரை தவறாக தண்டனை பெற்ற ஒரு நிரபராதி, நீதிக்கான சட்டப் போராட்டத்தை தானே நடத்திக் கொள்ளும் அவலச் சூழல்தான் இங்கே இருக்கிறது. குறிப்பாக பொருளாதார பலமோ அதிகாரப் பின்னணியோ இல்லாத பின் தங்கிய சமூகங்களை சேர்ந்தவர்கள் குற்றச் சுழலில் சிக்கிக் கொண்டுவிட்டால் பொது மன்னிப்பிற்காக சாகிற வரை காத்திருப்பதைத் தவிர வேறு வழியில்லை. பேரறிவாளன் குற்றமற்றவர் என தெள்ளத் தெளிவாக நிரூபணமாகிவிட்டப் பிறகும் நீதிமன்றங்களும் அரசுகளும் அவரது விடுதலையை தாமதித்துக் கொண்டே இருக்கின்றன.

இந்த 11.06.2020 அன்று முப்பதாவது ஆண்டு சிறைவாசத்தில் அடியெடுத்து வைக்கும் அவர் இன்னும் எத்தனை காலத்திற்கு தன்னை மீட்கத் தானே போராடிக் கொண்டிருக்க வேண்டும் என நமது நீதி அமைப்பு எதிர்பார்க்கிறது? வில்லியம்ஸ் வழக்கில் நடந்ததைப் போல, பேரறிவாளன் வழக்கில் நடந்த நீதிமன்றப் பிழையை ஒப்புக் கொண்டு மன்னிப்புக் கேட்டு உடனடியாக விடுதலை செய்வதோடு, அவரது இழந்த வாழ்க்கைக்கு நியாயமான இழப்பீடும் வழங்கும் துணிச்சல் இந்திய நீதித்துறைக்கு இருக்கிறதா?

மரணத்தின் மவுனத்தை விடவும் பயங்கரமானது எது தெரியுமா? நீதியின் மீதான மவுனம். உயிரோடு வதைபடும் பெருந்துயரம் அது. "பேரறிவாளன் விடுதலையில் மாநில அரசு சுதந்திரமாக முடிவெடுக்கலாம்" என உச்ச நீதிமன்றம் கடந்த 2018 ஆம் ஆண்டு செப்டம்பர் மாதம் தீர்ப்புக் கூறியதைத் தொடர்ந்து எழுவர் விடுதலைக்கு தமிழக அமைச்சரவை கூடி முடிவெடுத்து பரிந்துரையை தமிழக ஆளுநர் பன்வாரிலால் புரோகித்தின் ஒப்புதலுக்காக அனுப்பி வைத்தது. ஆனால் கடந்த 19 மாதங்களாக ஆளுநர் எந்த பதிலும் கூறாமல் கொடூர மவுனத்தைக் கடைப்பிடித்தார். பேரறிவாளனின் தந்தை குயில்தாசனின் உடல் நலன் குன்றிய நிலையில் அவரது தாய் அற்புதம்மாள் ஆளுநரின் மவுனத்தைக் கலைக்கும் வழி தெரியாது பரிதவித்து வந்தார். இந்த 19 மாதக் காத்திருப்பு இதுவரையிலான 29 ஆண்டு கால சிறைவாசத்தை விடவும் கொடுமையானதாக இருந்திருக்கும் என்பதை சொல்லித் தெரிய வேண்டியதில்லை. விடுதலையைத்

தவிர வேறு முடிவில்லை என காத்திருந்தவர்களின் நம்பிக்கையை சிதைக்கும் வகையில், தமிழக ஆளுநர் பதில் அளித்திருக்கிறார்.

அதாவது, "ராஜீவ் கொலை வழக்கில் பரந்துபட்ட சதியை ஆய்வு செய்வதற்காக அமைக்கப்பட்ட பல்நோக்கு விசாரணை முகமை (*Multi Displinary Monitoring Agency- MDMA*) அதன் அறிக்கையை அளித்தப் பிறகே, எழுவர் விடுதலையில் ஆளுநர் முடிவெடுப்பார்" என தமிழக சட்டத்துறை அமைச்சர் சி.வி. சண்முகம் 20.03.2020 அன்று அறிவிக்க பேரறிவாளன் குடும்பத்தாரை மட்டுமல்ல ஒட்டுமொத்த தமிழ்ச் சமூகத்தையுமே அது அதிர்ச்சியில் தள்ளியிருக்கிறது. நீதியை இழுத்தடிக்கும் இந்த செயல் நியாயமே இல்லாதது என எழுவர் விடுதலையை எதிர்நோக்கியிருக்கும் எல்லோருமே உணர்கிறார்கள்.

பல்நோக்கு விசாரணை முகமை அறிக்கை மீது ஆளுநருக்கு திடீரென அக்கறை வந்திருப்பது ஆச்சர்யமான விஷயம் தான். ராஜீவ் கொலை வழக்கை ஆழமாக கவனித்து வருகிறவர்களுக்கு இந்த பல்நோக்கு விசாரணை முகமையின் அறிக்கை எவ்வளவு முக்கியத்துவம் வாய்ந்தது என்பது தெரிந்திருக்கும். தண்டிக்கப்பட்ட எழுவரைக் கடந்து ராஜீவ் கொலை வழக்கை உண்மையான பெரிய குற்றவாளிகளிடம் நகர்த்திச் செல்ல எம்.டி.எம்.ஏ.வால் மட்டுமே முடியும். ஆனால் ஏறக்குறைய 20 ஆண்டுகளாக இந்த முகமை எந்த நோக்கத்திற்காக உருவாக்கப்பட்டதோ அந்த வேலையை அது நேர்மையாக செய்யவில்லை.

ஆளுநருக்கு இப்போது வந்திருக்கும் ஆர்வம், தன்னை நிரபராதி என நிரூபிக்க ஒவ்வொரு கணப் பொழுதும் போராடி வரும் பேரறிவாளனுக்கு வெகு முன்னரே வந்ததில் ஆச்சரியமில்லை.

2013ஆம் ஆண்டு சென்னை "தடா" சிறப்பு நீதிமன்றத்திலும் பின்னர் 2015இல் சென்னை உயர் நீதிமன்றத்திலும் இப்போது ஆளுநர் கேட்டிருக்கும் அதே பல்நோக்கு விசாரணை முகமையின் அறிக்கையை கேட்டு மனுத் தாக்கல் செய்தார் பேரறிவாளன். உயர் நீதிமன்றம் இவ்வழக்கை விசாரிக்க மறுக்கவே உச்சநீதிமன்றத்தில் பேரறிவாளன் தரப்பில் மேல்முறையீடு செய்யப்பட்டது. எம்.டி.எம்.ஏ தாக்கல் செய்த சீலிடப்பட்ட கவர்களைப் பிரித்து அதிலுள்ள தகவல்களை வெளியிட வேண்டும் என வழக்கு தொடுத்தார். ஆனால், அந்த வழக்கில் சி.பி.அய். தாக்கல் செய்த பதில் மனுவில், பேரறிவாளனுக்கும் எம்.டி.எம்.ஏ.வின் விசாரணைக்கும் எந்தத் தொடர்பும் இல்லை என சி.பி.

அய். திட்டவட்டமாகக் கூறியிருந்தது. பேரறிவாளனைப் பொறுத்தவரை விசாரணை முடிவுற்று சட்டப்படி அவருக்கு தண்டனை வழங்கப்பட்டுள்ளதாகவும் பல்நோக்கு விசாரணை முகமையின் விசாரணையில் தலையிட பேரறிவாளனுக்கு எந்த முகாந்திரமும் இல்லை என்றும் சி.பி.அய். விளக்கமளித்தது. இவ்விளக்கம் ஏற்கப்பட்டு பேரறிவாளனின் மனுவை உச்ச நீதிமன்றம் தள்ளுபடி செய்தது.

அதுவரை மூடிய உரைகளில், குறிப்பிட்ட கால இடைவெளிகளில், தடா நீதிமன்றத்தில் சமர்ப்பிக்கப்படும் இந்த பல்நோக்கு கண்காணிப்புக் குழுவின் அறிக்கைகள், பேரறிவாளனின் கோரிக்கையால் நீதிபதிகளால் திறந்து பார்க்கப்பட்டன. பெரும்பாலும் வெற்று அறிக்கைகளாகவும் வெளிநாட்டுப் பயணங்களாகவுமே அவை இருந்தது கண்டு, நீதிபதிகள் தங்கள் அதிருப்தியை வெளிப்படுத்தினர். “ஒரு முன்னாள் பிரதமரின் கொலை சதியை சி.பி.அய். கண்டறியும் லட்சணம் இதுதான்” என அப்போது அம்பலப்பட்டது. சி.பி. அய்., ‘ரா’ மற்றும் பல்வேறு விசாரணை அமைப்புகளை உள்ளடக்கிய இந்த எம்.டி.எம்.ஏ. அமைப்பு, ‘வெளிநாட்டு சதியை விசாரிக்கிறேன்’ என்ற பெயரில் மக்களின் வரிப்பணத்தை 20 ஆண்டுகளாக வீணடித்து வந்தது தான் மிச்சம்.

ஏற்கனவே உச்சநீதிமன்ற நீதிபதிகளை அதிருப்திக்குள்ளாக்கிய, பேரறிவாளனுக்கும் எம்.டி.எம்.ஏவின் விசாரணைக்கும் தொடர்பே இல்லை என சி.பி.அய்.யே ஒப்புக் கொண்ட அந்த அறிக்கையை பார்த்துவிட்டு தான் எழுவரின் விடுதலையில் முடிவெடுப்பேன் என ஆளுநர் சொல்வது துயரத்திலும் நகைப்பை வரவழைக்கிறது. ஓர் ஆளுநருக்கு/ தமிழக அமைச்சரவைக்கு எம்.டி.எம்.ஏ விசாரணை அறிக்கை குறித்து எடுத்துரைக்க ஆளேயில்லையா? எதையாவது காரணமாக்கி விடுதலையை தள்ளிப் போடலாம் என்ற ஆளுநரின் உள்நோக்கத்தையே இது அம்பலப்படுத்துகிறது.

ஆளுநர் எம்.டி.எம்.ஏ. அறிக்கையை கேட்டிருக்கும் இந்தச் சூழலில், 29 ஆண்டு காலமாக சி.பி.அய். உள்ளிட்ட இந்திய விசாரணை அமைப்புகள் இவ்வழக்கில் செய்த குளறுபடிகளையும் உண்மையான குற்றவாளிகள் பிடிபட்டுவிடாதவாறு வேண்டுமென்றே மறைக்கப்பட்ட முக்கியமான தகவல்களையும் நினைவுபடுத்த அது வாய்ப்பேற்படுத்தித் தந்திருக்கிறது.

நாட்டின் முன்னாள் பிரதமர் கொலை செய்யப்பட்ட வழக்கில் அரசியல் தலைவர்கள், தீவிரவாத அமைப்பினர், சர்வதேச வியாபாரிகள் என முக்கியமான நபர்கள் யாருமே கைது செய்யப்படாமல், அக்கொலையால் எந்த பெரிய அரசியல் லாபங்களையும் அடைய சாத்தியமற்ற சாமானியர்களுக்கு மரண தண்டனை விதித்ததில் தொடங்குகிறது இவ்வழக்கின் அத்தனை அநீதிகளும். வெளிநாட்டுச் சதியை ஆய்வு செய்ய நியமிக்கப்பட்ட பல்நோக்கு கண்காணிப்புக் குழுவின் அறிக்கையை கொலை நடந்து முப்பதாண்டுகள் கழித்து ஆளுநர் கேட்டிருக்கும் நிலையில், இவ்வழக்கில் பரந்துபட்ட சதித் திட்டங்களை ஆய்வு செய்த ஜெயின் கமிஷன் அறிக்கையிலும் என்ன இருக்கிறது என்பது குறித்தும் யாராவது பேசினால் நன்றாக இருக்கும்.

ஏனெனில் 07.03.1998 இல் 9 தொகுதிகளாக சமர்ப்பிக்கப்பட்ட ஜெயின் கமிஷனின் இறுதி அறிக்கை குறைந்தபட்சம் மூன்று முக்கியமான அம்சங்களில் கூடுதல் விசாரணையை மேற்கொள்ள பரிந்துரை செய்தது. சி.பி.அய். திட்டமிட்டு கோட்டைவிட்ட இந்த மூன்று அம்சங்களுமே உண்மைக் குற்றவாளிகளைக் காப்பாற்றும் உள்நோக்கத்தைக் கொண்டிருப்பதை நீதியின் மேல் பிடிப்பு கொண்ட யாராலும் மறுக்க முடியாது. அவை:

1) ராஜீவ் காந்தி கொலையில் சாமியார் சந்திராசாமிக்கு முக்கியப் பங்கு இருப்பதாக கூறியதோடு படுகொலை நடந்த நாளில் சந்திராசாமி எங்கே இருந்தார், அவர் யார் யாருடன் பேசினார் என்ற தகவல்கள் அடங்கிய ஆவணங்கள் தொலைந்து போனதாகவும், வயர்லெஸ் போனில் அவர் யாருடன் பேசினார் என்ற விவரங்களும் இல்லை எனவும் ஜெயின் கமிஷன் குற்றஞ்சாட்டியது. சர்வதேச தீவிரவாத அமைப்புகளுடன் தொடர்பிலிருந்த சந்திராசாமியை சி.பி.அய். விசாரிக்க வேண்டுமென ஜெயின் கமிஷன் பரிந்துரைத்தது. ஆனால் 2017இல் சந்திராசாமி இறக்கிற வரை அவரை விசாரணை வளையத்திற்குள் சி.பி.அய் கொண்டு வரவே இல்லை.

2) ஜெயின் கமிஷன் சந்தேகத்திற்கிடமான நபர்கள் என குறிப்பிட்ட 21 பேர் மீது சி.பி.அய் குற்றப்பத்திரிகை தாக்கல் செய்யவில்லை. வெளிநாட்டுச் சதி என்ற பரந்த நோக்கில் இந்த விசாரணையை நகரவிடாமல் இது தடுத்தது.

3) ராஜீவ் காந்தியை கொல்ல கொலையாளி தனு அணிந்திருந்த பெல்ட் பாம் எங்கே, எப்படி, யாரால் தயாரிக்கப்பட்டது என சி.பி.அய் விசாரிக்கவே இல்லை., கொழும்புவை சேர்ந்த நிக்சன் (எ) சுரேன் சி.பி.அய்.யிடம் "சேகர் என்பவர் தான் சென்னையில் வைத்து பெல்ட் பாமை தயாரித்ததாக" வாக்குமூலம் அளித்திருந்த போதும் இது குறித்து சி.பி.அய். மற்றும் எஸ்.ஐ.டி. எவ்வித விசாரணையும் மேற்கொள்ளவில்லை என்கிறது ஜெயின் கமிஷன் அறிக்கை. இலங்கை அரசின் பிடிக்குள் இருக்கும் நிக்சன் (எ) சுரேனை ஏன் எம்.டி.எம்.ஏ விசாரிக்கவில்லை என உச்ச நீதிமன்றம் கடிந்து கொண்டது. "பரந்துபட்ட சதி மீதான வெளிச்சம் பாயத்தக்க வகையில் வெடிகுண்டின் மூலம் மற்றும் அதன் தயாரிப்பு குறித்து விசாரணை மேற்கொள்ளப்படவில்லை. விசாரணை ஒழுங்காக நடத்தப்பட்டிருந்தால் சதித் திட்டத்தில் ஈடுபட்ட நபர்களின் முழுமையான தகவல்களும் வெளிச்சத்திற்கு வந்திருக்கும்" - நீதிபதி ஜெயின் தனது அறிக்கையில் இவ்வாறு குறிப்பிட்டிருந்தார்.

வெடிகுண்டை தயாரித்தவரை கண்டுபிடிக்க முடியவில்லை என்பதற்காக எதற்கென்றே தெரியாமல் பேட்டரி வாங்கிக் கொடுத்தவரை முதன்மை குற்றவாளியாக்குவதுதான் இந்திய புலனாய்வுத் துறையின் நியாயமாக இருக்கிறது. பேரறிவாளனை 29 ஆண்டு காலம் சிறையில் தள்ளியது இரண்டு 9 வோல்ட் பேட்டரிகள்தான். வேறெந்த ஆதாரத்தையும் அளிக்காமல் பேரறிவாளன் அளித்ததாகச் சொல்லப்பட்ட வாக்குமூலத்தை மட்டுமே வைத்து, ராஜீவ் காந்தியை கொல்ல பயன்படுத்திய பெல்ட் வெடிகுண்டில் இந்த பேட்டரிகள் பயன்படுத்தப்பட்டதாக சி.பி.அய். கூறியது. இது குறித்து பேரறிவாளன் 14.08.1991 மற்றும் 15.08.1991 ஆகிய நாட்களில் ஒப்புதல் வாக்குமூலம் அளித்ததாகச் சொல்லித் தான் அவரை முக்கிய குற்றவாளிகளுள் ஒருவராக்கி தண்டனை பெற்றுத் தந்தது சி.பி.அய். "தனது ஒப்புதல் வாக்குமூலம் திரிக்கப்பட்ட ஒன்று" என்பதை பேரறிவாளன் தொடக்கம் முதலே கூறி வந்திருக்கிறார். பூந்தமல்லி தடா நீதிமன்றத்தில் இது குறித்து அவர் புகார் அளித்த மனுக்கள் தொடர்ச்சியாகத் தள்ளுபடி செய்யப்பட்டன.

இந்நிலையில் மத்திய புலனாய்வுத் துறையில் காவல் துறைக் கண்காணிப்பாளராக பணிபுரிந்து குற்றம்சாட்டப்பட்ட 17 பேரின் வாக்குமூலங்களையும் பதிவு செய்த விசாரணை அதிகாரி

வி. தியாகராஜன் 22 ஆண்டுகள் கழித்து 2013 அதிர்ச்சிகரமான ஓர் ஒப்புதல் வாக்குமூலத்தை ஊடகங்களில் அளித்தார். அது, "பேரறிவாளனின் வாக்குமூலத்தை வரிக்கு வரி நான் பதிவு செய்யவில்லை. பேட்டரிகளை எதற்காக வாங்கிக் கொடுத்தேன் என தெரியாது; அது ராஜீவ் காந்தியைக் கொல்வதற்கு தான் என்பதுவும் எனக்குத் தெரியாது" என்று அவர் சொன்னதை நான் பதிவு செய்யவில்லை என்று கூறினார். தனது வாக்குமூலத்தை பிரமானப் பத்திரமாக 2017ஆம் ஆண்டு உச்ச நீதிமன்றத்திலும் தாக்கல் செய்தார். காவல்துறையில் மிக உயரிய பதவியான டி.ஜி.பி. அந்தஸ்திலிருந்து ஓய்வு பெற்ற ஒருவர், "தான் தவறிழைத்துவிட்டேன்" சொல்லி பிரமானப் பத்திரம் ஒன்றை தாக்கல் செய்வது இதற்கு முன்னர் நமது நீதி அமைப்பு கண்டிராத ஒன்று. ஆனால் அது தகுதியானத் தாக்கத்தை உண்டாக்கவில்லை. அதாவது அதன் பின்னரும் பேரறிவாளன் விடுதலை செய்யப்படவில்லை.

ராஜீவ் கொலையில் உள்ள சதிக் குற்றத்தை நிரூபிக்க சி.பி.அய் சமர்ப்பித்த ஒரே ஆதாரம் வி.தியாகராஜன் தடா சட்டத்தின் கீழ் பதிவு செய்த 17 பேரின் ஒப்புதல் வாக்குமூலங்கள். அதை தவிர, வேறு எந்த ஆதாரங்களும் சமர்ப்பிக்கப்படவில்லை. காரணம், சி.பி. அய் வேறு எந்த ஆதாரத்தையும் கண்டுபிடிக்கவில்லை. மாபெரும் படுகொலை என தேசமே வர்ணிக்கும் ஒரு சதிக்குற்றத்தில் தண்டிக்கப்பட வெறும் வாக்குமூலங்கள் போதுமானது எனில் இங்கே எந்த வழக்கிலும் எந்த விசாரணையும் தேவையே இல்லையே! ஆதாரங்களும் சாட்சியங்களும் இல்லாத எந்த வாக்குமூலத்திற்கும் உயிர் இல்லை என்பதே நீதியின் விதிமுறை. ஏனெனில் வாக்குமூலங்கள் காவல் துறை அதிகாரியால் துன்புறுத்தி வாங்கப்படலாம், பொய்யாகக் கூறப்படலாம், விலைக்கும் வாங்கப்படலாம். சாட்சிய சட்டம் பிரிவு 25இன் படி காவல் துறை அதிகாரியிடம் அளிக்கப்படும் வாக்குமூலத்தை நீதிமன்றம் சாட்சியமாக ஏற்காது..

ஆனால், 'தடா' சட்டப் பிரிவு 15இன் படி குற்றம்சாட்டப்பட்டவரின் வாக்குமூலத்தையே சாட்சியமாகக் கொண்டு அந்த ஆதாரத்தை மட்டுமே வைத்து தண்டிக்க முடியும் என்பதுதான் இவ்வழக்கில் சி.பி.அய்.க்கு சாதகமாக அமைந்தது. இவ்வழக்கில் 26 பேர் நீதிமன்ற விசாரணையை எதிர்கொண்டதில் 17 பேரிடம் மட்டுமே வாக்குமூலம் பெறப்பட்டிருந்தது. வாக்குமூலம் இல்லாத 9 பேர் நிரபராதிகளாக விடுதலை

ஆனார்கள். தற்போது முடிவில்லாத தண்டனையை அனுபவித்து வரும் எழுவருக்கு எதிராக உள்ள ஒரே சாட்சியம் அவர்களது வாக்குமூலங்கள் மட்டுமே.

மனித உரிமைகளுக்கு எதிரான கருப்புச் சட்டம் என வர்ணிக்கப்பட்ட தடா சட்டம் 1995 ஆம் ஆண்டு மத்திய அரசால் கைவிடப்பட்டது. 1999ஆம் ஆண்டு பேரறிவாளன் உட்பட 26 பேர் மீதும் பதிவு செய்யப்பட்ட தடா வழக்குகளிலிருந்து அனைவரையும் உச்ச நீதிமன்றம் விடுவித்தது. வேதனையான வேடிக்கை என்னவென்றால் தடா சட்டமே கைவிடப்பட்டப் பிறகும் அச்சட்டத்தின் கீழ் பதிவு செய்யப்பட்ட வழக்குகளிலிருந்து அனைவரும் விடுவிக்கப்பட்ட நிலையில், தடா சட்டத்தின் கீழ் பதிவு செய்யப்பட்ட வாக்குமூலங்களையும் அந்த வாக்குமூலங்களின் அடிப்படையில் கொடுக்கப்பட்ட கொடூர தண்டனையையும் மட்டும் உயிரோடு வைத்திருக்கிறார்கள்.

“தடாவில் இருந்து விடுதலை எனும் போது தடா வாக்குமூலத்தை ஆதாரமாகக் கொண்டு பிற குற்றங்களில் தண்டனை அளிக்க முடியாது” என பிலால் அகமது காலூ எதிர் ஆந்திரப் பிரதேச அரசு (Bilal Ahmed Kaloo vs State of Andhra Pradesh) வழக்கில் 1997 ஆம் ஆண்டு உச்ச நீதிமன்றம் தீர்ப்பளித்தது. ஆனால், 1999 இல் ராஜீவ் கொலை வழக்கில் உச்ச நீதிமன்றமே அதை மீறியது. ராஜீவ் கொலை வழக்கில் எழுவருக்கும் தூக்குத் தண்டனை அளித்த உச்ச நீதிமன்ற நீதிபதிகளில் ஒருவரான கே.டி.தாமஸ் 2017 ஆம் ஆண்டு அளித்த பேட்டி ஒன்றில், “தடா சட்டமே இல்லாத போது அச்சட்டத்தில் பதிவான வாக்குமூலத்தின் அடிப்படையில் தண்டனை என்பது சட்டத்திற்கு புறம்பானது” எனக் குறிப்பிட்டார்.

இவ்வளவு வெளிப்படையான அநீதியையும் மோசமான சட்டக் குளறுபடிகளையும் கற்றறிந்தவர்கள் நிறைந்த ஒரு ஜனநாயக சமூகம் எப்படி அனுமதிக்கிறது என உண்மையாகவே புரியவில்லை. தனது வாக்குமூலம் தவறாகப் பதிவு செய்யப்பட்டுள்ளது என்ற பேரறிவாளனின் அபயக்குரலும் அதை உறுதி செய்து உண்மையை ஒப்புக் கொண்ட விசாரணை அதிகாரியின் அறக்குரலும் நீதி தேவதையின் செவிகளில் விழவே இல்லை. பேரறிவாளனின் தனிப்பட்ட வழக்கில் நிகழ்ந்த சட்டரீதியான மாற்றங்களையும் முன்னேற்றங்களையும் அரசோ நீதிமன்றமோ கருத்தில் எடுத்துக் கொள்ள மறுப்பது ஏன்? செய்யாத குற்றத்திற்கு இரட்டை ஆயுள் தண்டனையை முடித்துவிட்ட நிலையிலும் விடுதலை என்ற

சொல்லை உச்சரிக்க நீதிமன்றமும் அரசுகளும் தயங்குகின்றன. மாநில அரசுக்கு அதிகாரம் இருக்கிறது என்கிறது நீதிமன்றம், தமிழக அமைச்சரவை ஆளுநரிடம் போகிறது, ஆளுநர் மத்திய அரசிடம் போகிறார், மத்திய அரசு மீண்டும் நீதிமன்றத்திற்குச் செல்கிறது மறுபடியும் நீதிமன்றம் மாநில அரசு முடிவெடுக்கலாம் என்கிறது....இப்படியாக நீதியை வைத்து ஆடப்படும் இந்த கொடூரமான ஆட்டம் முடிவுக்கு வரவே இல்லை.

"தியாகராஜனின் வாக்குமூலத்தின் அடிப்படையில், ஆயுள் தண்டனையிலிருந்து தன்னை விடுவிக்க வேண்டும்" என்று அரசியல் சாசனம் உறுப்பு 161 இன்படி பேரறிவாளன் ஆளுநரிடம் 30.12.2015 அன்று மனு அளித்தார். தனக்கு வழங்கப்பட்ட தண்டனையைத் திரும்பப் பெறவேண்டுமென 2017 இல் உச்ச நீதிமன்றத்தில் மனுத் தாக்கல் செய்தார். இவ்வழக்கில் சி.பி.அய்/எம்.டி.எம்.ஏ. விசாரணையின் இறுதி முடிவுகள் வருகிற வரை தனது தண்டனையை நிறுத்தி வைத்து விடுதலை செய்ய வேண்டுமெனவும் கேட்டுக் கொண்டார். ஆனால் அப்போதெல்லாம் அதற்கு யாரும் மதிப்பளிக்கவில்லை. உச்ச நீதிமன்றம், 'மாநில அரசு சுதந்திரமாக முடிவெடுக்கலாம்' என்று கூறி, தமிழக அமைச்சரவை ஆளுநருக்கு பரிந்துரை செய்து, பேரறிவாளன் விடுதலை ஆகிவிடுவார் என - அநீதியின் அலைக்கழிப்பிலிருந்து கரையேறிவிடும்- இறுதிக் கட்டத்தில், எம்.டி.எம்.ஏ அறிக்கை எனும் பேரலையின் மூலம் மீண்டும் இவ்வழக்கையும் ஒரு நிரபராதியின் விடுதலையையும் ஆழ்கடலுக்குள் அமிழ்த்துகிறார் ஆளுநர்.

"அவ்வளவு தான் விசாரணை முடிந்தது. நீங்கள் ஏழு பேரும் தான் குற்றவாளி" என்று ஒட்டுமொத்த நீதித்துறை, அரசுகள், சமூகம் என எல்லோரும் முடிவெடுத்து ஒதுங்கிக் கொண்ட போது, "இல்லை இதில் இன்னும் விசாரணை முடியவில்லை. பரந்துபட்ட சதியை விசாரித்துக் கொண்டிருக்கும் பல்நோக்கு கண்காணிப்புக் குழுவின் அறிக்கையைத் தர வேண்டும்" என்று "முற்றும்" போடப்பட்ட இவ்வழக்கு மரித்துவிடாமல் உயிர் கொடுத்துக் கொண்டே இருந்தார் பேரறிவாளன். அவர் அளவுக்கு எம்.டி.எம்.ஏ அறிக்கை அல்லது பரந்துபட்ட சதியின் மீதான விசாரணை பற்றி யாருமே கவலைப்படவில்லை. ஏறக்குறைய ஆறு ஆண்டுகளாக விடுதலை இழுத்தடிக்கப்பட்டு வருகிறது. மாநில அரசின் விடுதலை முடிவில் தான் தலையிடப் போவதில்லை என மத்திய அரசு அறிவித்த பின்னர்தான்

பேரறிவாளனுக்கு இவ்வழக்கு விளையாட்டு முடிவுறும் என்ற நம்பிக்கை வந்தது. இப்போது, "இறுதிக் கட்டத்தை அடைந்தாயிற்று, ஆளுநர் ஒப்புதல் அளித்தால் உடனே விடுதலை ஆகிவிடலாம்" என அவர் நம்பிக்கையோடு இருந்த நிலையில், "இன்னும் வழக்கு முடியவில்லை, பல்நோக்கு விசாரணை முகமையின் அறிக்கையை பார்த்துவிட்டுத்தான் முடிவெடுக்க முடியும்" என முற்றுப்புள்ளியை காற்புள்ளியாக்கிவிட்டார் ஆளுநர். ஆக, இறுதிக் கட்டத்திலும் இது முடியவில்லை.

பல்நோக்கு விசாரணை முகமையின் அறிக்கை அவ்வளவு முக்கியத்துவம் வாய்ந்ததெனில் பொறுத்திருந்து அதையும் படித்துவிட்டுத் தானே இவ்வழக்கில் யார் குற்றவாளி என தீர்ப்பே கூறியிருக்க வேண்டும்! இவ்வழக்கில் அக்கறை கொண்டவர்கள் எம்.டி.எம்.ஏ மற்றும் ஜெயின் கமிஷன் விசாரணை அறிக்கையின் அடிப்படையில் விசாரணையை முன்னெடுக்க கோரிக்கை வைத்த போதெல்லாம் யாரும் செவிமடுக்கவில்லை. பல்நோக்கு விசாரணை முகமையின் அறிக்கையைப் பார்க்க 29 ஆண்டு காலமும் நேரமில்லாமல் இருந்தவர்கள், இப்போது அதையே சாக்காக வைத்து அநீதியை நீட்டிக்கப் பார்க்கிறார்கள்.

நியாயப்படி எழுவர் விடுதலைக்குப் பயன்பட வேண்டிய முக்கிய ஆயுதம் அது. ஆனால் அதையே ஆளுநர் முட்டுக்கட்டையாக்கி இருக்கிறார். பல்நோக்கு விசாரணை முகமை என்பது பரந்துபட்ட சதி அதாவது வெளிநாட்டுச் சதி குறித்து ஆராய்வதற்காக அமைக்கப்பட்ட அமைப்பு. அந்த அறிக்கையை பார்த்துவிட்டு ஒப்புதல் அளிப்பதற்கு எழுவர் விடுதலையில் எதுவுமில்லை. உண்மையான முக்கியக் குற்றவாளிகளைக் கண்டுபிடிக்கவே அந்த அறிக்கை பயன்பட வேண்டுமே தவிர 'தூக்கு'த் தண்டனையின் வலி, தனிமைச் சிறைக் கொடுமை, 29 ஆண்டு கால நீண்ட சிறைவாசம் என ஏற்கனவே கொடூரமாக தண்டிக்கப்பட்டவர்களை மீண்டும் வதைப்பதற்கு அல்ல.

தமிழக அமைச்சரவை விடுதலைக்கான ஆளுநரின் ஒப்புதலைக் கோருவது தண்டனை காலத்தைக் கருத்தில் கொண்ட கருணையின் அடிப்படையில் தானே தவிர, ஆளுநர் தன் பங்கிற்கு புதிய புலனாய்வைத் தொடங்கி வைத்து வழக்கை இழுத்தடிப்பதற்கு அல்ல. ஜெயின் கமிஷன் விசாரணையின் அடிப்படையில் அமைக்கப்பட்ட பல்நோக்குக் கண்காணிப்புக் குழுவின் அறிக்கை முக்கியமானது எனில், இந்த எழுவரை

விடுத்துதான் அதன் மீதான விசாரணைகளை முன்னெடுக்க வேண்டும். அப்படியல்லாமல், ஒரு மாபெரும் சதிக்கு - மீண்டும் மீண்டும் சிதைக்கப்பட்ட - இவர்களையே தண்டிக்கப் பார்ப்பது கொடூரமான மனநோய்.

ஏற்கனவே கடந்த சனவரி 14 அன்று இந்த வழக்கை விசாரித்த உச்ச நீதிமன்ற அமர்வு, விசாரணையில் எவ்வித முன்னேற்றமும் இல்லை எனவும் எந்த முடிவும் எட்டப்படுவதற்கான வாய்ப்பிருப்பதாகவும் தங்களுக்குத் தெரியவில்லை என்றும் தங்கள் அதிருப்தியை வெளிப்படையாகக் கூறியது. அதன் பின்னர்தான் பேரறிவாளனின் விடுதலை கோரும் மனு மீது தற்போதைய நிலையை தெரிவிக்குமாறு ஜனவரி 21, 2018 அன்று தமிழக அரசுக்கு உத்தரவிட்டது. இதுதான் உண்மை நிலை. இவ்வழக்கு தொடர்ந்து நகர முடியாத ஒரு முட்டுச் சந்தில் நிற்கிறது. ஏற்கனவே மரணித்துவிட்ட இவ்வழக்கிற்கு எழுவர் விடுதலையை நிறுத்தி வைப்பதன் மூலம் மட்டுமே அதற்கு உயிர் கொடுத்துவிடலாம் என மத்திய அரசு முயல்வது அநீதியின் உச்சம்.

அமைச்சரவையின் முடிவின் மீது பதிலளிக்கவே 19 மாதங்கள் எடுத்துக் கொண்டார் ஆளுநர் என்பதை நினைவில் கொள்க. நமது அரசுகளும் நீதி அமைப்புகளும் கால நீட்சி எனும் கொடிய தண்டனையில் நிரபராதிகளை வலுவிழக்கச் செய்வதில் வல்லமை கொண்டவை. ஏற்கனவே 29 ஆண்டு சிறைவாசம் எல்லோரையும் நடைபிணமாக்கிவிட்டது. பேரறிவாளனின் பெற்றோரின் முதுமையும் நோயும் தனிமையும் அவரை கடுமையாக அலைக்கழிக்கின்றன. பேரறிவாளன் தான் நிரபராதி என்ற அடிப்படையில் தான் விடுதலையைக் கோருகிறார். அதற்கான எல்லா சட்ட மற்றும் தர்க்க நியாயங்களும் அவருக்கு இருக்கின்றன. நியாயப்படி நீதிமன்றமே அவரது விடுதலையை அறிவித்து இவ்வளவு காலம் அவர் இழந்த வாழ்விற்கான இழப்பீட்டையும் வழங்கியிருக்க வேண்டும்! ஆனால் நீதிமன்றங்களுக்கும் சட்ட மன்றத்திற்கும் ஆளுநர் மாளிகைக்குமாக அவரை அலைக்கழித்துக் கொண்டிருக்கிறது இந்தியச் சமூகம்.

பேரறிவாளன் விஷயத்தில் நடந்தது அப்பட்டமான நீதிமன்றப் பிழை. அதை முதலில் நீதிமன்றம் ஏற்க வேண்டும். நீதிமன்றப் பிழைகள் இயல்பானவைதான். ஆனால் பிழை என நிரூபிக்கப்பட்ட பிறகும் பிடிவாதமாக அமைதி காப்பது மிகப்

பெரியக் குற்றம். விசாரணை அதிகாரியின் வாக்குமூலத்தை ஆதாரமாக ஏற்றுக் கொண்டு தனது தண்டனையை ரத்து செய்ய வேண்டுமென்ற பேரறிவாளனின் கோரிக்கையை ஏற்று உச்ச நீதிமன்றம் அவரை விடுதலை செய்திருக்க வேண்டும். ஆனால் கெடு வாய்ப்பாக அது நிகழவில்லை. இந்த கொடூர விளையாட்டு உடனடியாக முடிவுக்கு வர வேண்டும். பேரறிவாளனின் நியாயம் வெற்றி பெற்றாக வேண்டும்.

நீண்டகால சிறைவாசம், சிறையில் நன்னடத்தை, வயோதிக பெற்றோருக்கு ஒரே மகன், அவரது பொருளாதார மற்றும் சமூகப் பின்னணி, தண்டனைக் காலத்தில் அவர் முடித்த படிப்புகள் ஆகியவை அவருக்கு நீதியின் வெற்றியை அதாவது உடனடி விடுதலையை பெற்றுத் தர வேண்டும். கருணை மனுவின் மீது குடியரசுத் தலைவர் முடிவெடுக்க தாமதம் காட்டியதை சுட்டிக் காட்டி தூக்குத் தண்டனையை ஆயுள் தண்டனையாகக் குறைத்ததைப் போல ஆளுநரின் கால தாமதத்தைக் கருத்தில் கொண்டு தமிழக அமைச்சரவை முடிவை ஏற்று உச்ச நீதிமன்றமே எழுவர் விடுதலைக்கு உத்தரவிட வேண்டும்.

ஆயுள் சிறைவாசிகளின் விடுதலை என்பது மாநில அரசின் அதிகாரத்திற்கு உட்பட்டு இருக்கும் போது, உச்ச நீதிமன்றம் இவ்வாறு உத்தரவிட முடியுமா என்ற கேள்வி எழலாம். அதற்கொரு சிறந்த எடுத்துக்காட்டு அண்மையில் நிகழ்ந்தது. எம்.ஜி.ஆர் நூற்றாண்டு நிகழ்வை முன்னிட்டு தமிழக அரசு நூற்றுக்கணக்கான ஆயுள் சிறைவாசிகளை விடுதலை செய்ததில் முஸ்லிம் கைதிகளை பாரபட்சத்தோடு கருத்தில் கொள்ளவில்லை. இதற்கு எதிராக அய்ந்து முஸ்லிம் ஆயுள் சிறைவாசிகள் சென்னை உயர் நீதிமன்றத்தில் வழக்குத் தொடர்ந்ததில் உயர் நீதிமன்றம் அவர்களின் விடுதலைக்கு உத்தரவிட்டது. ஆனால், தமிழக அரசு அத்தீர்ப்பை எதிர்த்து உச்ச நீதிமன்றத்தில் மேல் முறையீடு செய்தது. கடந்த ஜனவரி மாதம் தமிழக உள்துறை செயலர் எதிர் நிலோபர் நிஷா எனும் வழக்கில் தீர்ப்பளித்த உச்ச நீதிமன்ற நீதிபதிகள், உயர் நீதிமன்றத்திற்கு ஆயுள் சிறைவாசிகளை விடுதலை செய்யும் அதிகாரம் இல்லை என்று சொல்லி அத்தீர்ப்பைத் தள்ளுபடி செய்தது.

ஆனால், நீண்ட சிறைவாசம் (17 ஆண்டுகள் மற்றும் அதற்கும் குறைவானவர்கள்) மற்றும் கைதிகளின் நன்னடத்தை ஆகியவற்றைக் கருத்தில் கொண்டு தனது உச்சபட்ச அதிகாரத்தைப் பயன்படுத்தி சட்டப்பிரிவு 142 இன் கீழ்

அவ்வரையும் உடனடியாக விடுதலை செய்தது. தனது தீர்ப்பில், "இந்த மனுதாரரை இன்னொரு சுற்று வழக்கில் அலைக்கழிக்கக் கூடாது என்பதற்கு இது ஒரு பொருத்தமான வழக்கு என்று நாங்கள் தெளிவாகக் கருதுகிறோம். எனவே, அரசமைப்பின் 142 ஆவது பிரிவின் கீழ் எங்கள் அதிகாரத்தைப் பயன்படுத்துவதில், மனுதாரரின் விடுதலைக்கு உத்தரவிடுகிறோம்" என்று நீதிபதிகள் குறிப்பிட்டனர்.

பேரறிவாளனின் 30 ஆண்டு கால அலைக்கழிப்பையும் உச்ச நீதிமன்றம் இதே போன்ற நீதியுணர்வோடு உடனடியாக முடித்து வைக்க முன்வர வேண்டும். ●

11.06.2020
ஆங்கிலம்: த வயர்
(thewire.com)
தமிழ்: ஒன் இந்தியா தமிழ்
(oneindiatamil.com)

ஊரடங்கிலும் அடங்காத ஜாதிவெறி!

> "
> தமிழகத்தில் திராவிட இயக்கத்தால் பார்ப்பனியம் வேரறுக்கப்பட்ட இந்த அரை நூற்றாண்டு காலத்தில் சமூக, பொருளாதார, அரசியல் மற்றும் பண்பாட்டு ரீதியாக பிற்படுத்தப்பட்ட சமூகங்கள் ஆளும் வர்க்கமாக இங்கே மாறின. ஆனால், அவை இம்மண்ணை ஜனநாயகப்படுத்துவதிலும் சாதியை முற்றிலுமாக அழித்தொழிப்பதிலும் தம் கடமையை செய்யத் தவறியதோடு நாள்தோறும் சாதி வெறியாட்டம் நடந்தேறவும் அனுமதித்தன
> "

18

கொரோனா பெருந்தொற்று ஊரடங்கு காலத்தில் நடந்தேறிய சாதிய வன்கொடுமைகள் குறித்த தீண்டாமை ஒழிப்பு முன்னணியின் ஆய்வறிக்கையை முன்னாள் உயர் நீதிமன்ற நீதிபதி அரிபரந்தாமன் 13.07.2020 அன்று வெளியிட்டார். 13.07.2020 மார்ச் 25 முதல் ஜூலை வரையில் தமிழகத்தில் நடந்த 81 வன்கொடுமைகளை இந்த ஆய்வு பட்டியலிட்டிருக்கிறது. 41 தாக்குதல்கள், 14 கொலைகள், 5 பாலியல் வன்கொடுமைகள், 5 சாதி மறுப்பு திருமணம் செய்த இணையர்கள் மீதான தாக்குதல்கள், 4 மலக்குழி மரணங்கள், 3 தலித் பஞ்சாயத்துத் தலைவர்கள் அவமதிப்பு, 3 அரசு ஊழியர்கள் மீதான பாகுபாடு, 2 ஆணவக் கொலைகள், 2 அம்பேத்கர் சிலை அவமதிப்பு, தலா ஒரு கொத்தடிமை நிகழ்வு, பள்ளியில் பாகுபாடு, சுடுகாடு மற்றும் சுடுகாட்டுப் பாதைப் பிரச்சனையை இந்த ஆய்வு அம்பலப்படுத்துகிறது. கொரோனாவும் தீவிரமான ஊரடங்கும் பட்டியலினத்தவர் மீது தாக்குதல் நடத்துவதிலிருந்து சாதி இந்துக்களை எந்த வகையிலும் கட்டுப்படுத்தவில்லை என்பதை இந்த வன்கொடுமைகள் உறுதி படுத்துகின்றன.

ஊரடங்கின் போது தமிழகத்தின் சாத்தான்குளத்தை சேர்ந்த மிகவும் பிற்படுத்தப்பட்ட சமூகத்தைச் சேர்ந்த ஜெயராஜ் மற்றும் பென்னிக்ஸ் ஆகியோர் காவலர்களால் துன்புறுத்தப்பட்டு படுகொலை செய்யப்பட்ட கொடுமை தேசிய அளவில் விவாதிக்கப்பட்டது. நாடளவில் கிடைக்கப் பெற்ற கவனத்தால் இந்தக் கொடூர நிகழ்வில் ஈடுபட்டவர்கள் கைது செய்யப்பட்டனர். தலித்துகள் மீதான இந்த 81 வன்கொடுமைகளும்

பிற்படுத்தப்பட்டவர்கள் மீதான ஒற்றை சாத்தான்குளம் வன்முறை அளவுக்கு யாரையுமே தொந்தரவு செய்யவில்லையே ஏன்?

தேசியக் குற்றப்பதிவு ஆணையத்தின் அறிக்கையின்படி ஒவ்வொரு மணி நேரமும் இரண்டு தலித்துகள் தாக்குதலுக்கு ஆளாக்கப்படுகின்றனர்; ஒவ்வொரு நாளும் இரண்டு தலித்துகள் கொல்லப்படுகின்றனர், மூன்று தலித் பெண்கள் பாலியல் வல்லுறவு செய்யப்படுகின்றனர், இரண்டு தலித் வீடுகள் கொளுத்தப்படுகின்றன. இந்தியாவின் மக்கள் தொகையில் 17% இருக்கும் சுமார் 20 கோடி தலித் மக்களும் ஒவ்வொரு நாள் விடியலிலும் சாதிக் கொடுமைகளை எதிர்கொள்கின்றனர் எனும் போது அது ஏன் என்றுமே ஒரு தேசியப் பிரச்னையாக அறியப்படுவதில்லை.

சாத்தான்குளம் காவல் படுகொலைக்கு ஊடகங்களும் அமைப்புகளும் ஆற்றிய எதிர்வினை பாராட்டுக்குரியது. ஆனால், அதே ஊடகங்களோ அமைப்புகளோ இந்த 81 வன்கொடுமைகளில் ஈடுபட்டவர்களை கைது செய்யும் வரை ஓயமாட்டோம் என ஏன் உறுதி கொள்ளவில்லை? கொல்லப்படுவது, தாக்கப்படுவது, வன்புணரப்படுவது தலித்தாக இருந்தால் ஏன் இங்கே கொந்தளிப்புகள் இல்லை, கோபம் இல்லை, குற்றமிழைத்தவர்கள் கைது செய்யப்பட வேண்டும் என்ற கோரிக்கை எழுவதில்லை? சாத்தான்குளம் படுகொலை நாள்தோறும் நாள் முழுக்க ஊடகங்களில் செய்தியாக்கப்பட்டது. ஒவ்வொரு செய்திச் சேனலும் போட்டிப் போட்டு புலனாய்வில் ஈடுபட்டு, புதுப் புது ஆதாரங்களையும் சாட்சிகளையும் வெளியிட்டு புலனாய்வு அமைப்பையே திணறடித்தன!

தமிழகத்தைப் பொருத்தவரை பிற்படுத்தப்பட்டவர்கள் மீதான இப்படியான தாக்குதல் என்பது அரிது. அதனால், அது சமூகத்தின் அகச்சான்றைப் பிழிகிறது. ஆனால், தலித்துகளெனில் வன்கொடுமைகள் இயற்கைதானே என்பது போலத் தான் ஒவ்வொரு குற்றமும் இங்கே கடந்து செல்லப்படுகிறது. தமிழ் செய்தித் தாள்களில் ஒரு துண்டுச் செய்தியாகவோ தொலைக்காட்சிகளில் ஓர் அவசர செய்தியாகவோ எவ்வித முக்கியத்துவமும் இன்றிதான் இவற்றில் சில பதிவு செய்யப்பட்டன. அரசோ, பொதுச் சமூகமோ அமைப்புகளோ இக்கொடுமைகளுக்கு இடைவிடாத நீதியைக் கோரி நிற்கவில்லை என்பது தலித் உயிரும் உரிமைகளும் அவ்வளவு முக்கியத்துவம் வாய்ந்ததில்லை என்ற சனாதன மனநிலைக்கு சாட்சியாகிறது.

சாத்தான்குளம் வன்முறை நிகழ்ந்த அதே தூத்துக்குடி மாவட்டத்தில் நான்கு தலித்துகள் மலக்குழிக்குள் இறக்கிவிடப்பட்டுக் கொல்லப்பட்டனர். 02.07.2020 அன்று செக்கரக்குடி கிராமத்தைச் சேர்ந்த சோமசுந்தரம் என்பவர் இக்கிராஜா, பாலா, பாண்டி மற்றும் தினேஷ் ஆகிய நால்வரையும் தனது வீட்டிலுள்ள மலக்குழியை சுத்தம் செய்ய நியமித்தார். மலக்குழிக்குள் இறங்கியவுடனேயே விஷவாயு தாக்கி நால்வரும் கொல்லப்பட்டனர். எல்லோருமே 30 வயதிற்கும் குறைந்தவர்கள். அதோடு இக்கிராஜா 17 வயதேயான சிறுவன். தலித்துகள் மலக்குழிகளுக்குள் இறக்கிவிடப்படுவதும் கொல்லப்படுவதும் இந்தியாவில் சாதாரணமாக நடந்தேறுகிறது. மலமள்ளும் பணியில் அமர்த்துதல் மற்றும் மலமள்ளுபவர்கள் மறுவாழ்வுச் சட்டம் 2013 மலமள்ளும் வேலையில் மனிதர்கள் ஈடுபடுத்த முற்றிலுமாகத் தடை விதித்திருக்கும் நிலையில் 2019 ஆம் ஆண்டில் மட்டும் சுமார் நூறு பேர் கொல்லப்பட்டனர் என்பதே இதற்கான ஆதாரமாகத் திகழ்கிறது.

மலக்குழி மரணங்கள் காவல் மரணங்களை விட எந்த வகையில் கொடூரம் குறைந்தவை? ஒரு மனிதரை மலம் நிறைந்த தொட்டிக்குள் மூழ்க வைப்பது குற்றவாளிகளை கைது செய்யும் அளவிற்கோ தண்டிக்கும் அளவிற்கோ கொடூரமானது இல்லையா? நூற்றுக்கணக்கானோர் இழிவான முறையில் கொல்லப்பட்டாலும் சுதந்திர இந்தியாவில் அல்லது மலமள்ளத் தடைச் சட்டம் கொண்டு வரப்பட்டு 27 ஆண்டுகள் கடந்துவிட்ட நிலையில் ஒரேயொருவர் கூட இச்சட்டத்தின் கீழ் தண்டனை பெறவில்லையே ஏன்? சாத்தான்குளத்திற்கு செயல்பட்டதைப் போல இந்திய கூட்டு மனசாட்சி, தலித்துகள் மீதான எத்தகைய கொடூர வன்கொடுமைகளுக்கும் எதிர்வினையாற்றுவதில்லை. எஸ்.சி/எஸ்.டி வன்கொடுமைத் தடுப்புச் சட்டம் 1989 சாதி ரீதியான குற்றங்களுக்கு முன் ஜாமீனை தடை செய்து குற்றவாளிகளை உடனடியாக கைது செய்ய வகை செய்திருந்தாலும் நடைபெறும் குற்றங்களுக்கும் தண்டிக்கப்படும் வழக்குகளுக்கும் இடையே பெரிய பரந்த இடைவெளி உள்ளது.

மத்திய உள்துறை அமைச்சகத்தின் 2017-18 புள்ளிவிபரம் வன்கொடுமை வழக்குகளில் தண்டனை விகிதம் வெறும் 16.3% என சுட்டிக் காட்டுகிறது. சாதி ரீதியான குற்றங்கள் மீதான இந்திய சமூகத்தின் கள்ள மவுனத்தையே இந்த புள்ளிவிபரம் எதிரொலிக்கிறது. தண்டனையில்லா குற்றம் என்பது குற்றவாளிகளுக்கு எவ்வளவு பெரிய சுதந்திரத்தை

அளிக்கக் கூடியது?! இந்தியாவின் ஆதிக்கச் சாதியினர் நாள்தோறும் ஒடுக்கப்பட்டவர்களை கொலை செய்யவும், தாக்கவும் வன்புணரவும் இதுவே காரணமாக அமைகிறது.

தமிழகத்தில் நடந்தேறிய ஆதாரப்பூர்வமான ஆணவக் கொலை வழக்கான உடுமலை சங்கர் கொலை வழக்கில் - சென்னை உயர் நீதிமன்றம் - சங்கர் கொலையில் மூளையாக செயல்பட்ட முக்கியக் குற்றவாளியான கவுசல்யாவின் தந்தையை விடுதலை செய்து அண்மையில் தீர்ப்பளித்தது. ஆதிக்க (பிற்படுத்தப்பட்ட) சாதியைச் சேர்ந்த கவுசல்யாவும் தலித் சமூகத்தைச் சேர்ந்த சங்கரும் 2015 ஆம் ஆண்டு திருமணம் செய்து கொண்டனர். 13.03.2016 அன்று இந்த தம்பதி பட்டப் பகலில் கூலிப்படையால் வெட்டிச் சாய்க்கப்பட்டதில் சங்கர் சம்பவ இடத்திலேயே கொல்லப்பட்டார், கவுசல்யா படுகாயங்களுடன் உயிர் தப்பினார். சங்கரும் கவுசல்யாவும் வெட்டிக் கொல்லப்படும் சிசிடிவி காட்சி அப்போதே வெளியாகி பெரும் பரபரப்பை உண்டாக்கியது.

'இந்த ஆணவக் கொலையில் ஈடுபட்டது தனது குடும்பத்தினரே' என கவுசல்யா துணிச்சலாக அம்பலப்படுத்தி சங்கருக்காக நீதி கேட்டார். குற்றம்சாட்டப்பட்ட 11 பேரில் கவுசல்யாவின் தந்தை சின்னசாமி உட்பட ஆறு பேருக்கு திருப்பூர் அமர்வு நீதிமன்றம் மரண தண்டனை வழங்கித் தீர்ப்பளித்தது. மூன்றாண்டுகள் கழிந்த நிலையில் பெருந்தொற்று மற்றும் ஊரடங்கு நெருக்கடியில் சென்னை உயர் நீதிமன்றம் 'மிகுந்த பொறுப்புணர்வுடன்' இந்த வழக்கை எடுத்து சின்னச்சாமியை உடனடியாக விடுதலை செய்திருக்கிறது. மற்றவர்களின் மரண தண்டனை ஆயுள் தண்டனையாகக் குறைக்கப்பட்டது. திருப்பூர் நீதிமன்றம் ஏற்கனவே கவுசல்யாவின் தாய், மாமா மற்றும் தம்பியை 2017 ஆம் ஆண்டே வழக்கிலிருந்து விடுவித்தவிட்ட நிலையில் தற்போது சின்னச்சாமியோடு சங்கர் கொலைக்கும் கவுசல்யாவின் குடும்பத்திற்கும் சம்பந்தமே இல்லை என தீர்ப்பெழுதியுள்ளது சென்னை உயர் நீதிமன்றம்.

"சங்கரை கொன்றவர்கள் யார்? கூலிப்படையினர். சரி, அவர்களுக்கு என்ன உள்நோக்கம்? அது தேவையற்றது" என்பதாக வழக்கை முடித்திருக்கின்றனர் நீதிபதிகள். இப்படியான தீர்ப்புகளின் வழியே நீதிமன்றமும் அரசாங்கமும் இந்திய மக்களுக்கு என்ன செய்தியைப் பகிர்கிறார்கள்? சாதி மறுத்து காதலிக்கும், திருமணம் செய்யும் இணையர்கள் மிரட்டவும், தாக்கவும் கொல்லவும் படுவது அதிகரிக்கிறது. ஆதிக்க சாதிப் பெற்றோர்கள் தமது அடையாளத்தைக் கூட மறைக்காமல், மிகவும்

வெளிப்படையாக இந்த சாதிக் குற்றத்தில் ஈடுபடுகின்றனர். ஊரடங்கு காலத்தில் கூட தமிழகத்தில் இரண்டு ஆணவக் கொலைகளும் அய்ந்து தாக்குதல்களும் நடந்துள்ளன. காவல் நிலையங்களால் காதலிக்கும் அல்லது காதல் திருமணம் செய்யும் இணையர்களை சாதி வெறி பெற்றோரிடமிருந்து காப்பாற்ற முடிவதில்லை.

இச்சூழலில் இது போன்ற தீர்ப்புகள் ஆதிக்க சாதிப் பெற்றோர்களுக்கு பெரும் ஊக்கத்தையே அளிக்கின்றன. கீழ் நீதிமன்றத்தில் மரண தண்டனை அளிக்கப்பட்ட ஒருவர், உயர் நீதிமன்றத்தால் குற்றமற்றவர் என விடுவிக்கப்படுவதெல்லாம் திரைப்படங்களில் மட்டுமே நடக்கக் கூடியது. அதிலும் நீதிபதிகள் சின்னச்சாமி தரப்பு வழக்குரைஞரைப் போல - “காதல் திருமணம் செய்தால் பெற்றோருக்கு கோபம் வரத்தான் செய்யும்”, “சின்னச்சாமி கூலிப்படையினரை அமர்த்தினார் என்பதற்கு ஆதாரமாக அவர் ஏ.டி.எம்.மில் பணம் எடுத்த சி.சி. டி.வி. காட்சியை காவல் துறை சமர்ப்பிக்கவில்லை என - அவருக்குப் பரிந்து பேசியதெல்லாம் சாதிய மனப்பான்மையின் ஆணித்தரமான அடையாளமின்றி வேறில்லை. மூன்றடுக்கு நீதி வழங்கல் முறையை யார் நம்புகிறார்களோ இல்லையோ ஆதிக்க சாதியினர் பெரிதும் நம்புகின்றனர். கீழ் நீதிமன்றத்தில் தவறினால் உயர் நீதிமன்றம், அங்கேயும் நழுவினால் (பெரும்பாலும் நழுவாது) உச்ச நீதிமன்றம். விதிவிலக்கான ஒரு சில வழக்குகளைத் தவிர்த்து பெரும்பாலான வன்கொடுமை வழக்குக் குற்றவாளிகள் தப்பிப்பது இப்படித்தான்!

தலித்துகள் மீதான கொடுமைகளை தீண்டாமை, வன்கொடுமை, ஆணவக் கொலை, மலமள்ளும் இழிவு என நாம் என்ன பெயரிட்டு வேண்டுமானாலும் அழைத்துக் கொள்ளலாம், ஆனால், இறுதியாக அவை ஜாதிக் குற்றங்களே! ஆதிக்க சாதியினரை பாதிக்கும் சமூக, பொருளாதார, பண்பாட்டு, அரசியல் மற்றும் சுற்றுச்சூழல் பிரச்சனைகளுக்கு எதிர்வினையாற்றும் இந்திய பொது உளவியல் சாதிக்கு இது போன்ற கூட்டு அழுத்தத்தை அளிப்பதில்லை. சாதியை அவர்கள் தேசத்தின் அமைதியை சீர்குலைக்கும் ஆபத்தாகக் கருதுவதில்லை. சாதிய வன்கொடுமைகளுக்கு எதிராக ஒருமித்த உணர்வோடு, ஒருங்கிணைந்த குரலில் இந்தியப் பொதுச் சமூகம் என்றேனும் குரல் கொடுத்திருக்கிறதா? இல்லவே இல்லை.

இந்தியாவின் ஒடுக்கப்பட்டவர்களான தலித்துகளும் பழங்குடியினரும் கொடூரமான வாழ்க்கையை இந்நாட்டில்

வாழ்கின்றனர். ஒவ்வொரு நாளும் வன்கொடுமைகள் அவர்களது உயிரையும் உடைமைகளையும் சிதைக்கின்றன. ஏறக்குறைய 2 லட்சம் வன்கொடுமை வழக்குகள் நீதியை வேண்டி காத்திருக்கின்றன. பெரும்பாலான வழக்குகள் ஆண்டுக்கணக்கில் இழுத்தடிக்கப்படுகின்றன. தண்டனை விகிதம் மிக மிகக் குறைவு போன்ற சமூக உண்மைகளை துளியளவும் கருத்தில் கொள்ளாமல் உச்சநீதிமன்றம் தனது 2018 தீர்ப்பில் இச்சட்டத்தின் முக்கியமானக் கூறுகளை பொறுப்பின்றி தளர்த்தியது. வன்கொடுமைத் தடுப்புச் சட்டம் சரியாக பயன்படுத்தப்படாதது குறித்து அதற்கு எந்த அக்கறையும் இல்லை.

மாறாக, தலித்துகள் அச்சட்டத்தை தவறாகப் பயன்படுத்துவதாகக் குற்றம்சாட்டி முக்கிய விதிமுறையான உடனடி கைதை ரத்து செய்து குற்றமிழைத்தவர்களுக்கு முன் ஜாமீனையும் வழங்கியது. அதோடு முதல் தகவல் அறிக்கை பதிவு செய்வதற்கு முன்னர் மூத்த காவல் அதிகாரிகளின் ஒப்புதலைப் பெறுவதோடு முதற்கட்ட விசாரணையையும் மேற்கொள்ள வேண்டும் என சட்டத்தைத் திரித்தது. நாடு முழுவதும் கிளம்பிய எதிர்ப்பின் விளைவாக உச்ச நீதிமன்றத்தின் தளர்வுகளை ரத்து செய்து, எஸ்.சி/எஸ்.டி வன்கொடுமைத் தடுப்பு திருத்தச் சட்டம் (2018)- அய் நடைமுறைப்படுத்தியது மத்திய அரசு. தனது 2018 தீர்ப்பை 2019 ஆம் ஆண்டு திரும்பப் பெற்றதோடு கடந்த பிப்ரவரி 2020 இல் அரசமைப்புச் சட்டத்தின்படி இச்சட்டத் திருத்தம் செல்லுபடியாகும் என உச்சநீதிமன்றம் உறுதி செய்தது. என்றாலும், மதிப்பிற்குரிய இந்திய நீதியரசர்களின் சமூகப் புரிதலுக்கான ஒரு வேதனை மிகுந்த சான்றாக வன்கொடுமைத் தடுப்புச் சட்டத்தின் அபத்தமான திருத்தங்கள் காலத்திற்கும் நிலைத்திருக்கும்.

மக்கள் தொடங்கி, காவல் துறை, நீதிபதிகள், அரசு வரை எல்லோருமே வன்கொடுமைத் தடுப்புச் சட்டத்தை மீறவும் திரிக்கவும் முயன்றால் வன்கொடுமைகளின் எண்ணிக்கை எப்படி குறையும்? இச்சட்டம் முறையாக பயன்படுத்தப்படுமானால் ஒடுக்கப்பட்டோர் தம்மை தற்காத்துக் கொள்ள ஒரு வலிய ஆயுதமாக செயலாற்ற முடியும். தண்டனை மட்டுமே இச்சட்டத்தின் நோக்கம் அல்ல, அதன் முதன்மை நோக்கம் வன்கொடுமைகளைத் தடுப்பதே. ஏற்கனவே உள்ள சிவில் உரிமைப் பாதுகாப்புச் சட்டமும் இந்திய தண்டனைச் சட்டத்தின் பிற விதிமுறைகளும் ஒடுக்கப்பட்ட மக்களை சாதிக் கொடுமைகளிலிருந்து பாதுகாக்கவில்லை. தலித்துகள்

மற்றும் பழங்குடியினர் எதிர்கொள்ளும் தனித்துவமான மனித உரிமை மீறல்கள், பாகுபாடுகள், அவமானங்கள், ஒடுக்குமுறைகள், தாக்குதல்கள், வன்புணர்ச்சிகள் போன்ற சாதிய ஒடுக்குமுறைகள் பொதுக் குற்றங்களிலிருந்து முற்றிலுமாக வேறுபட்டிருந்தன. சாதியக் குற்றங்களுக்கு புதிய வகைமையும் விளக்கமும் தேவைப்பட்டதாலேயே சாதி ரீதியானக் குற்றங்கள் வன்கொடுமை என வகைப்படுத்தப்பட்டு காங்கிரஸ் அரசால் தனியான சட்டமும் உருவாக்கப்பட்டது.

தனிநபர் குற்றங்கள் அல்லது பொதுக் குற்றங்களைப் போலன்றி தலித்துகள் மற்றும் பழங்குடியினர் மீதான வன்கொடுமைகள், அரசும் அரசு நிர்வாகமும் நேர்மையாக முயன்றால் முற்றிலுமாக தடுக்கப்படக் கூடியவையே. எஸ்.சி/எஸ்.டி வன்கொடுமைத் தடுப்புச் சட்டத்தின் வலிமையான வழிகாட்டுதல்கள் இதற்காக முன்மொழியப்பட்டுள்ளன. இச்சட்டத்தின்படி வன்கொடுமை நிகழும் இடங்களை அரசு அடையாளம் காண வேண்டும். மாவட்ட நீதிமன்றங்கள் மாவட்ட விழிப்புணர்வு மற்றும் கண்காணிப்பு குழுக்களை (District Vigilance And Monitoring Committee) அமைக்க வேண்டும். இந்த குழுவில் சட்டமன்ற உறுப்பினர்கள், நாடாளுமன்ற உறுப்பினர்கள், காவல்துறை கண்காணிப்பாளர், மூன்று குரூப் A அதிகாரிகள்/மாநில அரசு அதிகாரிகள் (எஸ்.சி/ எஸ்.டி பிரிவைச் சேர்ந்தவர்கள்), எஸ்.சி/எஸ்.டி பிரிவைச் சேர்ந்த 5 அரசு சாரா உறுப்பினர்கள், அரசு சாரா நிறுவனங்களின் பணிபுரியும் எஸ்.சி/எஸ்.டி., வகுப்பை சேராத உறுப்பினர்கள் மூன்று பேருக்கு மிகாமல் இருக்க வேண்டும்.

இந்த குழு மூன்று மாதங்களுக்கு ஒருமுறை சந்திக்க வேண்டும். இக்குழுவின் முக்கியப் பணி சட்டப் பிரிவுகள் நடைமுறைப்படுத்துதல் தொடர்பாக ஆய்வு செய்வது மற்றும் பிரச்சனைக்குரிய சாதியினருக்கு இடையில் அமைதிக் கூட்டங்கள் நடத்துவது. அது மட்டுமின்றி, வன்கொடுமை கண்டறியப்பட்ட ஊர்களில் ஆதிக்க சாதியினரிடம் இருந்து ஆயுதங்களைப் பறிமுதல் செய்வது, அவர்களின் ஆயுத உரிமத்தை ரத்து செய்வது, தேவைப்பட்டால் ஒடுக்கப்பட்ட மக்களுக்கு ஆயுத உரிமத்தை இக்குழு வழங்கலாம். இச்சட்டம் காவல்துறை உயர் பொறுப்புகளில் குறிப்பாக மாவட்ட கண்காணிப்பாளராக ஒடுக்கப்பட்ட வகுப்பினரை நியமிக்க வலியுறுத்துகிறது. தமிழகத்தின் 32 மாவட்டங்களும் வன்கொடுமைகள் அதிகம் நடக்கும் இடங்களாகக் கண்டறியப்பட்டுள்ளதால் அனைத்து மாவட்டக் கண்காணிப்பாளர்களும் தலித்துகள் மற்றும்

பழங்குடியினராகவே இருக்க வேண்டும். ஆனால், காவல் துறை உயர் பொறுப்புகளில் தலித்துகள் நியமிக்கப்படுவது குறிப்பாக வன்கொடுமை நடக்கும் இடங்களில் பணியமர்த்தப்படுவது அரிதிலும் அரிதான ஒன்றாகவே இருக்கிறது.

மாவட்ட, மாநில மற்றும் தேசிய அளவில் குறிப்பிட்ட கால இடைவெளியில் கண்காணிப்பு செய்வதற்கான ஒரு கட்டமைப்பையும் இச்சட்டம் பரிந்துரைத்திருக்கிறது. மாவட்ட நீதிபதிகளின் மாதாந்திர ஆய்வறிக்கைகள், ஒவ்வொரு காலாண்டிலும் மாவட்ட அளவில் டி.வி.எம்.சி.யின் ஆய்வுக் கூட்டங்கள், முதலமைச்சரைத் தலைவராகக் கொண்ட 25 உறுப்பினர்கள் கொண்ட மாநில விழிப்புணர்வு மற்றும் கண்காணிப்புக் குழுவின் (State Vigilance And Monitoring Committee-SVMC) அரையாண்டு ஆய்வுகள் ஆகியவை சட்டப்படி நடந்தாக வேண்டும். அதோடு, ஒவ்வொரு காலாண்டிலும் வன்கொடுமை வழக்குகளின் வாதாடும் அரசு சிறப்பு வழக்கறிஞரின் (பாதிக்கப்பட்டவர்களின் சார்பாக ஆஜராக நியமிக்கப்பட்டவர்) செயல்திறன் அரசு வழக்குகளின் இயக்குநர் (Director Of Public Prosecutions - DPP) ஆய்வு செய்யப்பட வேண்டும். ஆண்டறிக்கைகள் மத்திய அரசுக்கு ஒவ்வொரு ஆண்டு மார்ச் 31-க்குள் அனுப்பி வைக்கப்பட வேண்டும். ஆனால், இப்படியான எதுவுமே நடப்பதில்லை. ஒருவேளை நடைபெற்றிருந்தால் அது குறித்த செய்திகள் எதிலுமே வெளியிடப்படுவதில்லை.

சட்டம் வலிமையாக இருக்கிறது என்பதை நாம் புரிந்து கொள்ள வேண்டும். ஆனால், இப்படியொரு வலிமையான ஆயுதமிருந்தும் வன்கொடுமைகளை நம்மால் தடுக்க முடியவில்லை. காரணம், அந்த ஆயுதத்தை அரசு பயன்படுத்துவதே இல்லை அல்லது தவறாக பயன்படுத்துகிறது. மத்திய, மாநில அரசுகளோ மாவட்ட நிர்வாகமோ இதுவரையிலும் தமது ஆய்வறிக்கைகளை ஊடகங்களில் வெளியிடவே இல்லை. தமிழகத்தின் அனைத்து மாவட்டங்களும் வன்கொடுமைகள் தீவிரமாக நடந்தேறும் பகுதிகளே எனினும் சட்டப்படியான எந்தத் தடுப்பு நடவடிக்கைகளும் எந்தப் பகுதியிலும் எடுக்கப்படவில்லை. அரசு நிர்வாகத்தின் தோல்வியாலும் ஊழலாலும் தலித்துகளும் பழங்குடியினரும் வதைபட்டுக் கொண்டே இருக்கின்றனர்.

இந்த 81 வன்கொடுமைகளும் தனிநபர் குற்றங்கள் அல்லது பொது குற்றங்களாகவே கருதப்பட்டுள்ளன. மாவட்ட மற்றும் மாநில கண்காணிப்புக் குழுக்கள் இவற்றில் ஒரேயொரு வன்கொடுமைக்கு கூட எதிர்வினையாற்றவில்லை. வன்கொடுமை

வழக்குகளைப் பொருத்தவரை பொதுவாக முதல் தகவல் அறிக்கையைத் திரித்து எழுதுவதற்காகவும் சாட்சிகளை கலைப்பது மற்றும் ஆதாரங்களை அழிப்பதற்காகவும் காவல் துறை மீது தான் எப்போதும் குற்றச்சாட்டு வைக்கப்படும். ஆனால், செயலற்ற கண்காணிப்புக் குழுக்களை யாருமே கேள்வி கேட்பதில்லை. மாநிலம் அல்லது மாவட்டங்களில் நடந்தேறும் ஒவ்வொரு வன்கொடுமைக்கும் இந்த குழுக்களே பொறுப்பு. இந்த குழுக்களின் செயலின்மையும் அற ஊழலுமே காவல் துறை வன்கொடுமை வழக்குகளில் செய்யும் திரிபு வேலைகளுக்கு அடிப்படை.

2011 ஏப்ரல் 19 ஆம் நாள், ஆறுமுக சேர்வை எதிர் தமிழக அரசு வழக்கில் உச்ச நீதிமன்ற நீதிபதிகள் எம்.கட்ஜு மற்றும் ஞான் சுதா மிஸ்ரா ஆகியோர் அடங்கிய அமர்வு வன்கொடுமை வழக்குகளுக்கு முன்னுதாரணமாக ஒரு பொறுப்புமிக்கத் தீர்ப்பை வழங்கியது. தங்களது தீர்ப்பில் நீதிபதிகள், "அரசு மற்றும் காவல்துறை அதிகாரிகள் இதுபோன்ற வன்கொடுமை நிகழ்வுகளை தடுத்து நிறுத்த உறுதியான நடவடிக்கைகளை எடுக்க நாங்கள் அறிவுறுத்துகிறோம். அப்படி ஏதேனும் வன்கொடுமைகள் நிகழுமானால் குற்ற வழக்கு நடவடிக்கைகளோடு மாநில அரசு சம்பந்தப்பட்ட மாவட்ட நீதிபதி/மாவட்ட ஆட்சியர் மற்றும் காவல் துறை கண்காணிப்பாளர் ஆகியோரை உடனடியாகப் பணியிடை நீக்கம் செய்ய நாங்கள் உத்தரவிடுகிறோம். அவர்கள் மீது குற்றப்பத்திரிகை தாக்கல் செய்வது மற்றும் (1) வன்கொடுமை நடக்கக்கூடும் என அவர்களுக்கு ஏற்கனவே தெரிந்திருந்தால், அல்லது (2) வன்கொடுமை நடந்த பிறகு குற்றவாளிகள் மற்றும் தொடர்புடையவர்கள் மீது உடனடி நடவடிக்கை எடுக்கத் தவறி குற்றவியல் நடவடிக்கைகளை மேற்கொண்டிருக்கவில்லை என்றால் நேரடியாகவோ மறைமுகமாகவோ அவர்களே நடந்த வன்கொடுமைக்கு பொறுப்புடைமை ஆவார்கள்" என்று குறிப்பிட்டனர்.

ஆனால் அரசுகளோ மிகவும் அரிதாக நீதிமன்றங்கள் இது போன்ற விளிம்பு நிலை மனிதர்களுக்கு ஆதரவாக வழங்கும் தீர்ப்புகளை மதிப்பதே இல்லை. இந்தியாவின் மிகக் கசப்பான உண்மை என்னவென்றால் இங்கே சட்டத்தை உருவாக்குபவர்களே அதை உடைப்பவர்களாகவும் இருக்கிறார்கள்! உச்சநீதிமன்றத்தின் இந்தத் தீர்ப்பிற்கு உண்மையிலேயே உயிரும் மதிப்பும் இருக்குமானால், தமிழ்நாட்டில் இந்த ஊரடங்கின் போது நடந்த ஒவ்வொரு வன்கொடுமைக்கும் மாவட்ட நீதிபதி,

ஆட்சியர், கண்காணிப்பாளர் எல்லோருமே பணியிடை நீக்கம் செய்யப்பட்டு அவர்கள் மீது துறை ரீதியான நடவடிக்கை நடந்து கொண்டிருக்கும். என்றாவது அப்படியான அரிதான அறச் செயல்பாடு இந்நாட்டில் நடந்தேறுமா? ஒடுக்கப்பட்ட மக்களை காக்க வேண்டிய அதிகாரிகளும் ஆட்சியாளர்களும் கடமை தவறியதற்கான ஆதாரமே இந்த வன்கொடுமைகள். ஆனால் அது குறித்து யார் அக்கறைப்படுகிறார்கள்? நமது நீதி மற்றும் அரசு அமைப்புகள் வன்கொடுமை நிகழ்த்திய குற்றவாளிகளை தண்டிப்பதில்லை, வன்கொடுமையைத் தடுக்கத் தவறிய அதிகாரிகளையும் ஆட்சியாளர்களையும் தண்டிப்பதில்லை, இந்நிலையில் இம்மண்ணிலிருந்து எப்படித்தான் வன்கொடுமையை அகற்றுவது?

'ஊரடங்கிலும் அடங்காத ஜாதி வெறி' என்ற தனது கள ஆய்வு அறிக்கையை தீண்டாமை ஒழிப்பு முன்னணி வெளியிட்ட சில நாட்களுக்குப் பின்னர் முதலமைச்சர் எடப்பாடி பழனிச்சாமிக்கு *Change.org* வழியாக மனு ஒன்றை அனுப்பியது. அதில் மாவட்ட விழிப்புணர்வு மற்றும் கண்காணிப்புக் குழு, இவ்வன்கொடுமைகள் மீது காவல் துறை எடுத்திருக்கும் சட்ட ரீதியான நடவடிக்கைகளை கண்காணிக்க கோரிக்கை வைத்திருக்கிறது. அதே போல, இந்த அமைப்பு, மாநில விழிப்புணர்வு மற்றும் கண்காணிப்புக் குழு கூட்டத்தை முதலமைச்சர் உடனடியாகக் கூட்டவும் வலியுறுத்தியிருக்கிறது. மாவட்ட கண்காணிப்பாளர்கள் மற்றும் காவல் துறை இயக்குநர் வன்கொடுமை நிகழும் இடங்களைக் கண்டறிந்து, அது குறித்து ஆய்வறிக்கையை அரசுக்கு சமர்ப்பிக்கவும் அது கேட்டுக் கொண்டுள்ளது. ஆனால், இக்கோரிக்கைகளின் மீது அரசு தரப்பிடமிருந்து எந்த எதிர்வினையும் இல்லை. தலித்துகள் மற்றும் பழங்குடியினர் மீதான வன்கொடுமைகள் எப்போதும் இச்சமூகத்தின் பொதுப் பிரச்சனையாக மாறப் போவதில்லை. மாறாத வரை அதை ஒழிக்க வேண்டும் என்ற எண்ணம் யாருக்கும் வரப் போவதும் இல்லை.

ஜனவரி 2020 இல் உலகம் முழுவதும் தொடங்கிய கோவிட் - 19 ஊரடங்கு நவீன மனித வரலாற்றில் நீண்ட கால அமைதிக்கு வித்திட்டது. ஆனால், இந்தியர்கள் நாள்தோறும் நிகழும் சாதிய வன்கொடுமைகளுக்கு காலங்காலமாக அமைதி காக்கின்றனர். இந்தியர்களை விட்டுவிடலாம். இந்தியாவின் பிற மாநிலத்தவரை விட தம்மை முன்னேறியவர்களாக, நாகரிகமானவர்களாக, படித்த முன்னோடி சமூகமாக பெருமை பேசும் தமிழர்கள்

‘சாதி’ எனும் புனிதப்படுத்தப்பட்ட இனவெறியை தமது பண்பாடாக பாதுகாத்து வன்கொடுமைகளை நிகழ்த்துவதும் அனுமதிப்பதும் எவ்வாறு? சாதியை விடவும் ஒரு கொடூர, பாகுபாட்டுக் கருத்தியல் இருக்க முடியுமா? ஆனால், தமிழகத்தில் அது கூச்சமின்றி கொண்டாடப்படுகிறது என்பது தானே உண்மை?! இந்தியாவின் பிற மாநிலங்களை ஒப்பிடும் போது மதவெறி இங்கே இல்லை என பெருமைப்படுகிறவர்கள் சாதி வெறிக்கு மட்டும் கள்ள மவுனம் காப்பது ஏன்? பகுத்தறிவு, முற்போக்கு என்ற கருத்தாக்கங்களுக்குள் சாதி மட்டும் எப்படி சமாதானமாகிப் போகிறது?

எந்தவொரு முன்னேறிய சமூகமும் முதன்மையாக தம் மண்ணில் உள்ள மனித வெறுப்புகளையும் பாகுபாட்டுச் சிந்தனைகளையும் களைந்தெறிய வேண்டும். ஆனால் தமிழ்ச்சமூகம் தொடர்ச்சியாக சாதிய வன்மத்தைக் கூர்தீட்டி வருகிறது என்பதே உண்மை. சாணிப்பால் ஊற்றுவது, மலத்தை வாயில் திணிப்பது, காதலிப்பவர்களை கழுத்தறுப்பது போன்ற கொடூரங்கள் எல்லாம் இந்த மண்ணில் வேறெந்த மாநிலங்களுக்கு இணையாகவும் அல்லது அதிகமாகவுமே நடக்கின்றன எனும் போது தமிழகம் தன்னை தனித்துவமானது என உரிமை கோருவது வேடிக்கையானது. தமிழர்கள் பார்ப்பனர்களைத்தான் எதிர்க்கிறார்கள். பார்ப்பனியத்தை/சாதியை அல்ல. இந்துத்துவத்தை (அதாவது அதை ஓர் அரசியல் கொள்கையாக) எதிர்க்கிறார்களே ஒழிய இந்து மத சித்தாந்தம் அவர்களுக்கு ஏற்புடையதாகவே இருக்கிறது. தம் மீது யாரும் ஆதிக்கம் செலுத்தக் கூடாது என கருதும் தமிழகத்தின் பிற்படுத்தப்பட்ட சமூகத்தினர் (அதாவது ஆதிக்க சாதியினர்) தாம் நிகழ்த்தும் ஆதிக்கவாதத்தை பற்றி துளியும் கவலைப்படுவதில்லை. அதை பெருமிதமாகவும் செருக்காகவும் கருதுகின்றனர். இந்த 81 வன்கொடுமைகளும் அதற்கான ஒரு சோற்று பதம். நிகழ்த்துவது இடைநிலைச் சாதியினர் என்பதற்காக சாதி புனிதமாகிவிடாது; அது தமிழ்/திராவிடப் பண்பாடாக மாறிவிடாது. சாதியைக் கை கொண்டிருப்பது யாராக இருந்தாலும் அது பார்ப்பனியத்தின் வெளிப்பாடுதான். தமக்குள்ளிருக்கும் பார்ப்பன சிந்தனையை வேரறுக்காமல் தமிழர்கள்/திராவிடர்கள் பா.ஜ.க.வை எதிர்த்து என்ன பலன்?

தமிழகத்தில் திராவிட இயக்கத்தால் பார்ப்பனியம் வேரறுக்கப்பட்ட இந்த அரை நூற்றாண்டு காலத்தில் சமூக, பொருளாதார, அரசியல் மற்றும் பண்பாட்டு ரீதியாக

பிற்படுத்தப்பட்ட சமூகங்கள் ஆளும் வர்க்கமாக இங்கே மாறின. ஆனால், அவை இம்மண்ணை ஜனநாயகப்படுத்துவதிலும் சாதியை முற்றிலுமாக அழித்தொழிப்பதிலும் தம் கடமையை செய்யத் தவறியதோடு மட்டுமின்றி நாள்தோறும் சாதி வெறியாட்டம் நடந்தேறவும் அனுமதித்தன. தமிழர்கள் என்ற மொழி ஓர்மையின் கீழோ திராவிடர்கள் என்ற இன அடையாளத்தின் கீழோ இந்து மதத்தால் திட்டமிட்டு தீண்டத்தகாதோராக்கப்பட்ட தலித் மக்களை அவர்கள் தம்மோடு சேர்த்துக் கொள்ளவில்லை; ஓரினமாக அவர்கள் இணைக்கவில்லை. தமிழக கிராமங்களின் ஊர் சேரிப் பிரிவினை, அங்கே நிலவும் தீண்டாமைக் கொடுமைகள் மற்றும் வன்கொடுமைகள், தமிழர்கள் கடைபிடிக்கும் தீவிரமான அகமண முறை மற்றும் ஆணவக் கொலைகள், திராவிடக் கட்சிகளிலும் அவற்றின் ஆட்சியிலும் ஒடுக்கப்பட்டவர்களுக்கு பிரதிநிதித்துவமின்மை, மலமள்ளும் இழிவுப் போன்ற அடிமைக் குலத் தொழில்முறைகள் நீடிப்பது, மலக்குழி மரணங்களில் தமிழகம் முன்னணி வகிப்பது என தமிழகம் சாதியவாதத்தின் ஆதிக்க-அடிமைப் பண்பாட்டை பல வகைகளிலும் பாதுகாக்கிறது என்பதே உண்மை.

பா.ஜ.க.வை எதிர்ப்பதென்பது வெறுமனே ஓர் ஆதிக்கக் கொள்கை கொண்ட அரசியல் கட்சியை எதிர்ப்பதல்ல. அதன் சித்தாந்தத்தை வேரறுப்பதே உண்மையான எதிர்ப்பரசியல். பா.ஜ.க.வினுடைய சர்வாதிகாரக் கொள்கையின் உயிர்நாடி இந்து மதத்தில் இருக்கிறதெனில் இந்துமதத்தின் உயிர்நாடி பார்ப்பனியத்தில்தான் துடித்திருக்கிறது. இந்தியாவின் ஒவ்வோர் அங்குல அசைவையும் கட்டுப்படுத்தும் பார்ப்பனியத்தின் உயிர்நாடி அடங்கியிருப்பதோ சாதியத்தில்! ஆக, பா.ஜ.க.வை சித்தாந்த ரீதியாக எதிர்க்க விழைவோர் உண்மையில் சாதியை அழித்தொழிப்பதிலிருந்து தான் தமது புரட்சியைத் தொடங்க வேண்டும். சாதியில் கை வைக்காத வரை பா.ஜ.க.வையோ அதை இயக்கும் பார்ப்பனியத்தையோ துளியளவும் அசைத்துவிட முடியாது.

நாம் வாழும் கிராமங்களில் நிலவும் ஊர் – சேரிப் பிரிவினையைப் பாதுகாத்துக் கொண்டே நாடாளுமன்றத்தில் சமத்துவப் புரட்சியை நடத்திவிட நாம் துடிப்பது மிகவும் கேலிக்குரியது. சாதியின் பெயராலான சாமானியர்களின் சர்வாதிகாரத்தை இம்மியளவு கூட மாற்ற முடியாத நாம் ஆட்சியாளர்களின் அல்லது ஆளும் வகுப்பினரின் சர்வாதிகாரத்தை எதிர்த்துவிட முடியும் என நம்புகிறோம். மாற்றங்கள் எப்போதும் கீழிருந்தே நிகழ வேண்டும்.

சாமானிய மக்களின் மூளைக்குள் சாதியத்தை விதைத்ததன் வழியே தான் பார்ப்பனியம் இங்கே வெற்றி பெற்றது. எனில், நாம் சாமானியர்களின் மூளையை சமத்துவ கருத்தாக்கத்தால் சலவை செய்வதன் வழியே தான் பார்ப்பனியத்தை வெற்றி கொள்ள முடியும். பெரியாருக்குப் பின்னர் மூளைச் சலவை செய்யும் பகுத்தறிவுப் பணியை தமிழகம் முற்றிலுமாக நிறுத்திக் கொண்டது என சொல்ல முடியும். அதன் விளைவுதான் நீடிக்கும் இந்த சாதிவெறியாட்டங்கள்!

தமிழர்கள் நாங்கள் அப்படிப்பட்டர்கள், இப்படிப்பட்டவர்கள் என்ற தற்காதல் (Narcissistic) மனநிலையை கைவிட்டு சாதியை அழித்தொழித்து ஓரினமாக ஒடுக்கப்பட்டவர்களோடு அணிதிரள்வதற்கான வழிகளைக் கண்டறிவது தமிழகத்திற்கு நல்லது. ஏனெனில், தமிழகத்தின் இடைநிலைச் சாதிகளை ஆட்சி அரியணையிலிருந்து இறக்கி பழையபடி தான் அமர்வதுதான் பார்ப்பனியத்தின் அதாவது பா.ஜ.க.வின் இலக்கு. இடைநிலைச் சாதிகளின் சர்வாதிகாரத்தால் வதைபட்டுக் கிடக்கும் ஒடுக்கப்பட்டவர்களைக் கொண்டு தன் லட்சியத்தை சாதிக்க அது கடுமையாகப் போராடுகிறது. பார்ப்பனியம் கருத்தியல் ரீதியான பண்பாட்டுப் போரை தமிழகத்தில் நடத்திக் கொண்டிருக்கும் வேளையில், ‘முற்போக்கு’த் தமிழர்கள் கேலியாலும் கிண்டலாலும் பா.ஜ.க. எதிர்ப்பை ஒரு பொழுதுபோக்காக செய்கின்றனர்.

பார்ப்பனியம் எப்போதுமே - இரண்டாயிரத்து அய்நூறு ஆண்டுகளுக்கு முன்னர் ஆரியமாக இந்நாட்டிற்குள் ஊடுருவிய போதும் கூட - இப்படித்தான் ‘கோமாளித்தனமான’ச் செயல்களைச் செய்தது. பார்ப்பனர்கள் அப்போது நடத்திய யாகங்களும் அறிமுகப்படுத்திய சடங்குகளும் தொடக்கத்தில் நகைப்பிற்குரியதாகவே இருந்திருக்கும். அப்போதும் மக்கள் சிரித்திருப்பார்கள், கேலி செய்திருப்பார்கள். ஆனால் அதிலிருக்கும் பாடம் என்னவென்றால் அப்படியான நகைப்பிற்குரிய கட்டுக்கதைகளால் வளர்ந்த பார்ப்பனியம் தான் இம்மண்ணின் பூர்வகுடிகளை கருத்தியலால் சிறைபிடித்து என்றென்றைக்குமாக அடிமையாக்கி வைத்திருக்கிறது என்பதே!

எனவே, நாம் நம்புவதை போல கேலியால் அதை அப்புறப்படுத்த முடியாது. ஏற்கனவே தமிழகத்தில் அது சாதி ரீதியாக மக்களை ஒருங்கிணைக்கத் தொடங்கிவிட்டது. இப்போது இல்லையென்றாலும் இன்னும் 25 ஆண்டுகளிலேனும் தான் நினைத்ததை சாதித்துவிடுவதற்கான சாத்தியங்கள் அதற்கு நிச்சயமாக உள்ளன. தக்கத் தருணத்திற்காகப் பொறுமையாகக்

காத்திருத்தல் பார்ப்பனியத்தின் ஆளுமைப் பண்பு. அசோகரால் பவுத்தம் மீட்டெடுக்கப்பட்ட போது பார்ப்பனியம் இரண்டாவது முறை வீழ்ந்தது. ஆனால், இந்தியத் துணைக் கண்டம் முழுக்க பரவி செழித்திருந்த மவுரிய ஆட்சியையும் பவுத்தத்தையும் ஏறக்குறைய எண்பது ஆண்டுகள் காத்திருந்து சுங்கர்களின் ஆட்சிக் காலத்தில் அடியோடு அழித்தது பார்ப்பனியம். மவுரிய ஆட்சிக் காலத்தில், ஆட்சியதிகாரத்தில் அமர பார்ப்பனர்கள் அனுமதிக்கப்படவே இல்லை. அசோகரின் பேரனான அரசர் பிருகத்ரத்தாவைக் கொன்று படைத் தளபதியான பார்ப்பனர் புஷ்யமித்ர சுங்கா என்ற பார்ப்பனர் ஆட்சியைப் பிடித்தபோது பார்ப்பனியம் மீண்டும் உயிர் பெற்றது. ஒரு ஜனநாயக சமூகத்தை அரசமைப்புச் சட்டத்தின்படி ஆளும் போதே பா.ஜ.க. இவ்வளவு அட்டூழியங்களையும் அழித்தொழிப்புகளையும் நிகழ்த்தும் போது புஷ்யமித்ரனின் மன்னராட்சியில் எத்தகைய கொடூரங்கள் நடந்திருக்கும்! திராவிடமும் பவுத்தமும் வீழ்ந்த வரலாற்றின் கொடூர உண்மைகளை நாம் மறுவாசிப்பு செய்தாக வேண்டும்.

பா.ஜ.க. தமிழகத்தை ஏன் இவ்வளவு குறி வைக்கிறது என்பதற்கானக் காரணமே தமிழகத்திற்கான எச்சரிக்கை! பிற்படுத்தப்பட்டவர்களிடம் அதாவது அதன் மொழியில் சொல்ல வேண்டுமானால் சூத்திரர்களிடமிருக்கும் அதிகாரத்தைப் பறித்தாக வேண்டும். சென்றடைவதற்கோர் இலக்கும் அதற்கான செயல்திட்டமும் இல்லாமல் அது களமிறங்கவில்லை என்பதை நாம் புரிந்து கொள்ளவில்லை. திராவிடக் கட்சிகளில் ஆளுமைமிக்கத் தலைமைகள் இல்லாத இந்தச் சூழலுக்குத்தான் அது காத்திருந்தது என்பதே உண்மை. நாம், நமது தத்துவத்தை வெறும் கொள்கையாக தலைவர்களை நம்பியே வைத்திருக்கிறோம். ஆனால், பார்ப்பனியத்தை பார்ப்பனர்கள் வாழ்க்கை முறையாகக் கொண்டுள்ளனர். அவர்கள் உண்ணுவது, உறங்குவது, சுவாசிப்பது எல்லாமே அதனடிப்படையில்தான். பார்ப்பன சமூகத்தில் நேற்று பிறந்த குழந்தைக்கு கூட பார்ப்பனியம் வாழ்க்கைப் பாடமாக, வாழ்வதற்கான விதிமுறையாக கற்பிக்கப்படுகிறது. ஆனால், நமக்கு அப்படியல்ல. நமக்கு பகுத்தறிவு என்பதோ சமத்துவம் என்பதோ வாழ்வதற்கான அற விழுமியங்கள் அல்ல. வெறும் கொள்கை மட்டுமே. வீதியில் பேசி, வீதியிலேயே விட்டுவிட்டு வந்துவிடலாம். ஆனால், எந்த பார்ப்பனரும் வீட்டில் ஒருவராக வீதியில் வேறொருவராக இருப்பதில்லை. பார்ப்பனியம் வெற்றி பெறுவது இந்த வேறுபாட்டில்தான்.

தமிழகம் உண்மையிலேயே பார்ப்பனியத்தை வெல்ல வேண்டுமானால் சாதியத்தை அழித்தொழித்து பிற்படுத்தப்பட்ட மற்றும் தாழ்த்தப்பட்ட சமூகங்கள் ஓரினமாக ஒன்றிணைவதால் தான் சாத்தியப்படும். தனித்தனி சாதிக் குழுவாக நீடித்தால் பார்ப்பனியத்தின் பிரித்தாளும் சூழ்ச்சிக்கு பலியாகும் வரலாற்றுக் கொடுமைக்கு இன்னொரு முறை பலியாக நேரிடும். பெருகும் இந்த வன்கொடுமைகளும் சாதியக் குற்றங்களும் பார்ப்பனியம் நுழைவதற்கு அகலத் திறந்து வைக்கப்பட்ட புறவாசல் என்பதை தமிழகம் மறந்துவிடக் கூடாது. ●

30.07.2020
த வயர்
(thewire.com)

இந்திய செய்தி அறைகளில் வேற்றுகிரகவாசி

"
இங்கே எத்தனை அரசியல்சார் ஊடகவியலாளர்கள் குறைந்தபட்சம் சாதி ஒழிப்பிற்கான முதன்மைச் செயல்திட்டமாகக் கருதப்படும் டாக்டர் அம்பேத்கரின் 'சாதியை அழித்தொழித்தல்' (Annihilation Of Caste) நூலை படித்திருப்பார்கள்? பிறகெப்படி சாதியை பண்பாடாக பார்க்காமல் சக மனிதர் மீதான ஒடுக்குமுறையாகப் பார்க்கும், அதைச் சரியாக எழுதும் புரிதல் உண்டாகும்?!
"

19

இந்தியாவில் தலித்தாக இருப்பதும் தலித் பத்திரிகையாளராக இருப்பதும் வேறு வேறல்ல! ஒரு சாமானிய தலித்தாக இருப்பதும் ஒரு தலித் குடியரசுத் தலைவராக இருப்பதுமே எந்த வேறுபாட்டிற்கும் உட்பட்டதல்ல எனும் போது பத்திரிகையாளர் என்பது எவ்வித சிறப்புத் தகுதியையும் தலித்துகளுக்கு அளித்துவிடுவதில்லை ஆனாலும் ஒவ்வொரு தலித்தும் ஒரு மலையளவு மாற்றத்தை எதிர்பார்த்துதான் ஊடகத்துறைக்குள் பெருங்கனவோடு நுழைகிறார்கள். "நான் இதுவரை வாழ்ந்த வாழ்வு இனி இருக்காது" "சாதியை சும்மா விட்டுவிடப் போவதில்லை. என் எழுத்தால் அத்தனை அநீதிகளையும் அம்பலப்படுத்துவேன்" என்றெல்லாம் ஒரு பாய்ச்சல் அவர்களது இள ரத்தத்தை சூடேற்றிக் கொண்டிருக்கும்.

ஆனால் ஒரே வாரத்திற்குள் மொத்த சூடும் வடிந்து போகும் வகையில் மய்ய நீரோட்டம் எனும் எதார்த்தம் அவர்களை வதைக்கத் தொடங்கும். இரண்டு ஆசிரியர் குழு சந்திப்புகள் போதுமானது மொத்த நிலைமையையும் விளங்கிக் கொள்ள! ஒருவர் பண ஊழலைப் பற்றி எழுதத் துடிப்பார், இன்னொருவர் பாலியல் ஊழல் பற்றி எழுதத் துடிப்பார், மற்றவர் கொலை, கொள்ளைகளை எழுத ஆர்வம் காட்டுவார், வேறொருவர் அரசியல் கட்சியின் பூசல் பிணக்குகளில் கவனம் செலுத்துவார். இந்த அன்றாட பரபரப்புகளுக்கிடையில் வன்கொடுமைகள், தீண்டாமைகள், சாதிய வன்புணர்ச்சிகள், ஆணவக் கொலைகள் பற்றியெல்லாம் குறிப்பெடுத்துக் கொண்டு, சொல்ல வந்ததை சொல்லலாமா வேண்டாமா என திக்கித் திணறி வாயடைத்து

நிற்பதுதான் தலித் பத்திரிகையாளர்களின் முதல் அனுபவமாக இருக்கும்.

திராணியைத் திரட்டி சொல்லிவிட்டீர்கள் என்றால், நீங்கள் ஒரு வேற்றுகிரகவாசியாகி விடுவீர்கள். பிறப்பு, கல்வி, பணியிடங்கள், அரசியல் பொருளாதாரம் பண்பாடு என சாதியம் எங்கெங்கும் நீக்கமற நிறைந்திருந்தாலும் அரசியல், விளையாட்டு, குற்றங்கள், திரைப்படம், பொழுதுபோக்கு, வாழ்க்கை முறை கலை இலக்கியத்தைப் போல எழுதப்பட வேண்டிய ஒன்றாக அது எப்போதுமே வகைப்படுத்தப்படுவதில்லை. நான் பணிபுரிந்த அத்தனை ஊடக நிறுவனங்களிலும் நான் ஒரு வேற்றுகிரகவாசியாகவே பார்க்கப்பட்டேன். சாதிய ஒடுக்குமுறைகளை பற்றி தொடர்ச்சியாக எழுத விரும்பும் எந்த ஒரு தலித் பத்திரிகையாளரும் எந்த நிறுவனத்திலும் வேற்றுகிரகவாசி தான். நான் 18 ஆண்டுகளாக ஊடகத்துறையில் இருக்கிறேன். வேதனையான உண்மை என்னவென்றால் அந்நிலைமை இப்போதும் சற்றும் மாறவில்லை என்பதே!

சமூக நீதியின் இருப்பிடம் காகிதம் அல்ல; இதயம்!

இந்தியர்களால் அதிகம் வெறுக்கப்படும் சொல் 'பிரதிநிதித்துவம்' அல்லது இட ஒதுக்கீடு. மூன்று நூற்றாண்டுகள் கண்டுவிட்ட இந்திய பத்திரிகைத் துறை இன்றும் பன்முகத் தன்மைக்கு வாய்ப்பில்லாமல் முழுக்க முழுக்க ஆதிக்கசாதி இந்துக்களால் அதிலும் குறிப்பாக பார்ப்பனர்களால் ஆக்கிரமிக்கப்பட்டதாகவே இருக்கிறது. இதற்கெல்லாம் ஆதாரம் தருவது பகலில் சூரியன் இருக்கிறதா என விளக்குப் பிடித்து பார்ப்பதற்குச் சமம் என்றாலும் சிலர் இதை வாசிக்கும் போதே 'ஆதாரமில்லாமல் எதை வேண்டுமானாலும் சொல்வார்கள்' என முணுமுணுப்பார்கள். 1996 இல் ஒரு தலித் பத்திரிகையாளரைத் தேடி (In search of a Dalit Journalist) என்ற தலைப்பில் பத்திரிகையாளர் பி.என்.உனியால் எழுதிய கட்டுரையிலிருந்து இந்த 25 ஆண்டுகளில் காலம் பெரிதாக ஒன்றும் மாறிவிடவில்லை. ஆக்ஸ்ஃபேம் நிறுவனம் 'நியூஸ்லாண்டரி'யுடன் இணைந்து அக்டோபர் 2018 முதல் மார்ச் 2019 வரை நடத்திய ஆய்வில், இந்திய ஊடகங்களின் தலைமைப் பொறுப்புகளில் 90% அதிகமாக 'சவர்ணர்'களே வகிப்பதாகக் கண்டறிந்தது.

நாள்தோறும் சாதிய அத்துமீறல்கள் இந்நாட்டில் நடந்தேறினாலும் அவை குறித்த செய்திகள் என்றைக்காவதுதான் வெளிவருகின்றன. காரணம், இந்த சாதிய சர்வாதிகாரம். அமெரிக்க ஊடகங்களில் 1960களில் இருந்த வெள்ளை ஆதிக்க

நிலைமை இந்திய ஊடகங்களில் பார்ப்பன ஆதிக்கமாக இன்றும் மாறாமல் தொடர்கிறது. செய்தியாளர்களில் பன்முகத்தன்மை இல்லாத போது செய்திகளில் எப்படி பன்முகத் தன்மை வெளிப்படும்? தலைப்புச் செய்திகள் மற்றும் ப்ரைம் டைம் தலைப்புகளில் சாதிய ஒடுக்குமுறை இடம் பெறுவதே இல்லை. தமிழகத்தில் இந்த நான்கு மாத ஊரடங்கில் நூறுக்கும் அதிகமான வன்கொடுமைகள் நடந்தேறியிருக்கின்றன. ஆனால் எந்தச் செய்தி ஊடகங்களும் தலைப்புச் செய்தியாகவோ விவாதத்திற்கான தலைப்பாகவோ இதை ஆக்கவில்லை.

இந்தியாவின் பிரதிநிதித்துவக் கொள்கையை ஆதரித்துச் செய்தி வெளியிடும் தேசிய மற்றும் மொழிவாரி ஊடகங்களில் எத்தனை தமது நிறுவனங்களில் அதைக் கடைபிடிக்கின்றன? கேட்டால் தகுதி இல்லை, திறமை இல்லை என்பார்கள். என்னுடைய அனுபவத்தில், எழுதவே தெரியாமல் ஊடகத்திற்குள் வந்து - மீண்டும் மீண்டும் வாய்ப்பளிக்கப்பட்டதால் - தொழிலை கற்றுக் கொண்ட எத்தனையோ தலித் அல்லாத ஊடகவியலாளர்களைப் பார்த்திருக்கிறேன். அந்த நல்வாய்ப்பு தலித்துகளுக்கு வழங்கப்படுவதில்லை. இன்றே நிரூபி அல்லது வெளியேறு என்ற கருணையற்ற கறார்த்தனம் அவர்கள் மீது ஏவப்படுகிறது. அரசுத் துறையில் உள்ளதைப் போல தனியார்த் துறையில் பிரதிநிதித்துவம் கட்டாயமாக்கப்படவில்லைதான். ஆனால், ஜனநாயகத்தின் நான்காவது தூண் என்ற உயர்ந்த தகுதியைப் பெற்றுள்ள ஊடகத்துறை தார்மீக அடிப்படையில் பிரதிநிதித்துவத்தை கடைபிடித்திருக்க வேண்டும். அதற்கென சட்டம் வந்தால்தான் சமூக நீதியைக் கடைபிடிப்போம் என்றால், வேறெந்த அநீதியை, ஊழலைப் பற்றி பேசவும் ஊடகங்களுக்கு என்ன தகுதி இருக்கிறது?

தலித் பத்திரிகையாளர்களை வதைக்கும் அந்த இரண்டு கேள்விகள்!

சாதிய ஒடுக்குமுறைகளைத் தொடர்ந்து எழுதும் தலித் பத்திரிகையாளர்களிடம் - “நீ ஏன் சாதி பற்றியே எழுதுகிறாய்?” எனக் கேட்பதும் அரசியல், விளையாட்டு போன்ற பொதுவான பிரிவுகளில் பணியாற்றும் தலித்துகளிடம் நீ ஏன் அந்த ஆணவக் கொலையைப் பற்றி எழுதவில்லை எனக் கேட்பதும் - இரண்டுமே சாதியத் தாக்குதல்கள்தான். ஒரு தலித் பத்திரிகையாளர் சாதியை எழுதலாம் என தேர்ந்தெடுப்பதும் வேண்டாம் என இருப்பதும் அவரது தனிப்பட்ட முடிவு. இதில் அவரது பிறப்புக்கு எந்த

வகையிலும் தொடர்பில்லை என்பதை ஊடகத்துறையினர் புரிந்து கொள்ள வேண்டும்.

ஒரு தலித் அல்லாத ஊடகவியலாளருக்கு தான் எதை எழுத வேண்டுமென்பதில் எப்படி அவருக்கு முழு உரிமையும் தனிப்பட்டத் தேர்வும் இருக்கிறதோ அதை போலத் தான் தலித்துகளுக்கும்! அப்புறம், ஒரு தலித் பத்திரிகையாளர் சாதிய ஒடுக்குமுறைகளை எழுத வேண்டும் என முடிவெடுப்பது சமூகத்தை பண்படுத்தும் சமத்துவப்படுத்தும் நோக்கத்திலும்; குரலற்றவர்களுக்கு குரலாக இருக்க வேண்டும் என்ற அற உணர்விலும் தானே தவிர, சாதியை நிலைநாட்டுவதற்காக அல்ல என்பதையும் சொல்லிக் கொள்ள கடமைப்பட்டிருக்கிறேன். இங்கே கூடுதலாக இன்னொரு கருத்தையும் இதில் சேர்க்க விரும்புகிறேன். சில நிறுவனங்களில் சாதிப் பாகுபாடு குறித்த செய்திகளை தலித்துகளிடமே எப்போதும் ஒதுக்குவதைப் பார்த்திருக்கிறேன். தலித் அல்லாத ஊடகவியலாளர்கள், "சாதியம் குறித்தோ தலித்துகளின் நிலை குறித்தோ நாங்கள் எழுதுவது சரியாக இருக்காது" என்று சொல்வதை கேட்டிருக்கிறேன். அப்போதெல்லாம் எனக்கு வியப்பாக இருக்கும். அவர்கள் சர்வதேச அரசியல் பேசுவார்கள்; பன்னாட்டுப் பிரச்சனைகளையும் அலசுவார்கள்; போர் நடக்கும் இடங்களுக்கு கூட நேரிடையாக சென்று துணிச்சலாக செய்தி சேகரிப்பார்கள். ஆனால் சாதி ஒடுக்குமுறையைப் புரிந்து கொள்வதும் எழுதுவதும் மட்டும் அவர்களுக்கு கடினமாக இருக்கும்! நக்சலைட்டுகளின் போராட்டம் பற்றியோ தீவிரவாதத் தாக்குதல் பற்றியோ பொருளாதார ஊழல் குறித்தோ பெரும் புலனாய்வை நிகழ்த்தும் அவர்களால் சாதியச் சிக்கல்களை மட்டும் புரிந்து கொள்ள முடியாதது, ஏன்? பிற சமூகப் பொருளாதார, அரசியல் பிரச்சனைகளை அறிவு சார்ந்ததாகக் கருதும் அவர்கள் சாதிப் பிரச்சனையை அவ்வாறு கருதுவதில்லை. அதனால்தான் சாதி அநீதிகளை ஆராயவோ எழுதவோ அவர்கள் ஆர்வம் காட்டுவதில்லை.

ஓர் ஊடகவியலாளர் எந்த ஒரு சமூகப் பிரச்சனையை எழுதுவதற்கு முன்பும் குறிப்பிட்ட அச்சமூக அமைப்பைப் புரிந்து கொள்வது அவசியமானது என்பதே முன் நிபந்தனை. அதற்கான இலக்கியங்களையும் நூல்களையும் படிக்க வேண்டும், ஆராய வேண்டும், அறிவை வளர்த்துக் கொள்ள வேண்டும். இங்கே எத்தனை அரசியல்சார் ஊடகவியலாளர்கள் (*Political Journalists*) குறைந்தபட்சம் சாதி ஒழிப்பிற்கான முதன்மைச் செயல்திட்டமாகக் கருதப்படும் டாக்டர் அம்பேத்கரின் 'சாதியை அழித்தொழித்தல்' (*Annihilation Of Caste*) நூலை படித்திருப்பார்கள்?

பிறகெப்படி சாதியை பண்பாடாக பார்க்காமல் சக மனிதர் மீதான ஒடுக்குமுறையாகப் பார்க்கும், அதைச் சரியாக எழுதும் புரிதல் உண்டாகும்?!

உண்மையைச் சொல்ல வேண்டுமானால் பெரும்பாலான தலித் ஊடகவியலாளர்களுக்கும் தலித் அல்லாத ஊடகவியலாளர்களைப் போலவே சாதிப் பற்றிய புரிதல் இருப்பதில்லைதான். ஊடகவியல் படிக்க வருகிற வரை நானும் சாதிப் பற்றிய புரிதல் இல்லாமல்தான் இருந்தேன். 1999 இல் நான் நேரடியாக பார்த்த தாமிரபரணி தலித் படுகொலை நிகழ்வு சாதி குறித்த குழப்பத்தை ஏற்படுத்தி ஒரு பெருந்தேடுதலுக்குள் என்னைத் தள்ளியது. தொடர்ச்சியாக தலித் மக்களை சந்திக்கத் தொடங்கியதும் சாதியம் குறித்து படிக்க தொடங்கியதும் அதன் பின்னர்தான். ஒவ்வொரு துறையிலும் ஊடகவியலாளர்கள் நிபுணத்துவம் பெறுவது தொடர்ச்சியான கற்றல் மற்றும் கள ஆய்வின் அடிப்படையில் தானே! அதை ஏன் சாதி குறித்து மேற்கொள்ள ஊடகவியலாளர்கள் முற்படுவதில்லை? காரணம் அவர்கள் சார்ந்த சாதி. எந்தவொரு ஊடகவியலாளரும் முதலில் தன்னை சாதித் துறப்பு செய்து கொள்ள வேண்டும். பார்ப்பனராக, நாயராக, நாயுடுவாக, கள்ளர், கவுண்டராக... வாழ்ந்து கொண்டிருக்கும் ஒருவரால் ஒருபோதும் சாதிக்கு எதிராக எழுதவே முடியாது.

தலித் வாழ்வியல் என்பது ஒடுக்குமுறை மட்டுமல்ல...

தலித் மக்கள் மீது நாள்தோறும் நடைபெறும் ஒடுக்குமுறைகளையும் வன்கொடுமைகளையும் எழுதவே இங்கு ஆளுமில்லை, வெளியுமில்லை என்பது உண்மைதான். அதற்காக தலித் மக்கள் பற்றி எழுதுவதென்றாலே பிரச்சனைகளைப் பேசுவது என புரிந்து கொள்ள வேண்டியதில்லை. இந்நாட்டின் ஒடுக்கப்பட்ட சமூகங்களுக்கும் கலை, பண்பாடு, இசை, உணவு, விளையாட்டு என ஒரு பரந்துபட்ட வாழ்வியல் இருக்கிறது. எதிர்மறை செய்திகளிலாவது சற்று இடமிருக்கும் சூழலில் நேர்மறை செய்திகளில் அவர்களுக்கு இடமே கிடைப்பதில்லை.

எத்தனை லைப் ஸ்டைல் பத்திரிகைகளை தலித் மக்களின் உடைகளை, உணவுகளை, வீடுகளை பதிவு செய்திருக்கின்றன? முன்னேறிய, சாதித்த, மேம்பட்ட வாழ்க்கை வாழும் தலித்துகள் இந்நாட்டில் இல்லவே இல்லையா? பல்வேறு துறைகளிலும் சாதனை புரிந்த தலித்துகள் ஏன் ஊடகங்களின் கண்களுக்குத் தெரிவதில்லை. ஒரு தலித், பொருளாதார நிபுணராக இருந்தால் அவர் துறை சார்ந்த பிரச்சனைகளை பேச அவர் அணுகப்படுவதில்லை. அத்துறையில் சாதிய ஒடுக்குமுறை பற்றி

செய்தி வந்தால் அது பற்றி அவர் பேசலாம் என்பதே நிலைமை. ஒரு சமூகத்தின் பண்பாடு என்பது கலை இலக்கியத்தாலும் சாதனைகளாலும் தான் தலைமுறைகளுக்கு கடத்தப்படுகிறது. மய்ய நீரோட்ட ஊடகங்களில் கறுப்பு நிறத்தவர்களுக்கு செய்தி வாசிப்பில் இடமே இல்லை. தொலைக்காட்சி நிகழ்ச்சிகளின் தொகுப்பாளர்கள், நெடுந்தொடரில் இடம்பெறும் நடிகர்கள், திரைப்பட நாயகிகள் என எங்குமே இம்மண்ணின் தொல்குடிகளுக்கு இடமே இல்லை.

ஊரடங்கினால் ஓ.டி.டி.யில் நிறைய இந்தி படங்கள் பார்க்கும் வாய்ப்பு கிடைத்தது. நான் பார்த்த பாலிவுட் படங்களின் அத்தனை கதாபாத்திரங்களும் பார்ப்பனர்களாகவே இருப்பது நிச்சயமாக தற்செயலானது அல்ல. இந்தியாவில் வாழ்க்கை என்றாலே அது பார்ப்பனர்களுடையதுதானா? காதல், கண்ணீர், கொண்டாட்டம், துரோகம், தோல்வி, மீண்டெழுதல், சாதனை இவையெல்லாம் இச்சமூகத்தின் பிற பிரிவினருக்கு கிடையாதா? 22 மொழிகளும், ஆறாயிரம் சாதிகளும் அதன் வழியே பன்முகப் பண்பாடும் கொண்ட ஒரு தேசத்தின் அடையாளமாக ஒற்றை பண்பாட்டையே ஊடகங்களில் தூக்கிப் பிடித்துக் கொண்டிருக்கின்றனர். இந்தியா என்றாலே இந்துக்கள், இந்துக்கள் என்றாலே பார்ப்பனர்கள், பார்ப்பனர்கள் என்றாலே அது இந்தியா என்ற இந்த ஆதிக்க - துரோக சுழற்சியின் கண்ணியை அறுத்தெறிகிற வரை இந்தியாவின் பன்முகத் தன்மை மரித்தே கிடக்கும்.

தலித்துகள் ஊடகங்களை விட்டு வெளியேறக் கூடாது!

தலித்துகள் மிக நிச்சயமாக ஊடகங்களை விட்டு வந்த வேகத்தில் வெளியேறுவது தொடர்ந்து நடக்கிறது. வேலை உத்திரவாதமும் வளர்ச்சி உத்திரவாதமும் உள்ள அரசு வேலைகளுக்கோ சொந்த தொழில்களுக்கோ அவர்கள் நகர்ந்துவிடுகின்றனர். எனது 18 ஆண்டுகளில் நான் பத்து நிறுவனங்களுக்கு மாறி இருக்கிறேன். பலதரப்பட்ட நெருக்கடிகளினூடே உழைப்புக்கேற்ற, தகுதிக்கேற்ற, அனுபவத்திற்கேற்ற ஊதிய உயர்வோ பதவி உயர்வோ எனக்கு வழங்கப்படவே இல்லை. கேட்டால், நிர்வாக முடிவு, நிதி நிலைமை என்று எதையாவது காரணம் சொல்லுவார்கள்.

நான் பணிபுரிந்த ஒரு பிரபல பத்திரிகை நிறுவனத்தின் பொறுப்பாசிரியர் தனிப்பட்ட முறையில் எனக்கு ஓர் அறிவுரை வழங்கினார். "நீங்கள் எப்போதும் தலித்துகளுக்காக, ஒடுக்கப்பட்டவர்களுக்காகவே எழுதுகிறீர்கள். ஏன் இந்தத் துறையை விட்டுவிட்டு ஏதேனும் தொண்டு நிறுவனத்தில்

இணைந்து சமூகப் போராளியாகக் கூடாது. அது உங்களுக்கு இன்னும் பொருத்தமாக இருக்கும்" என்றார். "என்னைப் பொருத்தவரை சமூகநீதிப் பார்வையோடு ஒரு பத்திரிகையாளராக இருப்பது நூறு சமூகப் போராளிகளுக்கு இணையானது" என்று அவருக்கு பதில் சொன்னேன். "ஒடுக்கப்பட்டவர்களின் உரிமையில் அவ்வளவு அக்கறையிருந்தால் போராடப் போங்கள்" என்பதே இதன் பொருள்! "விட்டு ஓடிப் போ" என்பதை இப்படிப் பல வகைகளிலும் வெளிப்படுத்தியவர்கள் ஏராளம். "இத்தனை ஆண்டுகள் ஊடகத் துறையில் அங்கீகரிக்கப்பட்ட ஊடகவியலாளராக நிற்கிறீர்கள் தானே, அப்புறம் ஏனிந்த புலம்பல்?" என்று கேட்பவர்களும் உண்டு.

இந்த ஊடகத்துறை தாராளமாக வழங்கிய வசதிகளாலோ வாய்ப்புகளாலோ நான் இதில் இன்னும் நீடித்துக் கொண்டிருக்கவில்லை. இத்துறையில் என் இருத்தலுக்கான ஒரே காரணம் என் பிடிவாதமும் பொறுப்புணர்வும் மட்டும்தான்!. சேரிகளில் நான் பார்க்கும் மக்களின் பாடுகளை ஒப்பிடும் போது இதெல்லாம் ஒன்றுமே இல்லை என எனக்கு நானே சொல்லிக் கொண்டதால் நான் ஊடகத்துறையை விட்டு வெளியேறவில்லை. நான் ஒரு தலித்தாகப் பிறந்திருந்தாலும் அரசியல் குடும்பப் பின்னணி இருந்ததனால் சாதியக் கொடுமையை முன்னெப்போதும் அனுபவித்ததில்லை. மிக நுட்பமாக அதை அனுபவிக்க நேர்ந்தது, ஊடகத் துறைக்கு வந்தப் பிறகுதான். ஆனால், தனிப்பட்ட வாழ்க்கையில் சாதிய ஒடுக்குமுறையை அனுபவித்து வருகிறவர்களை ஊடகங்களின் சனாதன நிலைமை கடுமையான பின்வாங்குதலுக்கு உட்படுத்தும்.

தலித் பத்திரிகையாளர்களை நான் கேட்டுக் கொள்வது என்னவென்றால், மய்ய நீரோட்டக் களத்தை விட்டு அவ்வளவு எளிதாக வெளியேறிவிடாதீர்கள், பின்வாங்கிவிடாதீர்கள் என்பதே! இந்த சாதி அமைப்பு தகர்கிற வரை ஒரே ஒருவர் இருந்தாலும் களத்தில் இருக்கும் நூற்றுக்கணக்கான தலித் அல்லாத ஊடகவியலாளர்களை விட - நீங்களே இச்சமூகத்தில் முக்கியத்துவம் வாய்ந்தவர் என்பதை ஒவ்வொரு கணமும் நினைவில் கொள்ளுங்கள். நான் அப்படித்தான் எனது மன உறுதியை வளர்த்துக் கொண்டேன். ●

13.08.2020
அவுட்லுக் - மீடியா டைரி

சாதிய
வல்லுறவுகள்
நிறுவனமயப்பட்ட
குற்றம்;
அதை
எழுத மறுப்பது
ஓர் ஒழுங்கமைப்பட்ட
வரலாற்று சதி!

"

இந்நாட்டில் ஒவ்வொரு சாதியும் தம் பாடுகளையும் தமக்கான நியாயங்களையும் எடுத்துரைக்க தனக்கான ஊடகங்களை தானே நடத்திக் கொள்ள வேண்டுமா, என்ன? ஊடகங்களைப் போலவே ஒவ்வொரு சாதியும் தமக்கான நீதிமன்றங்களையும், நாடாளுமன்றங்களையும் கூட தாமே உருவாக்கிக் கொள்ளலாமா? ஒவ்வொரு சாதியினரும் யாரோடும் சேராமல் தனித்தியங்கிக் கொள்ள வேண்டுமானால் அந்த கொடுமைதான் மநுவாதமாகிறது. அப்புறம் என்ன இது ஒரு தேசம், அதற்கொரு அரசமைப்பு?

"

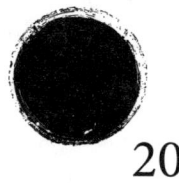

20

எந்தவொரு சாதாரண நிகழ்வும் செய்தியாகும் தகுதியை இழக்கிறது. இந்தியாவில் பாலியல் வல்லுறவு என்பது ஒரு சாதாரண நிகழ்வு. தேசிய குற்றப்பதிவு ஆணையத்தின் 2019 ஆம் ஆண்டிற்கான அறிக்கை, இந்தியாவில் ஒவ்வொரு 16 நிமிடமும் ஒரு பெண் பாலியல் வல்லுறவுக்கு ஆளாக்கப்படுவதை அண்மையில் உறுதி செய்துள்ளது. அதாவது, ஒவ்வொரு நாளும் சுமார் 88 பேர், அந்த ஆண்டு முழுக்க 32,033 பேர். ஆனால் ஓரிரு நிகழ்வுகள் தான் செய்தித் தகுதியைப் பெறுகின்றன. இந்திய ஊடகங்கள் புகழ்பெற்ற ஓர் இதழியல் பழமொழியைக் கொண்டு தம்மை நியாயப்படுத்திக் கொள்ளக் கூடும். அது, "நாய் மனிதனை கடிப்பது ஒருபோதும் செய்தியாகாது, ஏனெனில் அது அடிக்கடி நடக்கும் நிகழ்வு. மனிதன் நாயைக் கடித்தால் அது செய்தியாகும்". இந்த விளக்கப்படி பார்த்தால் வல்லுறவுகளுக்கு செய்தியாகும் தகுதியே இந்தியாவில் இல்லை. ஏனென்றால் நாய்க்கடிக்கு (ஆண்டுக்கு சுமார் 50,000 பேர்) இணையாக இங்கே வல்லுறவுகள் நடந்தேறுகின்றன. இந்த வேதனையான ஒப்பீட்டை நகைச்சுவை என்று நினைத்து விட வேண்டாம்!

இந்திய ஊடகங்கள் சில வல்லுறவு நிகழ்வுகளை சுரணையின்றி பரபரப்பான செய்தியாக்குவதற்கும் பலவற்றை கள்ள மவுனத்தோடு கடந்து போவதற்கும் மிக வலுவான சமூகக் காரணங்கள் உள்ளன. பாதிக்கப்படுவது ஆதிக்க சாதியைச் சேர்ந்த, நகர்ப்புற, படித்த, வெள்ளைநிறப் பெண்ணாக இருக்கும் பட்சத்தில் இவை பரபரப்பை அணிந்து கொள்கின்றன. அதுவே கிராமப்புற, ஒடுக்கப்பட்ட சமூகத்தைச் சேர்ந்த கறுப்பு நிறப் பெண் என்றால்

அவை மவுனத்தை அணிந்து கொள்கின்றன. இந்துமதத்தின்படி இந்தியர்கள் தீண்டத்தகாதோர் - தீண்டத்தகுந்தோர் எனப் பல நூற்றாண்டு காலமாகப் பிரித்து வைக்கப்பட்டுள்ளதைப் போலவே பாலியல் வல்லுறவுகளையும் தீண்டத்தகுந்த ஆதிக்க சாதி பெண்கள் மீதானவை மற்றும் தீண்டத்தகாத பெண்கள் மீதானவை எனக் கூர்மையாக வகைப்படுத்துவதற்கு போதுமான ஆதாரங்கள் இங்கே நிறைந்துள்ளன.

பலாத்காரத்தில் பாதிக்கப்பட்டவர்களை இப்படி பிரித்துப் பார்க்கலாமா எனில் ஒடுக்கப்பட்டப் பெண்கள், ஆதிக்க சாதியைச் சேர்ந்த பெண்களாலும் ஒடுக்கப்படும் சமூகத்தில் அதுதான் நியாயமாகிறது. சாதியமைப்பின் எல்லா பிரிவு பெண்களும் சமமானவர்கள் இல்லை என்பதால் அவர்களுக்கு எதிரான குற்றங்களும் அவற்றுக்குக் கிடைக்கும் நீதியும் சமத்துவமானதாக இருக்க முடியாது.

நிர்பயாவுக்கு நேர்ந்தது கொடூரத்தின் உச்சம்தான், யாராலும் அதை மறுக்க முடியாது. ஆனால் அது அதற்கு முன்னர் நடக்காத கொடுமை அல்ல. 2006 ஆம் ஆண்டு கயர்லாஞ்சி பாலியல் படுகொலைக்கு பலியான தாய் மகளான சுரேகா மற்றும் பிரியங்கா ஊரிலுள்ள அத்தனை ஆதிக்க சாதி ஆண்களாலும் இதை விடவும் கொடூரமான வகையில் வதையை அனுபவித்தனர் என்பது மட்டுமல்ல; அதை அந்தக் கிராமத்துப் பெண்கள் ஆதரிக்கவும் செய்தனர். ஆனால், நிர்பயாவுக்காக உயிரைக் கொடுத்துப் போராடி, குற்றவாளிகள் மரண தண்டனை பெறுவதை உறுதி செய்த அதே ஊடகங்கள் கயர்லாஞ்சி படுகொலையை ஒரு மாதம் கழித்துதான் செய்தியாக்கின. அதற்கு ஆதாரங்கள் அழிக்கப்பட்டு, சாட்சிகள் கலைக்கப்பட்டு, வழக்கு முழுமையாகத் திரிக்கப்பட்டது.

டெல்லியில் நடைபெற்ற குற்றத்தோடு இதை ஒப்பிட்டுப் பாருங்கள்! பாதிக்கப்படுவது தலித் பெண்களாக இருந்தால் இதில் ஒரு சதவீத ஆர்வத்தைக் கூட ஊடகங்கள் செலுத்துவதில்லை. இந்த பாரபட்சம் ஆதிக்க சாதியினருக்கு அசாத்திய துணிச்சலை அளிக்கிறது. அதாவது, "நாம் தலித் பெண்கள் பலாத்காரம் செய்தால் இந்த ஒட்டுமொத்த தேசமும் ஆதரவளித்து நம்மை சட்டத்தின் பிடியில் இருந்து தப்பிக்க வைத்துவிடும்" என அவர்கள் ஊக்கம் பெறுகின்றனர். தலித் பெண்கள் ஒருபோதும் இந்தியாவின் மகள்களாக முடியாது என்பதற்கான நிகழ்கால ஆதாரம் வேண்டுமா? ஹத்ராஸ் குடும்பத்தினர் படும்பாட்டைப் பாருங்கள்!

இந்திய ஊடகங்கள் திட்டமிட்டு வன்புணர்ச்சி போன்ற சமூகக் குற்றங்களின் சமூகக் காரணங்களை ஆராய மறுக்கின்றன. ஒரு திருட்டைப் போலவோ வாகன விபத்தைப் போலவோதான் பொதுவாக பெண்கள் மீதான வன்முறைகளையும் அவை அணுகுகின்றன. பாலியல் வெறிக்காக நிகழ்த்தப்படும் பலாத்காரங்களை விட இந்நாட்டில் ஆண் தனது பாலின மேலாதிக்கத்தையோ சாதி அதிகாரத்தையோ நிறுவுவதற்காக அரங்கேற்றும் பலாத்காரங்களே அதிகம். முன்னது தனிநபர் குற்றம், பின்னது சமூகக் குற்றம். வன்முறை என்பது தனிநபர் குற்றம்; வன்கொடுமை என்பது சமூகக் குற்றம். இந்த வேறுபாடுகள் ஊடகவியலாளர்களுக்குப் புரிவதில்லை. அவர்கள் எல்லா குற்றங்களையும் ஒரே தட்டில் வைத்துப் பார்க்கின்றனர். பெண்களும் கூட பாலியல் வன்புணர்ச்சியும் தலித் பெண்கள் எதிர்கொள்ளும் சாதிய வன்புணர்ச்சியும் ஒன்றெனவே கருதுகின்றனர். ஆனால் உண்மை அதுவல்ல.

ஆதிக்க சாதிப் பெண்கள் ‘பெண்’ என்பதற்காக பலாத்காரம் செய்யப்படும்போது ஒடுக்கப்பட்ட சமூகப் பெண்கள் ‘தலித்’ என்பதற்காகவே சிதைக்கப்படுகின்றனர். முன்னதை சூழலும் பின்னதை பிறப்பும் தீர்மானிக்கிறது. ஒரு பார்ப்பனப் பெண்ணோ பிற்படுத்தப்பட்ட சமூகத்தைச் சேர்ந்தவரோ ஒருபோதும் அவர் சார்ந்த சாதிக்காக பலாத்காரம் செய்யப்படுவதில்லை. அக்கொடுமை தலித் பெண்களுக்கு மட்டுமே நடக்கிறது. போர்ச்சூழல்களில் எதிரி நாட்டு பெண் என்பதே பலாத்காரம் செய்ய போதுமான காரணமாக ராணுவ வீரர்கள் கருதுவதைப் போலவே ஆதிக்க சாதி ஆண்கள் தம் சக குடிமக்களான தலித் பெண்கள் மீது அழித்தொழிக்கும் போர் வன்முறையை ஏவுகின்றனர். ஹாத்ராஸ் பெண் சிதைக்கப்பட்ட விதத்தைப் பாருங்கள் - அதை பாலியல் வன்முறை என்று மட்டும் நாம் அழைக்க முடியுமா? அவளது ஒவ்வொரு அங்கமும் குதறியெடுக்கப்பட்டது. ஆதிக்கசாதி குற்றவாளிகளுக்கு தமது பாலியல் வெறியை ஆற்றிக் கொள்வது மட்டும் இதன் நோக்கமல்ல. தாழ்த்தப்பட்ட மக்களின் மூளைகளில் அச்சம் மற்றும் அடிமைத்தனத்தின் விதையை மீண்டும் மீண்டும் ஊன்ற வேண்டும் என்பதுதான் அவர்களின் எதிர்பார்ப்பு. இப்படுபாதக செயலால் தமக்கு ஒரு பாதிப்பும் வராது என்பதுவும் அவர்களுக்குத் தெரியும்.

இந்திய கிராமங்களின் சேரிப் பகுதியில் பிறக்கும் ஒவ்வொரு பெண் குழந்தையும் எந்த வயதிலும் தாம் வன்புணரப்படும்

ஆபத்தை தாங்கியே வளர்கிறது. ஒவ்வொரு நாளும் சராசரியாக பத்து தலித் பெண்கள் வல்லுறவு செய்யப்படுவதாகக் குறிப்பிடும் தேசியக் குற்றப்பதிவு ஆணையத்தின் அறிக்கையை பல ஊடகங்கள் முக்கியத்துவம் கொடுத்து எழுதியுள்ளன. ஆனால், நாளொன்றுக்கு 10 பேர் வன்புணரப்படுகின்றனர் எனில் அவை அனைத்தும் ஒவ்வொரு நாளும் ஏன் தலைப்புச் செய்தியாவதில்லை? ஆண்டுதோறும், ஒவ்வொரு பத்தாண்டிலும் சாதிய வன்புணர்ச்சிகள் அதிகரிப்பதைப் பார்க்கிறோம். புள்ளிவிவரங்களை வெளியிடுவதில் ஆர்வம் காட்டும் ஊடகங்கள் எண்ணிக்கைகளின் பின்னால் ஒளிந்திருக்கும் கொடூரங்களை ரத்தமும் சதையுமாக அம்பலப்படுத்த விரும்புவதில்லை. உண்மையில் சாதிய வன்புணர்ச்சிகள் எப்படியெல்லாம் நிகழ்த்தப்படக் கூடும் என்பது குறித்து யாருக்கேனும் புரிதல் இருக்கிறதா? நம்மால் கற்பனை கூட செய்ய முடியாது.

இதற்கு ஓர் அதிர்ச்சிகரமான எடுத்துக்காட்டைச் சொல்ல வேண்டுமானால், 2016 ஆம் ஆண்டு அல்ஜசீரா வெளியிட்ட 'வன்புணர்ச்சி வீடியோ' பற்றிய செய்தியை குறிப்பிடலாம். உத்திரப் பிரதேச மாநிலம் முழுக்க பரவலாக இந்த வீடியோக்கள் ரூ.20 - 200 வரையிலான விலைக்கு விற்கப்படுகின்றன. குறிப்பாக கிராமப்புறங்களில் இந்த வீடியோக்கள் அதிகளவில் உலா வருகின்றன. உள்ளூர் பெண்கள், ஆண்களால் கடத்தப்பட்டு 'வன்புணர்ச்சி செய்யப்படும் கொடூரக் காட்சியை குற்றவாளிகள் செல்போனில் படம் பிடிக்கின்றனர். 'வன்புணர்ச்சி செய்யப்படும் பெண்களின் முகம், கதறல் எதுவும் மறைக்கப்படுவதில்லை. வெளிநபர்கள் இந்த வீடியோக்களை வாங்க முடியாது. "வெளியில் சொன்னால் கொன்றுவிடுவோம்" என மிரட்டப்படுவதால் இதில் பாதிக்கப்படும் பெண்கள் புகாரளிக்கவோ பெற்றோரிடம் கூறவோ கூடத் துணிவதில்லை.

அந்த வீடியோவில் இடம் பெறும் பெண்களின் சமூகப் பின்னணி குறித்து அக்கட்டுரையில் குறிப்பிடப்படவில்லை என்றாலும் சாதி அமைப்பின் கொடூரத்தை உணர்ந்தவர்களால் உறுதியாக சொல்ல முடியும், அப்பெண்கள் ஆதிக்க சாதி குடும்பங்களைச் சேர்ந்தவர்களாக இருக்கவே முடியாது என! ஒருவேளை பலாத்கார வீடியோக்களில் இடம் பெறும் பெண்கள் ஆதிக்க சாதியினராக இருந்திருந்தால் அல்ஜசீரா செய்தி இச்சமூகத்தில் பெரிய பிரளயத்தையே உண்டாக்கியிருக்கும். ஊடகங்கள் உறங்காமல் அப்பகுதிகளில் முகாமிட்டிருக்கும். இந்த பலாத்கார வீடியோக்கள் பணத்திற்காக மட்டும் தயாரிக்கப்படுவதில்லை

என்பதை அவற்றின் விலையை வைத்து புரிந்து கொள்ளலாம். உள்ளூரில் தமது சாதி ஆதிக்கத்தை நிறுவ நினைக்கும் ஆண்கள் தாழ்த்தப்பட்டவர்கள் மீது தொடுக்கும் தொழில்நுட்பரீதியான வன்கொடுமை இது. வீடியோவை வைத்து பாதிக்கப்பட்ட பெண்கள் மீண்டும் மீண்டும் பலாத்காரம் செய்யப்படுவதற்கான ஆபத்தும் இதில் ஒளிந்திருக்கிறது. என்றோ பரபரப்பாகும் ஒற்றை நிகழ்வுகளை விடுத்து இப்படியான ஒழுங்கமைக்கப்பட்ட குற்றங்களை வெளிக் கொணர்வதில் இந்திய ஊடகங்களுக்கு துளியும் அக்கறை இல்லை.

இந்நாட்டின் உண்மையான சமூகப் பிரச்சனைகளில் இருந்து விலகி சுஷாந்த் சிங் தற்கொலை போன்ற பரபரப்பு செய்திகளுக்கு தான் அவை தமது உடல், பொருள், ஆவி அனைத்தையும் செலவிடுகின்றன. ஆதாரமற்ற, ஆய்வற்ற செய்திகளை, மிகைப்படுத்துதல்களோடும் கண்கவர் தலைப்புகளோடும் விற்பனைக்காக ஆபாசப் பரபரப்பில் ஈடுபடும் மஞ்சள் இதழியலால் இந்திய ஊடகங்கள் அரிக்கப்பட்டுள்ளதற்கு என்ன காரணம்? அதிகரிக்கும் பெண்கள் மற்றும் தலித் பெண்களுக்கு எதிரான குற்றங்கள் ஏன் அவற்றுக்கு ஒரு பொருட்டாவதில்லை? ஏனெனில் தலித்துகளையும் பெண்களையும் இரண்டாந்தரக் குடிமக்களாகக் கருதும் பொதுப் புத்தி. இந்திய ஊடகங்கள் ஆதிக்க சாதி ஆண்களின் கூடாரம். தலித்துகள் அவற்றில் மொத்தமாக புறக்கணிக்கப்பட்டுள்ள நிலையில் பெண்களின் பிரதிநிதித்துவம் மிகக் குறைவானதாக இருக்கிறது. ஊடகத்துறை எனும் ஆதிக்க வெளிக்குள் தலித் பெண்கள் இன்னும் காலடியே எடுத்து வைக்கவில்லை. இந்நிலையில் நேர்மையான, அறவுணர்வுடன் களப்பணி சார்ந்த இதழியல் பணியை நாம் எப்படி எதிர்பார்க்க முடியும்? இதில் மிகவும் வேதனையான செய்தி எதுவெனில் தம்மை யார் ஒடுக்குகிறார்களோ அவர்களே தம் மீதான ஒடுக்குமுறையை அம்பலப்படுத்தி எழுதும் நிலையில்தான் தலித்துகளும் பெண்களும் இருக்கிறார்கள் என்பதுவே! தம்முடைய பாடுகளை தாமே எடுத்துரைக்கும் வாய்ப்பை இச்சமூகத்தின் ஒடுக்கப்பட்ட மக்கள் பெறவில்லை.

பலாத்காரம் குறித்த செய்திகளை பெரும்பாலும் ஆண்களே எழுதுகின்றனர். எதை எழுத வேண்டும், எப்படி எழுத வேண்டுமென்பதில் அவர்களுக்கு இருக்கும் அறியாமையும் போதாமையும் அதோடு சேர்ந்த ஆண் மனநிலையையும் கண்டதையும் எழுத வைக்கிறது. ஊடகவியலாளர்கள் தமது புலனாய்வுத் திறனை பாதிக்கப்பட்ட பெண்ணின்

நடத்தையை, அவளது நண்பர்களை, பழக்க வழக்கங்களை, வேலையை, திருமண நிலையை, பொழுது போக்குகளை, வல்லுறவுக்கான காரணங்களை ஆராய்ந்து எழுதுவதில் தான் வெளிப்படுத்துகின்றனர்; பாதிக்கப்பட்ட பெண் எப்படியெல்லாம் வன்புணரப்பட்டார் என்பதை வர்ணனை செய்து மீண்டும் மீண்டும் அப்பெண்ணை செய்திகளின் வழியே பலாத்காரம் செய்கின்றனர். பெண்களின் குரலாக ஆண்கள் இருப்பதில் இருக்கும் அதே சிக்கல் தலித் பெண்களின் குரலாக ஆதிக்க சாதி பெண்கள் இருப்பதிலும் வெளிப்படுகிறது. சாதியக் கொடுமைகள் பற்றிய புரிதலின்றி வெறும் ஆணாதிக்கத்தின் வெளிப்பாடாக சாதிய வன்புணர்ச்சிகளை சுருக்கிப் பார்க்கும் தவறை பல பெண் ஊடகவியலாளர்களும் செயற்பாட்டாளர்களும் இழைக்கின்றனர். ஹத்ராஸ் கொடுமை சார்ந்து காட்சி ஊடகங்கள் நடத்தும் விவாதங்களில், எழுதும் கட்டுரைகளில் பரவலாக தலித் அல்லாதவர்களே இடம் பெறுகின்றனர். குறைந்தபட்சம் ஊடகங்கள் கருத்து கேட்பதிலாவது பிரதிநிதித்துவத்தைக் கடைப்பிடிக்கலாம்.

சாதிய வன்புணர்ச்சிகள் பெரும்பான்மையாக கிராமப்புறங்களில்தான் நடந்தேறுகின்றன. ஏனெனில் இந்திய மக்கள் தொகையில் 65% பேர் கிராமப்புறங்களில்தான் வசிக்கின்றனர். குறிப்பாக, பிற்படுத்தப்பட்டோர் மற்றும் தாழ்த்தப்பட்டோர் பெரும்பான்மையாக வசிக்கும் அங்கே தான் சாதிய முரண்கள் உச்சபட்சமாக நிலவுகின்றன. ஆனால், எத்தனை இந்திய ஊடகங்கள் இதைப் பற்றி எழுதியும் பேசியும் இருக்கின்றன? கிராமப்புற செய்தி சேகரிப்பு என்றாலே அது விவசாயத்தோடு தொடங்கி விவசாயத்தோடு முடிந்தும் போகிறது. யூதர்களுக்கு ஹிட்லர் உருவாக்கிய வதை முகாம்கள் மற்றும் விஷ வாயு அறைகளைப் போல இந்து சாதியமைப்பு கிராமங்களில் சேரிகளை உருவாக்கி வைத்திருப்பதை எந்த ஊடகமும் இதுவரை கண்டித்ததில்லை.

எழுபது ஆண்டு கால சுதந்திர இந்தியாவில் ஊர் மற்றும் சேரிப் பிரிவினையை கேள்விக்குட்படுத்திய ஒரேயொரு ஊடக நிறுவனம் கூட இல்லை. தீண்டாமைக்கும் வன்கொடுமைக்குமான அடிப்படைக் கட்டமைப்பு அதுதான். நகரங்களைப் போல ஒரு கிராமத்தில் யார் வேண்டுமானாலும் எங்கே வேண்டுமானாலும் வசிக்க முடியும் என்ற நிலையை உருவாக்குவது, பொது வளங்களில் தலித்துகள் தமது உரிமையைப் பெறுவது, நூற்றுக்கணக்கான

தீண்டாமை முறைகள் மற்றும் வன்கொடுமைகள் பற்றியெல்லாம் ஊடகங்கள் பேசுவதே இல்லை.

மாறாக, கயர்லாஞ்சி, கதுவா, ஹத்ராஸ் கொடுமைகள் போல ஏதாவது வெளியே தெரிந்தால் பெயருக்காக சில நாட்கள் அவற்றை செய்தியாக்கி, தாம் ஒடுக்கப்பட்டவர்களின் நீதிக்காகப் போராடுவதைப் போன்ற ஒரு மாயையை உருவாக்குகின்றன. உண்மையில், இந்திய ஊடகங்களின் செய்தியறைகளைப் போலவே செய்திகளிலும் தலித்துகளுக்கு இடமில்லை. 'ஆக்ஸ்பேம் இந்தியா' மற்றும் 'நியூஸ் லாண்டரி'யின் ஆய்வின்படி 12 இதழ்களின் 972 முகப்புக் கட்டுரைகளை ஆய்வு செய்ததில் வெறும் 10 செய்திகள்தான் சாதி தொடர்பானவை. நாள் தோறும் சாதிக் கொடுமை நடந்தேறும் ஒரு சமூகத்தில் ஜனநாயகத்தின் அங்கீகரிக்கப்பட்ட நிறுவனமான ஊடகத்துறை கள்ள மவுனத்தோடு கடந்து செல்வது வெட்கக்கேடு!

கிராமப்புற சாதியப் பண்பாட்டில் வன்புணர்ச்சி என்பது நாள்தோறும் நிகழும் குற்றம். ஹாத்ராஸ் போன்ற கவனம் பெற்ற குற்றத்திலும் கூட சம்பந்தப்பட்ட கிராமத்திற்குச் சென்று வாக்குமூலங்களைப் பெறுவதில்லை; ஆதாரங்களை திரட்டுவதில்லை; அதற்கு முன்னர் அதே போன்ற கொடுமைகள் நடந்துள்ளனவா என்பதை ஆராய்வதில்லை. மாறாக, மருத்துவமனை வாசலில் மரணச் செய்தியை வாசித்துவிட்டு தமது கடமையை அவை முடித்துக் கொள்கின்றன. ஆழமானப் புலனாய்வுகளை மேற்கொண்டு ஆய்வுக் கட்டுரைகளையோ பின்தொடர் செய்தித் தொகுப்புகளையோ அவை வெளியிடுவதில்லை., ஒரு கிராமத்தில் ஒரு வன்புணர்ச்சிக் கொடுமை நடக்கிறதெனில் அங்கே அதற்கு முன்னர் நிறைய பேர் பாதிக்கப்பட்டிருப்பதற்கான வாய்ப்பு அதிகம். ஒரு கிராமத்தில் எந்த வன்புணர்ச்சியும் புகார் செய்யப்படவில்லை என்றால் அங்கே நிகழும் வன்கொடுமைகள் சாதி அதிகாரத்தால் சாமர்த்தியமாக மூடி மறைக்கப்படுகின்றன என்றே அர்த்தம். தலித் மக்கள் மத்தியில் களப்பணி செய்வோர் அறிந்த உண்மை இது. இந்தியாவின் எந்தவொரு கிராமத்திலும் தலித் பெண்கள் மீதான வன்புணர்ச்சி ஓர் ஒற்றை நிகழ்வாக இருக்க முடியாது, அதுவொரு தொடர் கண்ணி என்பதை உணர்த்த 1980களில் தமிழகத்தில் தென்கோடியில் இருக்கும் திருநெல்வேலி மாவட்டம் சங்கனாங்குளம் கிராமத்தில் நடந்த வல்லுறவுகளை இங்கே நினைவூட்டுவது சரியாக இருக்கும்.

200 ஆதிக்க சாதி குடும்பங்களும் 40 தலித் குடும்பங்களும் வசித்த சங்கனாங்குளத்தில் தாழ்த்தப்பட்டப் பெண்கள்

பாலியல் வல்லுறவுக்கு ஆளாக்கப்படுவது சாதாரணமாக நடந்து கொண்டிருந்தது. 16 வயதான மஞ்சுளா தனது வீட்டில் தன் தம்பிகள் முன் வைத்து சிதைக்கப்பட்டார். கணவர் வேலை செய்யும் ஆதிக்க சாதிக்காரரின் தோட்டத்திற்கு உணவு கொண்டு சென்ற ராஜசெல்வம் பம்புசெட் அறைக்குள் வைத்து சீரழிக்கப்பட்டார். ஜெபமணி, வசந்தா, புஷ்பம், கிரேஸ், சொர்ணம், அந்தோணியம்மாள், வசந்தி, சாந்தா உள்ளிட்ட 17 பெண்கள் அக்கிராமத்தின் ஆதிக்க சாதி ஆண்களால் வல்லுறவு செய்யப்பட்டிருந்தனர். ஆனால், ஆதிக்க சாதியினரால் கடுமையாக மிரட்டப்பட்டதால் யாரும் யாரோடும் தங்களுக்கு நேர்ந்த கொடுமையை பகிர்ந்து கொள்ளவில்லை. எண்ணிக்கை அதிகரித்துக் கொண்டே போக ஒரு கட்டத்தில் இச்செய்தி வெளியே பரவத் தொடங்கியது. அப்பகுதியின் அப்போதைய சட்டமன்ற உறுப்பினர் ஜான் வின்செண்ட் சங்கனாங்குளத்திற்கு நேரில் சென்று விசாரிக்க மொத்தம் 17 பெண்கள் தாங்கள் வன்புணரப்பட்டதாக புகாரளித்தனர். அதன் பின்னர் இப்பிரச்னை ஊடகங்களில் செய்தியாகி அரசியல் பரபரப்பை உண்டாக்கியது.

அப்போதைய பிரதமர் இந்திரா காந்தியை இந்த பெண்கள் சந்தித்து மனு கொடுத்தனர். அதை தொடர்ந்து காங்கிரஸ் அரசு மத்திய அமைச்சர் ராம்விலாஸ் பாஸ்வான் தலைமையில் ஓர் உண்மை அறியும் குழுவை அனுப்பி வைத்தது. தமிழகத்தின் முதலமைச்சராக இருந்த எம்.ஜி.ஆர் மாவட்ட ஆட்சியர் உள்ளிட்ட சம்பந்தப்பட்ட அதிகாரிகள் மீது நடவடிக்கை எடுத்ததோடு நடந்த குற்றங்களுக்கு கிராம அதிகாரிகள் துணை போனதால், தமிழகம் முழுவதும் கிராம அதிகாரிகள் பணிநீக்கம் செய்யப்பட்டு அந்தப் பதவியே ஒழிக்கப்பட்டது (பின்னர் கிராம நிர்வாக அதிகாரி என்ற பெயரில் மீண்டும் உருவாக்கப்பட்டது). ஆனால், குற்றவாளிகளுக்கு தண்டனை கிடைக்கவில்லை.

பாதிக்கப்பட்டப் பெண்களின் புகைப்படங்கள் பத்திரிகைகளில் வெளிவந்ததால் அவர்கள் முற்றிலுமாக தமது வாழ்வையும் நிம்மதியையும் இழந்தனர். சுதந்திரமாக வலம் வரும் குற்றவாளிகளைப் பார்த்துக் கொண்டு வாழ முடியாததாலும் தவறானப் பேச்சுக்களை தாங்க முடியாததாலும் சங்கனாங்குளம் தலித்துகள் சிறிது சிறிதாக ஊரை விட்டே வெளியேறினர். இந்தியாவின் ஆறு லட்சம் கிராமங்களிலும் தலித் பெண்கள் அனுபவிக்கும் பாலியல் கொடூரங்களுக்கான உறுதியான ஆதாரமாக இதைக் கருதலாம்.

தலித் பெற்றோர்கள் உயிர் பயம், பெண்ணின் எதிர்காலம் ஆகியவற்றை கருத்தில் கொண்டு பெரும்பாலும் அக்கொடூரத்தை தமக்குள் பதுக்கிக் கொள்கின்றனர். நிராதரவான சேரிவாசிகளாக இருந்து கொண்டு அரசியல் பலம் நிறைந்த ஆதிக்கசாதியினர் அவர்களின் ஊர் பஞ்சாயத்துகள், காவல் நிலையங்கள், அவர்களை ஆதரிக்கும் அரசியல் கட்சிகள் இவற்றை எல்லாம் கடந்து தலித் பெண்கள் நீதிக்கான போராட்டத்தை நடத்துவதென்பது தமது தலைக்கு தாமே தீயிட்டுக் கொளுத்திக் கொள்வதற்கு சமம்! அதனால், பல வன்புணர்ச்சிகள் அழுகையாலும் கண்ணீராலும் கரைத்துக் கொள்ளப்படுகின்றன. அர்ப்பணிப்பும் அறவுணர்வும் கொண்ட ஊடகப் பணியால் கிராமப்புற சாதிக் கொடுமைகளை நாள்தோறும் தலைப்புச் செய்திகளாக்க முடியும். ஆனால், சுதந்திர இந்தியாவில் எந்த மய்ய நீரோட்ட ஊடகமும் அப்படியான பொறுப்புணர்வை தனது கடமையாக்கிக் கொள்ளவில்லை.

அண்மையில், தமிழகத்தின் சாத்தான்குளத்தில் நடந்த காவல் படுகொலையில் பாதிக்கப்பட்ட ஜெயராஜ் மற்றும் பென்னிக்ஸ் சார்ந்த சமூகத்தைச் சேர்ந்த ஊடகங்கள் ஊரடங்கு காலத்திலும் களப்பணி ஆய்வு செய்து நாளொரு ஆதாரத்தையும் சாட்சிகளையும் பரபரப்பாக வெளியிட்டன. வழக்கு சி.பி.சி.அய்.டி. விசாரணைக்கு மாற்றப்பட்டு குற்றமிழைத்த காவலர்கள் கைது செய்யும் வரை அவை மிகத் தீவிரமான செய்திப் போராட்டத்தில் ஈடுபட்டன. இதுதான் சிறந்த இதழியல் பணி என்பதை மறுக்கவில்லை. ஆனால், சொந்த சாதியென்றால் மட்டுமே ஊடகங்களின் அறவுணர்வு இவ்வாறு வேலை செய்கிறது. இதே ஊடகங்கள் கடந்த 2018 ஆம் ஆண்டு சிவகங்கை மாவட்டம் கச்சநத்தத்தில் எட்டு தலித்துகள் வெட்டி சாய்க்கப்பட்ட கொடுமைக்கோ கடந்த 2016 ஆம் ஆண்டு அரியலூர் மாவட்டத்தைச் சேர்ந்த தலித் சிறுமி நந்தினி பாலியல் படுகொலை செய்யப்பட்டு கிணற்றில் வீசப்பட்ட கொடூரத்திற்கோ இப்படியான புலனாய்வில் ஈடுபடவில்லை.

“எங்களுடைய கருத்துகள் திட்டமிட்டு மறைக்கப்படுகின்றன. எங்களுக்கு பத்திரிகையே இல்லை. இந்தியா முழுவதும் கொடுங்கோன்மை மற்றும் ஒடுக்குமுறையால் ஒவ்வொரு நாளும் எம்மக்கள் அனுபவிக்கும் கொடுமைகள் ஊடகங்களில் வெளிவருவதே இல்லை. சமூகம் மற்றும் அரசியல் குறித்த எங்கள் கேள்விகளை, ஓர் ஒழுங்கமைக்கப்பட்ட சதியால் ஊடகங்கள் திட்டமிட்டு ஒடுக்குகின்றன” என ஊடகங்களின் நிலை குறித்து 70 ஆண்டுகளுக்கு முன்னர் அம்பேத்கர்

ஆதங்கத்தோடு குறிப்பிட்டார். அந்நிலை இன்றளவிலும் மாறவில்லை. ஒரு சாதி சங்கத்தைப் போல இயங்குவது, ஜனநாயத்தின் முதன்மையான நிறுவனமான ஊடகத்துறைக்கு அது கேவலமில்லையா? ஜனநாயகத்தில் பிற அமைப்புகள் தவறிழைத்தால் தட்டிக் கேட்க வேண்டிய ஊடகங்களே சாதியை விழுங்கிக் கொண்டு பாகுபாடுகளை கடைப்பிடிக்கும் போது இந்நாட்டின் குரலற்றவர்களுக்கு ஏது போக்கிடம்? "உங்களுக்கான ஊடகங்களை நீங்களே நடத்திக் கொள்ள வேண்டியதுதானே" என நீங்கள் கேட்கலாம். நல்ல கேள்வி!

இந்நாட்டில் ஒவ்வொரு சாதியும் தம் பாடுகளையும் தமக்கான நியாயங்களையும் எடுத்துரைக்க தனக்கான ஊடகங்களை தானே நடத்திக் கொள்ள வேண்டுமா, என்ன? ஊடகங்களைப் போலவே ஒவ்வொரு சாதியும் தமக்கான நீதிமன்றங்களையும், நாடாளுமன்றங்களையும் கூட தாமே உருவாக்கிக் கொள்ளலாமா? ஒவ்வொரு சாதியினரும் யாரோடும் சேராமல் தனித்தியங்கிக் கொள்ள வேண்டுமானால் அந்த கொடுமைதான் மநுவாதமாகிறது. அப்புறம் என்ன இது ஒரு தேசம், அதற்கொரு அரசமைப்பு? இந்நாட்டின் ஒடுக்கப்பட்ட மக்கள் பொது என்ற தத்துவத்தையும் ஜனநாயகத்தையும் நம்புகின்றனர். பன்னெடுங்காலமாக அவர்கள் காத்திருப்பதும் போராடுவதும் சமூகக் கலப்பு என சம வாழ்வை எதிர்பார்த்துதான். பல நூற்றாண்டு காலத் தனிமைப்படுத்துதல் தான் அவர்களது பெருந்துயரம். "நீ படி, முன்னேறு, திருமணம் செய்து கொள், தொழில் தொடங்கு, உனக்கான உரிமைக்கு குரல் கொடு, உனக்கான செய்திகளை நீயே எழுதிக் கொள், உனக்கானத் திரைப்படங்களை நீயே இயக்கு, ஆனால் எல்லாமே உன் சாதி எல்லைக்குள் இருக்கட்டும்" என்பதாக ஒடுக்கப்பட்டோர் தம் போராட்டத்தால் பெற்ற அத்தனை வெற்றிகளையும் தனிமைப்படுத்துகிறது சாதிவயப்பட்ட பொதுச் சமூகம்.

இத்தேசத்தின் பிற பிரிவினருக்கு எது பொதுவோ அதில் ஒடுக்கப்பட்டோருக்கு முறையான பிரதிநிதித்துவம் வேண்டும். வாழுமிடத்திலும் கல்வியிலும் பணியிடங்களிலும் வாழும் முறையிலும் அதிகாரத்திலும் அவர்கள் இச்சமூகத்தோடு இரண்டறக் கலந்திருக்க வேண்டும். அப்படியான சமத்துவத்தை நிலைநாட்டுவதற்கானப் பணிகளை செய்ய வேண்டியதுதான் ஊடகங்களின் கடமை. ஆனால், ஊடகங்கள் சமநீதித் தத்துவத்தின் அடிப்படையை முழுமையாகப் புறந்தள்ளுகின்றன. சாதியால் அரிக்கப்பட்ட சமூகத்தை சீர் செய்ய வேண்டுமானால் முதலில் அவை தம்மை ஜனநாயகத்தால்

தூய்மைப்படுத்திக் கொள்ள வேண்டும். மய்ய நீரோட்ட ஊடகங்கள் எல்லோருக்குமானவையாக இருக்கும் போது அது ஒடுக்கப்பட்டவர்களுக்கானதாகவும் ஆக வேண்டும் என்பதைப் புரிந்து கொண்டு அவை செய்தியறைகளிலும் செய்திகளிலும் பிரதிநிதித்துவத்தை நிறைவேற்ற வேண்டும். ஊடகங்கள் தமது சாதிக் கறையை கழுவிக் கொள்ளாத வரை இங்கே நிகழும் அத்தனை சாதிய, சமூகக் குற்றங்களிலும் அதுவே முதன்மைக் குற்றவாளியாகிறது! ●

08.10.2020
அவுட்லுக்

இட ஒதுக்கீடு, சாதியை கடக்கவா? நிலைநிறுத்தவா?

> "
>
> இதர பிற்படுத்தப்பட்டோர் தாம் கல்வி, வேலை வாய்ப்பு மற்றும் பொருளாதாரத்தில் மட்டுமே பின் தங்கியிருப்பதாக நம்புகின்றனர். அவர்கள் சாதியை பற்றி கேட்டால் இனப்பெருமை குறித்து பக்கம் பக்கமாகப் பேசுவார்கள். இப்படியாக ஒரு புறம் வர்ணாசிரமத்தையும் தூக்கிப் பிடித்துக் கொண்டு அதன் பலன்களையும் இன்னொரு புறம் பாதிக்கப்பட்டவர்களாக அரசமைப்பின் உரிமைகளையும் அனுபவிக்கும் கபடதாரிகளாக இதர பிற்படுத்தப்பட்ட சமூகம் இருக்கிறது
>
> "

21

வரலாற்று அநீதி நிறைந்து வழியும் சமூகத்தில் நீதி சார்ந்த கொள்கைகள் அரசியலுக்கும் ஊழலுக்கும் அப்பாற்பட்டதாக இருக்க வேண்டும் என்பதே முதன்மை விதி. இந்தியாவின் இட ஒதுக்கீட்டுக் கொள்கையில் இதுநாள் வரை அவ்வகையிலேயே ஒரு நீதித் தூய்மைவாதம் (purity of justice) கடைப்பிடிக்கப்பட்டு வந்தது. ஆனால் அண்மைக் காலமாக அதில் கலப்படங்கள் நிகழத் தொடங்கிவிட்டன. குறிப்பாக, இந்நாட்டின் பெரும்பான்மை மக்களுக்கு எதிரான சமூக மற்றும் கல்வி ரீதியான பாகுபாடுகளை நேர் செய்யும் பிரதிநிதித்துவக் கொள்கையான இட ஒதுக்கீட்டை முன்னேறிய சாதியினருக்குமானதாக பா.ஜ.க. அரசு ஆக்கிய போதே அதில் ஊழல் குடியேறிவிட்டதைப் பார்த்தோம். அதன் தொடர்ச்சியாக, சமூக நீதியின் மண் என போற்றப்படும் தமிழகத்தில் வன்னியர் உள் ஒதுக்கீடு என்ற பெயரில் இட ஒதுக்கீடு ஒரு சகிக்க முடியாத பகடியாக மாறிவிட்டது நிரூபணமாகி இருக்கிறது.

தேர்தல் லாபத்தை முன் வைத்து வன்னியர்களுக்கு 10.5% உள் இட ஒதுக்கீட்டை எவ்வித விவாதமோ கலந்தாய்வோ இன்றி, சாதி வாரி மக்கள் தொகை கணக்கெடுப்பின் முடிவுகள் வெளி வரும் முன்பே வாரி வழங்கிய எடப்பாடி அரசின் செயல் இட ஒதுக்கீட்டிற்கென இந்நாட்டில் வழங்கப்பட்டுள்ள மரியாதையையே அவமதிப்பதாக அமைந்துவிட்டது. மேலும் அது சாதியை கடப்பது (transcend the caste system) என்ற இட ஒதுக்கீட்டின் நோக்கத்தை சிதைத்து சாதி அதிகாரத்தை நிலைநிறுத்துவதாக மாறிவிட்டது. மிகவும் பிற்படுத்தப்பட்டோர்

பிரிவில் உள்ள வன்னியர்களுக்கு வழங்கப்பட்டுள்ள இந்த உள் இட ஒதுக்கீடு, பிரதிநிதித்துவத் தத்துவத்தின் அடிப்படை நோக்கத்தை எவ்வாறு சிதைக்கிறது என்பதை புரிந்து கொள்ள இட ஒதுக்கீட்டின் அடிப்படை நோக்கம் என்ன என்பதை நாம் முதலில் புரிந்து கொள்ள வேண்டும்.

இந்திய இந்து மத சாதி அமைப்பானது குடிமக்களை செங்குத்தாக பிளவுபடுத்தி வைத்துள்ளது. 'வர்ணாசிரம தர்மம்' என்பது வேறொன்றுமல்ல மனிதர்களுக்கு அவர்களது பிறப்பின் அடிப்படையில் மேலும் கீழுமாக இடத்தை உறுதி செய்துள்ள படிநிலைப்படுத்தப்பட்ட சமத்துவமின்மையே!. அதன்படி இருபிறப்பாளர்கள் என்று தம்மை அழைத்துக் கொள்ளும் பார்ப்பனர்களுக்கு இந்நாட்டின் 97% மக்கள் அனைவரும் அடிமைகளே! சுயமரியாதை, கல்வி, பொருளாதாரம், நல்வாழ்வு எல்லாமே அவர்களுக்கு மத/பண்பாட்டு ரீதியாகத் தடை செய்யப்பட்டிருந்தது. ஆண்டாண்டு காலமாக மாறாத இந்த படிநிலைப்படுத்தப்பட்ட அநீதியை அழித்தொழிக்கவே அரசமைப்புச் சட்டத்தில் சமூகத் தகுதி அடிப்படையிலான இட ஒதுக்கீட்டுக் கொள்கையை கொண்டு வந்தார் அம்பேத்கர். 1946 டிசம்பர் 16 அன்று ஆற்றிய சிறப்புமிக்க உரையில் அவர், " நம்முடைய சவால் என்னவென்றால், பல்வேறு இனக்குழுக்களாக வாழும் மக்கள் கூட்டத்தை எவ்வாறு ஒத்திசைவுடன் முடிவெடுக்க வைத்து ஒற்றுமைக்கு இட்டுச்செல்லும் அந்த சாலையில் ஒரு கூட்டுறவு வழியில் அணிவகுத்துச் செல்ல வைப்பது என்பதே! நாம் எதிர்கொள்ளும் சவால் முடிவைப் பற்றியது அல்ல; அதை எவ்வாறு, எப்படி தொடங்குவது என்பது தொடர்பானது" என்று குறிப்பிட்டார். பிரதிநிதித்துவக் கொள்கையின் அடிப்படை இதுதான். அதாவது, பிளவுபட்டுக் கிடக்கும் மக்கள் கூட்டத்தை சமன்படுத்துவது. ஆனால், இன்றோ இட ஒதுக்கீடு சாதி அமைப்பை கூர்மைப்படுத்தும் மற்றுமொரு ஆயுதமாக மாறிக் கொண்டிருக்கிறது.

பார்ப்பனியக் கொள்கையில் மேலும் கீழுமாக வதைபட்டோரை கிடைமட்டமாக சமன்படுத்துவதே இட ஒதுக்கீட்டுக் கொள்கையின் உன்னத நோக்கம். பார்ப்பனர்களை உச்சத்தில் நிறுத்தி எஞ்சிய 97% மக்களை அவர்களுக்கு கீழே அடிமையாகவும் வகைப்படுத்திய வர்ணாசிரமக் கொள்கைக்கு எதிராக அம்பேத்கர், இந்திய மக்களை இரண்டே பிரிவுகளாக மாற்றினார். இந்திய மக்கள் தொகையில் மூன்று சதவீதமிருந்த பார்ப்பனர்கள் பொதுப் பிரிவினராகவும் அதை தவிர்த்த 97% சூத்திர மற்றும் பஞ்சமர்கள் அனைவரும் பிற்படுத்தப்பட்டோராக

வகைப்படுத்தப்பட்டனர். அரசமைப்புச் சட்டத்தின்படி உண்மையில் தலித்துகளே பிற்படுத்தப்பட்டோர் மற்றவர்கள் இதர பிற்படுத்தப்பட்டோரே. இதில் தீண்டாமைக் கொடுமையை அனுபவிக்கும் பஞ்சமர்களுக்கு சிறப்பு கவனத்தைக் கொடுக்கும் வகையில் அவர்கள் பிற்படுத்தப்பட்டவர்களிடையே ஒரு தனித்துவமானப் பட்டியலின் கீழ் கொண்டு வரப்பட்டனர். எனவே அவர்களுக்கு கல்வி மற்றும் வேலை வாய்ப்புகளில் பிரதிநிதித்துவம் வழங்கப்பட்டது. பின்னர் மண்டல் கமிஷனின் பரிந்துரையின் அடிப்படையில் இதர பிற்படுத்தப்பட்டோருக்கும் இட ஒதுக்கீடு நீட்டிக்கப்பட்டது. இந்த உண்மையை புரிந்து கொள்ளாமல் இதர பிற்படுத்தப்பட்டோர் பட்டியலில் இருப்பதை உயர்ந்த நிலையாகவும் அதே பிற்படுத்தப்பட்டவர்களிடையே ஒரு தனித்துவமானப் பட்டியலின் கீழ் பட்டியலினமாக இருப்பதை தாழ்வானதாகவும் இச்சாதிய சமூகம் மாற்றிவிட்டது.

நூற்றுக்கணக்கான சாதிகளாக துண்டாடப்பட்டிருந்த இந்நாட்டின் தொல்குடி மக்களை ஓரணியாக்கி, வளைக்கப்பட்ட அவர்களின் முதுகெலும்பை நிமிர்த்தும் அரசின் பெருங்கடமைக்குப் பெயர் தான் இட ஒதுக்கீடு. அதில் மாற்றங்கள் செய்யப்பட வேண்டியிருந்தால் ஓர் உயிரணு பிரிக்கப்பட்டால் அது முழுமையான இரு உயிரணுக்களாகப் பிரிவதைப் போலவே சமூக நீதிக் கொள்கையும் சமத்துவ இலக்கும் சிதைவுறாமல் செய்யப்பட வேண்டும். ஆனால் இங்கே நடந்து கொண்டிருக்கும் மாற்றங்களில் நேரெதிரான சூழ்ச்சிகளே வெளிப்படுகின்றன.

தமிழகத் தேர்தல் தேதி அறிவிக்கப்படுவதற்கு முதல் நாள் அ.தி.மு.க. அரசு வன்னியர் உள் இட ஒதுக்கீட்டை வழங்கியதற்கான நேரடியான காரணம் வன்னியர் வாக்குகளை சுருட்டுவதுதான். சாதியை கடப்பதற்கு பயன்பட வேண்டிய இட ஒதுக்கீட்டை சாதியை நிலை நிறுத்தி அதன் வழியே அரசியல் லாபங்களை அடைய அ.தி.மு.க. அரசு துணிந்திருக்கிறது. பொதுவாகவோ மேலோட்டமாகவோ பார்த்தால் வன்னியர் உள் இட ஒதுக்கீட்டில் எந்த தவறும் இல்லை என்பதாகவே தோன்றும். ஆனால் அதில் மேலோட்டமான மற்றும் ஆழமான பல பேராபத்துகள் புதைந்துள்ளன.

பொதுவாக இட ஒதுக்கீடு சாதிவாரியான மக்கள் தொகை கணக்கெடுப்பின் அடிப்படையில் தான் வழங்கப்படுகிறது. சாதிவாரி கணக்கெடுப்பை நடத்த நீதிபதி குலசேகரன் தலைமையில் டிசம்பர் 2020 இல் தமிழக அரசு நியமித்த ஆணையம் இன்னும் தனது ஆய்வை முடிக்கவில்லை. இந்நிலையில் அவசர,

அவசரமாக வன்னியர்களுக்கு 10.5% வழங்க வேண்டிய தேவை என்ன? வன்னியர்கள் தமக்கு 20% உள் இட ஒதுக்கீடு வழங்க வேண்டுமென்று கோரியிருந்த நிலையில் எதனடிப்படையில் இந்த முடிவிற்கு தமிழக அரசு வந்தது? அது மட்டுமல்ல மிகவும் பிற்படுத்தப்பட்டோர் பட்டியலில் வரும் பிற சாதியினருக்கு இடையில் இது பெரும் ஏமாற்றத்தை அளித்திருக்கிறது.

தமிழக அரசு வெளியிட்டுள்ள அரசாணையின்படி வன்னியர், வன்னியா, வன்னிய கவுண்டர், கவுண்டர் அல்லது கண்டர், படையாட்சி, பள்ளி, அக்னிகுல சத்ரியா ஆகிய 7 பிரிவுகளை உள்ளடக்கி 'வன்னியகுல சத்ரியா' என்ற பெயரில் அச்சமூகத்தினருக்கு 10.5 சதவீதமும் சீர்மரபினர் எனப் பட்டியலிடப்பட்டுள்ள ஆப்பநாட்டு மறவர், கள்ளர், பிரன்மலைக்கள்ளர் உள்ளிட்ட 68 சாதிகள் மற்றும் பரவர், மீனவர், வேட்டுவ கவுண்டர் உள்ளிட்ட 25 சாதிகள் உட்பட ஆக மொத்தம் 93 சாதிகளுக்கு 7 சதவீதமும்; எஞ்சிய இசைவேளாளர் உள்ளிட்ட 26 சாதிகளுக்கு 2.5 சதவீதமும் உள் ஒதுக்கீடு வழங்கப்பட்டுள்ளது. தமிழக அரசின் இந்த தான்தோன்றித்தனமான செயல் மிகவும் பிற்படுத்தப்பட்ட சமூகங்களுக்கு பெரும் அதிர்ச்சியை உண்டாக்கியிருக்கிறது. இப்பிரிவினரின் மக்கள் தொகை குறித்து ஆய்வு முடிவுகள் வெளிவராத நிலையில் இது நியாயமற்ற பங்கீடு என்பது அவர்கள் வாதம்.

வன்னியர்களுக்கு எந்த அடிப்படையும் இல்லாமல் உள் இட ஒதுக்கீடு வழங்கப்பட்டதை கண்டிப்பதோடு தமக்கும் முறையான உள் ஒதுக்கீட்டை வழங்க வேண்டுமென அவர்கள் போராட்டங்களை நடத்தத் தொடங்கியுள்ளனர். தென்னாடு மக்கள் கட்சியின் நிறுவனரான கணேசன் சென்னை உயர் நீதிமன்றத்தில் தாக்கல் செய்துள்ள மனுவில் "சாதிவாரி கணக்கெடுப்பு தொடங்கியுள்ள நிலையில், அந்தக் கணக்கெடுப்பு முடியாமல் எப்படி இந்தச் சட்டம் இயற்றப்பட்டது" என கேள்வி எழுப்பியுள்ளார். அதே போல வன்னியர் உள் ஒதுக்கீட்டை ரத்து செய்யக் கோரி அனைத்து மறவர் கூட்டமைப்பினர் ஆர்ப்பாட்டத்தில் ஈடுபட்டுள்ளனர். மிகவும் பிற்படுத்தப்பட்டோர் பட்டியலில் உள்ள சமூகங்களைப் பிளவுபடுத்தும் பொறுப்பற்ற செயலை தமிழக அரசு எந்தக் கவலையுமின்றி ஈடுபட்டிருக்கிறது.

வன்னியர்கள் தமக்கு இட ஒதுக்கீடு கோரி நாற்பதாண்டு காலமாகப் போராடி வந்தனர். தற்போது பாட்டாளி மக்கள் கட்சியின் நிறுவனர் ராமதாசும் அவரது மகன் அன்புமணி ராமதாசும் இதை "40 ஆண்டுகாலப் போராட்டத்திற்கு கிடைத்த

வெற்றி” என சிலாகித்துக் கண்ணீர் விடுகின்றனர். எவ்வளவு காலம் போராடுகிறோம் என்பது மட்டுமே ஒரு போராட்டத்தை தகுதி வாய்ந்ததாக ஆக்கிவிடுவதில்லை. அதில் எவ்வளவு நியாயமும் பொது நலனிற்கான அக்கறையும் இருக்கிறது என்பதுவே போராட்டத்தின் முக்கியத்துவத்தை உயர்த்துகிறது.

1980 களில் தமக்கு இட ஒதுக்கீடு கோரி வன்னியர்கள் நடத்திய போராட்டங்களை வைத்து அப்போதைய முதல்வர் மு. கருணாநிதி, இன்று முதல்வர் எடப்பாடி பழனிச்சாமி செய்ததைப் போல ஒரு சாதிக்கு மட்டும் உள் ஒதுக்கீட்டை வாரி வழங்கவில்லை. அதே சமூகத் தகுதியில் உள்ள 108 சாதிகளை வகைப்படுத்தி பிற்படுத்தப்பட்டோருக்கான 50% இட ஒதுக்கீட்டை பிரித்து இந்தியாவிற்கே முன்னுதாரணமாக மிகவும் பிற்படுத்தப்பட்டோர் என்ற தனிப் பிரிவை உருவாக்கி சமூக நீதியை நிலை நிறுத்தினார். ஆனாலும் பா.ம.க. உள்ளிட்ட வன்னியர் அமைப்புகள் நிறைவடையவில்லை. தங்களுக்கு 20% உள் ஒதுக்கீடு வேண்டுமென்ற கோரிக்கையை வாக்கு அரசியலுக்காக தொடர்ந்து பரப்புரை செய்தனர். இப்போதும் கூட ராமதாசும் அவரது மகன் அன்புமணி ராமதாசும் “10.5% கிடைத்திருக்கிறது. மீதியை அப்புறம் வாங்கிக் கொள்ளலாம்” என்கிறார்கள். சமூக நீதியின் அடிப்படையில் தமது சாதிக்கு இட ஒதுக்கீடு வேண்டும் என கேட்கும் இவர்கள் அதே நிலையில் அல்லது அதைவிடவும் கீழான நிலையில் பின் தங்கியிருக்கும் பிற சாதியினர் பற்றி துளியும் அக்கறையின்றி எல்லாவற்றையும் அபகரிக்க முயல்வது கண்டிக்கத்தக்கது.

தமிழகத்தைப் பொருத்தவரை பிற்படுத்தப்பட்ட சமூகங்கள் திசைக்கு ஒன்றாக ஆதிக்கம் செலுத்துகின்றன. கொங்கு மண்டலத்தில் கவுண்டர்களும் மத்திய மற்றும் தென் மாவட்டங்களில் கள்ளர்களும் தென் தமிழகத்தில் நாடார்களும் வட தமிழகத்தில் வன்னியர்களும் அடர்த்தியாக வாழ்கின்றனர். அந்தந்த பகுதிகளின் ஆளும் சாதியினராக ஆதிக்கம் செலுத்துவதும் சமூகப் பொருளாதார ரீதியாக உயர்ந்திருப்பவர்களும் இவர்களே! அந்தந்த பகுதிகளில் நிகழும் சாதி ரீதியான ஒடுக்குமுறைகளுக்கும் வன்கொடுமைகளுக்கும் காரணமாக இருப்பவர்களும் இவர்களே! இந்த சாதியினர் எல்லோருமே தங்களை ‘ஆண்ட பரம்பரை’ என கூச்சமின்றி அழைத்துக் கொண்டு, அந்தந்த பகுதிகளில் வாழும் தலித் மக்கள் மீது வன்முறையை ஏவுகின்றனர்.

தொடர்ச்சியாக தலித் மக்கள் மீது வன்கொடுகளை ஏவும் சாதிகளில் வன்னியர் சாதியும் ஒன்று. வன்னியர் பெண்ணை

காதல் திருமணம் செய்ததற்காக தர்மபுரி இளவரசனுக்கு நேர்ந்த கொடுமையும் அதற்காக உருவாக்கப்பட்ட கலவரத்தில் வன்னியர்கள் தலித்துகளின் குடியிருப்புகளை தீக்கிரையாக்கி உடைமைகளை சூரையாடிய கொடூரத்தையும் யாராலும் மறக்க முடியாது. தலித்துகளை தாக்கும் போது தம்மை ஆண்ட பரம்பரை என அழைத்துக் கொள்ளும் இவர்கள் இட ஒதுக்கீடு கேட்கும் போது தமது தகுதியை மிகவும் குறைத்துக் கொண்டு தாம் சமூக ரீதியாக மிகவும் பின் தங்கியிருப்பதாக நீலிக்கண்ணீர் வடிக்கின்றனர். எதற்கிந்த நாடகம்?

வர்ணாசிரமத்தின் படி சூத்திரர்களான வன்னியர்கள் தம்மை சத்ரியர்கள் என அழைத்துக் கொள்கின்றனர். அவர்கள் மட்டுமல்ல பல இதர பிற்படுத்தப்பட்ட சமூகங்கள் தம்மை சத்ரியர்கள் என்றே அழைத்துக் கொள்கின்றன. "சத்ரியர்கள் என்ற இந்த பதத்தை சாதி அமைப்புகளும் அரசியல் கட்சியினரும் மட்டுமே பயன்படுத்துகின்றனர். அதற்கு சாமானிய மக்கள் எப்படி பொறுப்பேற்க முடியும்" என தோன்றலாம். இச்சாதிகளை சேர்ந்த சாமானிய மக்கள் சத்ரியர் என்ற வார்த்தையை வேண்டுமானால் பயன்படுத்தாமல் போகலாம், ஆனால் அவர்கள் தம் சாதி குறித்து சுமந்து கொண்டிருக்கும் பெருமிதமும் உணர்வும் அதையே பிரதிபலிக்கிறது. கள்ளர், கவுண்டர், வன்னியர் என்று அவர்கள் தம்மை அடையாளப்படுத்திக் கொள்ளும் போது அதில் வெளிப்படுவது "தாமே உயர்ந்தவர்" என்ற ஆதிக்கவுணர்வு மட்டுமே. உண்மையாகவே இவர்களனைவரும் சத்ரியர்களெனில் அவர்களுக்கெதற்கு மிகவும் பிற்படுத்தப்பட்டோர் பிரிவில் இட ஒதுக்கீடு வழங்கப்பட வேண்டும்? சத்தியர்களுக்கென்று தான் பொதுப் பிரிவு இருக்கிறதே. தமிழகத்தில் பொதுப் பிரிவினருக்கான 31 சதவீதத்தில் இவர்கள் உரிமை கோரலாமே?!

வன்னியர் உள் இட ஒதுக்கீட்டை கேள்விக்குட்படுத்தினால் உடனே அவர்கள் அருந்ததியர் உள் ஒதுக்கீட்டிற்குள் மூக்கை நுழைப்பார்கள். உண்மையிலேயே எந்த பிரதிநிதித்துவத்திற்கும் அதன் கொள்கைக்கும் இலக்கிற்கும் முற்றிலும் தகுதியானது அருந்ததியர் சமூகமே. ஏனெனில் உண்மையாகவே சமூக ரீதியாகவும் கல்வி ரீதியாகவும் அவர்கள் கடுமையாக ஒடுக்கப்படுகின்றனர். சாதி தம் மீது சுமத்திய இழிவை இழிவாகவே கருதுகிறவர்கள்; அதை ஒரு செருக்காகத் திரித்து 'ஆண்ட பரம்பரை' என கூறிக் கொள்ளாதவர்கள்; எவ்வித சாதிய ஒடுக்குமுறையிலும் ஈடுபடாதவர்கள். இட ஒதுக்கீட்டின் அடிப்படை நோக்கமான சாதி அடையாளத்தையும் சாதியையும் கடக்கவும் துறக்கவும் தயாராக இருப்பவர்கள். எனவே இட

ஒதுக்கீட்டைப் பெற முழுமையானத் தகுதி வாய்ந்தவர்கள் என்பதால் வன்னியர்களோடு அவர்களை ஒப்பிடுவது பொருத்தமற்றதாகும்.

பிற்படுத்தப்பட்ட வகுப்பினர் ஓர் உண்மையை நன்றாக விளங்கிக் கொள்ள வேண்டும். இட ஒதுக்கீடு என்பது ஆண்ட பரம்பரைகளுக்கானதல்ல! இந்நாட்டின் உண்மையான ஆண்ட, ஆள்கிற பரம்பரை பார்ப்பனர்களே. அதனால்தான் அவர்கள் இட ஒதுக்கீட்டிலிருந்து விலக்கி வைக்கப்பட்டனர். சாதி ரீதியாக உரிமைகளும் வாய்ப்புகளும் மறுக்கப்பட்ட மக்களுக்கான சமூக நீதியைத்தான் இட ஒதுக்கீடு வழங்குகிறது. இந்நாட்டின் இதர பிற்படுத்தப்பட்டோர் சமூக ரீதியாக மிகவும் பின் தங்கிய நிலையில் இருப்பதாகவே மண்டல் ஆணையம் கண்டறிந்து 27% இட ஒதுக்கீட்டிற்கு வழி வகுத்தது. ஆனால், பார்ப்பன மேலாதிக்கத்தை அரசியல் தளத்தில் அழித்தொழித்த தமிழகம் அதற்கு வெகு முன்னரே பிற்படுத்தப்பட்டோர் இட ஒதுக்கீட்டில் சமூக நீதியை கடை பிடித்திருந்தது. ஆனால் 50% இட ஒதுக்கீட்டை அனுபவிக்கும் தமிழகத்தின் இதர பிற்படுத்தப்பட்டோரோ சாதி ஆதிக்கத்தை விட்டொழிக்கத் தயாராக இல்லை. சாதியால் வஞ்சிக்கப்பட்டவர்களையே பிற்படுத்தப்பட்டோர் என அரசமைப்புச் சட்டம் வரையறுக்கும் நிலையில் சாதியை பெருமிதமாகவும் பரம்பரைச் செருக்காகவும் சுமந்தலைந்து திரிகிறவர்களுக்கு எதற்கு பிற்படுத்தப்பட்டோர் பட்டம்? இதர பிற்படுத்தப்பட்டோர் தாம் கல்வி, வேலை வாய்ப்பு மற்றும் பொருளாதாரத்தில் மட்டுமே பின் தங்கியிருப்பதாக நம்புகின்றனர். அவர்கள் சாதியை பற்றி கேட்டால் இனப்பெருமை பற்றி பக்கம் பக்கமாகப் பேசுவார்கள். இப்படியாக ஒரு பக்கம் வர்ணாசிரமத்தையும் தூக்கிப் பிடித்துக் கொண்டு அதன் பலன்களையும் இன்னொரு பக்கம் பாதிக்கப்பட்டவர்களாக அரசமைப்பின் உரிமைகளையும் அனுபவிக்கும் கபடதாரிகளாக இதர பிற்படுத்தப்பட்ட சமூகம் இருக்கிறது.

சூழ்ச்சிகரமான இச்சிக்கலை களைவதற்கு இந்நாட்டில் யாதொரு வழியும் கண்டறியப்படவில்லை. தீண்டாமை மற்றும் வன்கொடுமைகளில் ஈடுபடுவோருக்கு இட ஒதுக்கீட்டின் கட்டுப்பாடு, இட ஒதுக்கீட்டை அனுபவிக்க நினைப்பவர்கள் தமது சாதி சான்றிதழ்களில் (இப்பெயர் கூட மாற்றப்பட வேண்டும். சமூகச் சான்றிதழ் என அழைக்கலாம்) பிற்படுத்தப்பட்டோர் அல்லது பட்டியலினம் என்று மட்டுமே குறிப்பிட வேண்டும் போன்ற ஏதேனும் கட்டுப்பாடுகள், வரையறைகள் வைக்கலாம். இட ஒதுக்கீட்டின் நோக்கம் சாதியை கடப்பதுதான்

எனில் பிறகெதற்கு ‘சாதி’ சான்றிதழ்களும் அதில் சாதிப் பெயர்களும்? சமூக நிலையை குறிக்கும் சமூக சான்றிதழ்கள் போதாதா? வேண்டுமானால் எல்லா சாதிகளையும் எண்களாக அடையாளப்படுத்துங்கள். பி.சி (1) என்றோ எம்.பி.சி (1)(a) என்றோ குறியீடுகளை வழங்கலாம்.

அப்படி ஏதேனுமொரு மாற்று முறை இங்கே உருவாக்கப்பட்டாலொழிய சாதிக்கு ஒரு நெருக்கடியும் இங்கே உருவாகப் போவதில்லை. கள்ளர், கவுண்டர், மறவர், பரவர், பள்ளர், பறையர், நாடார், சக்கிலியர், நாயக்கர், செட்டியார் போன்ற பெயர்களெல்லாம் வழக்கொழிய என்னதான் வழி? சாதிச் சான்றிதழ்களின் வழியாகவும் சாதிப் பெயர்கள் மீண்டும் மீண்டும் ஏன் அடுத்தடுத்த தலைமுறைகளுக்கு கடத்தப்பட வேண்டும்? பெயருக்குப் பின்னால் சாதிப் பெயரை போட்டுக் கொள்ளும் முறையை பெரியார் ஒழித்தார். அதனால், இங்கு சாதி ஒழிந்துவிடவில்லை. ஆனால், சாதிப் பெயரை வெளிப்படையாக கூறுவதோ அடையாளப்படுத்துவதோ கீழ்த்தரமான, பிற்போக்கான செயல் என பொது மனநிலையில் அது தாக்கத்தை உண்டாக்கியது. சாதியின் இயங்குமுறையில் அது பாதிப்பை ஏற்படுத்தியது. நாயக்கரே, செட்டியாரே, கவுண்டரே என்று அழைத்துக் கொண்டிருந்தவர்கள் அந்த வழக்கத்தை விட்டொழித்தனர். அது போல சாதிப் பெயர்களை மாற்றி ஏதேனும் குறியீடுகளை பயன்படுத்த அரசுகள் ஏதேனும் வழியை கண்டறிய வேண்டும். இட ஒதுக்கீடு சாதியவாதிகளின் கேலிக் கூத்தாக மாறுவதை தடுக்க காலத்திற்கேற்ற மாற்றங்களை நாம் செய்தாக வேண்டும்.

வன்னியர்களோ வேறெந்த சாதியினரோ தம்மை ஆண்ட பரம்பரை என உண்மையாகவே நம்புவார்களெனில் அதற்கான ஆய்வுகளும் வரலாறும் தற்போதைய சமூக நிலையும் இருக்கிறதெனில் நியாயப்படி அவர்கள் இட ஒதுக்கீட்டிலிருந்து வெளியேற வேண்டும். அவ்வாறு இல்லாமல் சாதிப் படிநிலையில் சூத்திரர்களான அவர்கள் சமூக ரீதியாகவும் கல்வி ரீதியாகவும் பின் தங்கியிருக்கும் உண்மையை ஏற்றுக் கொள்வார்களெனில் தமது ஆண்ட பரம்பரை கிரீடத்தை கழற்றி எறிந்துவிட்டு சாதியைத் துறந்து சமத்துவ வாழ்விற்கு தயாராக வேண்டும். இட ஒதுக்கீட்டை அனுபவிக்கும் எல்லா பிற்படுத்தப்பட்ட சமூகங்களுக்கும் இது பொருந்தும். சாதிப் பெருமையும் வேண்டும் இட ஒதுக்கீடும் வேண்டுமென இவர்கள் கோர முடியாது. ஏனென்றால் இரண்டும் ஓரிடத்தில் இயங்கவியலாது. ஆனால், கெடுவாய்ப்பாக அதுதான் இந்நாட்டில் நடந்து கொண்டிருக்கிறது.

இச்சமூகமும் நீதியமைப்பும் அரசும் அதை சுரணையில்லாமல் வேடிக்கை பார்த்துக் கொண்டிருக்கின்றன.

சாதியை கடப்பதற்குதான் இட ஒதுக்கீடே தவிர அதை நிலைநிறுத்துவதற்கு அல்ல என அதை அனுபவிக்கும் மக்கள் கூட்டத்திற்கு புரிய வேண்டும். இட ஒதுக்கீட்டை தமது உரிமையென அனுபவிக்கும் இதர பிற்படுத்தப்பட்ட மற்றும் பட்டியலின சமூகங்கள் இந்து மதத்தின் அடிப்படையிலான தமது சாதி அடையாளங்களை துறக்க வேண்டுமென்பதுதான் முதன்மை விதி. ஆனால் இட ஒதுக்கீட்டுக் கொள்கை அமலுக்கு வந்து 70 ஆண்டு காலமாகியும் அது சாத்தியப்படவில்லை. சமூகத்தில் சாதிகளாக பிரிந்து கிடப்பதைப் போலவே இட ஒதுக்கீட்டையும் கூறு போட பார்க்கிறார்கள். வன்னியர் உள் ஒதுக்கீடு அதற்கொரு தவறான முன்னுதாரணமாகும். பிற்படுத்தப்பட்டவர்களாக ஒன்றிணைய வேண்டியவர்கள் இனி இட ஒதுக்கீட்டிலும் சாதிகளாக பிரிந்து கிடப்பார்கள். வன்னியர்களைப் போலவே எல்லா சாதிகளும் எங்களுக்குரிய பங்கை பிரித்துக் கொடுங்கள் என கேட்பார்கள். சாதி இதனால் ஒழியுமா? ஒருபோதும் ஒழியாது. ஒற்றுமை நிகழுமா? ஒருபோதும் நிகழாது. அம்பேத்கர் அச்சப்பட்டதைப் போலவே பல்வேறு இனக்குழுக்களாக இருக்கும் இம்மக்களிடையே ஒற்றுமையை உருவாக்க இட ஒதுக்கீட்டாலும் முடியவில்லை என்பதே வேதனையான உண்மை.

மத்தியில் பா.ஜ.க அதிகாரத்திற்கு வந்ததிலிருந்தே அரசியல் ரீதியாக செயலிழந்திருந்த சாதியமைப்பை மீட்டெடுக்கும் வேலைகள் முடுக்கிவிடப்பட்டிருக்கின்றன. மக்களின் மனங்களுக்குள் புதைந்தும் ஒளிந்தும் கிடந்த சாதிவெறியை தூண்டி இச்சமூகத்தைத் துண்டாடும் பணியை அது முழு வீச்சில் நிகழ்த்துகிறது. பார்ப்பனியம் வெறுக்கும் வார்த்தைகளில் முக்கியமானது சமூக நீதி. அதனாலேயே தமிழகத்தின் மீது பா.ஜ.க சிறப்பு கவனம் செலுத்துகிறது. சாதிக் கட்சிகளை உசுப்பேற்றுவது, அவர்களுக்கு ஊக்கமளிப்பது, சில்லறை அதிகாரங்களை வழங்குவது என தொடர்ச்சியாக அது செயல்படுகிறது. பள்ளர் சமூகத்தவரின் சாதிப் பெயரை தேவேந்திர குல வேளாளர்கள் என பெயர் மாற்றியது, வன்னியர் உள் இட ஒதுக்கீடு என அது சாதிக் கட்சிகளின் கோரிக்கைகளை நிறைவேற்றுவதில் அது பெரும் முனைப்பைக் காட்டுகிறது. நாடார், யாதவர், ரெட்டியார், நாயுடு, பிள்ளைமார், சௌராஷ்டிரா, செட்டியார் மற்றும் பிற பிற்படுத்தப்பட்ட சமூக அமைப்புகளோடு அது தனித்தனியாக வேலை செய்கிறது.

அந்தந்த சாதிக்கு அதிகாரம் என்ற பார்ப்பனிய சூழ்ச்சியை நிலைநிறுத்துவதே அதன் நோக்கம். தேவேந்திர குல வேளாளர் பெயர் மாற்றத்திற்கு பிறகு பறையர்கள் தம்மை ஆதி திராவிடர் என அழைக்க வேண்டும் என கோரிக்கை வைத்தனர். வன்னியர் உள் இட ஒதுக்கீடு வழங்கப்பட்டதைத் தொடர்ந்து மிகவும் பிற்படுத்தப்பட்டோர் பிரிவில் உள்ள சாதியினர் தனித்தனியாக திரளத் தொடங்கியிருக்கின்றனர். இந்திய மக்கள் தம்மை இந்நாட்டின் குடிமக்களாக அன்றி சாதியாக உணர வேண்டுமென்ற பார்ப்பன சூழ்ச்சி மீட்டுருவாக்கம் செய்யப்படுகிறது. இந்த ஆபத்தை யாரும் உணர்ந்ததாகத் தெரியவில்லை.

அம்பேத்கர் முன்னெடுத்த ஒவ்வொரு முயற்சியும் பிளவுண்டு கிடக்கும் மக்கள் கூட்டத்தை ஒரு தேசமாக மாற்றும் துடிப்பையே சுமந்திருந்தது. நாம் ஒரு தேசமாக மாற முடியாத அவலத்தையும் அதற்கு தடையாக இருக்கும் சாதியமைப்பை தகர்க்க வேண்டியதன் அவசியத்தையுமே அவர் தொடர்ந்து சுட்டிக் காட்டினார்.

"நாம் ஒரு தேசம் என்று நம்புவதில் நாம் ஒரு பெரிய மாயையை கொண்டாடுகிறோம் என்றே நான் கருதுகிறேன். பல ஆயிரம் சாதிகளாகப் பிரிக்கப்பட்ட மக்கள் கூட்டம் எவ்வாறு ஒரு தேசமாக இருக்க முடியும்? சமூக மற்றும் உளவியல் ரீதியில் நாம் இன்னும் ஒரு தேசமாகவில்லை என்ற உண்மையை எவ்வளவு விரைவில் புரிந்துகொள்கிறோமோ அவ்வளவு நல்லது நமக்கு. அப்படியானால் மட்டுமே நாம் ஒரு தேசமாக மாற வேண்டியதன் அவசியத்தை உணர்ந்து, இலக்கை அடைவதற்கான வழி மற்றும் வழிமுறைகளைப் பற்றி தீவிரமாக சிந்திப்போம். சாதிகள் தேச விரோதமானவை. முதன்மையாக அவை சமூக வாழ்க்கையில் பிரிவினையைக் கொண்டுவருகின்றன. அவை, தேச விரோதமானவை, ஏனென்றால் அது ஒரு சாதிக்கும் இன்னொரு சாதிக்கும் இடையில் பொறாமை மற்றும் விரோதப் போக்கை உருவாக்குகிறது."

அம்பேத்கர் அரசமைப்புச் சட்டத்தை சமர்ப்பித்து ஆற்றிய உரையில் பேசிய இந்த வார்த்தைகள் இன்றும் எத்தனை உயிர்ப்புடன் இருக்கிறது பாருங்கள். வன்னியர் உள் இட ஒதுக்கீடும் இங்கே நிகழ்ந்து கொண்டிருக்கும் பிற சாதிய நாடகங்களும் அம்பேத்கரின் இந்த கருத்தை நூறு சதவீதம் உறுதி செய்கின்றன.

அம்பேத்கரும் பெரியாரும் பெரும் போராட்டங்களுக்கு மத்தியில் இந்நாட்டின் தொல்குடி மக்களுக்கு பெற்றுத் தந்த பிரதிநிதித்துவ உரிமையானது அவர்கள் சமூக ரீதியாக

மேம்பட்டு சாதியை விட்டொழிப்பார்கள் என்ற நம்பிக்கையிலும் எதிர்பார்ப்பிலும் தான். ஆனால், நேரெதிர் நோக்கங்களுக்காக இட ஒதுக்கீட்டை பயன்படுத்தி வர்ணாசிரமத்தைக் கட்டிக் காக்க முயல்வது சாதியை ஒழிக்க போராடிய அத்தனை பேருக்கும் இழைக்கும் பச்சை துரோகமன்றி வேறில்லை.

குறைந்தபட்சம் தமிழ்நாடு அனைத்துத் தளங்களிலிருந்தும் இந்துமத சாதிப் பெயர்களை ஒழிப்பதில் வெற்றி பெற்று 'பிற்படுத்தப்பட்ட' என்ற சொல்லாடலை பயன்படுத்தச் செய்திருக்க வேண்டும். அதில் தோல்வியுற்றது மட்டுமல்லாமல், வன்னியர் உள் இட ஒதுக்கீடு போன்ற அரசியல் ஆதாயத்திற்கான நடவடிக்கைகளின் வழியே அது சாதியமைப்பை வலுபெறச் செய்யும் செயல்களில் தொடர்ந்து ஈடுபடுகிறது.

இக்கட்டுரை இட ஒதுக்கீட்டிற்கு எதிரானது அல்ல என்பதை புரிந்து கொள்ள வேண்டும். சாதி இருக்கிற வரை சாதி ரீதியான இட ஒதுக்கீடு நிச்சயம் தேவை என்பதே சமூக நீதியின் விதி! ஆனால் இட ஒதுக்கீட்டிற்காக சாதி இருந்தே ஆக வேண்டும் என்பதாக தலைகீழ் புரிதல் இங்கே வளர்த்தெடுக்கப்படுவதை நாம் தடுத்தாக வேண்டும். பிரதிநிதித்துவக் கொள்கையின் அடிப்படை நோக்கத்தை மேம்படுத்தும் வகையிலான - காலத்திற்கு தகுந்த மாற்றங்களை செய்தாக வேண்டிய கட்டாயத்தையே இக்கட்டுரை வலியுறுத்துகிறது. ஒவ்வொரு சாதியும் "எங்களுக்கும் உள் ஒதுக்கீடு வேண்டும்" என்று முழங்குவதில் அவர்களின் உரிமை அல்ல, பிரிவினைவாதமே பிரதிபலிக்கிறது.

பிற்படுத்தப்பட்ட சமூகமாக ஒன்றிணையாமல் தமது சாதி அடையாளத்தை அவை வலுப்படுத்திக் கொள்வதுதான் இட ஒதுக்கீட்டின் பயன்பாடா என்ன? பிரதிநிதித்துவத்தின் வெளிப்படையான நோக்கம் கல்வி மற்றும் வேலை வாய்ப்பில் சம உரிமை. ஆனால் அதன் உள்ளார்ந்த நோக்கம் சாதியைக் கடத்தல். "படித்து, முன்னேறி, பண்பட்டு மனிதர்களாகுங்கள்" என்பதுதான். இட ஒதுக்கீடு நமது உரிமை என்று தலைமுறைகளுக்கு சொல்லித் தரும் போது அதன் வழியே சாதியை விட்டொழித்தல் முதன்மை கடமை என்பதையும் சொல்லித் தர வேண்டும். சாதியையும் வைத்துக் கொள் இட ஒதுக்கீட்டையும் அனுபவி என்ற நிலைப்பாடு அறச் சிதைவின் உச்சம். வளரும் அப்போக்கை கண்டிக்க வேண்டியது நம் ஒவ்வொருவரின் தார்மீக கடமை. ●

01.04.2021
த நியூஸ் மினிட்
(thenewsminute.com)

குடிசைகளை அகற்றும் மாநகரத் தீண்டாமை!

> "
> மனிதர்கள் மரியாதையோடும் அமைதியாகவும் வாழத் துளி கூட
> தகுதியானவையாக இந்திய கிராமங்கள் இல்லை என்றாலும் அதன் மீது
> எல்லோருக்குமே ஒரு மயக்கம் இருக்கிறது . சாதியத்தின் வேர் ஆழப் பரவிய
> கிராமங்களைப் புனிதப்படுத்தும் வேலையை ஒவ்வொரு தலைமுறையும்
> பின்பற்றுமாறு ஒரு பரப்புரை தொடர்ச்சியாக நடக்கிறது
> "

22

கிராமங்களில் தீண்டாமை பல வகைப்பட்டது. ஊர்த் தெருக்களுக்குள் நடக்க தலித் மக்களுக்கு அனுமதி இல்லை. கிணறு, ஆறு, குளம், நிலம் போன்ற பொது வளங்களை அவர்கள் அனுபவிக்க முடியாது. கோயில்களுக்குள் சென்று வழிபட முடியாது, தோளில் துண்டு போட முடியாது, துணிகளை சலவையோ, இஸ்திரியோ செய்ய முடியாது, சலூன்களில் முடி வெட்ட முடியாது, தேநீர் கடைகளில் இரட்டைக் குவளை, உணவகங்களில்/ தேநீர்க் கடைகளில் தரையில் அமர்வது, தண்ணீர் கேட்டால் குவளையில் தராமல் கைகளில் ஏந்திக் குடிப்பது, பொதுக் குழாயில் நீர் எடுக்க முடியாது, பட்டாசு வெடிக்கக் கூடாது, திருவிழாக்களில் தலித் தெருக்களுக்குள் சப்பரம் வராது, ஆலய மண்டகப்படி தலித்களுக்கு கிடையாது, பொது மயான உரிமை இல்லை, கிராமப் பஞ்சாயத்துத் தொலைக்காட்சிகளைப் பார்க்கக் கூடாது, தனியான ரேஷன் கடை, ஆடு மாடு வளர்க்கக் கூடாது, கிராமப் பொது மேடைகளில் தலித் மக்கள் பேசவோ பாடவோ கூடாது, படிக்கக் கூடாது, ஆண் நாய் வளர்க்கக் கூடாது பறையடிக்க வேண்டியது, பிணமெரிக்க வேண்டியது, மலமள்ள வேண்டியது என நூற்றுக்கும் மேற்பட்ட தீண்டாமை முறைகள் இன்றும் கிராமங்களில் உயிர்ப்போடு இருக்கின்றன.

"கிராமங்களே அப்படித்தான். படிக்காத, பிற்போக்குத்தனங்களை விட்டுக் கொடுக்காத மக்கள் நிறைந்திருப்பதால் அங்கே இத்தகைய கொடுமைகள் நடக்கின்றன" என்கிறோம். கல்வியறிவும் வளர்ச்சியும் நகரங்களில் முன்னேறிய வாழ்க்கையும் சாதி இழிவை விட்டொழித்துவிட்டது என்ற நமது நம்பிக்கை எத்தனை

மூடத்தனமானது என்பதைப் புரிந்து கொள்ள, சென்னையின் குடிசைப் பகுதிகளுக்கும் அங்கே வசிக்கும் தலித் மக்களுக்கும் இழைக்கப்படும் அநீதியின் நெடுங்கதையை வரிவரியாகப் படிக்க வேண்டும். மாநகரச் சேரிகளுக்குள் பரவி நிற்கும் தீண்டாமையின் அனலில் அவர்கள் எவ்வாறு புழுங்கிச் சாகிறார்கள் என்ற உண்மையை வெளிச்சத்தில் வைத்து வாசிக்க வேண்டும்!

இந்தியாவிலேயே அதிகளவு குடிசைப் பகுதிகளைக் கொண்ட பெருநகரங்களில் மும்பைக்கு அடுத்தபடியாக இரண்டாவது இடத்தை சென்னை பிடிக்கிறது. 2011 ஆம் ஆண்டு மக்கள் தொகைக் கணக்கெடுப்பின்படி சென்னையின் மொத்த மக்கள் தொகையில் 31% பேர் சேரிவாசிகள். அதாவது எழுபது லட்சத்தில் சுமார் 20 லட்சம் பேர்! சுதந்திரத்திற்கு முன்னரும் பின்னரும் கிராமங்களில் வறுமையை விஞ்சிய சாதிய ஒடுக்குமுறைகளைத் தாள முடியாமல் - வாழ்வதற்கான சிறு ஒளியேனும் தென்படும் திசைகளுக்கெல்லாம் - தலித் மக்கள் இடம் பெயர்ந்தார்கள். தேயிலைத் தோட்டங்கள் தொடங்கி தொழிற்சாலைகள் வரை கடின உழைப்பைக் கோரும் எல்லா வேலைகளுக்கும் அவர்கள் தம்மை ஒப்புக் கொடுத்தனர். தீண்டாமை மற்றும் வன்கொடுமைகளில் இருந்து தப்பிப் பிழைத்து வேறு ஒரு கட்டமைப்பிற்குள் சென்று சேர்ந்துவிட வேண்டும் என்று விரும்பியவர்கள் வாழ்வாதாரங்களைத் தேடி பெருநகரங்களுக்கும் வந்தடைந்தனர். அவ்வாறே தமிழகத்தின் பல்வேறு பகுதிகளில் இருந்து சென்னையிலும் அவர்கள் கால் பதித்தனர்.

தொழில்மயமாக்கத்தின் தாக்கத்தால் பெருநகரங்களில் தொழிற்சாலைகளும் கட்டுமானப் பணிகளும் பெருகத் தொடங்கிய காலங்களில் சென்னைக்கான வளர்ச்சிப் பணிகள் தொடங்கின. சாதி ஆதிக்கத்தையும் நில அதிகாரத்தையும் ஒருங்கே கொண்டிருந்த சாதி இந்துக்கள் கிராமங்களை விட்டு வெளியேறும் எண்ணமே இல்லாதிருந்த நிலையில், நகர வளர்ச்சியில் முனைப்பு காட்டப்பட்ட 1960களில் தலித் மக்கள் பெருமளவில் சென்னைக்கு இடம் பெயர்ந்தனர். நகரத்தின் வளர்ச்சிப் பணிகளுக்குத் தேவைப்படும் உடலுழைப்பு சார்ந்த வேலைகளை செய்து கொண்டு நடைபாதை ஓரங்களிலும் ஆற்றங்கரைகளிலும், ரயில் பாதைகளுக்கு அருகேயும் என கிடைத்த இடங்களில் வாழத் தொடங்கியதில் சென்னையின் குடிசைப் பகுதிகள் பல்கிப் பெருகத் தொடங்கின. அடிப்படை வசதிகள் பற்றியோ சுகாதாரம் குறித்தோ நகரத்திற்கு குடிபெயர்ந்த தலித் மக்கள் கவலைப்படவில்லை. காரணம், அப்படியான உரிமைகளை

முன்னெப்போதும் அவர்கள் அனுபவித்ததில்லை என்பதே. கழிப்பிடம், குடிநீர், மின்சார வசதி என பற்றாக்குறையாகக் கிடைத்தவற்றை பொதுவாகவே பயன்படுத்திக் கொண்டனர்.

கட்டட வேலை, பெயிண்டிங் வேலை, சுமை தூக்கும் பணி, ரிக்ஷா தொழிலாளி, துப்புரவுப் பணி, சலவைத் தொழில் என குறைவான கூலிக்கு கடினமான உடலுழைப்பு சார்ந்த அத்தனை வேலைகளையும் செய்யும் உதிரி தொழிலாளர்களாக சென்னையில் பிழைப்பதற்கான வேலை வாய்ப்புகளை அவர்கள் உருவாக்கிக் கொண்டனர். கிராமங்களில் அனுபவித்த தீவிர சாதியக் கண்காணிப்பும் அன்றாட ஒடுக்குமுறையும் இங்கே இல்லை என்பது அவர்களுக்கான ஒரே ஆறுதலாக அமைந்தது. 1960களில் சுமார் அய்நூறாக இருந்த குடிசைப்பகுதிகளின் எண்ணிக்கை அடுத்த அரை நூற்றாண்டு காலத்தில் இருபதாயிரத்திற்கும் அதிகமாக உயர்ந்தது எனில் அந்தளவிற்கு இடப்பெயர்வு அதிகரித்தது என்றே பொருள். புலம்பெயர் தொழிலாளர்களாக நகரங்களில் குடியேறிய குடிசைப்பகுதி மக்களில் 90% பேர் தலித் மக்கள் என்பதை பல்வேறு ஆய்வறிக்கைகள் உறுதி செய்கின்றன.

தமிழகத்தில் காங்கிரஸ் ஆட்சியை வீழ்த்தி 1967இல் தி.மு.க. ஆட்சியைப் பிடித்த போது அது சமூக ரீதியாக பின் தங்கிய ஒடுக்கப்பட்ட மக்கள் நலனில் சற்று அக்கறை கொண்டிருந்தது. பெருவாரியாக தமக்கு வாக்களித்த குடிசைப்பகுதி மக்களுக்கு நன்மை செய்யும் விதமாக, அப்போதைய முதலமைச்சர் மு. கருணாநிதி, 1971 இல் குடிசை மாற்று வாரியச் சட்டத்தைக் கொண்டு வந்தார். நகர்ப்புற ஏழைகளாக வகைப்படுத்தப்பட்ட குடிசைவாசிகளை காக்கும் வகையில் குடிசை மாற்று வாரியச் சட்டத்தை உருவாக்கிய முதல் மாநிலம் தமிழகம்தான். நிலமற்றவர்களாகவும் சொந்த இடமற்றவர்களாகவும் இருந்தவர்களுக்கு சில சதுர அடிகளை அவர்கள் பெயருக்கு உறுதி செய்து தரும் சமூக நீதியை இச்சட்டம் கொண்டிருந்தது குறிப்பிடத்தக்கது. குடிசைப்பகுதிகளை அடையாளம் கண்டு அறிவித்தல், குடியிருப்பு மனைகளைக் கட்டி அவற்றை மேம்படுத்துதல் அல்லது சுற்றுச்சூழல் மேம்பாடுகளை செய்தல் பிறகு அனைத்துக் குடிசை வாழ் மக்களுக்கும் நிபந்தனைப் பட்டாக்களைப் பெறுவதற்கான வழிமுறைகளைச் செய்தல் ஆகியவையே வாரியத்தின் அடிப்படைப் பணிகளாகும்.

மேலும், "இந்தக் குடியிருப்புக்கு விண்ணப்பிப்பவர் குறைந்தபட்சம் அய்ந்து ஆண்டுகள் சென்னையில் உள்ள குடிசைப் பகுதியில் வசித்தவராக இருக்க வேண்டும்; 25

வயதுக்குட்பட்டவராக இருக்கக் கூடாது. அவர் பெயரிலோ, அவரது தாய், தந்தை, வாழ்க்கைத் துணை, பிள்ளைகள் ஆகியோர் பெயரிலோ வேறெந்தக் குடியிருப்பும் இருக்கக் கூடாது; குடியிருப்புகளைக் கட்டித்தர, குடிசைப் பகுதிகளை அகற்றும்போது, அங்கு வாழ்பவர்களுக்குத் தற்காலிக இருப்பிடங்கள் அரசு செலவில் வழங்கப்பட வேண்டும்; இந்தக் குடியிருப்புகளை முடிந்தவரையில் குடிசைப் பகுதிகள் இருந்த இடத்திலேயே வழங்க வேண்டும்; முடியாமல் போனாலும் மக்கள் வசிக்கும் பகுதியிலிருந்து மூன்று கிலோ மீட்டர்களுக்குள் அவர்களுக்கு மாற்று இடம் ஏற்பாடு செய்து தரப்பட வேண்டும்; மாதக் கட்டணமாக 150 ரூபாய் வசூலிக்கப்பட்டு 20 ஆண்டுகளுக்குப் பிறகு குடியிருப்புக்கான உரிமைப் பத்திரம் வழங்கப்பட வேண்டும்" என தகுதியுடையவர்கள் பயன்பெறும் வகையிலான பல நல்ல விதிமுறைகளையும் அது கொண்டிருந்தது.

வாரியத்தின் முனைப்பான நடவடிக்கைகளால் தொடக்கத்தில் குடிசைகளால் நிரம்பியிருந்த பல குப்பங்கள் அடுக்குமாடி குடியிருப்புகளாக உருமாறின. குறிப்பாக பல மீனவக் குப்பங்களும் வட சென்னையின் சேரிப் பகுதிகளும் கான்கிரீட் வீடுகளைப் பெற்றன. இந்த போக்கு அப்படியே தொடர்ந்து தமக்கும் வாழ்விடம் உறுதி செய்யப்படும் என ஆயிரக்கணக்கான தலித் மக்கள் நினைத்துக் கொண்டிருந்த நிலையில் தான் உள்ளூர் சமூக நீதிக்கு உலக வங்கி உலை வைத்தது. அதே ஆண்டுகளிலேயே மெட்ராஸ் நகர்ப்புற வளர்ச்சித் திட்டம் மற்றும் தமிழ்நாடு நகர்ப்புற வளர்ச்சித் திட்டம் என இரு திட்டங்கள் நடைமுறைக்கு வந்தன.

உண்மையில் இவற்றின் நோக்கம் குடிசைகளை அப்புறப்படுத்துவதல்ல, குடிசைப்பகுதி மக்களை நகருக்கு வெளியே தள்ளுவது. நகரின் எல்லை விரிவடைய அடைய அந்த எல்லைகளைத் தாண்டி குடிசைப் பகுதி மக்களைத் தூக்கி வீச ஆளும் அரசுகள் முடிவு செய்தன. சமூக நீதிக் கொள்கையை நம்பிய தி.மு.க.வும் இதற்கு விதிவிலக்காகவில்லை. தி.மு.க., அ.தி.மு.க. என இரு கட்சிகளுமே தமது ஆட்சிக் காலங்களில் பல்வேறு வளர்ச்சித் திட்டங்களின் பெயரில் குடிசைப் பகுதி மக்களை பலி கொடுக்கத் துணிந்தன. இரு அரசுகளுமே மேம்பாலங்கள், பூங்காக்கள், ஆறுகளை சுத்தப்படுத்துதல், சாலைகள் விரிவாக்கம் போன்ற வளர்ச்சித் திட்டங்களுக்காக பல கோடி ரூபாய் செலவு செய்தன. நகரின் அடிப்படைக் கட்டமைப்புப் பிரச்சனைகளான கழிவுநீர், குடிநீர்ப் பற்றாக்குறை, படுமோசமான சாலைகள்,

குவிந்து கிடக்கும் குப்பை போன்றவற்றை சரிசெய்வதற்கு பதிலாக எளிய இலக்கான தலித் மக்களை பலி கொடுத்தால் போதும் என அவை நம்பின.

சென்னையின் குடிசைப்பகுதிகள் பற்றிய முதல் முறையான கணக்கெடுப்பு 1971இல் நடத்தப்பட்டு 1,202 குடிசைப்பகுதிகள் அங்கீகரிக்கப்பட்டன. அதன் பின்னர் 1985இல் மேலும் ஒரு கணக்கெடுப்பு நடத்தப்பட்டு கூடுதலாக 17 குடிசைப்பகுதிகள் பட்டியலில் சேர்க்கப்பட்டன. 1,219 என்ற எண்ணிக்கையோடு எல்லாம் முடிந்தது. 1985-க்கு பிறகு ஒரு குடிசைப்பகுதியைக் கூட இந்த வாரியம் அடையாளம் காணவில்லை. மாறாக, அக்காலகட்டத்திற்குப் பிறகு உருவான நூற்றுக்கணக்கான குடிசைப்பகுதிகள் அனைத்தும் அரசால் அங்கீகரிக்கப்படாதவை ஆகின. குடிசை மாற்று வாரியம் இங்கு வசிப்போரை சட்டத்திற்கு புறம்பானவர்களாகவே கருதத் தொடங்கியது. அதனால் தான் குடிசைப் பகுதிகளுக்கு அடிப்படை வசதிகளை செய்து தரும் சிறு முயற்சியைக் கூட அதன் பின்னர் அது எடுக்கவில்லை. அடிப்படை வசதிகளின்றி, சுகாதாரக் கேடுகளுக்கு மத்தியில் விலங்குகள் கூட வாழ அச்சப்படும் மிக மோசமான சூழலில் அல்லலுறும் வகையில் குடிசைப் பகுதிகள் கைவிடப்பட்டன. இப்படித்தான் சென்னை மாநகரில் தீண்டாமையும் புதிய வகையிலான சாதிய ஒடுக்குமுறையும் தலைதூக்கத் தொடங்கியது.

1990கள் தொடங்கி அ.தி.மு.க. அரசின் 'எழில்மிகு சென்னை' தி.மு.க. அரசின் 'சிங்காரச் சென்னை' திட்டங்களுக்காக குடிசைப் பகுதி மக்கள் கடுமையாக வதைக்கப்பட்டனர். இம்மக்களை அவர்களது வாழ்விடங்களில் இருந்து வெளியேற்ற பல வகையான வன்முறைகளையும் சூழ்ச்சிகளையும் அரசு கையாண்டது. மின் இணைப்பைத் துண்டிப்பது, தண்ணீர் வினியோகத்தை நிறுத்துவது, காவல் துறையைக் கொண்டு மிரட்டுவது என பல கொடுமைகள்! வெளியேற மாட்டோம் என பிடிவாதம் செய்பவர்களுக்கு, போராட்டம் நடத்துகிறவர்களுக்கு தீ விபத்துகளின் வாயிலாக அது அச்சுறுத்தலை உண்டாக்கியது.

ஆம், சென்னையின் குடிசைப் பகுதிகளில் இயற்கையாக உருவான தீ விபத்துகளின் எண்ணிக்கை குறைவுதான். 1990கள், 2000 ஆம் ஆண்டுகள் முழுக்க 'உருவாக்கப்பட்ட' தீ விபத்துகள் குடிசைகளை எரித்துக் கொண்டே இருந்தன. வியாசர்பாடி பகுதியைச் சேர்ந்த பி.எஸ். மூர்த்தி நகர், பி.கே. புரம், புதுநகர், சேத்துப்பட்டு, ஷெனாய் நகர், அவ்வைபுரம், நந்தம்பாக்கம் எம்.ஜி.ஆர். நகர் மற்றும் எம்.ஜி.ஆர்.நகர் விரிவு,

கொருக்குப்பேட்டை ஜே.ஜே.நகர், மர்கீஸ் கார்டன் அம்பேத்கர் நகர் என எரிக்கப்பட்ட குடிசைப் பகுதிகள் ஏராளம். பெரும்பாலும் இத்தீவிபத்துகளில் எழுந்து ஓடி வர முடியாத முதியோரும் சின்னஞ்சிறு குழந்தைகளும் கொல்லப்படுவார்கள். அரசின் விசாரணை அறிக்கைகள் மின் கசிவு என்ற ஒற்றை வார்த்தையில் கோப்புகளை மூடினாலும் பாதிக்கப்பட்ட மக்கள், 'அரசே பாஸ்பரஸைத் தூவி தம் குடிசைகளைத் தீ வைத்துக் கொளுத்துவதாக' பொது விசாரணைகளிலும், உண்மை அறியும் குழுக்களிடமும் முறையிட்டனர்.

இதில் சந்தேகப்பட எதுவுமில்லை. எந்தப் பகுதி மக்களை அரசு நகர்ப்புற வளர்ச்சிக்காக வெளியேறச் சொல்கிறதோ அந்த குடிசைப் பகுதிகள் நாலாபுறமும் தீப்பற்றி எரிந்து நாசமாகும் போது இதன் பின்னணியைப் புரிந்து கொள்வது கடினமில்லை. கடுமையான பொருட்சேதம், வாழ்நாள் சேமிப்பு, கல்விச் சான்றிதழ்கள் இழப்பு மற்றும் உயிரிழப்புகளோடு வாழ்க்கையே நாசமானாலும் ஒட்டுமொத்த சேதமுமே அய்ம்பதாயிரத்திற்குள் அடங்கும் என அலட்சியப்படுத்துவதே அரசின் வழக்கம். ஒவ்வொரு தீ விபத்திற்குப் பின்னரும் வாழ்க்கையை வெறுமையிலிருந்து தொடங்க குடிசைப் பகுதி மக்கள் தள்ளப்பட்டனர்.

மக்கள் தம் குடியிருப்புகளில் இருந்து வெளியேற மறுக்கும் போது, தீ விபத்துகளால் அச்சத்தை உண்டாக்கி அந்தக் கையறு நிலையில் அவர்களை நகருக்கு வெளியே இழுத்துப் போட்டது அரசு. ஒவ்வொரு முறை தீ விபத்து நிகழ்ந்து போலிஸ் படை உள்ளே புகுந்து மக்களை வலுக்கட்டாயமாக வெளியேற்றும் போதும் குடிசைப் பகுதி மக்கள் தம் குழந்தைகளோடு கண்ணீர் மல்க நிற்கும் காட்சி - பொதுச்சமூகம், அரசு, ஊடகங்கள் என - யாருடைய கருணையையும் பெறும் அளவிற்குத் தகுதி வாய்ந்ததாக இருந்ததில்லை. இனவெறிக்கான உள்நாட்டுப் போர்ச்சூழலில் தம் தேசத்திலிருந்து விரட்டியடிக்கப்படும் குடிமக்களின் பரிதவிப்பு அவர்களிடம் நிறைந்திருக்கும். நாம் அந்த குடிசைப்பகுதி குழந்தைகளை...அவர்களின் கண்களைப் பார்த்திருக்க வேண்டும். பார்த்திருந்தால், இந்த ஜனநாயகத் தேசம் எதில் தோற்று நிற்கிறது என்பதை அவர்களின் அச்சம் கவ்விய நிராதரவானப் பார்வை நமக்கு உணர்த்தியிருக்கும்.

தம் போராட்டங்களை தாமே நடத்தி, தமக்கான நீதிக்காக தானே போராடித் தோற்று மவுனமாக, ஒரு சவ ஊர்வலம் போல அவர்கள் சென்னையை விட்டு வெளியேறுவார்கள். 'நகரின்

வளர்ச்சியையும் அதன் வசதிகளையும் அனுபவிக்க உனக்குத் தகுதியில்லை' என அடித்தட்டு மக்களை வெளியேற்றும் அரச பயங்கரவாதம் 'கிராமங்களின் வளங்களை அனுபவிக்க உனக்கு உரிமையில்லை' என்ற சாதி ஆதிக்கத்திற்கு எந்த வகையிலும் குறைந்ததில்லை. நகருக்குள்ளே குடிசை மாற்று வாரியக் குடியிருப்புகள் இருந்தால், அங்கே தலித் மக்கள் வசித்தால் நகரின் அழகு சீர்கெட்டுவிடும் என்ற மனப்பான்மையை தீண்டாமை என்று சொல்லாமல் வேறெப்படி வகைப்படுத்துவது? பன்னாட்டு நிறுவனங்களைத் திறக்க பெருமுதலாளிகளும் அவற்றில் பணிபுரிய பார்ப்பனர்களும் இதர சாதி இந்துக்களும் படையெடுத்து வந்தனர். அவர்களை ஒருபுறம் வரவேற்று மறுபுறம் இப்பெருநகரைக் கட்டியெழுப்ப - ஒவ்வொரு கல்லையும் தம் வியர்வையைக் கொட்டித் தூக்கி வைத்தவர்களை - சாதி பார்த்து விரட்டியடிப்பது வன்கொடுமை ஆகாதா? இப்படித்தான் பெருநகரங்களும் சேரிகளை உருவாக்குகின்றன.

இப்போது நிறைய வளர்ச்சித் திட்டங்கள் நடைமுறையில் உள்ளன. சாலை விரிவடைந்தால், மேம்பாலங்கள் வந்தால், பூங்காக்கள் அமைக்கப்பட்டால் பொதுச் சமூகம் அதன் நற்பலன்களை அனுபவிக்கும்! ஆனால் தலித் மக்கள் தம் வாழ்விடம் எனும் பெருவிலையைக் கொடுக்க வேண்டும். ஏற்கனவே வெளியேற்றப்பட்ட ஒரு லட்சம் பேரோடு இப்போதும், 'எக்ஸ்பிரஸ் சாலை'த் திட்டத்திற்காக சுமார் 18 ஆயிரம் குடிசைகளும் கூவம் ஆற்றை அழகுபடுத்துவதற்காக 1 லட்சத்து 20 ஆயிரம் குடும்பங்களும், மெட்ரோ ரயில் மற்றும் நெடுஞ்சாலை விரிவாக்கத்திற்காக 18 ஆயிரம் குடும்பங்களும் வெளியேற்றப்பட்டு வருகின்றன. வளர்ச்சித் திட்டங்களில் பல விதிமீறல் புகார்களும் ஊழல் குற்றச்சாட்டுகளும் முன் வைக்கப்பட்டாலும் அதைப் பற்றி எந்தக் கவலையும் படாமல் குடிசைகளை மட்டுமே குறி வைக்கிறது அரசு.

எடுத்துக்காட்டிற்கு, சென்னை துறைமுகம் தொடங்கி மதுரவாயல் வரையிலான விரைவு நெடுஞ்சாலை (Express Highway) திட்டத்திற்கு இன்னும் சுற்றுச்சூழல் அனுமதி வழங்கப்படவில்லை. மக்களிடம் கருத்துக் கேட்புக் கூட்டமும் நடத்தப்படவில்லை. பல வளைவுகளைக் கொண்டிருப்பதால் இந்தப் பாதையில் நெடுஞ்சாலை அமைப்பதில் ஆபத்துகள் நிறைந்திருப்பதாக நிபுணர்கள் சுட்டிக்காட்டிய போதும் தமிழக அரசு இத்திட்டத்தை தொடர்ந்து முன்னெடுக்கிறது. இத்திட்டத்தில் பல கோடி ரூபாய் ஊழல் நடந்திருப்பதாகத் தொடரப்பட்ட அவ்வழக்கு சி.பி.அய்.

விசாரணையில் நிலுவையில் உள்ளது. இவ்வளவு குளறுபடிகளுக்கு நடுவிலும் புல்டோசர்கள் குடிசைப் பகுதிகளுக்கு விரைகின்றன.

குடிசைப் பகுதி மக்கள் குறித்து பொதுச் சமூகத்திடம் பலவிதமான மூட நம்பிக்கைகள் நிலவுகின்றன. அவற்றில், சென்னையின் ஆறுகளை அதன் கரையோரம் வசிக்கும் குடிசைப் பகுதி மக்களே அசுத்தப்படுத்துகின்றனர் என்பது முதன்மையானது. உண்மையில், ஆய்வுகளின்படி குடிசைப் பகுதி மக்களால் உண்டாகும் மாசு வெறும் 3% மட்டுமே. அதிகளவு மாசு தொழிற்சாலை கழிவுகள் மற்றும் ஆற்றுக்குள் விடப்படும் பிற ஆபத்தான கழிவுகளாலேயே உண்டாகிறது. 'மெட்ராஸ் ஃபெர்டிலைசர்ஸ்', 'சென்னை பெட்ரோலியம் கார்ப்பரேஷன்' மற்றும் 'எண்ணூர் அனல்மின் நிலையம்' ஆகிய மூன்று தொழிற்சாலைகள் தான் கூவத்தை அதிகளவு மாசுபடுத்துவதாக தமிழ்நாடு மாசுக்கட்டுப்பாட்டு வாரியம் குறிப்பிட்டுள்ளது. கூவத்தை அழகுபடுத்த வேண்டுமெனில் நியாயப்படி இந்த மூன்று தொழிற்சாலைகளையும் தான் இழுத்து மூட வேண்டும்.

ஆனால் அவற்றை இயங்க அனுமதித்து குடிசைப் பகுதி மக்களின் மேல் ஒட்டுமொத்த பழியையும் சுமத்தி அவர்களை தண்டிக்கிறது அரசு. இந்த இடத்தில் ஒரு கேள்வி கேட்டாக வேண்டும். குப்பை என்பது குடிசைப் பகுதிகளில் இருந்தா உற்பத்தி ஆகிறது? நகரங்களில் இருக்கும் வீடுகள், கடைகள், அலுவலகங்கள், தொழிற்சாலைகள் என எல்லா இடங்களிலிருந்தும் குப்பைகள் மலையளவு உருவாக்கப்படுகின்றன. குப்பைகளை குறைப்பது மற்றும் அதை முறையாக அப்புறப்படுத்துவது பற்றி எந்த ஒரு தனிநபருக்கும் இங்கே பொறுப்புணர்வு இருப்பதில்லை. அரசுக்கு குப்பை மேலாண்மை என்ற வார்த்தைக்கான சரியான எழுத்துகள் கூடத் தெரியாது. பறவைப் பார்வையில் பார்த்தால், சென்னை மாநகரமே மிகப் பெரியக் குப்பைக் கூளமாகத் தான் தெரியும். நிலைமை இப்படி இருக்கையில், பொருட் பயன்பாடு குறைவாக உள்ள எளிய மக்களையே எப்போதும் குற்றம் சாட்டுவது எந்த விதத்தில் நியாயம்?

அதோடு, ஆற்றின் போக்கிற்கு அதன் கரையோரம் இருக்கும் குடிசைப் பகுதிகள் தடையாக இருப்பதாக இன்னொரு குற்றச்சாட்டும் வைக்கப்படுகிறது. ஆற்றை குடிசைகள் வழிமறிக்கும் எனில் பெரிய பெரிய கட்டடங்களுக்கு அது பொருந்தாதா? சென்னை விமான நிலையம் அடையாறு நதிக்கரையில் தான் கட்டப்பட்டிருக்கிறது. அதன் இரண்டாவது ஓடுதளம் ஆற்றின் மேலேயே அமைக்கப்பட்டிருக்கிறது. 2015ஆம் ஆண்டு

சென்னையில் வெள்ளப் பேரிடர் ஏற்பட்ட போது விமான நிலையம் மொத்தமாக நீரில் மூழ்கியது. அய்ந்து நாட்களுக்கு விமான சேவை ரத்து செய்யப்பட்டது பல கோடிகள் இழப்பு ஏற்பட்டது. ஆனால் இது போன்ற உண்மைகள் அரசுக்கு உறைப்பதில்லை. இப்போதும் கூட குடிசைப் பகுதிகளை அப்புறப்படுத்துவது ஆற்றை அழகுபடுத்துவதற்கோ அகலப்படுத்துவதற்கோ அல்ல. மாறாக, அவ்விடங்களில் பெரிய ஆற்றங்கரையோர அடுக்ககங்கள், மருத்துவமனைகள் அரசு அலுவலகங்களை கட்டி எழுப்புவதற்குத் தான்!

நுங்கம்பாக்கம் அப்பல்லோ மருத்துவமனையும் அங்குள்ள பூங்காவும் கால்வாயை மரித்தே கட்டப்பட்டுள்ளன. ஆனால் அரசு கால்வாய் ஓரம் வசிக்கும் திடீர் நகர் குடிசைவாசிகளை வெளியேறச் சொல்கிறது. 'அப்பல்லோ மருத்துவமனைக்கு வாகன நிறுத்த வசதி செய்து கொடுக்கவே எங்களை வெளியேற்றுகின்றனர்' என அப்பகுதி மக்கள் குற்றம் சாட்டுகின்றனர். 2012 ஆம் ஆண்டு குடிசைப் பகுதி மக்கள் பிரதமருக்கு அனுப்பிய மனுவில், "பல தலைமுறைகளாக இங்கே வசிக்கும் எங்களை வெளியேற்றிவிட்டு அவ்விடங்களில் 'ஷாப்பிங் மால்'கள், பொழுதுபோக்கு கிளப்கள், நட்சத்திர ஓட்டல்கள், பூங்காக்களை கட்ட அனுமதி வழங்கப்படுகிறது. இதே இடத்தில் எங்களுக்கு குடியிருப்புகளைக் கட்டித் தர அரசு ஏன் மறுக்கிறது? சேத்துப்பட்டு ஸ்பர் டாங்க் சாலையில் உள்ள 175 குடிசைகளை இடித்துவிட்டு அங்கே அரசு அலுவலகம் கட்டப்பட்டுள்ளது. நாங்கள் ஆற்றங்கரையோரம் வாழக் கூடாது, அவர்கள் மட்டும் வாழலாமா? என்று கேள்வி எழுப்பியிருந்தனர். ஆனால் இது போன்ற மக்கள் பிரச்சனைகளுக்கு பதில் சொல்வதா பிரதமரின் வேலை?! அதனால், ஒரு எதிர்வினையும் இல்லை.

சென்னையின் பெரும்பகுதியை குடிசைப் பகுதி மக்கள் ஆக்கிரமித்திருக்கின்றனர் என்பது இரண்டாவது மூட நம்பிக்கை. உண்மையில் குடிசை மாற்று வாரியத்தின் அங்கீகரிக்கப்படாத புதிய குடிசைப் பகுதிகள் சென்னையின் மய்யப் பகுதியில் வெறும் 1.7 சதுரக் கிலோ மீட்டர்கள் அளவிலேயே உள்ளன. அதுவே பெருநகரப் பகுதிகள் எனில் 4.8% சதுரக் கிலோ மீட்டர் பரப்பளவு. சென்னை மாநகராட்சியின் ஒட்டுமொத்த நிலப்பரப்பளவில் இது வெறும் 1.1 சதவீதம் தான் என 'டிரான்ஸ்பரண்ட் இந்தியா' அமைப்பின் ஆய்வறிக்கை கூறுகிறது. பன்னாட்டு நிறுவனங்களுக்கும் ரியல் எஸ்டேட் உரிமையாளர்களுக்கும் பெரும்பணக்காரர்களுக்கும் நிலத்தை

வாரி வழங்கிவிட்டு அடித்தட்டு மக்களுக்கு இப்பெருநகரில் ஒரு சதவிகித இடத்தைக் கூட கொடுக்க மாட்டோம் என்ற பாகுபாட்டிற்கு பெயர் தான் தீண்டாமை!

"குடிசைப்பகுதிகளில் முழுக்க முழுக்க சமூக விரோதிகளே உள்ளனர்" என்பது மூன்றாவது குற்றச்சாட்டு. கறுப்பானவர்கள், படிக்காதவர்கள், உழைக்கும் வர்க்கம் என்பதற்காகவே ஒரு சமூகத்தை 'சமூக விரோதிகள்' என முத்திரை குத்தினால் அதைவிடவும் வக்கிரமான ஒரு சாதியப் பார்வை இருக்க முடியாது. ஆனால், ஆதிக்கசாதி இயக்குநர்களால் எடுக்கப்பட்ட தமிழ்த் திரைப்படங்கள் தொடர்ச்சியாக அவ்வகையிலேயே காட்சிபடுத்தி குடிசைப் பகுதி மக்கள் குறித்த இத்தகைய இழிவானப் பொதுக் கருத்தியலை உருவாக்கிவிட்டன. தலித் மக்கள் மற்றும் குடிசைப் பகுதிகள் குறித்த இப்படியான பல அவதூறுகள் அனைத்தும் அவர்களை நகரிலிருந்து விரட்டியடிப்பதற்கு போதுமான காரணங்களாக அமைகின்றன.

குடிசைப்பகுதி மக்களை சென்னைக்குள்ளேயே மறுகுடியமர்த்துதல் செய்ய வேண்டும் என்ற சட்ட விதியைப் புறந்தள்ளுவதற்கு அதிகாரிகள் சொல்லும் காரணம், 'சென்னைக்குள் இடமில்லை' என்பதே. ஆனால் அது வடிகட்டியப் பொய் என்பதை 'டிரான்ஸ்பரண்ட் இந்தியா' தகவல் உரிமைச் சட்டத்தின் மூலம் பெற்ற உண்மைகள் அம்பலப்படுத்துகின்றன.

"மாநகராட்சியில் அரசால் கையகப்படுத்தப்பட்ட மொத்த நிலமானது, 11.5 சதுர கி.மீ ஆகும். இதில் 1.08 சதுர கி.மீ நிலப்பரப்பு பல்வேறு அரசுத் துறைகளுக்கு ஒதுக்கப்பட்டன. எனவே அரசிடம் எஞ்சியிருக்கிற நிலப்பரப்பு 10.42 சதுர கி.மீ. நகரின் மய்யப்பகுதிகளான தி.நகர் மற்றும் மயிலாப்பூர் மண்டலங்களில் மட்டும் இருக்கிற காலி நிலப்பரப்பு 0.49 சதுர கி.மீ பரப்பளவு ஆகும். சென்னையின் மய்யப் பகுதியில் உள்ள மாதவரம் மற்றும் ஆலந்தூரில் 2.2 சதுர கி.மீ அளவிற்கு காலி நிலப்பகுதிகள் உள்ளன. தூரப்பகுதியில் மறுகுடியமர்த்தல் செய்வதற்கு பதிலாக சென்னை மாநகராட்சி எல்லைக்குள்ளேயே அங்கீகரிக்கப்படாத எல்லா குடிசைப் பகுதிகளையும் குடியமர்த்தல் செய்வதற்கு தேவைப்படுவதை விட இது அதிகமான நிலப்பரப்பு" என அந்த அறிக்கை குறிப்பிடுகிறது. ஆக, சென்னைக்குள் இடமில்லை என்ற பேச்சுக்கே இடமில்லை. மநுஸ்மிருதியின் விதிப்படி ஒதுக்குப்புறங்களிலேயே வாழ்ந்தாக வேண்டிய தலித் மக்களுக்கு - நகரின் மையப் பகுதிகளில் - குடியிருப்புகள் கட்டித் தர

எங்களுக்கு மனமில்லை என வெளிப்படையாகச் சொல்லி விடலாம்.

சென்னையின் 60க்கும் மேற்பட்ட குடிசைகள் ஏற்கனவே அப்புறப்படுத்தப்பட்டு கண்ணகி நகரிலும் 16 குடிசைப்பகுதிகள் செம்மஞ்சேரியிலும் அடைக்கப்பட்டுள்ளன. சுமார் 20 ஆயிரம் குடும்பங்கள் தற்போது அங்கே வாழ நிர்பந்திக்கப்பட்டுள்ளன. ஆங்காங்கே மறுகுடியமர்த்தல் நடந்திருந்தாலும் சுமார் ஒரு லட்சம் பேரை கொண்ட இவ்விரண்டு பகுதிகள் தான் குறிப்பிடத்தக்கவை. இன்னும் ஆயிரக்கணக்கான அடித்தட்டுக் குடும்பங்கள் இடப்பெயர்வு அச்சத்தில் குடிசைப் பகுதிகளில் வாழ்கின்றன. 'குடிசையில் வாழ்கிறவர்களுக்கு அரசு கான்கிரீட் வீடுகள் கட்டித் தருகிறது. போவதற்கு என்னவாம்?' என்பதுதான் பொதுச் சமூகம் கேட்கும் கேள்வி. பிழைப்பதற்கும் உழைப்பதற்கும் வழியில்லாமல் கட்டடத்தின் கூரையையே பார்த்துக் கொண்டிருந்தால் அடுப்பெரிந்துவிடுமா? வயிறுதான் நிறைந்துவிடுமா? அவ்வாறு வாதிடுவோர் நவீனச் சேரிகளான கண்ணகி நகர், செம்மஞ்சேரியில் தலித் மக்களோடு ஒரு நாளேனும் வாழ்ந்து பார்க்க வேண்டும். முதலாவதாக இந்த வீடுகள் இலவசமாக வழங்கப்படவில்லை என்பதை புரிந்து கொள்க. முன்பணமாக ரூ.1000 செலுத்தப்பட்டு, மாதம் ரூ.300 தவணையாக இவர்களிடமிருந்து 20 ஆண்டுகளுக்கு வசூலிக்கப்படும். வீடு ஒதுக்கப்பட்டதற்கான அடையாள வில்லை மட்டுமே தற்போது வழங்கப்பட்டிருக்கிறது. 20 ஆவது ஆண்டின் முடிவில் முழு தவணையும் செலுத்தப்பட்டிருந்தால் மட்டுமே பட்டா வழங்கப்படும், இல்லையெனில் பறிக்கப்படும்.

அடிப்படை உரிமைகளையும் வேலைவாய்ப்புகளையும் இழந்துவிட்ட இம்மக்களுக்கு வெறும் அய்யாயிரம் ரூபாயை மட்டுமே அரசு இழப்பீட்டுத் தொகையாக வழங்குகிறது. தாம் ஏற்கனவே குடியிருந்த இடங்களுக்கு சட்டப்படி இவர்களே உரிமையாளர்கள் எனும் பட்சத்தில் இம்மக்களுக்கு அதற்கான இழப்பீடு வழங்கப்படவில்லை. காரணம், அரசைப் பொருத்தவரை இவர்கள் ஆக்கிரமிப்பாளர்கள், அங்கீகரிக்கப்படாதவர்கள், சமூக விரோதிகள். குடிசை மாற்று வாரியத்தால் அங்கீகரிக்கப்பட்ட 1,219 குடிசைப்பகுதிகளில் சென்னை நகர்ப்புற வளர்ச்சித் திட்டம், தமிழ்நாடு நகர்ப்புற வளர்ச்சித் திட்டம் மற்றும் குடிசை மாற்று வாரியம் ஆகியத் திட்டங்களின் கீழ் கட்டிக் கொடுக்கப்பட்ட குடியிருப்புகளில் வசிப்போரில் 10 சதவிகிதம் பேருக்கு கூட பட்டா வழங்கப்படவில்லை என 'டிரான்ஸ்பரண்ட் இந்தியா' அமைப்பின் ஆய்வு குறிப்பிடுகிறது. இம்மக்களுக்கு பட்டா

வழங்கப்படாததற்கு காரணம் நகர விரிவாக்கம் நடக்கும் போது மீண்டும் அவர்களை விரட்டியடிக்க வசதியாக இருக்கும் என்பதுவே!

சரி, கான்கிரீட் வீடு என்பதற்காக எங்கே வேண்டுமானாலும் வாழ்ந்துவிட முடியுமா? குடிசைப் பகுதிகளில் 500 சதுர அடிகளில் வாழ்ந்தவர்கள் கண்ணகி நகர், செம்மஞ்சேரி குடியிருப்புகளில் வெறும் 150 சதுர அடிகளுக்குள் அடைக்கப்பட்டுள்ளனர். தீப்பெட்டி அளவு வீடுகளுக்குள் மூச்சு முட்ட ஒவ்வொரு குடும்பமும் முடங்கிக் கிடக்கிறது. நாளொன்றுக்கு ஒரு குடும்பத்திற்கு ஆறு குடம் தண்ணீர் வினியோகம் செய்யப்படுகிறது. குடிநீர், சமையல் உள்ளிட்ட எல்லா வீட்டு பயன்பாடுகளுக்கும் அவ்வளவுதான் நீர். 15 குடம் கொடுங்கள் என்ற மக்களின் கோரிக்கை கண்டுகொள்ளப்படவில்லை. அறுபது சதவிகித வீடுகளுக்கு மின் இணைப்பு இல்லை. இரவு நேரங்களில் இருள் சூழ்ந்து பல ஆபத்துகளுக்கு வழி வகுக்கிறது. போதுமான நியாயவிலைக் கடைகளோ, ஆரம்ப சுகாதார நிலையங்களோ இல்லை.

கண்ணகி நகரில் இசபெல்லா மருத்துவமனை என்ற பெயரில் ஒரேயொரு தனியார் மருத்துவமனை இயங்குகிறது. ஒரு லட்சம் பேருக்கும் அதுதான் ஒரே மருத்துவமனை! அதுமட்டுமின்றி தற்போது அங்கு மாநகராட்சி உள்ளிட்ட உள்ளாட்சி அமைப்புகள் எதுவும் எந்த வித அடிப்படை வசதிகளையும் செய்து கொடுக்கவில்லை. இதனால் கழிவு நீர் தேங்கியும் சாக்கடை சேர்ந்தும் அவதிப்பட்டு வருகின்றனர். குடியிருப்புப் பகுதியில் கழிவுநீர் தேக்கத்தால் வீடுகளுக்குள் பாம்புகள் நுழைகின்றன. கொசுக்கள் பெருகி மக்கள் பெரும் அவதிக்குள்ளாகின்றனர். அண்மையில் மேற்கண்ட பகுதிகளில் எடுக்கப்பட்ட ஓர் ஆய்வில், அங்கு வசிக்கும் மக்களுக்கு அதிகளவில் காசநோய் இருப்பதாகக் கண்டறியப்பட்டது. வீடுகள் தோறும் மேற்கொள்ளப்பட்ட அந்த ஆய்வில், செம்மஞ்சேரியில் 90 பேருக்கும், துரைப்பாக்கத்தில் 120 பேருக்கும், பாலவாக்கத்தில் 60 பேருக்கும் காசநோய் இருப்பது தெரிய வந்துள்ளது. மாநகராட்சி சரிவர சுகாதார பணிகளை மேற்கொள்ளாததே இதற்கு காரணம் என்ற மக்கள் குற்றம் சாட்டுகின்றனர்.

மனிதர்கள் வாழத் தகுதியற்ற அவலச் சூழலில் உழல்கின்றனர் என்றாலும் இம்மக்களின் பெரிய துயரம் வேலை இழப்பே. நகருக்குள் வீட்டு வேலை, மின் ஊழியர், ஓட்டல் தொழிலாளி, விற்பன்னர் என பல வேலைகளை பார்த்தவர்கள் தற்போது

அவ்வேலைகளை இழந்துவிட்டனர். வேலைவாய்ப்புகளுக்காக ஒவ்வொரு நாளும் 40-50 கிமீ பயணம் செய்து பல பேருந்துகள் மாறி சென்னை நகருக்கு வர வேண்டிய நிலை. நாளொன்றுக்கு கிடைக்கும் 150-200 ரூபாய் கூலி மொத்தமும் போக்குவரத்து செலவிற்கே சரியென்று ஆகிவிடுகிறது. அதோடு கண்ணகி நகர், செம்மஞ்சேரிக்கு அங்குள்ள மக்கள் தொகைக்கு ஏற்ப போதுமான அளவு போக்குவரத்து வசதிகளும் வழங்கப்படவில்லை. சுமார் 80 ஆயிரம் பேருக்கு 36 மாநகரப் பேருந்துகள் விடப்பட வேண்டும். ஆனால் வெறும் 16 பேருந்துகளில் ஒவ்வொன்றிலும் 400 பேர் மூச்சடைக்கப் பயணிக்கின்றனர். பல பேருந்துகள் மாறி, பல மணி நேரங்கள் காத்துக் கிடந்து வீடு திரும்ப இரவு 9-10 ஆகிவிடுகிறது. இதனால் குடும்பத்தோடு செலவழிக்கவும் இளைப்பாறவும் யாருக்கும் நேரமிருப்பதில்லை.

ஒவ்வொரு நாளும் அலைக்கழிப்பில் தொடங்கி அலைக்கழிப்பிலேயே முடியுமானால் ஒரு மனித உயிருக்கு வாழ்வின் மீது பிடிப்பு கொள்ள ஏதேனும் காரணங்கள் எஞ்சியிருக்குமா? கண்ணகி நகர், செம்மஞ்சேரி போன்ற மாநகரச் சேரிகளில் வசிக்கும் மக்கள் அத்தகைய நிராதரவான நிலையிலேயே கைவிடப்பட்டுள்ளனர். பலருக்குத் தொழில் செய்யும் இடம் மிகத் தொலைவில் இருப்பதால் அவர்களுக்கு ஒதுக்கப்பட்ட குடியிருப்பை விற்றுவிட்டோ, வாடகைக்கு விட்டோ அல்லது அடமானத்தில் வைத்துவிட்டோ நகருக்குச் சென்று நடைபாதைகளில் மீண்டும் குடிசை போட்டு வாழும் நிலைக்குத் தள்ளப்படுகின்றனர். அகதிகளுக்குக் கூட இப்படியொரு அவலம் நேராது.

மழைக்காலங்களிலும் கல்வி ஆண்டின் நடுவிலும் குடிசைப் பகுதிகளை இட மாற்றம் செய்யக் கூடாது என்ற விதி இருக்கிறது. ஆனால், எந்த விதிகளையும் மதிக்காத அரசு இதையும் கண்டுகொள்வதில்லை. ஏறக்குறைய எல்லா குடிசைப் பகுதிகளையுமே நினைத்த நேரத்தில் அப்புறப்படுத்தியதால் பள்ளி, கல்லூரி மாணவர்கள் கடுமையாக பாதிக்கப்பட்டனர். இங்குள்ள ஒரேயொரு மேல் நிலைப்பள்ளி மற்றும் ஒரு நடுநிலைப்பள்ளி மாணவர்களின் எண்ணிக்கைக்குப் போதுமானதாக இல்லை. ஒரு வகுப்பில் 80 மாணவர்களை அடைக்க வேண்டிய நிலை. தமது பிள்ளைகளுக்கு எவ்வாறேனும் நல்ல கல்வியை வழங்க நினைக்கும் பெற்றோர் தன் குழந்தைகள் படித்த பழைய பள்ளிகளுக்கே அனுப்புகின்றனர். தமது பெற்றோரைப் போலவே இரண்டு மணி நேரம் நகருக்குள் பயணம் செய்து குழந்தைகள்

கல்வி பெறுகின்றனர். இந்த அலைக்கழிப்பை வெறுக்கும் குழந்தைகள் படிப்பையே வெறுத்து தவறான வழிகளுக்குச் செல்லும் சூழலும் உருவாகிறது.

பொதுவாகவே, குடிசைப் பகுதி மக்களுக்கு சமூக விரோதிகள் என்று பெயர், அதிலும் கண்ணகி நகர், செம்மஞ்சேரி போன்றவை குற்றவாளிகளின் கூடாரமாகவே கருதப்படுகின்றன. அருகேயுள்ள வீடுகளில் இங்குள்ள பெண்கள் வேலை கேட்டுப் போனால் அவமானத்தையே பதிலாகப் பெறுகின்றனர். பள்ளி ஆசிரியர்கள் உட்பட வெளிநபர்கள் யாருமே இப்பகுதிக்குள் காலடி எடுத்து வைக்க விரும்புவதில்லை. கண்ணகி நகரில் மருத்துவமனை கட்ட அரசு நடவடிக்கைகளை எடுத்த போது, தலித் மக்கள் வசிக்கும் சேரியில் கட்டக் கூடாது என சாதி இந்துக்கள் எதிர்ப்புத் தெரிவித்ததும் நடந்தது. இப்படித்தான், பொதுச் சமூகத்திலிருந்து துண்டிக்கப்பட்டு சமூகக் கலப்பில்லாமல் மாநகரத் தீண்டாமையின் மொத்தக் கொடுமையையும் அனுபவிக்குமாறு சென்னையின் தொல்குடிகளான தலித் மக்கள் கைவிடப்பட்டுள்ளனர்.

தலித் மக்களின் பெருந்துயரம் வறுமை அல்ல; சமூக ஒதுக்குதல் தான்! அதுதான் அவர்களை கிராமங்களிலிருந்து இடம்பெயரச் செய்தது. ஆனால், இன்று நகரங்களும் அவர்களது உழைப்பைத் தின்று செரித்து, "உன் இருப்பைச் சகிக்க முடியவில்லை" என சக்கையாகத் தூக்கி வீசுகின்றன. ஊர் - சேரி கட்டமைப்பை வலுவாகக் கொண்ட கிராமங்கள் தலித் மக்களுக்கானவை அல்ல. அதனால்தான் கிராமங்களிலிருந்து அவர்கள் வெளியேறினார்கள். ஆனால், சமகாலத்தில் மாநகரங்களும் அதை எதிரொலிக்கின்றன.

கடந்த 50-60 ஆண்டுகளில் சென்னை கண்ட வளர்ச்சிக் கட்டமைப்புகளில் பலவும் தலித் மக்களின் வாழ்வையும் வாழ்வாதாரங்களையும் எதிர்காலத்தையும் காவு கொடுத்தே பெறப்பட்டன என்றால் அது மிகையல்ல. பொதுவாகவே தலித் மக்களின் உரிமைப் போராட்டங்களை பொதுச் சமூகம் தன்னுடையதாகக் கருதுவதில்லை. விவசாயிகளுக்கு ஒரு பிரச்சனை எனில் விவசாயம் என்றால் என்னவென்றே தெரியாத தலைமுறையும் கிளர்ந்தெழுகிறது. ஜல்லிக்கட்டுக்குத் தடை என்றவுடன் மாடு பிடித்தல் பற்றி எதுவுமே அறியாத கூட்டம் அவர்களுக்கு ஆதரவாகத் திரண்டுவிடுகிறது. பசுமை வழிச் சாலைக்கான நில அபகரிப்புக்கும் அவ்வாறே அது எதிர்வினையாற்றுகிறது. இந்த 'பொது' மனப்பான்மை தலித் மக்களின் பிரச்னைகள் என்றால் வருவதில்லை.

இந்நாடு முழுக்க எல்லா வகையான அநீதிகளுக்கும் சாதிப் பாகுபாடு அடிப்படைக் காரணமாக இருக்கும் போது, நாம் ஏன் அதை ஒரு பொதுப் பிரச்னையாகவோ தேசியப் பிரச்னையாகவோ அணுகுவதில்லை? தம் பாடுகளோடும் போராட்டங்களோடும் தலித் மக்கள் தனித்துவிடப்படுவதே ஓர் ஒடுக்குமுறை இல்லையா? நில அபகரிப்பு நடவடிக்கையால் சாதி இந்துக்கள் பாதிக்கப்படும் போது அதுவொரு மாநிலத்தின் பிரச்சனையாக மாற்றப்படுகிறது. இவ்வளவு ஆண்டுகாலமும் தலித் மக்கள் தமது வாழ்விடங்களில் இருந்து தூக்கி வீசப்பட்டுக் கொண்டே இருக்கின்றனர். பொதுச் சமூகத்திடம் சிறு அதிர்வைக் கூட அது உண்டாக்கவில்லையே ஏன்? விவசாய நிலம் மட்டும்தான் புனிதமானதா? நிலமற்ற தலித் மக்களுக்கு அவர்களின் வாழ்விடம் - அது சில சதுர அடிகளையே கொண்ட குடிசையாக இருந்தாலும் - புனிதமானதில்லையா?!

'வளர்ச்சி' 'வளர்ச்சி' என்ற முழக்கம் இந்தியாவெங்கும் கேட்கிறது. ஆனால் அது ஏன் உள்ளிணைந்த வளர்ச்சியாக *(Inclusive growth)* இல்லை. வெறுமனே கட்டடங்களை உயர எழுப்பிக் கொள்வதா வளர்ச்சி? சக மனிதர்களை அங்கீகரிக்காத, அவர்கள் மீது பாகுபாட்டைத் திணிக்கிற, வன்மத்தைக் கக்குகிற, அவர்கள் அழிய வேண்டுமென நினைக்கிற, ஆதிகாலப் பிற்போக்குத்தனங்களை தலைமுறை தலைமுறையாகத் தூக்கிக் கொண்டுத் திரிகிற மனிதக் கூட்டத்திற்கு வளர்ச்சி என்ற ஒன்றே இருக்க முடியாது.

பொதுவாக கிராமங்கள் புனிதப்படுத்தப்பட்டு, நகரங்கள் தூற்றப்படுகின்றன. இங்கே பண்பாடு இல்லை, சொந்த பந்தம் இல்லை, இயற்கை இல்லை, இளைப்பாறல் இல்லை விவசாயம் இல்லை, அமைதி இல்லை என எதையாவது சொல்லி நகர வாழ்வைப் பழிக்கின்றனர். பிழைப்பிற்காக நகரங்களில் குடியேறும் ஆதிக்க சாதியினர் தமது கிராமத்து (சாதி) வேர்கள் அறுந்துவிடாதவாறு பார்த்துக் கொள்ள கைகொள்ளும் சூழ்ச்சி அது. நகரத்தின் கலப்பு வாழ்வு அவர்களுக்கு ஒவ்வாமையை ஏற்படுத்துகிறது. தமது வீட்டின் கதவுகளையும் ஜன்னல்களையும் இறுகப் பூட்டிக் கொண்டு வெறுப்போடு 'யாரும் யாரோடும் இல்லை' என அலுத்துக் கொள்கின்றனர். ரத்த உறவுகளைக் கடந்து ஒரு புதிய பிணைப்புமிக்க சமூகத்தை உருவாக்க அவர்கள் துணியவில்லை.

மனிதர்கள் மரியாதையோடும் அமைதியாகவும் வாழத் துளி கூட தகுதியானவையாக இந்திய கிராமங்கள் இல்லை என்றாலும் அதன் மீது எல்லோருக்குமே ஒரு மயக்கம் இருக்கிறது.

சாதியத்தின் வேர் ஆழப் பரவிய கிராமங்களைப் புனிதப்படுத்தும் வேலையை ஒவ்வொரு தலைமுறையும் பின்பற்றுமாறு ஒரு பரப்புரை தொடர்ச்சியாக நடக்கிறது. முற்போக்கு அமைப்புகள் இதற்கு முன்னோடிகள். நகரங்களில் சமத்துவத்தைக் காப்பாற்ற எந்த முயற்சியும் எடுக்காமலேயே அவர்கள் கண்மூடித்தனமாக நகரமயமாக்கலை எதிர்த்தனர். சாதியை எதிர்ப்போர், சமத்துவத்தை நேர்மையாக விரும்புவோருக்கு ஒரு போதும் நடைமுறையில் இருக்கும் கிராம அமைப்புக்கு ஆதாரவாக இருக்க மாட்டார்கள் என்பதற்கு இரண்டு எடுத்துக்காட்டுகளை குறிப்பிடுவது இங்கே பொருத்தமாக இருக்கும்.

"எனது கிராமச் சீர்திருத்தத் திட்டம் என்பது என்னவென்றால் நாட்டில் கிராமங்களே எங்கும் இல்லாமல் அவற்றை ஒழித்துவிடுவதே ஆகும். அது மாத்திரமில்லாமல் கிராமங்கள் என்கிற வார்த்தை அகராதியில் கூட இல்லாதபடி செய்துவிட வேண்டும். அரசியலிலும் கூடக் கிராமம் என்ற வார்த்தை இருக்கக் கூடாது என்றே சொல்லுவேன். கிராமம் என்கின்ற எண்ணத்தையும் பெயரையும் அதற்கு ஏற்ற பாகுபாட்டையும் வைத்துக் கொண்டு என்ன தான் நீங்கள் கிராமச் சீர்திருத்தம் செய்தாலும், பறையன் சக்கிலியன் என்பவன் எப்படி அரிசனன் ஆனானோ அது போலவும் ஆதி திராவிடனானானோ அதுபோலவுந்தான் மாற்றம் ஏற்படுமே ஒழிய பறையன் மற்ற மனிதர்களைப் போல மனிதனானான் என்கிற மாற்றம் எப்படி ஏற்படாதோ அதுபோல கிராம சீர்திருத்தம் செய்யப்படுவதால், நல்ல கிராமம் ஆயிற்று என்றுதான் ஏற்படுமே ஒழிய மற்றபடியான நகரத் தன்மையும், நகர மக்கள் அனுபவிக்கும் உரிமையும் அனுபவிக்க முடியவே முடியாது" என்று "ஜாதி ஒழிய கிராமங்கள் ஒழிய வேண்டும்" என்று எழுதினார் பெரியார் (குடியரசு - 11.11.1944)

நகரமயமாக்கல் என்பது சாதி ஒழிப்பை வேறொரு முனையிலிருந்து அணுகுவது. சாதியை உயரிய பண்பாடு என்று நம்பிய காந்தி கிராமங்களை கொண்டாடினார். ஆனால் அம்பேத்கர், கிராம சுயாட்சியானது ஜனநாயகமற்றக் கொள்கைகளால் ஆனது என அம்பலப்படுத்தினார். கிராமங்களுக்கு சுய அதிகாரம் வழங்க வேண்டும் என காந்தி தொடர்ந்து வலியுறுத்திய போது, பம்பாய் சட்டமன்றத்தில் கிராமப் பஞ்சாயத்துகளுக்கு கூடுதல் அதிகாரம் அளிக்கும் சட்டம் மீதான விவாதத்தில் பதிலளித்த அம்பேத்கர், அதற்கு கடுமையான எதிர்ப்பு தெரிவித்தார்.

"சாதியால் பீடிக்கப்பட்ட ஒரு மக்கள் கூட்டம், பழங்கால பாகுபாடுகளால் நோய்வாய்ப்பட்ட ஒரு மக்கள் கூட்டம், சமத்துவத்தை ஒரு தகுதியாக ஏற்க மறுத்து, படிநிலைக் கருத்தியலால் ஆதிக்கம் செலுத்தும் ஒரு மக்கள் கூட்டம்; சிலர் உயர்ந்தவர் சிலர் தாழ்ந்தவர் என நம்பும் ஒரு மக்கள் கூட்டம் - நீதியை வழங்குவதில் சரியாக நடந்து கொள்ளும் என நாம் எதிர்பார்க்க முடியுமா? எங்களுடைய வாழ்க்கையை, சுதந்திரத்தை, சொத்துக்களை இந்த பஞ்சாயத்துகளிடம் நாங்கள் ஒப்புக் கொடுக்க வேண்டும் என்று எதிர்பார்ப்பது சரியல்ல. அதனால் இந்த முன்மொழிவை நான் ஏற்க மறுக்கிறேன்" என்றார்.

கிராமங்களின் குரூரம் இன்றளவிலும் குறையவில்லை. அவை இன்றும் ஒடுக்கப்பட்ட மக்களுக்கு ஆபத்தான இடமாகவே இருக்கின்றன. தலித் மக்கள் கிராமங்களை வெறுத்து நம்பிக்கையோடு நகரங்களுக்கு இடம்பெயர்வதற்கும் சாதி இந்துக்கள் கிராமங்களை விட்டுவிட முடியாமல் தவிப்பதற்கும் காரணம் சாதி மற்றும் நில அதிகாரமே. கிராமங்களில் விவசாயம் அழிந்து எதிர்காலம் முடங்கி நகரங்களுக்கு இடம் பெயரும் சாதி இந்துக்கள் இங்கே சாதியையும் தூக்கிக் கொண்டு வருகின்றனர். அதனால் நகரங்களும் சாதியால் மாசுபட்டு நாசமடைகிறது. அதற்கான வலுவானதொரு ஆதாரமே நகரங்களுக்குள் தலித் மக்களுக்கு குடியிருப்பு இருக்கக் கூடாது என்ற மனப்பான்மை.

ஒரு தரப்பு மக்களை அழித்து இன்னொரு தரப்பை வாழ வைப்பது வளர்ச்சியோ புரட்சியோ ஆகாது. 70 ஆண்டுகால சுதந்திர இந்தியா கண்ட முன்னேற்றம், கல்விப் பரவலாக்கம், அரசுத் திட்டங்கள், தொழில்நுட்பம், தொண்டு நிறுவனங்கள், புரட்சி என எதுவுமே கிராமங்களின் சாதியக் கட்டமைப்பை இம்மியளவு கூட அசைத்துப் பார்க்க முடியவில்லை. ஆக, தலித் மக்களை சாதியிலிருந்து விடுவிக்க விரும்புகிறவர்கள் நகரங்களின் மீது தொழிற்சாலைகள் மீதுமே நம்பிக்கை கொண்டுள்ளனர்.

"நகர்ப்புற அமைப்பில் பிரிவினையின்மை (Desegregation) தொடங்குகிறது. அனைத்து சாதியினரும் கலந்து வாழக்கூடிய அடுக்கு மாடிக் குடியிருப்புகள் மற்றும் இடங்களில் தலித்துகளால் வீடுகள் வாங்க முடிகிறது. கிராமப்புற அமைப்பில் ஒவ்வொரு சாதிக் குழுவும் ஒவ்வொரு பகுதியில் வாழ, தலித் குடியிருப்புகள் கிராமங்களுக்கு வெளிப்புறத்தில் அமைக்கப்பட்டுள்ளன. ஆதிக்க சாதியினரோடு கலந்து வாழ்வது மட்டுமல்லாமல், நகரங்களில் உணவகங்கள், கடைகள் போன்றவற்றை அவர்களால் நடத்த

முடியும். தலித்துகளை ஒதுக்கி வைக்கும் வாய்ப்பை நகரங்கள் குறைக்கின்றன. அந்தப் புரிதலில் பார்த்தால் நகரங்கள் சாதி அமைப்பை அதிகளவில் காயப்படுத்துகின்றன" என்கிறார் பத்திரிகையாளர் மற்றும் எழுத்தாளர் சந்திரபான் பிரசாத்.

இக்கருத்து நூற்றுக்கு நூறு சதவிகிதம் உண்மை. ஊர் - சேரி பிரிவினையும் வெறுப்புணர்வும் வலுவானதாக இருப்பதால், கிராமங்களில் எல்லோரையும் உள்ளடக்கிய வளர்ச்சியோ ஒருங்கிணைந்த சமத்துவ வாழ்வோ சாத்தியமில்லை. ஒரு தலித் எவ்வளவு பணக்காரராக இருந்தாலும் சாதி இந்துக்கள் வசிக்கும் தெருவில் ஒரு சதுர அடி நிலத்தை கூட வாங்க முடியாது.

ஆனால் நகரங்களில் கல்வி ரீதியாக, பொருளாதார ரீதியாக முன்னேறிய தலித் மக்கள் சொந்த உழைப்பில், முயற்சியில் எங்கே வேண்டுமானாலும் வீடு கட்டிக் கொள்ளலாம், குடியிருக்கலாம், எந்த நிறுவனத்திலும் வேலை பார்க்கலாம். ஆக, நகரக் கட்டமைப்பு இயற்கையாகவே தன்னளவில் கொண்டிருக்கும் இந்த சமத்துவக் களத்தை ஆழமான சமூகப் பொறுப்புணர்வோடு அரசுகள் காப்பாற்ற வேண்டும்; அதிகப்படுத்த வேண்டும். சமூக நீதிப் பார்வையோடு நகரங்களில் பாகுபாடு எங்கும் வேர் விட்டுவிடாதவாறு தடுக்க வேண்டும். குடிசை மாற்று வாரியச் சட்டத்தின் 'குடிசைகள் இருந்த பகுதியிலேயே குடியிருப்பு' என்ற விதிமுறை அத்தகைய பொறுப்புணர்வைக் கொண்டிருந்தது. ஆனால், அதன் பின்னர் எந்த அரசும் இது போன்ற சட்டங்களை உருவாக்கவுமில்லை, காப்பாற்றவுமில்லை.

மாறாக, ஊர் - சேரி கருத்தியலை நகரங்களிலும் வளர்த்தெடுக்க அரசும் சாதி இந்து அதிகார வகுப்பினரும் படாதபாடு படுகின்றன. குடிசைகள் இடப்பெயர்வு ஒரு பக்கம் நடக்கிறதெனில் இங்கேயும் சாதி பெயரில் குடியிருப்புகள் உருவாகும் அவலம் உருவாகிவிட்டது. சென்ற ஆண்டு, சென்னை செம்மஞ்சேரியில் தன் சொந்த வீட்டில் குடியிருந்த நாகசாமியையும் அவரது குடும்பத்தினரையும் அத்தெருவில் வசித்த சாதி இந்துக்கள் வெளியேறச் சொல்லி துரத்தி துரத்தி அரிவாளால் வெட்டிய கொடுமை நடந்தது. இப்படித்தான் கிராமங்களின் சாதியப் பாதை நகரங்களில் தடம் பதிக்கிறது. ஆனால் இந்த பேராபத்தைப் புரிந்து கொண்டு தடுக்கும் சமூகப் புரிதலும் திராணியும் உள்ள தலைவர்களோ அமைப்புகளோ கட்சிகளோ இங்கே இல்லை. முற்போக்குவாதிகளுக்கு கூட கிராமங்கள் என்றால் ஒருவித மயக்கம் வந்துவிடுகிறது.

இச்சமூகம் சர்வாதிகார கிராமங்களை புனிதப்படுத்துவதிலும் ஜனநாயக நகரங்களையும் நகரமயமாக்கலையும் இழிவுபடுத்துவதிலும் மகிழ்ச்சி காண்கிறது. நம்மால் கிராமங்களில் இருந்து சாதியை அகற்ற முடியாது. இத்தனை ஆண்டுகாலமும் நம்மால் அதைச் செய்ய முடியவில்லை. நமக்கிருக்கும் ஒரே வழி நகரங்களை தூய்மைப்படுத்துவதே. அவை இயற்கையாகக் கொண்டிருக்கும் ஜனநாயக வெளியை நாம் காப்பாற்றியாக வேண்டும். இந்தியாவை முழுக்க நகரமயப்படுத்துவதாலும் அந்நகரங்களை எல்லா தரப்பு மக்களுக்கான வகையில் சமூக நீதி மற்றும் சமத்துவ அடிப்படையில் கட்டமைக்க வேண்டியதும் காலத்தின் தேவை. உள்ளிணைந்த வளர்ச்சியை மய்யப்படுத்திய நகரமயமாக்கலும் புதிய நகரங்கள் உருவாக்கமும் எல்லாத் தரப்பு மக்களையும் உள்ளடக்கியதாக பாகுபாடுகளற்றதாக இருக்குமாறு நாம் பார்த்துக் கொள்ள வேண்டும்.

நகரங்களை வெறுத்தல் என்பது சமத்துவத்தை வெறுத்தலுக்கு இணையானது. ஜாதியற்ற இந்தியா உருவாக வேண்டுமெனில் ஜாதியற்ற நகரங்களை வளர்த்தெடுக்க வேண்டியதே முன் நிபந்தனை. கிராமமற்ற இந்தியா என்றே இதைப் புரிந்து கொள்ள வேண்டும். ஆனால் எல்லாவற்றையும் நாசப்படுத்தும் ஜாதி, நகரக் கருத்தாக்கத்தையும் சீரழிக்கிறது. கிராமங்களை காப்பாற்றும் ஆவேசத்தில் எல்லோரும் ஜாதியையே காப்பாற்றிக் கொண்டிருக்கிறார்கள். அதுதான் ஜாதிய இந்தியாவின் பெரும் வெற்றி.